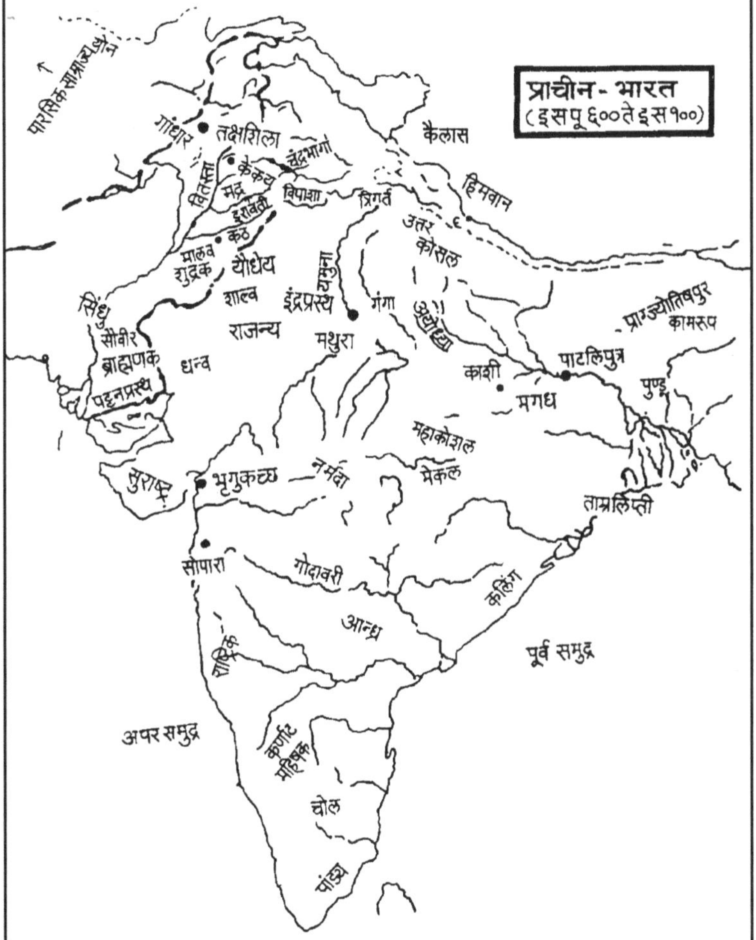

प्राचीन - भारत
(इ स पू ६०० ते इ स १००)

पारसिक साम्राज्य
गांधार
तक्षशिला
वितस्ता
कैकय
चंद्रभागा
मद्र
इरावती
विपाशा
त्रिगर्त
कैलास
हिमवान
उत्तर कोसल
मालव
कठ
शुद्रक
यौधेय
सिंधु
शाल्व
इंद्रप्रस्थ
यमुना
गंगा
अयोध्या
सौवीर
ब्राह्मणक
राजन्य
मथुरा
धन्व
पट्टनप्रस्थ
प्राग्ज्योतिषपुर
कामरूप
पाटलिपुत्र
काशी
मगध
पुण्ड्र
महाकोशल
मेकल
सुराष्ट्र
भृगुकच्छ
नर्मदा
ताम्रलिप्ती
सोपारा
गोदावरी
कलिंग
आन्ध्र
राष्ट्रिक
पूर्व समुद्र
अपर समुद्र
कर्णाट
महिषक
चोल
पांड्य

या पुस्तकाचा गुजराथी मध्ये अनुवाद झालेला आहे.

चाणक्य

भा. द. खेर

मेहता पब्लिशिंग हाऊस

Please contact us at **Mehta Publishing House,** Pune 411030.
✆ +91 020-24476924 / 24460313
Email : production@mehtapublishinghouse.com
Website : www.mehtapublishinghouse.com

- *या पुस्तकातील लेखकाची मते, घटना, वर्णने ही त्या लेखकाची असून त्याच्याशी प्रकाशक सहमत असतीलच असे नाही.*

CHANAKYA by B. D. KHER

चाणक्य : भा. द. खेर / कादंबरी

Email : author@mehtapublishinghouse.com

प्रकाशक : सुनील अनिल मेहता, मेहता पब्लिशिंग हाऊस,
१९४१, सदाशिव पेठ, माडीवाले कॉलनी, पुणे – ४११०३०.

अक्षरजुळणी : एच्. एम्. टाइपसेटर्स, ११२०, सदाशिव पेठ, पुणे – ४११०३०.

मुखपृष्ठ : चंद्रमोहन कुलकर्णी

प्रकाशनकाल : एप्रिल, १९९२ / मार्च, २००२ / जुलै, २००४ /
मे, २००६ / ऑगस्ट, २००७ / ऑक्टोबर, २००८
मार्च, २०१० / सप्टेंबर, २०११ / जुलै, २०१२ /
ऑगस्ट, २०१३ / फेब्रुवारी, २०१५ / जून, २०१६ /
नोव्हेंबर, २०१७ / पुनर्मुद्रण : जानेवारी, २०२०

P Book ISBN 9788177662504
E Book ISBN 9788184985986
E Books available on : play.google.com/store/books
www.amazon.in

ज्या स्वातंत्र्यवीरानं एकसंध, बलदंड, अखंड भारतासाठी आपल्या अखेरच्या श्वासापर्यंत चिंता वाहिली आणि त्यासाठी कडोविकडीचे प्रयत्न केले, त्या क्रांतिद्रष्ट्या तात्याराव सावरकरांशिवाय तशाच युगप्रवर्तक महापुरुषाची ही चरित्रगाथा मी अन्य कुणाला अर्पण करणार?

चाणक्याची भेट घेण्यापूर्वी...

सोमवार, दि. २५ नोव्हेंबर, १९९१. त्या दिवशी दुपारी ४ वाजता माझे मान्यवर प्रकाशक श्री. अनिलकुमार मेहता यांचा मला फोन आला. फोनवरून त्यांनी मला चाणक्यावर चरित्रात्मक कादंबरी लिहायला सांगितलं. ते अवघड काम मी पत्करलं आणि या, वृद्धापकाळातही रात्रंदिवस काम करून मी अवघ्या दोन महिन्यांत त्यांना ही कादंबरी लिहून दिली. अर्थात सारे संदर्भ शोधून, लेखनाची सारी आखणीजुळणी माझी स्नुषा चि. सौ. सीमंतिनी हिनं करून दिली नसती, तर मला ही कादंबरी एवढ्या अल्पावधीत लिहिणं शक्य झालं नसतं.

चाणक्य हा युगपुरुष साधारणपणानं इसवी सनपूर्व चौथ्या शतकात होऊन गेला. महापंडित, महामुत्सद्दी आणि महान अर्थशास्त्रज्ञ अशी त्याची प्रख्याती सर्वदूर झालेली होती. आजही ती प्रचलित आहे. त्यानं लिहिलेला 'कौटिल्याचे अर्थशास्त्र' हा विश्वविख्यात ग्रंथ सोडला, तर या युगपुरुषाचं संपूर्ण विश्वसनीय चरित्र उपलब्ध नाही. ग्रीक, बौद्ध, संस्कृत वाङ्मयात त्याच्या चरित्राचे थोडेफार धागेदोरे हाताला लागतात. त्याच्या चरित्राविषयीच्या बऱ्याच दंतकथा मात्र उपलब्ध आहेत. त्यांतूनच प्रस्तुत चरित्रात्मक कादंबरी साकार झालेली आहे...संभाव्य सत्याच्या आधारानं चाणक्याची व्यक्तिरेखा रंगवलेली दिसेल. शतखंड भारताला एकसंध करून, परकीय शत्रूची आपल्या राष्ट्रातून हकालपट्टी करण्यासाठी चंद्रगुप्ताला शिकवूनसवरून त्याला चाणक्यानं राजसिंहासनावर विराजमान केलं. स्वत: संन्यस्तवृत्तीनं कालक्रमणा करून चाणक्यानं भारतात एकसंध सिंहासन निर्माण केलं, म्हणूनच त्याचं नाव चिरंजीव झालं.

चरित्रात्मक कादंबरी लिहिताना त्या त्या चरित्रनायकाच्या चरित्रानुरूप आणि त्या कालानुरूप भाषा वापरावी लागते. परंतु प्रस्तुत कादंबरीत संस्कृतनिष्ठ भाषा लिहिण्याचा अट्टाहास मात्र ठेवलेला नाही. चाणक्यानं प्रसृत केलेलं बहुशाखीय ज्ञान प्रस्तुत कालातही कालबाह्य झालेलं नाही. अशाच प्रातिभज्ञानाला अक्षर साहित्य मानलं जातं. म्हणून या कादंबरीत आधुनिक संकल्पनांची भाषा आलेली दिसेल. याचं कारण चाणक्यानं मांडलेल्या संकल्पना आणि प्रवर्तित केलेलं ज्ञान हे आजच्याही काळात उपयुक्त ठरणार आहे. भावी काळातही कालबाह्य होणारं नाही. कादंबरीच्या प्रकाशनासाठी मेहता पब्लिशिंग हाऊसचे कल्पक प्रकाशक अनिलकुमार आणि सुनीलकुमार हे पितापुत्र लाभले, हे या कादंबरीचं भाग्यच म्हणावं लागेल. मुद्रितशोधनाचा सारा भार कै. मोहन वेल्हाळ यांनी जबाबदारीनं उचलला होता.

पुरातत्त्व आणि संग्रहालयशास्त्र-तज्ज्ञ श्री. मधुकर रामकृष्ण इनामदार यांनी या कादंबरीबाबत केलेलं मार्गदर्शन फारच उपयुक्त ठरलं.

या सर्वांचा मी अत्यंत आभारी आहे.

असंख्य वाचकांचं प्रेम नेहमीप्रमाणे मला याही कादंबरीला लाभेल, याविषयी मला मुळीच शंका नाही.

सकलांचा नम्र

भा. द. खेर

४-४-१९९२

गंगेचे वरदान

अवघ्या गंगाजलावर उष:कालचा रक्तिमा पसरला होता. साऱ्या चराचरात उष:प्रभेचं मंगलगान चाललं होतं. समस्त गावातील ब्रह्मवृंद गंगाजलात उभं राहून गायत्री मंत्र जपत होता :

ॐ भू: भुव: स्व:। तत्सवितुर्वरेण्यं
भर्गो देवस्य धीमहि। धियोयोन: प्रचोदयात्।।

अनेक ब्राह्मणांच्या मुखांतून हा मंत्रोच्चार होत असल्यामुळं गंगाजलावर जणू पवित्र रोमांच उठत होते.

मनुस्मृतीत सांगितल्याप्रमाणे प्रात:संध्येत सूर्यदर्शन होईपर्यंत उभं राहून गायत्रीजप करावा आणि सायंसंध्येत नक्षत्रं दिसू लागेपर्यंत बसून गायत्रीमंत्र जपावा, हे साऱ्या ब्रह्मवृंदाला माहीत होतं.

विष्णुगुप्त डोळे मिटून अजूनही जप करत होता. त्याची तंद्री लागली होती. सूर्यबिंब प्राचीच्या क्षितिजावर झळकलं होतं. विष्णुगुप्ताचा डोळे मिटून अजूनही जप चालला होता. कोवळी सूर्यकिरणं त्याच्या मुखावर पडल्यामुळं त्याची मुद्रा एखाद्या तेजस्वी बालयोग्यासारखी दिसत होती.

समाधी लागल्यासारख्या त्याच्या त्या मुद्रेकडे त्याचे पिताजी काही वेळ कौतुकानं बघत राहिले.

मग कपिलदेवांनी त्याला प्रेमानं हाक मारली.

दचकून विष्णूनं डोळे उघडले आणि आपल्या पित्याकडे बघितलं.

त्याच्याकडे बघत हास्यमुद्रेनं कपिलदेव म्हणाले,

'चलायचं ना घरी, विष्णुबाळा? तुझा जप संपलाय् आता! सूर्यबिंब वर आलंय्, बघ!'

विष्णूच्या मुखावर अजूनही त्या सूर्यबिंबाची कांती पसरलेली कपिलदेवांना दिसत होती.

त्याच वेळी विष्णु त्यांना म्हणत होता,

'तात, सूर्यबिंब वर आलंय् हे खरं! माझा गायत्रीजपही संपला आहे. परंतु या गंगाजलातून बाहेर पडावंसंच वाटत नाही. तिथं वेळेचं भान मुळीच राहत नाही!'

'खरंय् तुझं म्हणणं! आपल्या आर्यावर्ताला देवानं दिलेल्या या देणग्या आहेत, म्हटलं!'

विष्णु पुटपुटला,

'देणग्या? कोणत्या?'

कपिलदेव हसून म्हणाले,

'ही गंगा, हा सविता, तो हिमालय आणि ती आपली भगवद्गीता!'

'वा, तात! तुम्ही तर आपल्या आर्यावर्ताचे मानदंडच सांगितलेत की!'

'सांग....खरंय् ना माझं सांगणं? गंगेसारखी पवित्र नदी तुला कुठं त्रिखंडात सापडेल का?...हा सूर्य गंगाजलात जसा स्नान करताना दिसतो, तसा कुठं दिसत असेल का? आपल्या या हिमनगाचं मस्तक उभ्या जगात उंचावलेलं आहे; आणि भगवद्गीता या अलौकिक ग्रंथाबद्दल काय बोलायचं?'

आपल्या पित्याचं हे बोलणं विष्णु डोळे मिटून, एकाग्र मनानं ऐकत होता. हे मानदंड आपल्या डोळ्यांसमोर उभे करत होता.

कपिलदेव म्हणाले,

'हे मानदंड आपल्याजवळ आहेत, म्हणूनच आपला आर्यावर्त जगात सर्वश्रेष्ठ मानला जातो.'

विष्णूची दृष्टी अद्याप त्रिखंडापर्यंत पोहोचलेली नव्हती. तो म्हणाला,

'पिताजी, खरंच या परिसरातून हलावंसं वाटत नाही. सकाळी आलो, की संध्याकाळी यावंसं वाटतं. संध्याकाळी आलो, की सकाळी केव्हा इथं येईन, असं होऊन जातं.'

त्याचा हात धरून कपिलदेव म्हणाले,

'पण आता घरी चल. घरी तुझी माता वाट बघत असेल.'

गंगेतून बाहेर येताना त्यांना पाण्यातून पाय ओढूनच चालावं लागत होतं. विष्णूचं मनही तिथून बाहेर पडायला तयार नव्हतं.

विष्णु अजूनही भारावलेला होता. त्याच भारावलेल्या स्वरात म्हणाला,

'तात, एकदा का या गंगामातेच्या कुशीत शिरलं, की तिच्या कुशीतून बाहेरच पडावंसं वाटत नाही. ही गंगामय्या सख्ख्या आईचाही विसर पाडायला लावते. किती शांत आणि पवित्र वाटतं, इथं आलं, की!'

'खरंय् तुझं म्हणणं! पण माणसाला नेहमीच अशा पवित्र वातावरणात राहता येत नाही, रे! हेच त्याचं खरं दुर्दैव आहे. आपल्या भोवतालच्या अपवित्र माणसांना पवित्र करून सोडण्याचं कर्तव्य आपल्याला करावं लागतं!'

'तात, माणसं अपवित्र का होतात?'

'अरे, क्षणिक ऐहिक सुख मिळविण्यासाठी!'

विष्णूनं विचारलं,

'पण, तात, धर्मामुळंच सुख मिळतं ना? मग माणसं धार्मिक वृत्तीची का होत नाहीत? अपवित्र का बनतात?'

त्याच्या प्रश्नाला कपिलदेव समर्पक उत्तर देऊ शकले नाहीत. ते काही सारवासारवीचं उत्तर देणार, एवढ्यात विष्णूच म्हणाला,

'तात, मी सांगतो, माणसं अपवित्र का बनतात, ते! धर्म हे सुखाचं मूळ आहे, ही गोष्ट खरी! ज्यानं त्यानं आपापला धर्म आचरला, म्हणजे सारंच जग सुखी होऊ शकेल, हेही खरं! परंतु धर्माचं मूळ संपत्तीत शोधावं लागतं. जवळ संपत्ती नसेल, तर धर्माचं नाव कोण काढणार?'

कपिलदेवांनी विचारलं,

'या संपत्तीचं मूळ सांगशील, की नाही?'

विष्णु चटकन् उद्गारला,

'राज्य हेच संपत्तीचं मूळ आहे!'

आपल्या प्रिय पुत्राचं हे बोलणं ऐकून कपिलदेव चकित झाले. हे एवढं ज्ञान त्यानं केव्हा संपादन केलं असावं? पवित्र आचरणानं ज्ञानप्राप्ती सुलभ होते, ही गोष्ट खरी! त्याची ज्ञानग्रहणशक्ती वृद्धिंगत होते, हेही खरं! परंतु एवढं ज्ञान या वयात त्याला कसं काय प्राप्त झालं? हा ज्ञानमंत्र त्याला कुणी दिला?

अभ्यासामुळं आणि निदिध्यासामुळं होणाऱ्या योगसामर्थ्याची कपिलदेवांना चांगली कल्पना होती. त्यामुळं आपल्या पुत्राला जन्मत:च प्राप्त झालेलं, हे प्रातिभज्ञान आहे, हे त्यांनी तत्परतेनं ओळखलं. ते त्याच्या ज्ञानवृद्धीकडे अधिकाधिक लक्ष पुरवू लागले.

सूर्य आता बराच वर आला होता. घरी परतायला हवं होतं. रोजच्या रोज गंगेवर गेल्यावर सकाळ-संध्याकाळ त्यांच्या अशाच गप्पागोष्टी चालायच्या. आपल्या मुलाच्या ज्ञानभांडारात ते प्रतिदिनी भर घालायचे. मुलाचं मुळातलं प्रातिभज्ञान फुलायचं. एखादा आम्रवृक्ष हळूहळू बहरत जावा आणि फळत जावा, तसं घडत होतं.

आताही घरी परत जात असताना त्यांच्या गंगेबद्दलच गोष्टी चालल्या होत्या.

घरच्या वाटेवर चालताना कपिलदेव त्याला म्हणाले,

'विष्णु, आज आपल्याला फारच विलंब झाला घरी जायला. गंगेवर तू आलास, म्हणजे तू अगदी गंगामय होऊन जातोस, हेच खरं!'

'पिताजी, मी तरी काय करणार? गंगेच्या परिसरात आलं, म्हणजे किती शांत आणि पवित्र वाटतं. मनात वेगवेगळे विचारतरंग उठतात. वेगवेगळी आवर्तनं निर्माण होतात... नवनवीन प्रश्न निर्माण होतात...'

'आणि त्या प्रश्नांची उत्तरंही मिळतात. खरं ना?'

आपल्या पित्याच्या बोलण्याकडे विष्णूचं लक्षही नव्हतं. तो आपल्याच विचारात मग्न होता. समोरच्या मार्गाकडे दूरवर बघून तो गंगामाहात्म्यात रंगून म्हणत होता,

'पिताजी, आपण किती भाग्यवान आहोत! आपल्याला या गंगामातेचं सान्निध्य सतत लाभलेलं आहे. क्षणभरही तिला विसंबून दूर जावंसं वाटत नाही. गंगेच्या उदरात प्रवेश केल्यानंतर, तिच्या पवित्र जलाचा स्पर्श झाला, की वाटतं, ही गंगामय्या आपला हात प्रेमळपणानं आपल्या अंगावरून फिरवत आहे!'

कपिलदेव म्हणाले,

'विष्णु, अशीच आहे बरं ही गंगा! पवित्र, उदात्त आणि आपल्या आईसारखी प्रेमळ! म्हणूनच आपल्या पुराणांत तिची महती गायली आहे. या गंगेत स्नान केल्यावर माणसानं केलेली सारी पापं धुऊन जातात, असं तिचं माहात्म्य वर्णन केलं आहे.'

कपिलदेवांच्या या बोलण्यावर विष्णु हसला.

तेव्हा कपिलदेवांनी विचारलं,

'का, रे, हसलास?'

'तात, मला हसू आलं, ते वेगळ्याच गोष्टीबद्दल! गंगास्नानानं माणसाच्या पापांचा नाश होत असेलही! पण आधी माणसानं पापंच का करावीत? आणि मग गंगामातेला ती धुऊन टाकण्याचा त्रास का द्यावा? माणसाच्या या मनोधर्माचं मला हसू आलं!'

कपिलदेव म्हणाले,

'विष्णु, प्रत्येक गुणाच्या पाठीला दुर्गुण हा जोडलेला असतो. या विश्वात पुण्यवान माणसं आहेत, तशीच पापी माणसंही आहेत... आणि काय, रे विष्णु, या पापी माणसांच्या पापांमुळंच पुण्यवान माणसांच्या पुण्याला महत्त्व येतं, असं नाही तुला वाटत?'

विष्णु चटकन् म्हणाला,

'तात, हा केवळ पापाचा प्रतिवाद ठरेल. त्यामुळं पुण्याचं प्रतिपादन होणार नाही!'

'विष्णु, तो विषय अगदी वेगळा आहे. त्या विषयावर आपण नंतर चर्चा करू. मी तुला आधी गंगेची महती सांगतो, ती ऐक!'

'सांगा ना, तात! अनुभवी माणसांचं ज्ञान मी नेहमीच ग्रहण करत असतो. महत्तम गंगेचं महत्त्व मला ऐकायचंच आहे!'

कपिलदेव म्हणाले,

'ही आपली गंगा महान तर आहेच; परंतु या आपल्या पवित्र नदीचा विस्तार खूप मोठा आहे,'

मग कपिलदेव चालताना थांबले. त्यांनी क्षणभर डोळे मिटून घेतले. जणू गंगेचा विस्तार ते आपल्या नेत्रांसमोर उभा करत होते.

त्यांच्या कथनाची गाडी सुरू झाली :

'उगमापासून ते सागरसंगमापर्यंत या आपल्या गंगेची अनेक नावं आहेत. वटोदका, नलिनी, सरस्वती, जंबुनदी, सीता, गंगा, सिंधु अशा सात प्रवाहांनी ती सागराला जाऊन मिळते. गंगेप्रमाणेच हा गंगा-सागर संगमही अत्यंत पवित्र मानला जातो.'

गंगामातेचा हा महिमा ऐकताना विष्णु अगदी तल्लीन होऊन गेला होता. चालताना सभोवताली त्याचं मुळीच लक्ष नव्हतं.

सूर्य बराच वर आला होता आणि त्यामुळं घरांच्या सावल्याही आक्रसल्या होत्या.

गल्लीबोळ ओलांडून ते राजमार्गावर आले. सकाळची गडबड सगळीकडे दिसत होती. काहीजण कपिलदेवांना वंदन करीत होते. शिवालयाजवळच्या पाठशालेत चाललेलं पठण ऐकू येत होतं.

विष्णूचं मात्र कुठंही लक्ष नव्हतं. तो स्वत:च्याच विचारात गढला होता.

कपिलदेव पुढं सांगू लागले,

'विष्णु, या गंगामातेच्या तीरावर एकंदर साडेतीन कोटी तीर्थं आहेत. ही वेदाची उजवी बाजू आहे. भगीरथाच्या प्रयत्नांनी अशी ही पवित्र गंगा आपल्याला मिळाली. ही गंगा मिळविण्यासाठी भगीरथाला खूपच कष्ट पडले. पुराणातील ती कथा तुला माहीतच आहे. म्हणूनच आपण भगीरथ प्रयत्न म्हणतो.'

विष्णु म्हणाला,

'पिताजी, मी या भगीरथाचा आदर्श सतत डोळ्यांसमोर ठेवीन. पण मला एक शंका आहे. आपण मला सांगितलं आहे, की गंगा ही भारतभर वेगवेगळ्या नावांनी वाहते. तिच्या पवित्र जलानं माणसांची पापं नष्ट होतात. मग आजवर तिनं आपल्या भारतातील साऱ्या लोकांची पापं नष्ट केलीच असतील, नाही का?'

कपिलदेव म्हणाले,

'अरे, तेच तर आपल्या भारतवर्षाचं दुर्दैव आहे. मला कित्येक वेळा वाटतं,की या आपल्या भारतवर्षाचा भूगोल केवढा महान आहे, केवढा पवित्र आहे? पण त्या मानानं आपला इतिहास...'

'सांगा ना तो इतिहास! मला ऐकायचा आहे!'

कपिलदेव विषादयुक्त स्वरात म्हणाले,

'नाही, रे! तो ऐकण्याजोगा मुळीच नाही. एवढं हे आपलं विराट राष्ट्र...पण...!'

'पण काय, तात?'

'या आपल्या गंगेनं अनेक रूपं आणि नावं धारण केली असली, तरी शेवटी गंगा एकच आहे. परंतु आपला भारत मात्र अनेक छोट्या छोट्या गणराज्यांमध्ये विभागला गेलाय्, विखुरला गेला आहे. आपल्या या महान राष्ट्राला एकसंधपणा उरलेला नाही. कुणाचा कुणाशी मेळ नाही. साऱ्या भारताची राजकीय परिस्थिती गोंधळाची बनली आहे. गणराज्यांचं आपापसांत सख्य नाही.'

'तात, गणराज्य म्हणजे, हो, काय?'

'अरे, गणराज्य म्हणजे जनतेचं राज्य...लोकमतानं चालणारं! आपल्या भारतात केकय, तक्षशिला, सौभूती, कठ, यौधेय, मालव, शूद्रक अशी अनेक गणराज्यं आहेत.'

'तात, मग आपलं मगधही गणराज्यच आहे का?'

'नाही. मगध हे राजतंत्र आहे. हेच राज्य तेवढं बलिष्ठ आहे. आपल्या मगधावर नंद वंशाचंच राज्य पूर्वापार चालत आलेलं आहे. धनानंद हा राजा महापद्मनंदाचा मुलगा सध्या आपल्या मगधावर राज्य करत आहे.'

आपले टपोरे तेजस्वी नेत्र कपिलदेवांवर रोखून विष्णु त्यांचं सर्व बोलणं मन लावून ऐकत होता. मनात साठवून घेत होता.

कपिलदेव पुढं सांगत होते,

'या प्रत्येक गणराज्याचा एक राजा असतो. ही गणराज्यं स्वायत्त असल्यामुळं आपापसांत संघर्ष करत राहतात. या सर्व गणराज्यांना एकत्र आणून भारताला एकसंध बनविण्याची आज गरज आहे. भारताला संघटित करण्यासाठी कुणीतरी पुढं आलं पाहिजे!'

विष्णु एकदम उद्गारला,

'तात, हे काम करीन! हेच माझ्या आयुष्याचं ध्येय असेल! या गंगामातेसारखाच तिच्या कुशीतला भारतही एक ना एक दिवस नक्कीच संघटित होईल. मी त्यासाठी भगीरथ प्रयत्न करीन!'

कपिलदेवांना भास झाला, की आपला हा विष्णु भीष्माचार्यांच्या मुखातून जणू आपली प्रतिज्ञा उच्चारून दाखवत आहे!

त्याचा हा निर्धार पाहून कपिलदेवांनी त्याच्या पाठीवरून मोठ्या कौतुकानं हात फिरवला. आपला हा छोटा विष्णु एक ना एक दिवस आपला निर्धार खरा करून दाखवील, याची कपिलदेवांना खात्री पटली.

विष्णु आपल्याच विचारात गढून गेला होता; आणि कपिलदेव त्याचाच

विचार करत होते.

मग झपाझप पावलं टाकून त्या दोघांनी घर गाठलं.

कपिलदेव आणि विष्णु घरी परत आले, तेव्हा विष्णूची माता त्यांची वाटच बघत होती. विष्णूला पाहिल्याबरोबर तिनं त्याला जवळ घेतलं आणि म्हटलं,

'अरे, किती उशीर केलात?...ह्यांचे विद्यार्थी वाट बघत बसलेत! कुठं होतात इतका वेळ?'

विष्णूनं सांगितलं,

'पिताजी मला गंगामातेबद्दल सांगत होते. आपल्या आर्यावर्ताची माहिती देत होते. त्यामुळं एवढा उशीर झाला.'

'म्हणून या मातेला विसरलास, वाटतं?'

विष्णु म्हणाला,

'काही वेळा गंगामाता खरोखरच सगळा विसर पाडायला लावते. पण तुला विसरणं कसं शक्य आहे? जननी आणि जन्मभूमी ही स्वर्गापेक्षाही मोठी असते, असं मला पिताजींनी केव्हाच सांगून ठेवलं आहे. गंगा जशी आपल्या साऱ्या आर्यावर्ताची माता आहे, तशीच ती माझीही माता आहे, एवढंच! तुझी आठवण मी नाही विसरणार कधी! तू तर माझं दैवत आहेस...सर्वस्व आहेस!'

त्याची आई त्याला आणखी जवळ घेऊन म्हणाली,

'हं...पुरे झालं आता हे मातापुराण! जेवायला चला बरं! अन्न निवून चाललंय्.'

कपिलदेवांनी घरात प्रवेश केला, तेव्हा त्यांच्याकडे शिकायला येणारे विद्यार्थी एकदम उठून उभे राहिले.

त्यांच्याकडे बघून कपिलदेव म्हणाले,

'बसा....बसा, मुलांनो! मला थोडा विलंब झाला... चटकन जेवतो आणि येतोच शिकवायला! बरं, तुमचं जेवण झालंय् ना? हां...मग ठीक आहे!'

हातपाय धुऊन कपिलदेव आणि विष्णु जेवायला बसले.

जेवतानाही त्यांचं बोलणं चाललं होतं. विष्णु त्यांना प्रश्नावर प्रश्न विचारत होता. विष्णूची आई आपल्या बुद्धिमान मुलाकडे कौतुकानं बघत होती. अधूनमधून त्यांच्या संभाषणातही भाग घेत होती.

विष्णूनं विचारलं,

'पिताजी, मघाशी तुम्ही मला आपल्या मगधाच्या राजतंत्राबद्दल सांगत होता. इतर गणराज्यांबद्दल सांगत होता. पण मला असं सांगा, की गणतंत्र

चांगलं, का राजतंत्र चांगलं?'

'अरे, केव्हाही गणराज्यच प्रजेच्या हिताचं असतं!'

'पण राजा चांगला असेल, प्रजाहितदक्ष असेल, तर राजतंत्र काय वाईट आहे?'

'तू एक गोष्ट सांग...एका राजाच्या तंत्रानं राज्यकारभार चांगला चालेल, का अनेक लोकांच्या गणतंत्रानं राज्यकारभार चांगला चालेल? राजापेक्षा प्रजाच आपल्या हिताची चांगली काळजी करू शकेल....बरं, पुन्हा असा विचार करावा लागेल, की राजतंत्र राज्यातला राजा हा चांगला असेलच, असं नाही...उलट...'

विष्णु एकदम म्हणाला,

'तुमचं म्हणणं बरोबर आहे. आपल्या मगधाच्या राजाचंच उदाहरण घ्यायला हवं! शकदाल नेहमीच त्याच्याबद्दल सांगतात...'

कपिलदेव म्हणाले,

'शकदाल हा त्याचा महामंत्री! रात्रंदिवस त्याला आपल्या धनानंद राजाचा अनुभव येतो आहे.'

महामंत्री शकदाल आपल्या राजाचं नेहमीच वर्णन करून सांगत असत. तो राजपाठ विष्णूला तोंडपाठ होऊन गेला होता. त्याच्या डोक्यात जाऊन तो बसला होता.

राजा धनानंद हा नावाप्रमाणे खरोखरच द्रव्यलोभी होता. धनप्राप्तीशिवाय त्याला दुसरा कसलाही आनंद वाटत नसे. धन हेच त्याचं आनंदनिधान होतं. या द्रव्यलोभामुळंच त्याचा स्वभाव दुष्ट बनला होता. स्वार्थासाठी तो प्रजेची मन मानेल त्याप्रमाणे पिळवणूक करत असे. ती पिळवणूक करताना त्याला कसलाच धरबंध राहत नसे. त्या बाबतीत कोणताच विधिनिषेध पाळायचा नाही, असा जणू त्यानं विडा उचलला होता.

धनानंद राजाच्या दुष्ट स्वभावाची विष्णूला पूर्ण कल्पना असल्यामुळं त्यानं कपिलदेवांना विचारलं,

'दुष्ट राजाची चाकरी करू नये, असं शास्त्रात सांगितलं आहे ना? मग शकदाल त्याची चाकरी कशी काय करतात?'

'अरे, आपल्या मगधाच्या भल्यासाठी त्यानं ती चाकरी पत्करलेली आहे!'

'मग त्यांनी राजाच्या दुष्ट प्रवृत्तीला लगाम घालावा!'

'कसं शक्य आहे ते? तो एकटा काय करणार? इतर मंत्री राजाच्या नादानं वागतात आणि आपला स्वार्थ पदरात पाडून घेतात. शकदाल कितीही हुशार असला, तरी मनात असूनही,तो एकटा मगधाचं कल्याण थोडाच करू शकणार आहे?'

'खरंय्, पिताजी, तुमचं म्हणणं! एका चाकानं राज्यशकट थोडाच चालविता येतो? राज्यशकट चालवायला साऱ्या अमात्यांचं साहाय्य लागतं, हे धनानंदाला

कळायला हवं!'

'विष्णु, त्याला ते कळत का नसेल? परंतु स्वार्थानं त्याची दृष्टी धुंद झाली आहे. आंधळा झाला आहे तो! त्याला लोककल्याण कसं काय दिसणार?'

विष्णु उद्वेगानं म्हणाला,

'असा दुर्वर्तनी राजा असण्यापेक्षा तो नसलेला बरा!'

कपिलदेव म्हणाले,

'शकदाललाही तसंच वाटतं; पण त्याच्या एकट्याच्या हातात काय आहे?'

विष्णु एकदम बोलून गेला,

'त्यांच्या मागे आपण उभे राहू की! आणि, तात, प्रजा नाही का त्यांच्यामागे उभी राहणार? लोकांना आपलं कल्याण व्हायला नको आहे का?'

एवढ्यात दाराबाहेरची घंटिका वाजली. पाठोपाठ शकदाल आत आले. आत येताना म्हणाले,

'कपिलदेव, अरे, तुम्ही सगळे आहात कुठं?'

'अरे, ये ये... आम्ही जेवतोय्. सरळ आत ये.'

शकदालांना बघताच कपिलदेव म्हणाले,

'तुला शंभर वर्षांचं आयुष्य आहे, बघ! तुझीच आठवण निघाली होती आत्ता!'

शकदाल उद्वेगानं म्हणाले,

'कशाला हवंय् शंभर वर्षांचं आयुष्य? आत्ताच शंभरी भरायची वेळ आलीय्!'

'आत्ताच शंभरी भरायची वेळ आलीय्,होय? कशामुळं, बाबा?'

'सांगतो...तेच तर सांगायला आलोय्.'

'थांब...ही आपोष्णी घेतो...' असं सांगून कपिलदेवांनी 'अमृतापिधानमसि' असं आचमन घेतलं आणि ते पानावरून उठले.

उठताना म्हणाले,

'शकदाल, आपण आता ओटीवर बसूनच बोलू...चल बाहेर!'

'अरे, हे तुझे छात्रगण आले आहेत ना पाठ घ्यायला!'

ओटीवर येऊन कपिलदेव आपल्या विद्यार्थ्यांकडे बघून हसत म्हणाले,

'शिष्यांनो! शिष्टागमने अनध्याय: असं शास्त्रवचन आहे, माहीत आहे ना तुम्हांला? हे आपले शकदाल प्रतिष्ठित पाहुणे आले आहेत. म्हणून आज तुम्हांला सुट्टी! उद्या दुप्पट पाठ!'

कपिलदेवांचा शिष्यगण गेल्याबरोबर शकदालांनी स्वत: बाहेरचं दार बंद केलं आणि म्हटलं,

'तुला कळलं का, राजदरबारात आज सकाळी काय झालं, ते?'

'मला कसं कळणार तू सांगितल्याशिवाय? झालंय् तरी काय एवढं?'

शकदाल दर्भासनावर बसले, काही वेळानं उत्तरीयानं घाम टिपून ते म्हणाले,

'तुला माहीतच आहे, की राजकोशातून राजाला आणि राण्यांना दर महिन्याला काही द्रव्य दिलं जातं!'

'हो...माहीत आहे. तूच सांगितलं आहेस! बरं, त्याचं काय झालं? ते द्रव्य घेणं धनानंदानं बंद केलं, की काय?'

शकदाल म्हणाले,

'छे, रे! तो लोभी राजा ते धन घेणं बंद करतो, होय?'

'मग झालं तरी काय?'

'दर महिन्याला प्रत्येकी शंभर सुवर्णमुद्रा राजघराण्याच्या खजिन्यात अगदी नियमानं जातात! महाराणी ते द्रव्य बिनचूक मोजून घेते. ते धन मोजून घेताना एक सुवर्णमुद्रिका कमी भरली, म्हणून पुन्हा सर्वांच्या सुवर्णमुद्रिका मोजून बघितल्या. पुन्हा तेच घडलं. प्रत्येक वाट्यात एकेक सुवर्णमुद्रिका कमी पडली.'

'बरं मग?'

'मग काय? धनानंदानं या प्रकाराचा शोध घ्यायची आज्ञा केली.'

'लागला का शोध?'

'हो...लागला ना! कोशाध्यक्षांचंच हे काम होतं. राजानं लगेच त्यांना आत्तापर्यंत लांबवलेल्या साऱ्या सुवर्णमुद्रिका परत करायला सांगितल्या.'

'केली का परत त्यांनी ती सारी सुवर्णनाणी?'

'परत केली, पण....'

'झालं तर मग! हिशेब चुकता झाला!'

मग शकदाल कपिलदेवांच्या कानाशी लागून म्हणाले,

'परंतु, कपिलदेवा, मला एक शंका येते...'

'कोणती, रे!'

'या साऱ्या प्रकारात स्वत: धनानंदांचाच हात होता.'

कपिलदेव म्हणाले,

'मला नाही तसं वाटत!'

'मलाही प्रथम वाटलं नव्हतं, पण आपल्या राजाचं आजवरचं वर्तन पाहून मला त्याचीच शंका येते.'

आतापर्यंत विष्णु त्या दोघांचं बोलणं ध्यान देऊन ऐकत होता. त्यानं शकदालांना एकदम प्रश्न केला,

'आजवरचं वर्तन, म्हणजे कसं?'

'अरे विष्णु, तू अजून लहान आहेस. परंतु तू चौकस बुद्धीचा आणि विलक्षण बुद्धिमान आहेस. म्हणून मी तुला हे सारं बुद्धिपुरस्सर सांगतो.'

'सांगा....मला ते सारं ऐकायचंच आहे!'

'विष्णु, आपला धनानंद राजा आहे ना? नावाप्रमाणेच तो अत्यंत लोभी आहे. सूक्तासूक्त मार्गांनी आपला खजिना भरणं हेच त्याचं काम! पण त्या खजिन्याचं तोंड आपल्या प्रजेच्या सुखासाठी उघडायचं असतं, हे त्याच्या गावीही नाही. त्याच्या त्या खजिन्याचं तोंड नाणी भरण्यापुरतंच उघडतं. राजा हा नेहमी प्रजाहितकर्ता हवा? प्रजेचं भरणपोषण करणारा हवा! परंतु कर घेण्यापुरताच धनानंदाचा प्रजेशी संबंध असतो. एरवी तो आपल्या स्त्रीसमुदायाशी खेळण्यात गर्क असतो. साऱ्या सुखोपभोगांत दंग असतो. कोणत्याच बाबतीत त्याच्या ठायी न्यायनीती उरलेली नाही.'

विष्णु मधेच उद्गारला,

'अरेरे!... खरं तर नीतिशास्त्राची आणि राज्यतंत्राची नेहमीच सांगड घालायला हवी! राज्यात नीती उरली नसेल, तर ते राज्य...'

'रसातळाला जातं, असंच तुला म्हणायचं आहे ना?'

विष्णु म्हणाला,

'होय... काळ हाच शेवटी राजाच्या विनाशाचं कारण होत असतो. आज ना उद्या....'

शकदाल एकदम म्हणाले,

'तुझं म्हणणं खरं आहे. प्रत्येक माणसाच्या पुण्याईचा एक काळ असतो. तो आज ना उद्या निश्चितच संपतो; आणि मग त्याच्या पुण्याईची गाडी उताराला लागते. मग तो माणूस राजा असो वा रंक असो!'

विष्णूच्या काळजीनं त्याची आई त्याच्याकडे बघून म्हणाली,

'विष्णु, तू यातलं काही कुठं बोलू नकोस, हो! नाहीतर तुझ्यावर नसतं संकट यायचं!'

यावर शकदाल म्हणाले,

'तुम्ही काळजी करू नका. विष्णु लहान असला, तरी हुशार आहे. कुठं, कधी आणि काय बोलावं, हे त्याला निश्चितच समजतं! म्हणूनच मी त्याला हे सारं विश्वासानं सांगितलेलं आहे.'

आपल्यावर शकदालांनी दाखवलेला हा विश्वास पाहून विष्णूनं आदरानं त्यांच्याकडे बघितलं. आपले पिताजीही आपल्याला त्यांच्यापैकीच एक समजतात, हे पाहून विष्णूला धन्यता वाटली. आपण मोठे झालो आहोत आणि आपल्या अंगावर फार मोठं दायित्व येऊन पडलेलं आहे, असं त्याला वाटायला लागलं.

विष्णूशी अशाच गप्पागोष्टी करताना शकदालांनी त्याला धनानंद राजाबद्दल अनेक गोष्टी सांगितल्या होत्या. आपल्या पिताजींशी त्यांचं धनानंदाबद्दल बोलणं चालायचं. आपला मगधाधिपती धनानंद किती लोभी, स्वार्थी आणि कपटी आहे,

ही गोष्ट आता त्याला कळून चुकली होती. भारतवर्षातली विविध गणराज्यं आणि त्यांचं आपापसांतील वैमनस्य याचीही त्याला चांगली कल्पना होती. त्याची बुद्धी कुशाग्र असल्यामुळं त्या लहान वयात त्याला सभोवतालच्या परिस्थितीचं उत्तम ज्ञान झालं होतं.

तेव्हापासून त्याला भारताच्या या परिस्थितीबद्दल चिंता वाटायला लागली होती. या परिस्थितीवर एकच उपाय होता. त्याच्या पिताजींनीही त्याला तो सांगितला होता. भारतातील विस्कळीत झालेल्या गणराज्यांना संघटित करणं हीच त्या बिकट परिस्थितीवर उपाययोजना होती.

विष्णु त्या दिशेनं विचार करायला लागला.

विष्णु आणि त्याचे अन्य सहाध्यायी पाठशाळेत वेदपठण करण्यात मग्न होते. त्यांच्या समोर त्यांचे आचार्य बसले होते. ते वेदातील ऋचा यथाशास्त्र उच्चारत होते आणि त्यांच्यापाठोपाठ छात्रगणाचं पठण चाललं होतं.

विष्णूचे मंत्रोच्चार सुस्पष्ट होत होते. त्याचा आवाजही इतरांपेक्षा खणखणीत येत होता. सर्व मुलं एकाग्र चित्तानं डोळे मिटून पठण करत होती.

पठण झाल्यावर समोरच्या व्यासपीठावरील ग्रंथ आचार्यांनी बंद केला आणि वेदांची सर्वसाधारण माहिती सांगायला प्रारंभ केला. ते सांगू लागले :

'वेदांची निर्मिती ब्रह्मदेवापासून झाली, असं म्हणतात. परंतु वेगवेगळ्या पुराणांत वेदांची उत्पत्ती वेगवेगळ्या देवतांपासून झाली असल्याचं सांगण्यात येतं. ओंकारापासून वेदांची उत्पत्ती झाली, असं कित्येक पुराणं मानतात, तर सूर्यापासून वेदांची उत्पत्ती झाली, असं मार्कंडेय पुराणात म्हटलं आहे. देवीपुराणात वेदांचं कर्तृत्व देवीकडे दिलं आहे, तर काही ठिकाणी गायत्रीला वेदमाता म्हटलं आहे.'

मधेच विष्णूनं प्रश्न केला,

'मग, आचार्य, यांतलं खरं मत कोणतं?'

आचार्यांनी म्हटलं,

'तुम्ही विद्यार्थ्यांनी असं मधेच बोलायचं नसतं!'

विष्णु म्हणाला,

'आचार्य, क्षमस्व! परंतु मला हे समजून घ्यायची इच्छा आहे.'

आचार्य प्रेमळपणानं म्हणाले,

'तुझी इच्छा मी पुरी करणारच आहे!... हे बघ, विष्णु, पुराणांत व्यक्त केलेली ही मतं खोटी म्हणता येणार नाहीत. परंतु पुराणांतून पुष्कळ वेळा

थोडी-फार अतिशयोक्ती असण्याचा संभव असतो. खरं तर युगाच्या शेवटी हे वेदमंत्र नाहीसे झाले होते. परंतु ऋषिमुनींच्या तप:सामर्थ्यानं आणि ब्रह्मदेवाच्या आज्ञेनं त्या ऋषिमुनींना ते पुन्हा प्राप्त झाले. त्या वेदवाणीचा ऋषिमुनींना साक्षात्कार झाला...आता तुझी काही शंका आहे का, विष्णु?'

'म्हणजे वेदांना अपौरुषेय मानलं जातं, हे खरं आहे ना?'

आश्चर्यचकित होऊन आचार्य म्हणाले,

'विष्णु, तुला हे ज्ञान कुणी,रे दिलं?'

आचार्य त्याच्याकडे कौतुकानं बघत असतानाच विष्णु म्हणाला,

'माझे तात मला असंच काहीतरी नेहमी सांगत असतात. जे कानांवर येतं, त्याचं मी नेहमीच मनन करत असतो.'

आचार्य सर्व शिष्यांकडे बघून म्हणाले,

'विष्णूच्या या वागण्याचा पाठ तुम्ही सर्वांनी अवश्य गिरवला पाहिजे! खरं ना?'

साऱ्या शिष्यांनी माना डोलावल्या.

मग त्यांना उद्देशून आचार्य म्हणाले,

'आता मी तुम्हांला नवं ज्ञान काही देत नाही. कारण ज्ञानाचंही अपचन होतं. आपण आता तुम्हांला पूर्वी दिलेल्या ज्ञानाची थोडी उजळणी करू. मी विचारलेल्या प्रश्नांची तुम्ही नीट विचारपूर्वक उत्तरं द्या! त्यानंतर तुम्हांला काही शंका असतील, तर त्यांचं निरसन मी करीन.'

आचार्यांच्या या बोलण्यावर सर्व शिष्य सावरून बसले.

आचार्यांनी पहिला प्रश्न विचारला,

'वेदाची निर्मिती कशी काय झाली, हे मी तुम्हांला थोडंफार शिकवलं. पण वेद म्हणजे काय, हे सांगा पाहू!'

अजय चटकन उभा राहिला आणि त्यानं उत्तर दिलं,

'वेद या शब्दाचा अर्थ ज्ञान, ज्ञानाचा विषय अथवा ज्ञानाचं साधन असा आहे. वेद हे भारतीय धर्माचे आणि संस्कृतीचे मूलाधार असे ग्रंथ आहेत.'

आचार्यांनी पुढला प्रश्न विचारला,

'ब्रह्माचं स्वरूप कोणतं?'

अजयच्या शेजारी बसलेल्या वरुणानं उठून उत्तर दिलं,

'सत्, चित् आणि आनंद असं ब्रह्माचं स्वरूप असल्याचं वेदांत म्हटलेलं आहे.'

आचार्यांनी संतुष्ट होऊन, सर्व विद्यार्थ्यांवर दृष्टिक्षेप टाकला; आणि विष्णूकडे पाहून त्यांनी आपला प्रश्न विचारला,

'वेदाची लक्षणं कोणती आहेत?'

आज विष्णु गप्प बसून होता. स्वत:च्याच विचारात गढून गेलेला दिसत होता. म्हणून बुद्धिपुरस्सरच आचार्यांनी त्याला हा प्रश्न विचारला होता.

विष्णु शांतपणानं आपल्या आसनावरून उठला आणि उत्तरला,

'सायणाचार्यांच्या मते ईस्पित फलाची प्राप्ती आणि अनिष्ट गोष्ट दूर करण्याचा उपाय जो ग्रंथ सांगतो, त्याला वेद असं म्हणावं!'

आचार्यांनी लगेचच प्रश्न ,केला,

'परंतु वेदांची निर्मिती कशी काय झाली?'

विष्णूनं उत्तर दिलं,

'ईश्वराचे नि:श्वास म्हणजेच वेद! ईश्वरानं वेदापासूनच हे जगत् निर्माण केलं!'

त्याचं उत्तर ऐकून आचार्य आश्चर्यचकित झाले. कारण वेदांच्या निर्मितीबद्दल त्यांनी आपल्या पाठशाळेत जे सांगितलं होतं, त्याच्यापेक्षा विष्णूचं उत्तर वेगळं होतं.

आचार्य संतोषानं म्हणाले,

'शाब्बास, विष्णुगुप्त! तुझी प्रगती चांगली होते आहे. बरं, आता मी आज इथंच थांबतो. तुम्हांला काही शंका असतील,तर विचारा!'

आचार्यांच्या बोलण्यानं विष्णूचे नेत्र चमकले. त्यानं त्यांच्याकडे बघून विचारलं,

'आचार्य, आपण सांगितलं होतं, की वाणीची चार रूपं आहेत. ती फक्त ज्ञानी ब्रह्मवेत्त्यांनाच ज्ञात आहेत. यांपैकी तीन रूपं गुप्त असून, त्या वाणीचं चौथं रूप शब्दमय वेदरूपानं लोकांत प्रचारात असतं, तर ही तीन रूपं गुप्त ठेवण्याचं कारण काय?'

आचार्य क्षणभर स्तिमित झाले आणि मग म्हणाले,

'विष्णु, या प्रश्नाचं उत्तर मी तुला विचार करून उद्या देईन. बरं, तुला आणखी काही विचारायचं आहे का?'

'होय. धर्म म्हणजे नेमकं काय?'

'विष्णु, धर्माची अगदी नेमकी व्याख्या करणं जरा कठीण आहे. त्यासाठीही मला संदर्भ बघावे लागतील!'

मग आचार्य त्याला पुढं म्हणाले,

'बरं, तू आता खाली बैस. दुसऱ्या विद्यार्थ्यांचे प्रश्नही मला ऐकायचेत!'

खाली न बसता विष्णु धिटाईनं आचार्यांना म्हणाला,

'आचार्य, मी माझ्या परिनं धर्माचा अर्थ लावलेला आहे. आपली अनुज्ञा असेल, तर सांगतो.'

आचार्य म्हणाले,

'सांग की!'

विष्णु सांगू लागला,

'सुख देणारा किंवा सुख निर्माण करणारा, तो धर्म! या धर्माचं मूळ असतं

संपत्ती! संपत्ती नसेल, तर त्या धर्माला काही अर्थ उरणार नाही....घरी देखील आमचं हेच बोलणं चाललं होतं.'

विष्णूचं बुद्धिचातुर्य आणि बोलताना त्याच्या मुद्रेवरचं तेज पाहून आचार्य अवाक् झाले. या मुलाला कुणीतरी मोठा विद्वान गुरू लाभला, तर याच्या विलक्षण बुद्धिमत्तेचं सोनं होऊन जाईल, असं त्यांच्या मनात आल्यावाचून राहिलं नाही.

मुशीतील सोन्यालाही तावूनसुलाखून निघावंच लागतं!

विष्णु, अजय आणि वरुण हे घनिष्ठ मित्र पाठशालेतून बाहेर पडले. तिघांच्याही हातात दंड होते. त्यांनी लाल रंगाची उत्तरीयं परिधान केलेली असल्यामुळं मार्गावरून प्रदीप्त अग्निदेव चालल्याचा भास होत होता.

वाटेवर फारशी वर्दळ नव्हती. काही पौरजन इकडेतिकडे संचार करत होते, परंतु ते आपापल्या दिनचर्येत मग्न होते. सभोवतालची दुमजली मातीची घरं शांत भासत होती. दुपारची वेळ असल्यामुळं घरांतली कर्ती पुरुष माणसं आपल्या नित्य कर्मासाठी बाहेर निघून गेली होती आणि गृहकृत्यं उरकून घरातील स्त्रिया विश्रांती घेत पहुडल्या होत्या.

चालताना अजय विष्णूकडे बघत म्हणाला,

'विष्णु, तू तर आचार्यांवर मात केलीस. आचार्य किती गोंधळून गेले होते!'

वरुण म्हणाला,

'हो ना! तुला कसे, रे, सुचतात हे असले प्रश्न!'

विष्णूनं दोघांकडे शांतपणानं आळीपाळीनं बघितलं.

त्या दोघांना त्याच्या नेत्रांत एक वेगळीच चमक दिसली. हा आपला मित्र आपल्यापेक्षा कितीतरी वेगळा आहे, या गोष्टीची त्यांना जाणीव झाली.

विष्णु त्यांना म्हणाला,

'मी निश्चितच जगावेगळा नाही. मला जे सुचतं, ते तुम्हांलाही का नाही सुचणार?'

वरुण म्हणाला,

'सुचत नाही, हे खरं! तू आम्हांला काहीतरी गुरुकिल्ली दे!'

'अरे, गुरुकिल्ली कसली? काय घडतं, ते मी तुम्हांला सांगतो... मी जेव्हा जेव्हा स्नानासाठी गंगामातेच्या उदरात प्रवेश करतो, तेव्हा तेव्हा मला शांतीचा एक वेगळाच अनुभव येतो. मी शांतिरसात डुंबतो आहे, असा भास मला होतो.'

बोलताना विष्णु थांबला. जणू आताही तो त्या शांतिरसाचा अनुभव घेत होता.

त्याच्या बोलण्याकडे दोघां मित्रांचं तल्लीन होऊन लक्ष लागलं होतं.

विष्णु पुढं सांगायला लागला,

'त्या मन:शांतीतच माझ्या मनात विचारांचा कल्लोळ माजतो. अनेक प्रश्न माझ्या मनात निर्माण होतात. त्या प्रश्नांमुळं माझा जीव कासावीस होऊन जातो. मला त्या प्रश्नांची उत्तरं लगेच हवी असतात!'

'मग मिळतात का तुला उत्तरं!'

'कधी कधी मिळतातही! पण जेव्हा माझ्या मनातले प्रश्न अनुत्तरित राहतात, तेव्हा मी पिताजी, आचार्य आणि अन्य ज्येष्ठ मंडळींकडे धाव घेतो. परंतु त्यांच्याकडूनही उत्तरं मिळतातच, असं नाही.'

मग एखाद्या गोष्टीचं तात्पर्य सांगावं, त्याप्रमाणे विष्णु म्हणाला,

'यावर मी माझ्यापुरता एक उपाय शोधून काढला आहे.'

उतावीळपणानं अजयनं विचारलं,

'कोणता, रे?'

'मी माझं मन शांत करतो. त्या प्रश्नांवर एकाग्र करतो. मला त्या प्रश्नांची उत्तरं मिळतात, असा माझा अनुभव आहे.'

विष्णु भारावून बोलत होता आणि त्याचे दोन्ही जिवलग मित्र एकाग्रतेनं ऐकत होते.

विष्णु पुढं सांगत होता,

'त्यातच तातांनी मला आपल्या भारताच्या राजकीय परिस्थितीबद्दल सांगितलं. आपला भारत अनेक गणराज्यांत विभागला गेला आहे. त्या गणराज्यांत एकी नाही. त्यांच्यात सतत संघर्ष चाललेले असतात. तात म्हणाले, की या सर्व गणराज्यांना संघटित केलं पाहिजे. त्यांच्यात ऐक्य निर्माण केलं पाहिजे!'

अजयनं विचारलं.

'कोण करू शकेल, रे, हे कार्य?'

विष्णु निर्धारानं म्हणाला,

'मी करीन! मी तातांना हेच सांगितलंय्!...आणि आपली ही पिढी आहेच की! आपण सर्वजण मिळून आपल्या भारतवर्षाला एकत्रित करू या! संघटित करू या!'

चालताना मधेच थांबून वरुणानं विचारलं,

'विष्णु, ते कसं काय शक्य आहे? आपण किती लहान आहोत? आपल्यापेक्षा आपली वडीलधारी मंडळीच हे कार्य का करत नाहीत?'

विष्णु एकदम म्हणाला,

'त्यांनी हे कार्य केलं नाही,तर आपण ते करायचं नाही का?....आणि आपण स्वत:ला लहान काय म्हणून समजायचं? हे कार्य आपल्याला जमणार नाही, असं तरी का धरून चालायचं? प्रत्यक्ष केल्याशिवाय कोणतंही कार्य

आपल्याला कधी येत नाही!'

बोलताना विष्णूचा आवाज चढायला लागला होता. आजूबाजूची मंडळी त्या तिघां कुमारांकडे बघत होती. त्या तिघांच्यांत काही भांडण चाललेलं नाही ना,हा त्यांच्या बघण्यातला उद्देश असावा.

विष्णु त्याच चढ्या आवाजात सांगत होता,

'भारत एकसंध होईल किंवा होणारही नाही; परंतु आपण प्रयत्न करून बघायला काय प्रत्यवाय आहे?'

विष्णु हे बोलत असताना महामंत्री शकदालांचा मुलगा सिद्धार्थक एकदम त्यांच्यासमोर येऊन उभा राहिला. त्याला पाहून विषय बदलण्याच्या हेतूनं अजय त्याला म्हणाला,

'अरे, वा! बरं झालं, तू भेटलास, ते!'

सिद्धार्थकानं विचारलं,

'का, रे? काय झालं एवढं?'

'आज ना विष्णूनं पाठशालेत धमाल उडवून दिली! प्रश्न विचारून आचार्यांना त्यानं सतावून सोडलं.'

मग अजय आणि वरुण या दोघांनी पाठशालेतला प्रसंग वर्णन करून सांगितला.

सारा प्रसंग ऐकल्यानंतर सिद्धार्थक म्हणाला,

'आहेच तो तसा हुशार! आमचे तातही त्याचं खूप कौतुक करत असतात. ते नेहमी म्हणतात, की आपला विष्णु पुढं नक्कीच नाव काढील!'

अजय मित्रप्रेमानं विनोदानं म्हणाला,

'खरंय् त्यांचं म्हणणं! पुढं आपल्याला ते दिसेलच. परंतु आता मात्र आपल्याला घरी जायला हवं! आपल्या माता आपली वाट बघत असतील!'

अजय आणि वरुण हे दोघे आपल्या घराकडे वळले. सिद्धार्थकाचं घर विष्णूच्या घराच्या पुढं असल्यामुळं ते दोघं गप्पागोष्टी करत जायला लागले.

विष्णु जेव्हा घरी आला, तेव्हा नेहमीप्रमाणे त्याची आई वाट बघत दाराशी उभी होती. पाठशालेतून यायला त्याला कितीही विलंब झाला, तरी ती त्याची वाट बघत थांबायची. तो घरी आल्यानंतरच त्यांचं एकत्र जेवण व्हायचं.

विष्णूबरोबर आलेल्या सिद्धार्थकाला पाहून सरस्वती त्याला म्हणाली,

'तू पण ये ना, आमच्याबरोबर भोजनाला!'

सिद्धार्थक म्हणाला,

'नको, नको! आई घरी वाट बघत असेल...आणि तुम्हांला जर तुमच्या

विष्णूच्या हुशारीबद्दल सांगितलं, तर तुमचंही जेवायच्या आधी पोट भरेल!'

विष्णूच्या आईनं अधीरतेनं विचारलं,

'कुठं दाखवली माझ्या विष्णूनं हुशारी? सांग ना!'

'आज पाठशालेत त्यानं आचार्यांना प्रश्न विचारून चकित करून सोडलं! त्यांनी विष्णूला तोंडभरून शाबासकी दिली.'

सिद्धार्थकानं पाठशालेतला ऐकलेला सारा प्रसंग सरस्वतीला सांगितला.

चाललेल्या या कौतुकपुराणाकडे विष्णूचं लक्षही नव्हतं. कौतुकाचे शब्द फक्त त्याच्या कानांवर पडत होते आणि उतारावर पडलेल्या पाण्याप्रमाणे ते लगेच वाहूनही जात होते. एवढं कौतुक करण्यासारखं आपण काहीही केलेलं नाही, असं त्याला मनापासून वाटत होतं. आपल्याला अद्याप फार मोठी मार्गक्रमणा करावयाची आहे, या गोष्टीची त्याला पुरती जाणीव होती. प्रश्न विचारून आपण गुरुजींना चकित केलं, या गोष्टीत आपण फार मोठा पराक्रम केला आहे, असं त्याला मुळीच वाटत नव्हतं.

म्हणून तो म्हणाला,

'सिद्धार्थक, पुरे झालं आता हे कौतुक! माझ्या मनात येणाऱ्या प्रश्नांची उत्तरं फक्त मला हवी असतात. आचार्यांना अडवण्याचा किंवा त्यांचा अनादर करण्याचा माझा मुळीच उद्देश नसतो.'

परंतु सरस्वतीला आपल्या मुलाचं कौतुक ऐकायला बरं वाटत होतं.'

ती म्हणाली,

'खरंच का माझ्या विष्णूनं हे केलं? खरंच का आचार्यांना अवघड प्रश्न विचारले?'

'खोटं का सांगतोय्?'

विष्णूला जवळ घेऊन सरस्वतीनं त्याच्याकडे अनिमिष नेत्रांनी बघितलं. त्याच्याविषयीच्या ममत्वानं तिचा ऊर भरून आला.

त्यांचा निरोप घेऊन सिद्धार्थक केव्हा निघून गेला, हे तिला कळलंही नाही.

आपल्या या गुणी मुलाची दृष्ट कशी काढावी, याच विचारात ती गढून गेली होती.

विष्णु पाठशालेतून घरी जायला निघाला होता. आज त्याच्याबरोबर अजय आणि वरुण हे त्याचे मित्र नव्हते. त्यामुळं विचारांच्या तंद्रीत त्याची पावलं झपाझप पडत होती.

चालताना एकदम त्याचं लक्ष रस्त्यावरच्या कडेला अंग चोरून उभ्या असलेल्या

एका घोळक्याकडे गेलं. घोळक्यातले लोक आपापसांत काहीतरी कुजबुजत होते.

गावातलं आजचं वातावरण काहीतरी वेगळंच आहे, असं त्याला वाटलं. नित्यापेक्षा आज सर्वत्र विचित्र शांतता पसरलेली आहे, याची स्पष्ट जाणीव त्याला झाली.

मग त्याला आठवलं, की पाठशालेतही आज अशीच शांतता सर्वत्र पसरलेली दिसत होती. आचार्यही आपापसांत अशीच कुजबुज करत होते.

काहीतरी चमत्कारिक घडलं होतं खास!

त्याच्या मनातलं कुतूहल जागृत होऊन तो थोडा पुढं गेला आणि त्या घोळक्यातल्या लोकांचं बोलणं ऐकायला लागला.

एकजण दुसऱ्याला हळू आवाजात सांगत होता,

'त्याचं प्रेत, म्हणे, गावाच्या वेशीबाहेर एका झाडाखाली पडलं होतं!'

दुसरा म्हणाला,

'असं कसं घडलं असेल?'

तिसऱ्या एकानं शंका काढली,

'शेजारच्या राजाचं तर हे काम नसेल?'

यावर पहिला म्हणाला,

'आपल्या धनानंद राजाच्या हेराला मारून नसतं संकट कुणी आपल्यावर ओढवून घेईल, असं नाही मला वाटत!'

दुसरा म्हणाला,

'खरंय् तुझं म्हणणं! तशी हिंमत कुणालाच होणार नाही!'

'मग यात दुसऱ्या कुठल्या परकीय शक्तीचा तर हात नसेल? मला तर तशीच शंका येते.'

तिसऱ्या माणसाच्या या बोलण्यावर पहिला म्हणाला,

'ते शक्यच नाही! भारताच्या आजूबाजूच्या सर्व परकीयांचे मगधाशी व्यापारी संबंध आहेत. त्यामुळं धनानंद राजाला दुखवणं त्यांना फार महागात पडेल. ते तसं करणं शक्य नाही!'

मग हे कृत्य कुणी केलं, या गोष्टीचा अंदाज कुणालाच बांधता येईना! असले तर्ककुतर्क करण्यापेक्षा घडलेल्या प्रकाराच्या उलगड्याची वाट बघणंच त्यांना भाग होतं.

तिथून पाय काढताना कुणीतरी म्हणालं,

'या गोष्टीचा शोध करण्याचं दायित्व आपल्यावर थोडंच आहे? अमात्य या प्रकाराचा शोध घेतच असतील! शोध लागल्यावर आपल्याला कळेलच!'

लोक पांगल्यावर विष्णूही तिथून निघाला. नेमका काय प्रकार घडला आहे, ते त्याला कळलं नाही. शकदालांकडून आपल्याला सारं काही कळू शकेल, असं त्याला

वाटलं. कदाचित ते सांगण्यासाठी ते आपल्या घरीही गेले असतील असंही त्याला वाटलं. तो लगेच घरी जायला निघाला. विष्णु जेव्हा घरी जाऊन पोहोचला, तेव्हा कपिलदेव मधल्या खोलीत काहीतरी काम करण्यात गुंतले होते. सरस्वती नित्याची घरगुती कामं करत होती. परंतु नेहमीप्रमाणे विष्णूच्या येण्याकडे तिचे डोळे लागले होते.

विष्णूनं घरात धावतच प्रवेश केला. त्यानं कपिलदेवांना विचारलं,

'तात, घरी येताना रस्त्यात काहींना बोलताना मी ऐकलं...एका हेराचा मृतदेह वेशीबाहेर दिसल्याचं ते बोलत होते. खरंय् का, हो, ते?'

कपिलदेव म्हणाले,

'अगदी खरंय्! मघाशीच मी शकदालांकडे गेलो होतो. तिथं मला ते समजलं. राजा धनानंदाच्या भासुरक नावाच्या गुप्तहेराचा मृतदेह होता तो!'

'कुणी केली असेल त्याची हत्या?'

'ते काहीच कळायला मार्ग नाही! महामंत्री शकदाल आणि सेनापती भागुरायण यांनी आपली माणसं शोध घेण्यासाठी पाठवली आहेत. बघू या, काय होतं, ते!'

विष्णूचा आवाज ऐकून त्याची आई बाहेरच्या खोलीत आली होती आणि त्याचं बोलणं तिनं ऐकलं होतं.

ते ऐकून सरस्वती म्हणाली,

'आजकाल अशाच घटना घडायला लागल्या आहेत. त्यामुळं काळजी वाटत राहते. काय होणार आहे, देव जाणे!'

कपिलदेव म्हणाले,

'आपण काळजी करण्यात काय अर्थ आहे? राज्य करणारे काळजी घ्यायला समर्थ आहेत!'

यावर विष्णु म्हणाला,

'तात, राज्यकर्ते समर्थ असते, तर अशा गोष्टी घडल्याच नसत्या, राज्यकर्ते मग्न आहेत आपल्याच सुखोपभोगांत! आपल्या हेरांची काळजी ते कशाला करतील?'

कपिलदेव म्हणाले,

'हे बघ, विष्णु....आता आपण हा विषय बाजूला ठेवू या! तू पाठशालेतून दमून आला आहेस. तुला भूकही लागली असेल. आपण आता जेवू या! बाकीच्या गोष्टी काळावर सोपवू!'

ते ऐकून विष्णूच्या आईनं त्याला आत नेलं.

कपिलदेव आणि विष्णु जेवायला बसले.

हेराच्या मृत्यूचं गूढ कालपुरुषच उकलणार होता.

गूढ उकलले

महामंत्री शकदाल हे कपिलदेवांच्या घरी बसले होते. त्यांच्या बाजूला विष्णु बसला होता. समोर कपिलदेव आणि सरस्वती हे बसले होते.

शकदाल त्यांना भासुरकाविषयीच सांगत होते,

'भासुरक हा अतिशय हुशार हेर होता. त्याच्यावर एखादी कामगिरी सोपविली, म्हणजे ती पार पाडल्याशिवाय त्याला चैन पडायचं नाही. कुठलीही वाच्यता न करता, बिनबोभाट तो आपलं कार्य पार पाडत असे.'

त्यांचं बोलणं ते तिघेही मन लावून ऐकत होते. सरस्वतीचे नेत्र पाणावले होते.

शकदाल पुढं सांगायला लागले,

'त्याच्या मृत्यूच्या आधी दोन दिवस तो मला भेटला होता.'

त्याच्या भेटीचा तो प्रसंग शकदालांच्या डोळ्यांसमोर जसाच्या तसा उभा राहिला.

त्यांची भेट होताच भासुरक म्हणाला,

'महत्त्वाची गुप्त बातमी काढायला मी चाललोय्. आल्यावर मी तुम्हांला येऊन भेटेन!'

शकदालांनी त्याला विचारलं,

'अशा कोणत्या महत्त्वाच्या कार्यावर तू निघाला आहेस?'

तो हसून म्हणाला,

'हेराला तर हे सारं गुप्त ठेवावं लागतं. नाहीतर कार्यनाश होतो. त्यातून मी राजाचा प्रमुख गुप्तहेर! मला तोंड बांधूनच आपलं कार्य करायला हवं!'

शकदालांचा निरोप घेऊन तो निघाला, तेव्हा ते त्याला एवढंच म्हणाले,

'तुझ्या कार्यात देव तुला यश देवो!'

हा घडलेला सारा प्रसंग सांगून शकदाल म्हणाले,

'आता त्याचं ते गुप्तकार्य मला सांगायला तो कधीच परत येणार नाही. त्याच्या मृत्यूमुळं ते गुपित आणखीनच गूढ बनलं आहे.'

यावर कुणीच काही बोललं नाही तेव्हा शकदालच पुढं म्हणाले,

'त्याला ते गुपित समजलं असलं पाहिजे. म्हणूनच त्याची हत्या करण्यात आली असावी, असं मला वाटतं!'

'कशावरून म्हणता?'

कपिलदेवांच्या या प्रश्नावर शकदाल म्हणाले,

'ते आत्ताच काही मी सांगत नाही. परंतु कुणीतरी त्याला ठार मारलं, हे नक्की! त्याच्या अंगावर बरेच व्रण दिसले. मरणापूर्वी त्यानं बरीच झटापट केलेली असावी.'

सरस्वती कळवळून म्हणाली,

'त्याच्या घरच्या माणसांवर केवढा प्रसंग ओढवलाय्! त्याच्या घरी कोण कोण आहे, कोण जाणे!'

शकदाल म्हणाले,

'त्याच्या घरी त्याची बायको आणि लहान भाऊ असतात. त्यांच्यावर काय परिस्थिती ओढवली असेल, या गोष्टीची कल्पना मला आणखी एका प्रसंगातून आली.'

इतका वेळ शांतपणानं बसलेल्या विष्णूनं विचारलं,

'कोणता प्रसंग?'

तोही प्रसंग शकदालांनी घडला तसा सांगितला.

दोनच दिवसांपूर्वी एक वृद्धा शकदालांकडे आली होती. ती हंबरडा फोडून रडत होती. शकदालांनी तिला विचारलं,

'माताजी, काय झालं, सांगा ना!'

या बोलण्यावर ती वृद्धा अधिकच रडायला लागली.

मग रडणं थोडं आवरून म्हणाली,

'माझा एकुलता एक मुलगा नाहीसा झालाय्, हो! मला तो आणून द्या!'

शकदालांनी विचारलं,

'काय करतो तो?'

'आपल्या राजाचा कंचुकी आहे!'

'तो केव्हा नाहीसा झाला?'

'दोन दिवस झाले. तो घरी परतलेला नाही.'

असं म्हणून ती पुन्हा रडायला लागली.

शकदाल म्हणाले,

‘तू रडू नकोस. धीर धर. तुझ्या मुलाचा आम्ही शोध लावून देऊ. तू शांतपणानं घरी जा!’

हा वृत्तान्त ऐकून कपिलदेवांनी विचारलं,

‘हे आणखी कसलं नवं गूढ?’

शकदाल म्हणाले,

‘गूढ तर आहेच. परंतु त्या वृद्धेची कथा ऐकत असतानाच माझ्या ध्यानात आलं की, त्याच दिवशी भासुरकाचा मृतदेह सापडला होता.’

कपिलदेवांनी एकदम विचारलं,

‘त्या कंचुकीचा तर त्याच्या हत्येत हात नसावा ना?’

शकदाल म्हणाले,

‘मला तसं वाटत नाही. मला तो माहीत होता. असलं कृत्य करायला तो धजावला असेल, असं वाटत नाही. ते कृत्य करण्याचं त्याला कारणही नव्हतं.’

मग तो विषय बाजूला ठेवून शकदाल म्हणाले,

‘त्या वृद्धेचं दुःख पाहून भासुरकाची स्त्री आणि भाऊ हे माझ्या दृष्टीसमोर आले. त्यांनाही असंच दुःख झालं असेल.’

हे सारं ऐकताना सरस्वती एकसारखी रडत होती. त्या वृद्ध मातेचं दुःख तिला समजत होतं. आपला मुलगा दोन दिवस दिसला नाही, म्हणून त्या वृद्ध आईचा जीव कसा टांगणीला लागला असेल, याची सरस्वतीला पूर्ण कल्पना आलेली होती. आईचं दुःख आईच जाणू शकते.

आपल्या आईला रडताना पाहून विष्णु तिला म्हणाला,

‘आई, तुला रडायला काय झालं? असं रडून का तो कंचुकी परत येणार आहे?’

त्याची आई त्याला म्हणाली,

‘तुला कळणार नाही या रडण्याचा अर्थ! त्यासाठी आईच व्हावं लागतं!’

कपिलदेवांनी शकदालांना विचारलं,

‘तू कसा काय शोध लावणार आहेस या प्रकरणांचा?’

शकदाल म्हणाले,

‘तोच विचार करतोय् मी! भासुरकाचा मृतदेह सापडला, त्या ठिकाणी जाऊन प्रथम तपास करणार आहे. बघू या, काही धागा हाती लागतो का! मला वाटतं, की तिथंच काहीतरी पुरावा माझ्या हाती लागेल!’

एवढं सांगून शकदाल हलक्या आवाजात म्हणाले,

‘मला आपल्या राजाचं मोठं नवल वाटतं! या दोन दुर्घटना घडल्या असूनही, राजा आपला शांतच आहे. बरं, या घटनांचा शोध घ्यायलाही तो उत्सुक दिसत नाही!’

कपिलदेव म्हणाले,

‘राजाला मनातून तशी उत्सुकता असेलही! तो वरून तसं दाखवत नसेल!’

‘काहीच समजत नाही. माझी मती तर गुंग होऊन गेलीय्. तुला काही मार्ग सुचत असेल, तर सांग!’

शकदालांच्या या बोलण्यावर कपिलदेव म्हणाले,

‘या दोघांचे नातेवाईक, त्यांची स्नेहीमंडळी आणि राजवाड्यातले नोकरचाकर यांच्याकडे गुप्तपणानं चौकशी कर! काहीतरी माहिती मिळू शकेल, असं वाटतं. बघ विचार करून!’

शकदाल म्हणाले,

‘बऱ्याच ठिकाणी चौकशी करून झालीय्; परंतु अद्याप तरी काही हाती लागलेलं नाही. अजून चौकशी चालूच आहे. काही समजू शकेल, असं वाटतं!’

आता कुणीच काही बोलत नव्हतं. सारे शांतपणानं बसून होते. आपल्यापरीनं परिस्थितीचा विचार करत होते.

शकदालांच्या दृष्टीनं या प्रकरणांचा शोध लागणं महत्त्वाचं होतं. कपिलदेवांना भासुरक आणि कंचुकी दिसत होते, तर सरस्वतीला भासुरकाची पत्नी आणि कंचुकीची वृद्ध माता दिसत होती.

विष्णूला मात्र राजाचं गप्प बसणं खटकत होतं.

त्या दिवशी शकदाल त्या मार्गावरून धावत चालले होते. जणू कुणीतरी त्यांच्या पाठीमागे लागलं होतं. पळताना त्यांचं उत्तरीय त्यांच्या पायांत येत होतं. शिखा सुटून त्यांच्या मस्तकावरचे केस भुरूभुरू उडत होते. ते घामाघूम झाले होते.

आपल्या महामंत्र्याला पळताना पाहून मार्गावरील लोकांना मोठं आश्चर्य वाटत होतं. हे असलं दृश्य त्यांनी आजवर कधीच बघितलं नव्हतं.

पळताना त्यांनी कपिलदेवांच्या घराचा मार्ग धरला. थोड्याच वेळात ते धापा टाकत त्यांच्या घरापाशी जाऊन उभे राहिले.

त्याच अवस्थेत त्यांनी कपिलदेवांना घाबऱ्याघुबऱ्या स्वरात हाक मारली,

‘कपिल, तू कुठं आहेस? लवकर बाहेर ये!’

हे बोलताना त्यांना चांगलाच दम लागला होता.

त्यांचा असा कापरा आवाज ऐकून कपिलदेव लगबगीनं बाहेर आले. आपल्या मित्राला अशा अवस्थेत पाहून ते क्षणभर बावचळून गेले. परंतु लगेच स्वत:ला सावरून त्यांनी आपल्या घाबरलेल्या मित्राला घरात नेलं. बाहेर त्यांना काहीही विचारलं नाही.

आत नेऊन त्यांना एका मृगाजिनावर बसवलं आणि विष्णूच्या आईला हाक मारून तिला पाणी आणायला सांगितलं.

पाणी प्यायल्यावर शकदाल थोडेसे शांत झाले, काही वेळ ते कपिलदेवांकडे काकुळतीनं नुसतं बघत राहिले.

कपिलदेवांनी त्यांच्या खांद्यावर हळूहळू थोपटत विचारलं,

'काय, रे, झालं एवढं? वाघ पाठीमागे लागल्यासारखा पळत का आलास?'

'अरे, वाघ नाही...क्रूर लांडगा पाठीमागे लागलाय्!'

'असं कोड्यात बोलू नकोस....सरळ सरळ काय ते सांग!'

शकदालांनी सांगितलं,

'धनानंद राजानं मला कारागृहात टाकण्याची आज्ञा दिली आहे. कोणत्याही क्षणी त्याचे दूत येऊन मला कारागृहात घेऊन जातील! म्हणून तुला हे सांगायला मी पळत आलो. पळताना सारखा मागे बघत होतो... ते यमदूत येतील, म्हणून!'

ते ऐकून कपिलदेवही भयचकित झाले. त्यांनी शकदालांना विचारलं,

'कोणता अपराध केला आहेस तू, म्हणून तुला ते कारागृहात घालणार आहेत?'

शकदाल उपहासानं उद्गारले,

'फारच मोठा अपराध केलाय्! एका अपकृत्याचा शोध लावलाय् ना मी! म्हणून मला ही कारागृहाची शिक्षा होणार आहे.'

'शकदाला, काय झालंय्, ते नीट सांगशील, का नाही?'

समोरच्या भिंतीकडे बघत शकदालांनी सारं काही सांगितलं.

भासुरक आणि कंचुकी हत्या-प्रकरणांचा त्यांनी शोध घ्यायला प्रारंभ केला. अनेक लोकांना ते भेटले. त्यांना विचारलं. राजवाड्यातले सर्व नोकर, संरक्षक यांचीही त्यांनी भेट घेतली. त्या दोघांच्या नातेवाइकांनाही ते भेटले. परंतु त्यांच्या हाती काहीही लागलं नाही.

मग ते इतर गुप्तहेरांनाही भेटले. भासुरकाच्या जवळच्या एका हेराचीही त्यांनी तपासणी केली. प्रथम त्यानं उडवाउडवीची उत्तरं दिली. तो काही सांगायला टाळाटाळ करायला लागला. मग शकदालांनी त्याला विश्वासात घेतलं.

शकदाल त्या हेराला म्हणाले,

'तू मुळीच घाबरू नकोस. आपल्या स्वामींना यातलं काहीही कळणार नाही. तू जे काही सांगशील, ते फक्त तुझ्या-माझ्यातच राहील!'

त्या हेराला निश्चितच सारं काही माहीत आहे, हे शकदालांनी नेमकं ताडलं होतं. त्यांनी त्याच्या खूप विनवण्या केल्यावर तो थोडासा बोलता झाला.

तो हेर म्हणाला,

'मी जर तुम्हांला माहिती दिली, तर माझा जीव नक्कीच धोक्यात येईल. तुम्ही माझ्या घरच्या लोकांची पुढं काळजी घेणार आहात का? तशी काळजी

घेणार असाल, तर सारं काही सांगतो.'

शकदालांनी त्याला तसं आश्वासन दिलं.

तो हेर सांगू लागला,

'मी आणि भासुरक असे आम्ही दोघंही या हेरखात्यात खूप वर्षांपासून काम करत होतो. भासुरक हा अतिशय नावाजलेला हेर होता. माझा आणि त्याचा सतत संबंध यायचा. त्यातूनच आमची मैत्री जडली. आम्ही दोघे नेहमी बरोबर असायचो.'

तो हेर बोलायचा थांबला. त्यानं आजूबाजूला बघितलं. तेव्हा शकदालांनी त्याला विचारलं,

'का, रे, एकदम थांबलास?'

तो भीत भीत म्हणाला,

'अहो, भिंतीलाही कान असतात, म्हटलं, आम्हांला नेहमीच दक्षता घेऊन बोलायची सवय असते.'

शकदाल आश्वासक स्वरात म्हणाले,

'काही भिऊ नकोस. इथं माझ्याशिवाय दुसरं कुणीच नाही. अगदी निर्धास्तपणानं सांग.'

मग तो हेर पुढे सांगू लागला,

'गेले कित्येक दिवस आम्ही दोघे एक महत्त्वाचा शोध घेण्यात गुंतलो होतो.'

'कसला शोध?'

'तुम्हांला कदाचित माहीतच असेल, की गेले खूप दिवस राजघराण्याच्या खजिन्याला कसर लागलेली होती!'

'कसर? कसली?'

'राजाराण्यांच्या खजिन्यातील सुवर्णमुद्रिकांना पाय फुटत होते. प्रत्येकी एकेक सुवर्णमुद्रिका दिवसेंदिवस गळत चालली होती.'

'मग त्याचं काय?'

शकदालांच्या या प्रश्नावर तो हेर म्हणाला,

'शेवटी कोषाध्यक्षांवर त्याबद्दल आरोप करण्यात आला. त्यांनी ती कसर भरून काढली. कमी झालेल्या द्रव्याची भरपाई केली.'

'मग प्रश्न मिटला असेल. प्रकरण संपलं असेल!'

हेर म्हणाला,

'संपतं कसलं? तिथूनच प्रकरण सुरू झालं.'

'म्हणजे?'

'कोषाध्यक्षांनी तो द्रव्यभरणा केला असला, तरी ते त्याबद्दल अपराधी नसावेत, असा आमचा कयास होता. आम्ही दोघे सतत डेळ्यांत तेल घालून त्या पाळतीवर

होतो. हळूहळू आम्हांला तो प्रकार उलगडत गेला. सारी परिस्थिती ध्यानात आली.'

शकदाल म्हणाले,

'खरोखरच तुम्ही चाणाक्ष आहात, हो!'

त्यांच्या बोलण्याकडे त्या हेराचं लक्षही नव्हतं. तो सांगण्यात गुंग झाला होता.

तो पुढे सांगत होता,

'त्या दिवशी राजाच्या प्रासादातील दुसऱ्या चौकाजवळून आम्ही जात होतो. आम्हांला आतून स्वामींच्या बोलण्याचा आवाज ऐकू आला. ते कंचुकीला म्हणत होते, सर्व सिद्धता नीट केली आहेस ना? शकटही सिद्ध ठेवला आहेस ना? मुख्य म्हणजे, ही गोष्ट गुप्त ठेवण्याची चांगली काळजी घे, हो! कळलं? जर काही गडबड झाली, तर प्रकरण तुझ्यावर शेकेल, बरं का! जा...कामाला लाग!'

शकदालांनी विचारलं,

'कंचुकीनं काय केलं?'

हेरानं सांगितलं,

'कंचुकी महालातून बाहेर यायच्या आतच आम्ही तिथून सटकलो. कंचुकी काहीसा बावचळलेला, भेदरलेला दिसत होता. कोणता तरी गुन्हा करायला निघाल्यासारखी त्याची चर्या होती. त्याचं वयही काही फार नव्हतं. पुढच्या भीतीनं तो केविलवाणा झालेला दिसत होता.'

शेवटी तो हेर म्हणाला,

'कंचुकीच्या मुद्रेकडे बघून आम्हांला वाटलं, की हा कसलं गैरकृत्य करणार? अहो, अपकृत्य करायला देखील एक प्रकारचं धैर्य लागतं. आम्ही त्यांच्या पाळतीवर राहण्याचा नाद सोडून देणार होतो. परंतु पुन्हा विचार केला, की तसं न करता आपण याच्या पाळतीवर राहावं, हे बरं!'

शकदाल ही कथा सांगत होते आणि कपिलदेव, सरस्वती आणि विष्णु हे तिघेजण ती कथा मन लावून ऐकत होते.

येथपर्यंत ती कथा सांगितल्यानंतर काही वेळ ते थांबले. त्यांच्या मनाला तो ताण सहन झाला नाही. त्यांच्या घशाला कोरड पडली होती. थोडं पाणी पिऊन ते म्हणाले,

'खरी कथा तर यापुढंच आहे...मन हेलावून टाकणारी!'

ते तिघे सावरून बसले. त्या हेराचं पुढचं बोलणं शकदाल जसंच्या तसं सांगत होते. त्याच्या सांगण्यातील सत्यता त्यांनी पडताळून पाहिली होती.

तो हेर शकदालांना सांगत होता,

'माझी आणि भासुरकाची त्या कंचुकीवर पाळत होतीच. आलटून पालटून आमचं त्याच्या घराकडे लक्ष होतं.'

'रात्रीसुद्धा?'

शकदालांच्या या प्रश्नावर तो हेर म्हणाला,

'व्वा! रात्रीच्या वेळी तर अशी अपकृत्य रंगत असतात....मध्यरात्री तर अशा कृत्यांना जोर चढतो...तसंच घडलं! मध्यरात्रीनंतर कंचुकी आपल्या घराबाहेर पडला. शकटाला बैल जोडले. शकटाच्या दोन्ही बाजूंना मशाली बांधल्या आणि तो शकट घेऊन तो राजवाड्यापासून बऱ्याच दूर अंतरावर असलेल्या एका भुयाराच्या तोंडाशी नेऊन उभा केला.'

'ते भुयार राजाच्याच शयनगृहापासून निघालं असावं. कारण राजा हळूच भुयारातून बाहेर आला. कंचुकीला बरोबर घेऊन तो पुन्हा भुयारात गेला.'

शकदालांनी विचारलं,

'त्या वेळी कुणीच नव्हतं तिथं?'

'कोण असणार? सगळीकडे शुकशुकाट होता. सर्वत्र भयाण शांतता पसरली होती. सारं मगध गाढ झोपेत होतं.'

मग राजाच्या देखरेखीखाली कंचुकीनं एका पाठोपाठ नऊ हंडे त्या शकटात कसे कष्टानं आणून ठेवले, नंतर महाराजांनी आपला रथ कसा आणवला आणि त्यांच्या रथामागून हंड्यांनी भरलेला कंचुकीचा शकट कसा गेला हे, त्या हेरानं सांगितलं.

शकदालांनी विचारलं,

'ते हंडे कशामुळं एवढे जड झाले होते?'

तो हेर म्हणाला,

'हंडे बंद होते. त्यामुळं त्यांत काय आहे, हे त्या वेळी कळलं नाही.'

'तुम्ही लगेच त्यांचा पाठलाग कसा काय केलात?'

'हंडे जड असल्यामुळं शकट हळूहळू चालला होता. म्हणून आम्ही त्यांचा पायी पाठलाग करू शकलो.'

'कुठं नेले ते हंडे?'

'राजधानीच्या वेशीबाहेर एका बाजूला माळरान आहे. कडेला बरेच मोठे वृक्षही आहेत. तिथं जाऊन ते थांबले. आम्ही एका वृक्षाच्या आडोशाला उभे होतो. सारं मगध झोपेतच होतं. मशालींच्या प्रकाशात आम्हांला सारं काही दिसत होतं.'

कंचुकीनं एकेक हंडा शकटातून खाली उतरवला. धनानंद राजानं त्याला साहाय्य केलं. सारे हंडे खाली उतरवले. तेव्हा दोघेही दमलेले दिसत होते. परंतु पहाट व्हायच्या आतच ते काळं कृत्य त्यांना पूर्ण करायला हवं होतं. कंचुकीनं लगेच खड्डा खणायला प्रारंभ केला. खड्डा खणून झाल्यावर पहाट व्हायची वेळ आली होती. म्हणून त्या दोघांनी हंडे पुरायला सुरुवात केली. हंडे पुरण्याच्या आधी धनानंदानं त्यातला एक हंडा उघडला. त्याबरोबर झगमगीत प्रकाश बाहेर पडला. राजा आणि कंचुकी-दोघेही त्या हंड्याकडे बघत होते... राजा धनानंद

खदखदा हसत होता.

तो हेर म्हणाला,

‘तो कसला प्रकाश आहे, हे क्षणभर आम्हांला समजलंच नाही. परंतु जेव्हा समजलं, तेव्हा धक्काच बसला. तो हंडा सुवर्णमुद्रांनी भरलेला होता आणि मशालींच्या प्रकाशात त्या सुवर्णमुद्रा चमकत होत्या. सुवर्णमुद्रा हळूहळू गहाळ होत होत्या, त्या गोष्टीचं गूढ उकललं होतं. त्या चौर्यकर्मात स्वत: राजाचाच हात होता, ही गोष्ट उघड झाली.’

शकदालांनी विचारलं,

‘पुढं काय झालं.’

त्या हेरानं पुढील हकीगत सांगितली :

सर्व हंडे पुरून झाल्यावर कंचुकीनं तो खड्डा मातीनं भरून टाकला; आणि तो घाई-घाईनं शकटात जाऊन बसला. धनानंद राजाही रथात जाऊन बसला. रथ वेगानं पुढं धावत होता. कंचुकीचा शकटही वेगानं पाठोपाठ चालला होता. काही अंतर काटून गेल्यावर राजानं आपला रथ एकदम थांबवला. कंचुकीच्या लक्षात यायच्या आतच त्याचा शकट रथावर येऊन आदळला आणि तो शकट एकदम उलटला. जळत्या मशालीमुळं शकटानं पेट घेतला. कंचुकीचं वस्त्रं चाकात अडकल्यामुळं त्याला बाहेरही पडता येईना. आग त्याला येऊन भिडली. कंचुकी जळायला लागला. होरपळल्यामुळं तो मोठ्यानं ओरडत होता. पण त्याचं ओरडणं ऐकायला तिथं कुणीच नव्हतं.

त्या दृश्याकडे बघून राजा हसत सुटला होता.

कंचुकीला वाचविण्यासाठी भासुरक पुढं धावला. पण शकट ज्वाळांनी वेढलेला असल्यामुळं त्याला काहीच करता येईना.

दु:खातिशयानं भासुरकानं आपली दृष्टी खाली वळवली. कंचुकीचं शव भेसूर दिसत होतं. काही वेळ भासुरक तिकडे बघत राहिला. मग धनानंदाकाडे एक जळजळीत कटाक्ष टाकून तो मोठ्यानं ओरडला,

‘महाराज, काय केलंत हे?’

धनानंद राजाचं त्याच्याकडे लक्ष होतंच. भासुरकाला सारं कळलेलं असल्यामुळं त्याचा काटा काढणं भागच होतं.

राजा त्याच्याजवळ गेला आणि त्याच्या अंगावर जोरानं आसूड-प्रहार केला. त्यामुळं भासुरक कळवळून राजधानीच्या दिशेनं पळत सुटला. राजाचा रथही त्याच्या मागे धावला.

कंचुकीचा शकट आणि त्याचं प्रेत तिथंच पडलं होतं, शकटाचे बैलही त्या दृश्याकडे केविलवाण्या दृष्टीनं बघत उभे होते. माणसापेक्षा मुक्या प्राण्यांना

कोमल भावना अधिक असतात!

हे सारं सांगून तो हेर शकदालांकडे दीनवाणा कटाक्ष टाकून पुढं म्हणाला,

'मी पुढं जाऊन कंचुकीचं खाली पडलेलं वस्त्र घेतलं आणि तडक नगराकडे निघालो. त्यानंतर त्या हेराला भासुरकाची आठवण झाली. आजवर ते दोघे बरोबरीनं वागले होते. त्यामुळं त्याला भासुरकाची काळजी वाटणं स्वाभाविक होतं. तो हेर पळतच नगराच्या वेशीपर्यंत आला, तेव्हा दुपार झाली होती. वेशीपाशी त्याला भयानक दृश्य दिसलं. त्या ठिकाणी त्याला भासुरक पडलेला दिसला. तो त्याच्याजवळ गेला. भासुरकाचा श्वास मंद होत चालला होता. हेरानं तोंडावर पाणी मारलं. क्षणभर त्यानं डोळे उघडले. हेराला बघितल्यावर'त्याच्या ओठांची हालचालही झाली. तो काहीतरी बोलण्याचा प्रयत्न करत होता. परंतु त्याच्या तोंडातून शब्द बाहेर पडत नव्हते. हेरानं त्याच्या तोंडाजवळ कान नेला. भासुरकानं शकदालांचं अर्धवट नाव घेतलं; आणि हेराच्या मांडीवर मान टाकली. भासुरकाची प्राणज्योत मालवली.

हे सांगताना त्या हेराच्या डोळ्यांना सारखी गळती लागली होती. त्याला धड बोलवत नव्हतं. शेवटी शकदालांना तो म्हणाला,

'भासुरकानं शेवटी तुमचं नाव घेतलं, म्हणून तुम्हांला हे सारं सांगितलं.'

कंचुकीचं वस्त्रं शकदालांना देऊन तो हेर शेवटी म्हणाला,

'आता सर्व तुमच्यावर सोपवलंय्.'

कंचुकी आणि भासुरक या दोघांच्या मृत्यूची गूढकथा आता उलगडली होती. कपिलदेवांच्या घरी ही कथा सांगताना शकदाल सुन्न होऊन गेले होते. ऐकणारांचीही तीच अवस्था झाली होती. सरस्वतीला तर आपलं रडू आवरत नव्हतं. कपिलदेव आणि विष्णु हे दोघेही ती कथा ऐकून विचारमग्न झाले होते.

स्वत:ला थोडं सावरून विष्णूनं विचारलं,

'पण या सर्व घटनेचा तुमच्या कैदेशी काय संबंध? खरं तर या प्रकारात धनानंदालाच कैद व्हायला हवी!'

'विष्णु, इथला न्यायच उलटा असतो. कुंपणानंच शेत खाल्लं, तर दाद कुणाकडे मागणार?'

शकदालांच्या या बोलण्यावर कपिलदेवांनी म्हटलं,

'तू सापाला डिवचलं असणार! त्याशिवाय तो फूत्कारणार नाही.'

'खरं तर अशा सापाला ठेचलंच पाहिजे! पण अजून माझी मजल तिथपर्यंत गेलेली नाही.'

या सर्व प्रकारानं सरस्वती घाबरून गेली होती. ती म्हणाली,

'तुम्ही काय बोलता आहात, तेच मला समजत नाही. तुम्हांला कैदेत का टाकणार आहेत ते, सांगा ना!'

शकदालांनी मग ते सारं स्पष्ट करून सांगितलं.

सुवर्णमुद्रांनी भरलेल्या हंड्याची हकीगत कळल्यापासून शकदालांना मुळीच चैन पडेनासं झालं. ते हंडे जिथं पुरून ठेवले होते, त्या ठिकाणी प्रत्यक्ष जाण्याचं त्यांनी ठरवलं. त्याप्रमाणे मध्यरात्री ते त्या ठिकाणी गेले. वेशीबाहेरच्या माळरानावर, वृक्षांच्याजवळ ते हंडे पुरले होते, असं त्या हेरानं त्यांना सांगितलं होतं, त्या ठिकाणी नेमके ते गेले. तिथली उकरलेली जमीन त्यांनी बरोबर ओळखली. कारण तो भूभाग थोडा वर आलेला होता आणि तिथली जमीन भुसभुशीत झालेली दिसत होती. ती त्यांनी हातांनी उकरून पाहिली. तो भूभाग सहज उकरला गेला. हंडे पुरल्यानंतर कंचुकीनं त्या खड्ड्यावर भराभर माती लोटली होती. त्यामुळं शकदालांना तो खड्डा उकरणं सहज सोपं गेलं.

पहिला हंडा बाहेर काढल्यानंतर त्यांनी तो उघडून बघितला. तो सुवर्णमुद्रांनी काठोकाठ भरला होता. त्यांचे डोळे त्या दृश्याकडे पाहून दिपले. मग त्यांनी सर्व हंडे बाहेर काढले; आणि त्यांतला एक हंडा घेऊन ते नगराच्या वाटेला लागले. हंडा जड असल्यामुळं त्यांना तो घसडतच न्यावा लागत होता.

तो हंडा ओढत आणल्यामुळं आपटून त्याला खालच्या बाजूला भोक पडलं होतं आणि एकेक सुवर्णमुद्रा मार्गात गळत गेली होती.

नगरात येईपर्यंत उजाडलं होतं. एवढा जड हंडा ओढत आणल्यामुळं शकदाल खूप दमून गेले होते. त्यामुळं वेशीपाशी आल्यानंतर ते थोडे विसावले होते....काही वेळानं त्यांनी राजवाड्याचा रस्ता धरला. कारण तिथं जाऊन ते राजाला या अपकृत्याचा जाब विचारणार होते आणि पुराव्यादाखल राजाला तो हंडा दाखवणार होते.

शकदाल राजवाड्याकडे जाताना त्या मार्गावरचे लोक आश्चर्यचकित होऊन त्यांच्याकडे बघत होते. चौकाचौकांत उभं राहून शकदाल ओरडत होते,

'मगधवासी जनहो, सुवर्णमुद्रांनी भरलेला हा हंडा पाहा! आपल्या राजानं हा दूर नेऊन पुरला होता. या साऱ्या धनावर त्या धनानंदाचं धनित्व नसून, खरं तर, तुमचं धनित्व आहे. ते सारं धन तुमचं आहे! ते तुम्ही खुशाल घेऊ शकता!'

ते ऐकून लोक लगेच वेशीबाहेर धावले. माळरानाच्या दिशेनं मगधवासी पौरजनांची रीघ लागली. मार्गात सांडलेल्या सुवर्णमुद्रा त्यांना तो मार्ग दाखवायला सज्ज होत्या.

शकदालांच्या या उपक्रमाची वार्ता लगेच धनानंद राजाच्या कानांवर गेली. राजा त्यांच्याशी सामना करायला सिद्ध झाला.

त्यांना पाहिल्याबरोबर धनानंद राजा म्हणाला,

'या...या, महामंत्रीजी! आपल्या स्वागतासाठी मी इथं उभा आहे. आपण फार मोठा पराक्रम गाजवून आला आहात....आम्ही आपला सन्मान कसा करावा, हे आपणच आम्हांला सांगावं!'

शकदाल तात्काळ म्हणाले,

‘स्वामी, एकदा गुन्हेगार शोधून काढल्यावर त्या माणसाचा जसा सन्मान करतात, तसाच माझाही करावा!’

यावर हसत धनानंद राजा म्हणाला,

‘वा! अवश्य आपला सत्कार करतो. पण आपल्याला थोडा अवधी देतो. त्या अवधीत आपण घरच्या मंडळींना जाऊन भेटा. त्यांचा शेवटचा निरोप घ्या. मग माझे दूत आपल्याला सन्मानानं कारागृहात घेऊन जातील!’

शकदाल राजाला म्हणाले,

‘आपण मला कारागृहात टाकलंत, तरी मगधातली जनता जागृत झालेली आहे...ती आता पेटून उठली आहे. स्वामी, आपले अत्याचार यापुढं ती सहन करणार नाही. ती प्रतिकार करायला सिद्ध झाली आहे. मला आपण कारागृहात टाकलंत, तरी परिस्थिती आता केव्हाही आटोक्यात येणार नाही. उलट, ती चिघळेल!’

एवढं बोलून ते तिथून तडक निघून गेले.

धनानंद राजा अवाक् होऊन त्यांच्याकडे बघत राहिला.

शकदाल यांनी सांगितलेली ही हकीगत ऐकून कपिलदेव म्हणाले,

‘तू सापाच्या प्रत्यक्ष शेपटीवरच पाय दिलास की, रे! आता तुझ्यासाठी कारागृहाचे दरवाजे निश्चित खुले होतील!’

विष्णु मध्येच म्हणाला,

‘तात, राजाचं महापाप पुरतं उघडकीस आलेलं आहे. आता सारं मगध कारागृहात पडलं, तरी प्रत्यवाय नाही. मग खऱ्या अर्थानं राजाच कारागृहात पडल्यासारखा होईल!’

सरस्वतीनं काळजीच्या स्वरात विचारलं,

‘पण तुम्ही घरी जाऊन आलात, की नाही? घरच्या मंडळींना भेटलात, की नाही?’

‘नाही. मी राजवाड्यापासून तडक इकडेच आलो. तुम्हांला आधी सर्व सांगावं आणि मग घरच्यांचा निरोप घ्यावा, म्हणून मी इथं आलो. मग तुमची भेट होईल... न होईल...’

सारं वातावरण उदासवाणं झालं. काही वेळ कुणीच काही बोललं नाही.

मग शकदाल कपिलदेवांना म्हणाले,

‘कपिल, जनता आता खरोखरच पेटली आहे. लोक असंतोषानं धुमसत आहेत. अशा वेळी कुणीतरी पुढाकार घेऊन राजाविरुद्ध जोरानं प्रचार केला पाहिजे. त्यासाठी मला तुझ्याकडून वचन हवं आहे!’

कपिलदेव एकदम उद्गारले,

‘सांग!...मागशील, ते वचन देईन!’

शकदाल म्हणाले,

'कपिल, तू विद्वान आहेस. लोकांत तू चांगलं प्रभावीपणानं प्रचार-कार्य करू शकशील. तुझ्या विद्यार्थ्यांनाही तू परिस्थितीचं ज्ञान करून देऊ शकशील. तेव्हा....'

शकदालांचं बोलणं पुरतं व्हायच्या आत कपिलदेवांनी त्यांचा हात हातात घेऊन म्हटलं,

'शकदाल, तुला मी वचन देतो, की हे प्रचार-कार्य मी हाती घेईन आणि ते पूर्णत्वास नेण्याचा आटोकाट प्रयत्न करीन. माझ्यानंतर माझा विष्णूही हे कार्य पुढं चालू ठेवील, असा माझा दृढविश्वास आहे. तू निश्चिंत राहा!'

विष्णूनं निर्धारानं सांगितलं,

'पिताजी, मी हे परिवर्तन केवळ मगधातच नव्हे, तर साऱ्या भारतवर्षात घडवून आणण्याचा प्रयत्न करणार आहे.'

शकदालांनी त्याला जवळ घेऊन म्हटलं,

'माझ्या सदिच्छा आणि शुभाशीर्वाद सदैव तुझ्या पाठीशी असतील. बरं, आता मी निघतो. पुन्हा आपली भेट होईल, की नाही, देव जाणे!'

सरस्वती गलबलून म्हणाली,

'असं बोलू नका. देव दयाळू आहे. तुम्हांला फार काळ कारागृहात राहावं लागणार नाही. तुम्ही लवकरच परत याल.'

यावर शकदाल नुसतेच हसले; आणि जायला निघाले.

ते बाहेर पडण्याच्या आत कपिलदेव त्यांना म्हणाले,

'थांब, शकदाल. आम्ही पण तुझ्या घरापर्यंत येतो...चल, विष्णु, आपण याला घरापर्यंत सोबत करू!'

असं म्हणून त्यांनी विष्णूचा हात हातात घेतला आणि शकदालांबरोबर ते बाहेर पडले.

सरस्वतीनंही दाराशी त्यांचा निरोप घेतला. तिचे नेत्र अश्रूंनी डबडबले होते. त्यामुळं तिला त्यांच्या पाठमोऱ्या आकृती धूसर दिसत होत्या.

शकदाल, कपिलदेव आणि विष्णु हे तिघे झपाझप पावलं टाकत मार्गावरून चालले होते. रस्त्यातले लोक त्यांच्याकडे बघत होते. एव्हाना शकदालांच्या अटकेची बातमी त्यांना समजली असावी, म्हणूनच ते लोक त्यांच्याकडे बघत असावेत.

काही न बोलता ते तिघे मुकाट्यानं चालले होते. बोलण्याजोगं आता काहीच उरलं नव्हतं.

कोणत्याही क्षणी राजाचे दूत येतील आणि आपल्याला कारागृहात घेऊन जातील, या विचारानं शकदाल झपाझप पावलं टाकत घराच्या दिशेनं निघाले होते.

तिघेजण जात असताना वाटेतच त्यांना एक वृद्धा भेटली.

महामंत्र्यांना उद्देशून ती म्हणाली,

'काय अपराध केलास बरं तू? तुला कैद करण्याची आज्ञा राजानं केली? तू एवढा देवमाणूस....'

थोडं थांबून शकदाल म्हणाले,

'मी कुठला देवमाणूस? मी तर महाराजांचा अपराध केला आहे.'

मग आठवल्यासारखं करुन शकदालांनी आपल्या कमरेला खोचलेलं वस्त्र बाहेर काढलं आणि ते वृद्धेच्या समोर धरून विचारलं,

'हे उत्तरीय ओळखलंस का?'

ती वृद्धा एकदम म्हणाली,

'हो, हो! हे उत्तरीय तर माझ्याच मुलाचं आहे!...कुठं मिळालं तुम्हांला हे? तो तुम्हांला भेटला होता का? काय म्हणाला? घरी का नाही आला? केव्हा येणार आहे घरी?'

त्या वृद्धेनं एका दमात, मोठ्या अधीरतेनं हे प्रश्न विचारले. तिला दम लागला, म्हणून तिनं प्रश्नांचा भडिमार थांबवला.

तिची दृष्टी चुकवून शकदाल म्हणाले,

'तो, किनई, काही महत्त्वाच्या कामगिरीवर गेला आहे. त्याला परतायला बरेच दिवस लागतील. त्यानंच त्याचं उत्तरीय आठवण म्हणून दिलं आहे.'

ते उत्तरीय त्या वृद्धेच्या स्वाधीन करून, शकदाल तोंड फिरवून जायला निघाले.

चालताना विष्णूनं मागे वळून त्या वृद्धेकडे बघितलं.

आपल्या हातांतल्या उत्तरीयाकडे ती वृद्धा डोळे भरून बघत होती. आपला मुलगा परत येणार, या गोड कल्पनेतच ती रममाण झाली असावी! शकदाल समोरून निघून गेल्याचंही तिला समजलं नसावं!

विष्णु घरी परत आला, तेव्हा त्याची आई सुन्नपणानं कोपऱ्यात बसली होती. घडलेल्या घटनांमुळं तिच्या मनाची शांती पार उडून गेली होती. त्याचबरोबर आपला पती आता प्रचार-कार्यात भाग घेणार, या कल्पनेनंच तिचं काळीज धडधडत होतं.

तिला विष्णूचीही काळजी वाटत होती. कारण तोही त्याच पंथानं निघालेला होता.

ती आपल्याच काळजीत गर्क होती. त्यामुळं विष्णु केव्हा आला, तेदेखील तिला समजलं नाही.

विष्णु तिच्याजवळ जाऊन बसला आणि त्यानं आपल्या आईच्या खांद्यावर हात ठेवला. सरस्वतीनं एकदम दचकून वर बघितलं. विष्णूला बघून ती एकदम

सावरली; आणि म्हणाली,

'अरे, तू कधी आलास? मला कळलंही नाही!'

'हा आत्ताच येतोय्! तू कसल्या तरी विचारात गढली होतीस. एवढा कसला विचार करत होतीस?'

'काही नाही, रे! पण तू मला आधी सांग...शकदालांना तुम्ही घरी पोहोचवलंत का? तिथं काय झालं?'

मग विष्णूनं तिला थोडक्यात त्यांच्या घरची हकीगत सांगितली. वाटेत ती वृद्ध बाई भेटल्याचंही सांगितलं.

त्या वृद्धेची कहाणी ऐकून डोळ्याला पदर लावून सरस्वती म्हणाली,

'अरेरे! तिला जर उद्या कळलं, की आपला मुलगा मारला गेला आहे,तर ती बाई डोकं फोडून प्राण देईल!'

शकदालांच्या घरची हकीगत आईला सांगताना तो सारा प्रसंग विष्णूनं तिच्यासमोर उभा केला.

घरी गेल्यावर शकदाल आपल्या पत्नीला म्हणाले,

'मी आता इथं असणार नाही. सिद्धार्थकाला सांभाळण्याचं सारं दायित्व आता तुझ्यावर आहे. त्याला माझी उणीव भासू देऊ नकोस. तू स्वतः धीर सोडू नकोस! देवाच्या मनात असेल, तर आपली भेट होईल!'

सरितेला रडू आवरत नव्हतं. परंतु तशाही अवस्थेत ती म्हणाली,

'तुम्ही काही काळजी करू नका....आपल्या सिद्धार्थकाला मी काही कमी पडू देणार नाही. तुम्ही परत येईपर्यंत मी तुमची वाट बघेन. तुम्ही आलात, म्हणजे मी त्याला तुमच्या स्वाधीन करीन. तुम्ही मात्र स्वत:ची चांगली काळजी घ्या!'

शकदाल म्हणाले,

'काळजी घेणारा आता परमेश्वरच आहे. आपल्या स्वामींना काही वाटो; पण स्वामींपेक्षाही तो मोठा आहे!'

बाजूला उभं राहून कपिलदेव हे सारं बघत होते. त्यांचा कंठही दाटून आला होता. शकदालांच्या जवळ जाऊन ते म्हणाले,

'मित्रा, तू कसलीही चिंता करू नकोस. मी त्यांचा सांभाळ करीन! ते मला परके का आहेत? तुझा सिद्धार्थक माझ्या विष्णूसारखाच आहे! विष्णु त्याची काळजी घेईल. त्याची आई सरितेकडे बघेल. तू अगदी निश्चिंत राहा!'

शकदालांनी कृतज्ञतापूर्वक आपल्या मित्राकडे बघितलं.

विष्णु आणि सिद्धार्थक हातात हात घालून समोर उभे होते.

त्या दोघांकडे बघून शकदालांना समाधान वाटलं.

एवढ्यात राजाचे दूत आले आणि शकदालांना घेऊन गेले.

त्यांच्याबरोबर जाताना शकदाल पुन: पुन्हा मागे वळून बघत होते. जणू आपल्या घराचा ते अखेरचा निरोप घेत होते.

मगध राज्याचा महामंत्री कारागृहाकडे जायला निघाला होता. कशासाठी?...

त्या महामंत्र्यानं आपल्या प्रजेविरुद्ध नव्हे, तर आपल्या राजाविरुद्ध घोर अपराध केला होता.

ही सर्व घटना ऐकल्यानंतर सरस्वतीनं विचारलं,

'सरिता आपल्याकडे येणार आहे का? का मी तिला तिकडे भेटायला जाऊ?'

विष्णु म्हणाला,

'तूच त्यांच्या घरी जा त्यांना भेटायला! त्यांना तेवढंच बरं वाटेल!'

सरस्वतीनं विचारलं,

'बरं, तुझे पिताजी कुठं गेले आहेत? कधी येणार आहेत ते घरी?'

'तात तिथून थेट दुसऱ्या आचार्यांकडे गेले आहेत-विचारविनिमयासाठी! प्रचारकार्य ते लगेच सुरू करणार आहेत. त्यांना यायला किती वेळ लागेल, ते सांगता येत नाही!'

'बरं, मग मी सरितेकडे जाऊन येते.'

'मी घरीच थांबतो...मला काही पाठांतर करायचं आहे...'

सरस्वती सरिताला धीर द्यायला निघाली.

विष्णु धीरगंभीर स्वरात पठण करायला लागला.

कपिलदेव शकदालांच्या घरातून बाहेर पडले, तेव्हा दुपार टळून गेली होती. संध्याकाळ व्हायला आली होती.

संध्येसाठी त्यांना गंगेवर जायचं होतं. त्याच्या आधी काही आचार्यांची भेट घेऊन त्यांच्याशी चर्चा करायची होती.

कपिलदेवांची पावलं आचार्य वसुदेवांच्या घराकडे वळली.

कपिलदेव जेव्हा त्यांच्या घरी जाऊन पोहोचले, तेव्हा आचार्य शोण तिथंच बसलेले होते. हलक्या आवाजात त्यांची काहीतरी चर्चा चाललेली होती.

त्या दोघांना वंदन करून कपिलदेव म्हणाले,

'आचार्य, मी मुद्दाम आपल्याकडे आलो आहे. मगधात काय प्रकार चालले आहेत, याची आपल्याला कल्पना असेलच!'

आचार्य वसुदेव म्हणाले,

'हो, ना! त्याच बाबतीत आमच्या दोघांचं बोलणं चाललं होतं. आपण अगदी योग्य वेळी आला आहात!'

आचार्य शोण म्हणाले,

‘बरं, यावर उपाय काय? कोणत्या मार्गाचा यावर अवलंब करायला हवा, म्हणजे हे सर्व प्रकार थांबतील?’

कपिलदेव म्हणाले,

‘जनजागृतीनं हे सर्व साध्य होईल, असं मला वाटतं!’

आचार्य वसुदेवांनी विचारलं,

‘जनजागृतीसाठी कोणती पावलं उचलायला हवीत?’

‘प्रथम आपण आपल्या छात्रांना शिकवून तयार केलं पाहिजे. हे आपले शिष्यच आपल्या मगधाचे भावी प्रजाजन आहेत. ते तयार झाले, म्हणजे आपलं भवितव्य सुरक्षित होईल....त्याचबरोबर आपल्या पिढीलाही जागृत करायला हवं!’

कपिलदेव शेवटी म्हणाले,

‘हे कार्य अवघड असलं, तरी आपल्यासारख्या आचार्य मंडळींनीच ते पार पाडलं पाहिजे. आपल्याला ते मुळीच अशक्य नाही!...बरं तर! आता चर्चेत व्यर्थ वेळ न घालवता आपापल्या कार्याला लागलं पाहिजे.’

दोन्ही आचार्यांनी आपली संमती दर्शविली.

त्यांचा निरोप घेऊन कपिलदेव सायंसंध्येसाठी गंगेच्या दिशेनं चालायला लागले.

गंगेच्या तीरावर सर्व ब्राह्मण सायंसंध्येसाठी जमले होते. पश्चिम दिशेला तोंड करून त्यांचा बसूनच गायत्री मंत्राचा जप चालला होता. त्या सर्व ब्रह्मवृंदात बसलेल्या विष्णूला त्यांनी तात्काळ ओळखलं. त्या सायंप्रकाशातही त्याच्या मुद्रेवरचं तेज उठून दिसत होतं.

विष्णु आपल्या सायंसंध्येत मग्न होता.

पवित्र गंगाजलानं कपिलदेवांनी हस्तपादप्रक्षालन केलं आणि सायंसंध्येसाठी ते विष्णूजवळ जाऊन बसले. गायत्रीजपाला त्यांनी प्रारंभ केला.

अंधारात सारी धरित्री हळूहळू लपेटून चालली होती. आकाशात नक्षत्रं दिसू लागेपर्यंत त्यांचा जप चालला होता.

जप संपल्यानंतर त्यांनी नित्याप्रमाणे विष्णूला हाक मारली.

डोळे उघडून विष्णूनं आपल्या पित्याकडे बघितलं. मंत्रसामर्थ्यानं त्याचे नेत्र तेजस्वी दिसत होते.

काही क्षण कपिलदेव त्याच्याकडे बघत राहिले.

कपिलदेवांनी विष्णूचा हात धरला आणि ते घराकडे जायला निघाले.

चालताना त्यांनी आचार्य वसुदेवांच्या घरी झालेली चर्चा त्याच्या कानांवर घातली. लगेचच प्रचार-कार्याला प्रारंभ करणार असल्याचंही त्यांनी सांगितलं,

विष्णु फक्त होकार भरत होता. त्याच्या मनातही खळबळ माजून राहिली होती.

✧

त्या दिवशी कपिलदेव प्रात:कालचं आन्हिक उरकून लवकरच घरी परत आले होते. त्यांचा छात्रगण घरी येऊन बसला होता. त्या दिवशी कपिलदेव त्यांना वेगळाच पाठ देणार होते.

अंगणात हातपाय धुऊन ते आसनावर येऊन बसले.

विद्यार्थी शांतपणानं बसले होते.

कपिलदेव त्यांना म्हणाले,

'मुलांनो, आज मी तुम्हांला जे काय सांगणार आहे, ते आपल्या नित्याच्या अध्ययनाबाहेरचं आहे. परंतु सभोवतालची परिस्थितीच पार पालटून गेली आहे. म्हणून तुमच्या अध्ययनातही बदल करणं क्रमप्राप्त झालं आहे!'

सर्व विद्यार्थी गोंधळून त्यांच्याकडे बघायला लागले.

कपिलदेव सांगत होते,

'आज आपला मगध एका विचित्र आवर्तात सापडलेला आहे. त्याचा आधार तुटत चालला आहे. या अवस्थेत आपल्या मगधाला कुणीतरी सावरून धरलं पाहिजे!'

विद्यार्थी आणखीनच गोंधळून गेले.

कपिलदेव पुढं सांगतच होते,

'कुठल्याही राज्याचा आधारस्तंभ हा त्या राज्याचा राजा असतो. तो राज्याचा संरक्षणकर्ता असतो. परंतु जर तो राजाच प्रजेला न जुमानता स्वार्थापोटी त्या प्रजेला छळायला लागला, तर प्रजेनं तरी कुणाच्या तोंडाकडं बघायचं? प्रजेनं जरी राजाला परमेश्वरासमान मानलं, तरी राजानंही परमेश्वरासारखं वागायला नको का? राजा जर आपलं प्रजेविषयीचं कर्तव्य पार पाडत नसेल, तर त्या राजाला तशी जाणीव करून देणं हे प्रजेचं कर्तव्य ठरत नाही का?'

विद्यार्थ्यांनी अर्धवट माना डोलावल्या. कारण अजून, नेमकं काय, ते त्यांना कळलं नव्हतं.

कपिलदेव शेवटी सांगत होते,

'आम्ही वडीलधारी मंडळी ते कार्य हाती घेणार आहोत. परंतु जर आम्ही त्या अंगीकृत कार्यात अपयशी ठरलो,तर तुम्ही ते कार्य पुढं चालू ठेवलं पाहिजे!'

सर्व शिष्यांना कपिलदेव सारी परिस्थिती नीट समजावून सांगत होते; आणि सर्व शिष्य मन लावून ऐकत होते. विष्णूही पाठशालेतून परतला होता आणि त्यांचं सांगणं ऐकत बसला होता. साऱ्या परिस्थितीवर गंभीरपणानं विचार करत होता.

आतल्या दाराशी बसून सरस्वतीही मन लावून त्यांचं बोलणं ऐकत होती. त्यांचा पाठ बराच वेळ चालला होता, ही गोष्ट तिच्या लक्षात आली.

काय होणार होतं, कुणास ठाऊक!

मगधबंधाची ठेव

कपिलदेव बाजारपेठेत गेले, तेव्हा बाजार गजबजलेला होता. विक्रेते आपला माल विकण्यात आणि गिऱ्हाईक हवा तो माल खरेदी करण्यात गुंतले होते. मधमाश्यांचं मोहोळ उठल्यानंतर जसा एकसुरी गोंगाट व्हावा, तसा बाजारपेठेतून आवाज उठला होता. त्या गडबडीत कपिलदेवांच्याकडे कुणाचंच फारसं लक्ष नव्हतं. परंतु लोकांचं लक्ष वेधून घेणं त्यांना भागच होतं.

बाजारपेठेच्या मध्यावर असलेल्या चौथऱ्यावर चढून कपिलदेव उभे राहिले. त्या वेळी दोघातिघांनी त्यांच्याकडे बघितलं. ती संधी साधून कपिलदेवांनी बोलायला प्रारंभ केला. हळू हळू त्यांच्याभोवती पाच-पन्नास लोक गोळा झाले. मोहोळावरील मधमाश्या पुन्हा मोहोळावर येऊन बसाव्यात, असा प्रकार घडला होता.

त्या जमावाला उद्देशून धीरगंभीर आवाजात कपिलदेव बोलू लागले :

'मगधवासी जनहो! आपले महामंत्री शकदाल यांना विनाकारण अटक होते आणि आपण फक्त बघत बसतो, याचा अर्थ काय? खरं तर अटक आपल्या राजाला व्हायला हवी! धनानंदानं केलेले अनेक अन्याय आपण सहन करत आलो आहोत, आणि आपल्या सहनशीलतेमुळंच त्याचे अन्याय सतत वाढत आहेत. खरं तर अन्याय करणाऱ्यापेक्षा अन्याय सहन करणारे अधिक अपराधी ठरतात.'

लोकांच्यामधे थोडी कुजबुज सुरू झाली. परंतु जेव्हा कपिलदेवांनी पुन्हा बोलायला प्रारंभ केला, तेव्हा लोक एकदम गप्प बसले.

कपिलदेव सांगत होते,

'आपल्या राजानं आतापर्यंत आपल्यावर अनेक कर लादले. आपण ते मुकाट्यानं दिले. परंतु त्या करांना काही मर्यादा हवी, का नको? सध्याच्या दुष्काळाच्या छायेत आता राजानं जीवनावश्यक वस्तूंवर कर लादले आहेत.

आज आपल्या गरीब जनतेला खायला पुरेसं अन्न नाही; आणि तरीही त्या लोकांकडून करवसुली केली जाते; आणि या पिळवणुकीतून राजाचे सुवर्णहंडे भरले जात आहेत. आपल्या प्रजेच्या सुखाची राजाला कसलीही कल्पना उरलेली नाही.'

– आणि एकदम चढलेल्या आवाजात कपिलदेव म्हणाले,

– आणि सर्वांत घृणास्पद गोष्ट, म्हणजे या धनलोभापायी या धनानंदानं मनुष्यवधही करायला कमी केलेलं नाही!'

ते ऐकताना जनसमुदायातून एक प्रकारच्या भीतीची लाट लहरून गेली. त्याच वेळी कपिलदेव आणि विष्णु यांची दृष्टादृष्ट झाली.

त्याला बघून कपिलदेवांना बरं वाटलं.

कपिलदेव शेवटी म्हणाले,

'राजानं निर्दोषी असलेल्या शकदालांची मुक्तता केली पाहिजे आणि आपलं वर्तन सुधारलं पाहिजे. आपल्या राजानं प्रजादक्ष व्हायला हवं!'

त्यानंतर कपिलदेव चौथऱ्यावरून खाली उतरले. त्यांनी आपला मोर्चा दुसरीकडे वळवला. कित्येक लोक घोषणा देत त्यांच्या मागून जात होते. लोकसमूह वाढत होता. कपिलदेव मध्येच थांबत होते आणि तशाच प्रकारचं भाषण करत होते.

बाजारपेठेच्या दुसऱ्या बाजूला कपिलदेव आता भाषण देत होते, त्यांचा आवाज ऐकून तिथल्या दुकानदारांचं तिकडे लक्ष गेलं. हलवाई आपल्या दुकानातून बाहेर आला. भडभुंज्यानं आपलं लाकडी माप खाली ठेवलं आणि बसल्या जागेवरून त्यानं कपिलदेवांच्या बोलण्याकडं कान केला. सोनाराच्या दुकानातला कारागीर सोन्याच्या मिश्रणाचा तयार झालेला रस पन्हळीतून मुशीत ओतण्याच्या तयारीत होता, पण कपिलदेवांचा चढा आवाज ऐकून त्यानं त्या रसाचं पात्र तसंच खाली ठेवलं आणि तो बाहेर आला. इतर कारागिरही बाहेर आले. फळवाले, धान्यदुकानदार हेही आपापली कामं बाजूला सारून दुकानातून बाहेर डोकावून बघू लागले.

कपिलदेव तावातावानं बोलतच होते. बराच समुदाय त्यांच्यापुढं जमा झाला होता.

एवढ्यात धनानंद राजा आणि त्याचे सैनिक तिथं येऊन ठेपले. सैनिकांनी बेछूट आसूड-प्रहार करून जमलेल्या साऱ्या लोकांना पांगवलं.

लोक पांगले गेले. ज्यांची घरं तिथंच होती, ते घरात जाऊन दार लावून बसले. दुकानदार आपापल्या दुकानात गेले; आणि दुकानापुढची फळी त्यांनी ओढून घेतली. सोनाराच्या दुकानातले कारागीर पुन्हा दुकानात आले. मघाचा सोन्याचा रस आता गोठून गेला होता. बाकीच्या कारागिरांनी दुकानाचं दार लावून घेतलं.

रस्त्यात जमलेला समुदाय एकाएकी अदृश्य झाला.

आता त्या ठिकाणी फक्त राजा धनानंद आणि कपिलदेव समोरासमोर उभे होते.

त्या दोघांकडे बघत विष्णूही एका बाजूला उभा होता. जणू पुढं घडणाऱ्या

नाट्यमय घटनेचा तो साक्षीदारच होता.

सर्व बाजारपेठ उद्ध्वस्त झाली होती. भाजीच्या टोपल्या आणि फळांच्या करंड्या सर्वत्र विखुरल्या होत्या. घोड्यांच्या टापांखाली भाजी आणि फळं यांचा लगदा झाला होता.

जवळच एक पाणपोई होती. त्या पाणपोईतले भलेमोठे रांजण फुटले होते आणि त्या रांजणातल्या पाण्यामुळं सगळीकडे चिखल झाला होता.

ज्या चौथऱ्यावर पक्षिविक्रेते बसत, त्या ठिकाणी पक्ष्यांचे काही रिते पिंजरे उलथेपालथे होऊन पडले होते. काही पिंजऱ्यांतले पक्षी भेदरून ओरडत होते. दोन-चार पिंजरे खाली पडले होते. पक्ष्यांची पिसं वाऱ्यानं इतस्ततः विखुरली जात होती.

कापडाच्या व्यापाऱ्यांनी आणलेले कापडाचे गट्ठे टाकून ते पळून गेले होते. ते गट्ठे आणि त्यांच्या मापपट्ट्या तिथंच धूळ खात पडलेल्या दिसत होत्या. खापराची भांडी फुटून मातीत मिसळून गेली होती.

एकूण त्या बाजारपेठेलाच अवकळा प्राप्त झालेली होती. आजूबाजूची घरं बंद करून घेतलेली दिसत होती. मात्र खिडक्यांच्या आतल्या बाजूला हालचाल जाणवत होती. मार्गाच्या कडेला कुण्या उच्चपदस्थाची पालखीही पडलेली दिसत होती. त्या गोंधळात त्या पालखीचे भोई ती पालखी तिथंच टाकून पळून गेले असावेत.

एका कोपऱ्यात एक बैलगाडी उभी होती; पण तिला बैल जोडलेले नव्हते.

कपिलदेव त्या बैलगाडीवर उभे होते. त्यांच्या समोर राजा धनानंद आपल्या रथात उभा होता. राजाचे सैनिक काही अंतरावर उभे राहिलेले दिसत होते; तर राजा आणि पिता या दोघांकडे आळीपाळीनं बघत विष्णु एका कोपऱ्यात उभा होता.

राजा आणि कपिलदेव काही वेळ परस्परांकडे बघत होते.

कपिलदेवांनी राजाच्या दृष्टीला दृष्टी भिडवली होती.

सर्वत्र भीषण शांतता पसरली होती. त्या शांततेचा भंग करून राजा बोलायला लागला,

'कपिलदेव, तुम्हांला तुमच्या मित्राला भेटायची घाई झालेली दिसते. त्यासाठी एवढे कष्ट घेण्याची काहीच आवश्यकता नव्हती. तुम्ही मला सांगायला हवं होतं. मी लगेच तुमच्या भेटीची सन्मानानं व्यवस्था केली असती. व्यर्थ इतके कष्ट घेतलेत!'

आपली दृष्टी राजावर रोखून कपिलदेव म्हणाले,

'स्वामी, तुमच्या या बोलण्याला मी भुलणार नाही. माझा निश्चय दृढ आहे. तुम्ही जोपर्यंत महामंत्र्यांना कारागृहातून मुक्त करत नाही, तोपर्यंत आम्ही असाच प्रचार करत राहणार आहोत.'

मग अगदी एकेरीवर येऊन कपिलदेव निर्भयपणानं बोलू लागले,

'राजा, मगधवासी जनता आता जागृत झालेली आहे, हे ध्यानात ठेव! तुझ्या अन्यायाला प्रजा पुरती कंटाळली आहे. खरं तर तुला आता राजा म्हणणंही योग्य होणार नाही. तू त्या पात्रतेचाच उरलेला नाहीस. तू जरी राजधर्म सोडला असलास, तरी आम्ही अजून प्रजाधर्म सोडलेला नाही.'

धनानंद राजा मानभावीपणानं म्हणाला,

'तुमच्या बोलण्यावरून ते दिसतंच आहे. तुमच्या मित्रानंही प्रजाधर्म पाळलेलाच होता ना? त्याच्या पावलावर पाऊल टाकूनच तुम्ही चालला आहात!'

कपिलेदव त्वेषानं म्हणाले,

'राजा, प्रजाहित बघण्यापेक्षा तुम्ही आजवर स्वहितच बघत आलेला आहात! राजानं प्रजेशी एकनिष्ठ राहिलं पाहिजे, असं आपल्या धर्मग्रंथांतून सांगितलं आहे. राज्यातील विद्वानांच्या आणि प्रजेच्या विचारानं राज्यकारभार करावा, असंही सांगितलं आहे. करतो आहेस तू तसा कारभार? बघतो आहेस प्रजेच हित? मग तुला राजा कशासाठी म्हणायचं?'

यावर धनानंद कुत्सितपणानं म्हणाला,

'तुमच्या म्हणण्यावर माझं राज्यपद थोडंच अवलंबून आहे? माझं राजेपण स्वयंसिद्ध आहे, स्वयंभावी आहे!'

'राजा, फक्त परमेश्वरच स्वयंभू असतो!'

'राजा हा परमेश्वराचाच अंश असतो!'

कपिलेदव ठासून म्हणाले,

'राजा परमेश्वरासमान असेल, तर! तो न्यायी असेल, तर! तुला कोण म्हणणार परमेश्वर? लोकांनी तसं म्हणावं लागतं! स्वत: नाही! स्वत:च स्वत:च्या मुखमंडलासमोर दिवे ओवाळण्यात काय अर्थ आहे?'

कपिलदेवांच्या प्रत्येक शब्दागणिक राजाच्या संतापाची धार वाढत होती. विष्णु आपल्या पित्याचा प्रत्येक शब्द न् शब्द आपल्या मनात साठवून ठेवत होता.

कपिलदेव कळकळीनं म्हणाले,

'राजा, अजूनही वेळ गेलेली नाही. राज्यातील विद्वानांना आणि वडिलधाऱ्यांना मान देऊन, तू जर राज्यकारभार केलास, तर तुझं राजेपद सुखानं नांदू शकेल. तू जर राजधर्मानं राज्य केलंस, तर प्रजा तुझा नेहमीच आदर करील. तुला देव मानील. तुझा जयजयकार करील. अन्यथा, राजा, तुला प्रजेच्या असंतोषाचे परिणाम भोगावे लागतील. नीट ध्यानात ठेव!'

कपिलदेवांच्या या बोलण्यावर राजा उद्धटपणानं म्हणाला,

'तू आणि तुझी जनता माझं काय करणार आहात? काय कराल तुम्ही, ते सांगा ना!'

‘ते प्रत्यक्षात दिसेलच!... पण तू अजूनही चांगला विचार कर; आणि शकदालांची मुक्तता कर!’

यावर राजा धनानंद उर्मटपणानं म्हणाला,

‘त्याची तर मुक्तता करणार नाहीच; पण तुमच्यासारख्यांनाही तोच मार्ग दाखवीन! सांगा... सांगा.... तुम्ही माझं काय करणार आहात?’

जवळच उभ्या असलेल्या सैनिकाला धनानंदानं जवळ बोलावून घेतलं. त्याच्या हातातला चाबूक घेतला आणि कपिलदेवांच्या पाठीवर तो कडाडला.

त्या सैनिकाला तो उद्देशून म्हणाला,

‘फटके मारून या राजद्रोह्याच्या मुसक्या बांधा आणि त्याला कारागृहात डांबून ठेवा! माझ्या विरुद्ध बोलतो काय?’

असं म्हणून स्वत: धनानंदानं त्यांच्या पाठीवर फटका मारला. त्यासरशी कपिलदेव कळवळले. एखाद्या जुन्यापुराण्या अश्वत्थ वृक्षाप्रमाणे गाडीत कोसळले; आणि मग खाली आदळले. पडताना त्यांचं डोकं त्या बैलगाडीच्या खिळ्यावर आपटलं. डोक्याला खोक पडली. भळभळा रक्त वाहू लागलं.

हातानं डोकं धरूनच ते उठायचा प्रयत्न करू लागले, परंतु दुसऱ्या एका सैनिकानं आसूड-प्रहार करून पुन्हा त्यांना खाली पाडलं.

विष्णूला आपल्या पित्याचे ते हाल बघवले नाहीत. तो धावत वडिलांजवळ गेला आणि त्यांच्या अंगावर ओणवा पडला. त्यामुळं पुढला आसूड-प्रहार त्याच्या अंगावर पडला.

त्या मारानं विष्णूला अतिशय क्लेश झाले; परंतु त्यानं डोळ्यातून टिपूसभरही पाणी काढलं नाही. त्यानं त्या आसुडाचा फटका शांतपणानं सहन केला.

एका सैनिकानं ओरडून त्याला बाजूला व्हायला सांगितलं; परंतु विष्णु तिळमात्रही हलला नाही.

कपिलदेवांच्या अंगात बोलायचंही त्राण उरलं नव्हतं. आसुडाच्या प्रहारांनी त्यांच्या शरीरावर आणि राजाच्या वाक्प्रहारांनी त्यांच्या मनावर व्रण उमटले. त्यांना तिथून हलवतही नव्हतं.

त्याच अवस्थेत ते विष्णूला समजावण्याचा प्रयत्न करत होते. परंतु त्यांच्या तोंडातून शब्दही बाहेर फुटत नव्हता. मग त्यांनी खूण करूनच त्याला जायला सांगितलं.

परंतु आपल्या वडिलांची ती करुण अवस्था पाहून विष्णूचा तिथून पाय निघणंच शक्य नव्हतं.

एका सैनिकानं विष्णूला ढकलून बाजूला केलं. जवळच असलेल्या एका दगडावर विष्णूचं डोकं आपटलं. त्यानं डोक्याच्या क्षतावर आपला हात दाबून ठेवला.

विष्णू मनाशी म्हणाला,

'या धरित्रीवर सांडलेलं निरपराध माणसाचं रक्त कधी व्यर्थ जात नसतं!'

परंतु त्या वेळी तरी त्याला काहीच करता येत नव्हतं.

तशा अवस्थेतही सैनिकांनी राजाज्ञेप्रमाणे कपिलदेवांच्या मुसक्या बांधल्या आणि त्यांचं अर्धमृत शरीर घसडत ते कारागृहाच्या दिशेनं निघाले.

कपिलदेवांनी त्याही व्यथित अवस्थेत विष्णूकडं एक कटाक्ष टाकला.

विष्णूच्या दृष्टीत संतापाचा अंगार फुलला होता. आपल्या पित्याची ती क्लेशयुक्त मुद्रा पाहून त्याचं मन हेलावलं. या राज्यातील प्रजा गप्प बसणार नाही. ती या दुष्ट राजाचं रक्त सांडल्याशिवाय राहणार नाही, या विचारानं त्याचं मन हललं. परंतु आज तरी त्याचं शरीर तिथंच स्थिर होतं.

दूर जाणाऱ्या उन्मत्त धनानंदाच्या रथाकडे तो एकटक बघत होता. तिथं पुन्हा गोळा झालेले लोक विष्णूबद्दल हळहळ व्यक्त करत होते. त्याला सावरण्यासाठी काही लोक पुढं सरसावले होते.

संतापानं आपलं मस्तक फुटून जाईल, की काय, असं विष्णूला वाटायला लागलं. आपण हतबल असल्याची जाणीव निदान त्या क्षणी तरी त्याला झाली.

राजाला जाताना पाहून हळूहळू रिता झालेला बाजार पुन्हा भरायला लागला. आजूबाजूच्या घरांच्या दारं-खिडक्या पुन्हा उघडायला लागल्या. काही लोक सौधतलावर येऊन उभे राहिले. हळूहळू एकेकजण विष्णूजवळ येऊ लागला. लोक आपापसांत कुजबुजू लागले.

परंतु विष्णूला मात्र कसलंच भान नव्हतं. दूरवर जाऊन पडलेला आपला दंडा त्यानं घेतला; आणि तो घरच्या वाटेला लागला. घरी जाऊन आपल्या आईला काय सांगावं, या विचारात तो पडला होता.

त्याच्या मनात अंधार दाटला होता. सभोवतालीही अंधारछाया पसरायला लागल्या होत्या.

विष्णु जेव्हा घरी आला, तेव्हा त्याचं घर अंधारात पुरतं बुडून गेलं होतं. क्षणभर त्याला काहीच समजलं नाही.

त्यानं ओटीवरून माजघरात प्रवेश केला.

माजघरातल्या एका कोपऱ्यात आपली आई बसलेली आहे, हे त्याला त्या अंधारातही जाणवलं.

तिच्याजवळ जाऊन विष्णु म्हणाला,

'आई, अंधार पडलाय्, दिवा नाही का लावायचा?'

सरस्वतीनं एकदम दचकून त्याच्याकडे पाहिलं. अंधारात विष्णु तिला धडपणानं दिसलाही नाही.

भानावर येऊन ती त्याला म्हणाली,

'तूच लाव दिवा! मला, किनई, आताशा काही सुधरत नाही. तुम्ही दोघंही सतत घराबाहेरच असता. त्यामुळं मी एकटीच अशी वेड्यासारखी बसून राहते... तुम्ही कधी याल, याची वाट बघत!'

यावर विष्णु काहीच बोलला नाही. घडलेला प्रकार तिच्या कानी घालण्याचा धीर त्याला झाला नाही.

सरस्वती विष्णूसमोर आपलं मन मोकळं करत होती. म्हणत होती,

'विष्णु, तू आलास, तेव्हा मी तुमचाच विचार करत होते. तुमच्या काळजीनं माझा जीव गुदमरून जातो. शकदालांना कारागृहात घातल्यापासून माझ्या मनात नाही नाही ते विचार येत राहतात. तुम्हीही त्यांच्याच मार्गानं चालला आहात. त्यामुळं आपल्या घरावरही संकटाचं सावट पसरल्याचा सारखा भास होतो.'

मधेच भानावर येऊन ती म्हणाली,

'अरे विष्णु, तूही दिवा लावायला विसरलास की! जा, आधी देवासमोर दिवा लावून ये!'

विष्णूनं हातपाय धुतले आणि देवापुढं दिवा लावला.

क्षणभर तो देवासमोर डोळे मिटून बसला. जणू आईला घडलेला वृत्तान्त सांगण्यासाठी तो देवाजवळ धैर्य मागत होता.

तेवढ्यात त्याला आईची हाक ऐकू आली,

देवघरातून तो माजघरात गेला आणि तिथंही त्यानं दिवा लावला.

दिव्याच्या उजेडात तिला विष्णूच्या कपाळावरची खोक दिसली. तिनं घाबरून विचारलं, 'अरे विष्णु, तुझ्या कपाळाला ही खोक कसली पडली? काय लागलं तुला? पडलास का? बोलत का नाहीस? सांग ना! सांग... सांग!'

विष्णु तरीही गप्पच होता.

आईच्या मनात अशुभाची पाल चुकचुकली. मोठ्यानं ओरडूनच ती विष्णूला म्हणाली,

'अरे, सांग ना! का असा गप्प बसलास?.... तुझे तात कुठं आहेत?'

विष्णूनं अत्यंत आर्ततेनं आईकडे बघितलं; आणि आर्त स्वरात तो म्हणाला,

'आई, धनानंदानं तातांना कारागृहात टाकलंय्!'

विष्णूनं सांगितलेली बातमी प्रथम तिला खरीच वाटली नाही.

ती विष्णूला म्हणाली,

'अरे, सांगतोस काय तू हे?'

मग मात्र ती सुन्न झाली.

विष्णु एकदम तिच्याजवळ गेला आणि आईच्या कुशीत त्यानं आपलं तोंड लपवलं. दोघेही मायलेक धुमसून रडायला लागले.

कोण कुणाला धीर देणार होतं? रडण्याशिवाय त्यांना अन्य कोणतं गत्यंतर होतं?

विष्णूच्या आईनं त्याला घट्ट धरून ठेवलं होतं. तिच्या नेत्रांना सारखी गळती लागली होती. विष्णूनं स्वत:ला थोडं सावरलं होतं. आता तो आईला धीर देण्याचा प्रयत्न करत होता. तरी तिच्या डोळ्यातलं पाणी खंडत नव्हतं.

मग विष्णूनं आईला काही वेळ तसंच रडू दिलं. त्यामुळे तिच्या दु:खाला अश्रूंची थोडी वाट मिळाली.

तिनं रडवेल्या सुरात त्याला विचारलं,

'कुठं रे, त्यांना धरून नेलं? कशासाठी? का?... का? सारं सविस्तर सांग मला!' विष्णूनं तिला सारी हकीगत सांगितली.

ती हकीगत ऐकताना तिचे नेत्र पुन्हा भिजायला लागले. दु:खाच्या डोहातून पुन्हा पाणी वाहायला लागलं.

आपल्या पतीला बेदम मारहाण केल्याबद्दल तिच्या मनातला संताप अनावर झाला. धनानंद राजाबद्दल तिला परमावधीची घृणा निर्माण झाली.

विष्णु उगाचच आपल्या आईला समजावणीच्या स्वरात म्हणाला,

'आई, तू काळजी करू नकोस. तात निश्चित परत येतील. तोपर्यंत आपणच एकमेकांना आधार देऊ!'

आपल्या या बोलण्यानं आईचं सांत्वन झालं किंवा नाही, हे विष्णूला समजलं नाही. परंतु आपल्या या बोलण्याला काहीही अर्थ नव्हता, एवढं मात्र त्याला समजलं.

मायलेक दोघेही भवितव्यतेचा वेध घेत होते आणि ती भवितव्यता अज्ञातात दडलेली होती

विष्णू गंगेवरून परत आला, तेव्हा त्याची दृष्टी ओटीवरून भिरभिरली. ओटीवरची शांतता त्याला भयाण वाटली. नित्याप्रमाणे वडिलांचे छात्रगण तिथं बसलेले त्याला दिसले नाहीत.

आज गंगेवरून परत येतानासुद्धा त्याला आपल्या वडिलांची एकसारखी आठवण होत होती. गंगेवर जाता-येताना कपिलदेव त्याला नित्य नवे पाठ देत असत. विष्णू विनोदानं त्या पाठांना गंगापाठ म्हणून संबोधत असे. ते पाठ

मनात साठवून ठेवत असे. परंतु आज त्याला गंगापाठ द्यायला त्याचे तात नव्हते. आता कारागृहात ते कोणत्या अवस्थेत असतील, या विचारानं त्याचं मन गलबलून गेलं.

घरच्या ओटीवरही त्याला वडील दिसले नाहीत. त्याचं मन उदासवाण्या विचारांनी काठोकाठ भरून गेलं.

नित्याप्रमाणे त्याची आई दारात उभी राहून त्याची वाट बघत नव्हती.

त्या एका दुर्घटनेमुळं त्याचं सारं जगच पार पालटून गेलं होतं. सुखाच्या जगातून त्यांच्या घरानं दु:खाच्या जगात प्रवेश केला होता.

त्या दिवशी आई त्याला माजघरात दिसली नाही, म्हणून विष्णूनं पाकगृहात प्रवेश केला. तिथं आई चुलीपाशी सुन्न मुद्रेनं बसलेली त्याला दिसली. चुलीवर अन्न शिजत होतं. परंतु ते करपून जायला लागलं, तरी तिकडे तिचं लक्ष नव्हतं.

विष्णु एकदम पुढं होऊन म्हणाला,

'तुझं लक्ष कुठाय्? चुलीवरचा भात करपून चाललाय्!'

विष्णूच्या आईनं चटकन चुलीवरचं ते पात्र खाली उतरून ठेवलं. तिच्या हाताला चटका बसला. ती कळवळली.

विष्णूनं आईचा हात हातात घेतला. तो काळजीच्या स्वरात म्हणाला,

'असं काय करतेस तू? तुझं कामात लक्ष का नसतं?'

भरलेल्या नेत्रांनी ती म्हणाली,

'काय करू रे, मी विष्णू? त्यांच्या काळजीनं माझं काळीज पार उडून गेलं आहे. माझं कुठंच लक्ष लागत नाही. त्या दुष्टांनी कारागृहात त्यांचे कसे हाल चालवले असतील, या कल्पनेनं वेडी होऊन जाते. ते तिकडे हालअपेष्टांत असताना आपण इथं खातेपिते आहोत, ही कल्पनाच मला सहन होत नाही!'

विष्णु आईकडे नुसता बघत होता. त्याच विचारांनी तो पुरता भंडावून गेला होता. त्याच्या मनात आईसारखेच विचार सतत घोंघावत होते.

त्याची आई त्याला म्हणाली,

'काय सांगू, विष्णु तुला! मी सतत माजघरात बसून राहते. पण ओटीवर त्यांची पावलं वाजल्याचा मला सारखा भास होतो. विद्यार्थ्यांना शिकवताना त्यांचा आवाज कानी येईल, म्हणून ओटीकडे माझा सारखा कान लागलेला असतो! त्यांच्याशिवाय हे घर मला खायला उठते, रे!'

विष्णु आपल्या आईजवळ सरकला. तिनं त्याला कुशीत घेतलं. बराच वेळ ते कपिलदेवांच्या आठवणी काढत होते. त्यांच्या मुखातून आठवणींचे सर ओघळत होते आणि नेत्रांतून अश्रूंच्या सरी सांडत होत्या.

✧

आज विष्णु घरी आल्यावर त्याला खायला काय घालावं, या काळजीत त्याची आई पडली होती. कपिलदेवांना कारागृहात जाऊन एक महिना उलटून गेला होता. या कालावधीत घरातलं धान्य संपून गेलं होतं. पदरमोड करून तिनं आजवरचे दिवस कसेबसे कंठले होते. पण आता तिच्याजवळ एक कार्षापणही शिल्लक उरला नव्हता. विष्णु घरी आल्यावर ती त्याच्यापुढं खायला काय ठेवणार होती? एक महिना तिनं कसातरी रेटला होता. आता क्षणही तिला युगासारखे वाटायला लागले होते. आपल्या एकुलत्या एका मुलाचं आपण उदरभरण करू शकत नाही, या गोष्टीची तिला खंत वाटली.

एवढ्यात विष्णु घरात आला. घरात पाय ठेवताच तो मोठ्यांदा म्हणाला, 'आई, तू कुठं आहेस? मला भूक लागलीय्... माझं पान वाढ!'

ते ऐकून सरस्वतीच्या पोटात धस्स झालं. बाहेर येत ती म्हणाली,

'तू हातपाय धुऊन ये, विष्णु! मी बघते, काही खायला आहे का, ते!'

विष्णूनं विचारलं,

'म्हणजे अजून तू काही केलं नाहीस का?'

पाकगृहात जाताना त्याची आई म्हणाली,

'काही करायला घरात धान्य हवं ना? पुन्हा बघते, काही आहे का घरात...'

घरात जाऊन ती रिकाम्या गाडग्या-मडक्यांकडे शून्य दृष्टीनं बघत राहिली. ती रिकामी गाडगी-मडकी पुन्हा पाहून भरणार थोडीच होती!

एवढ्यात विष्णु तिथं जाऊन म्हणाला,

'अग, मला मुळीच भूक लागलेली नाही. तुझ्या समाधानासाठी मी तसं म्हणालो.'

विष्णूला जवळ ओढून ती म्हणाली,

'किती शहाणा आहे माझा बाळ! कुठं रे, शिकलास हे शहाणपण?'

'तातांच्या सांगण्यानं आणि तुझ्या आचरणानं हे शहाणपण मला शिकवलं आहे.'

सरस्वती म्हणाली,

'मला तुझे तात महाभारतातला तो प्रसंग सांगायचे. त्या प्रसंगाची आठवण होते.'

विष्णूनं कुतूहलानं विचारलं,

'कोणता प्रसंग?'

'पांडव वनात असताना श्रीकृष्णानं द्रौपदीची थाळी कधी रिक्त होऊ दिली नाही. पण एवढं पुण्य माझ्या पदरी कुठून असणार? माझ्यामागे असा एखादा श्रीकृष्ण कुठून उभा राहणार?'

विष्णु चकित होऊन तिच्याकडे बघत राहिला.

त्याची आई पुढं म्हणाली,

'साधुसंतांच्या संरक्षणासाठी आणि धर्मप्रस्थापनेसाठी श्रीकृष्णानं पुन:पुन्हा

अवतार घेण्याचं अभिवचन दिलेलं आहे ना? आता आपला राजा उन्मत्त होऊन सज्जनांचा छळ करत नाही का? मग या वेळी श्रीकृष्णानं....'

तिचं बोलणं पुरतं व्हायच्या आतच विष्णु म्हणाला,

'अवतार घ्यायलाच हवा! आई, प्रत्येक कंसाचा संहार करण्यासाठी श्रीकृष्ण नेहमी अवतार घेत असतो? विश्वास ठेव तू!'

सरस्वतीनं आपल्या पुत्राकडे चमकून बघितलं. कंसरूपी धनानंदाचा संहार करणारा श्रीकृष्ण अवतरल्याचा स्पष्ट भास तिला झाला.

ज्या त्या व्यक्तीची श्रद्धा ही सत्य मानावीच लागते.

दोघेही मायलेक विचारात गढून गेले होते.

मग आपल्या मनातले विचार दूर करून विष्णू म्हणाला,

'तुला भूक लागली नाही का, आई? थांब...मी तुझ्यासाठी माधुकरी मागून आणतो.'

नकारार्थी मान हलवत सरस्वती म्हणाली,

'नको, नको! माझी भूक भागलीय्! तुझ्यासारखा गुणी मुलगा जवळ असल्यावर भूक का नाही भागणार? पण तू दूर जाऊ नकोस... फार एकटं वाटतं, रे मला!'

त्या दिवशी तो तिच्याजवळच बसून राहिला. मात्र दुसऱ्या दिवसापासून तिच्यासाठी माधुकरी मागून आणण्याचा निश्चय त्यानं पक्का केला. त्याचे पिताजी कारागृहात पिचत पडले होते. घरातील कर्त्या पुरुषाचं दायित्व आता त्याच्यावर येऊन पडलं होतं.

नेहमीप्रमाणे गंगेवरून घरी न जाता विष्णू आज पाच घरं माधुकरी मागायला जाणार होता.

एका घरासमोर विष्णु उभा राहिला. त्याच्या उजव्या खांद्यावर माधुकरीची झोळी लटकत होती. डाव्या हातात दंडा होता.

कालपासून त्याच्या पोटात अन्नाचा एक कणही गेलेला नव्हता. तरीही त्याची मुद्रा तेजस्वी दिसत होती.

विष्णूनं खणखणीत आवाजात पुकारलं,

'ॐ भवति भिक्षां देहि।'

भिक्षेसाठी विष्णूनं काही काळ वाट बघितली; पण घरातून कुणीही बाहेर आलं नाही.

विष्णूनं पुन्हा आवाज दिला:

‘ॐ भवति भिक्षां देहि।’

वाट बघूनही त्या घरातून कुणी बाहेर आलं नाही. म्हणून विष्णु पुढील दारी गेला. तिथंही त्यानं भिक्षेसाठी आवाज दिला. त्याचा आवाज ऐकून एक स्त्री बाहेर आली आणि ती त्याच्या झोळीत भिक्षा वाढणार, एवढ्यात तिचा पती तिच्यावर ओरडला. त्यानं तिला आत जायला सांगितलं.

विष्णूच्या आईच्या तोंडाचा घास परतला.

विष्णूनं एकंदर प्रकार ओळखला. तो समोरच्या घरी गेला आणि तिथं ‘ॐ भवति’ असा आवाज दिला. तिथंही तोच अनुभव आला. सासूबाईंनी त्याला भिक्षा घालायला सांगितली, तर सूनबाईंनी आपल्या पतिराजाच्या आज्ञेवरून भिक्षा घालायला नकार दिला.

तिथं अधिक काळ न थांबता विष्णूनं पुढचं घर गाठलं.

त्यानं आजूबाजूला बघितलं. सर्वत्र शांतता पसरलेली होती. सूर्य माध्यान्हीला आला होता. घरी आपली आई वाट बघत असेल, या विचारानं तो अस्वस्थ झाला. पण रिकाम्या झोळीनं घरी परत जायला त्याचं मन धजेना. परंतु त्या चौथ्या घरीही त्याची झोळी रितीच राहिली.

मनात केलेल्या संकल्पाप्रमाणे तो पाचव्या घराच्या दाराशी भिक्षेसाठी उभा राहिला. त्या घराच्या ओटीवर दोन स्त्रिया बसलेल्या त्याला दिसल्या. त्याच्या मनात आशा निर्माण झाली. परंतु आशेत जसं सुख साठवलेलं असतं, तसंच दुःख गोठवलेलं असतं, या गोष्टीची त्याला त्या क्षणी तरी कल्पना नव्हती. या पाचव्या घरी तरी आपल्याला भिक्षा मिळेल, या कल्पनेत तो असतानाच त्याला दिसलेल्या त्या स्त्रिया बघता बघता नाहीशा झाल्या. जणू आशेच्या रूपानं विष्णूला त्या दोन स्त्रिया दिसल्या होत्या आणि निराशेच्या रूपानं त्या अदृश्य झाल्या होत्या.

मग मात्र विष्णूचं मन परमावधीच्या निराशेनं काळवंडून गेलं. काल त्याचं पोट रिकामं राहिलं होतं. आज त्याची भिक्षेची झोळी रिक्त राहिली होती. विष्णूला स्वतःच्या पोटापाण्याची चिंता नव्हती. परंतु आपल्या आईच्या भुकेची काळजी होती. आपले वडील कारागृही असताना आपण घरी आईच्या पोटाला एक घासभर अन्न देऊ शकत नाही, या गोष्टीची त्याला लाज वाटायला लागली.

मग घरी न जाता त्यानं सरळ पाठशालेचा रस्ता धरला.

चालताना लोकांच्या वागण्याचं त्याला आश्चर्य वाटत होतं....मगधवासी पौरजन खरं तर दयाळू आणि पापभीरू! मग एका माधुकऱ्याला माधुकरी घालणं त्यांना का जमलं नाही? त्या माधुकऱ्यानं त्यांचा असा कोणता अपराध केला होता? त्याचे पिताजी कारागृहात गेले होते, ते कुणासाठी? त्या पौरजनांच्या हितासाठीच ना? त्याच्या पिताजींनी त्यांचा असा कोणता अपराध केला होता,

म्हणून त्यांच्या घराला त्यांनी उपाशी ठेवायचं ठरवलं होतं? प्रजेचा अपराधच कुणी केला असेल, तर तो राजानं केला होता! मग राजाच्या अपराधासाठी प्रजेतील सज्जनांना ही उपाशी पोटाची शिक्षा कशासाठी?

काल आपली आई म्हणाली, ते खरं असेल का?

साधुसंतांचं संरक्षण करण्यासाठी आणि दुष्ट दानवांचं निर्दालन करण्यासाठी युगायुगाच्या ठायी श्रीकृष्ण अवतार घेत असतो! श्रीकृष्णाचा अवतारसमय प्राप्त झाला आहे?

विष्णूच्या मनात विचारांचा कल्लोळ माजला होता. अशा प्रक्षोभाच्या मन:स्थितीतच त्यानं पाठशालेत प्रवेश केला.

पाठशालेतील समोरच्या ओसरीवर आचार्य शिष्यगणाला शिकवत बसले होते.

विष्णूला बघताच आचार्यांची मुद्रा गंभीर बनली; आणि त्यांचा पाठ एकदम थांबला. आचार्यांच्या शिकवण्यात खंड पडल्यामुळं विद्यार्थ्यांनी त्यांच्याकडे चमकून बघितलं.

आचार्य विष्णूकडे एकटक बघत होते.

विद्यार्थ्यांनीही मान वळवून बघितलं.

पाठशालेच्या प्रांगणात उभ्या असलेल्या विष्णूला पाहून अजय आणि वरुण यांनी एकमेकांकडे बघितलं. त्याच्याजवळ धावत जाऊन त्याला मिठी मारावी, अशी अनावर इच्छा त्यांच्या मनात निर्माण झाली. परंतु आचार्यांच्या अनुज्ञेशिवाय तिथून उठणं त्यांना शक्य नव्हतं. म्हणून ते मुकाट्यानं तिथंच बसून राहिले.

विष्णु पुढं आला आणि विद्यार्थ्यांच्या मागे जाऊन बसला.

भानावर येऊन आचार्यांनी आपलं अध्यापन पुन्हा सुरू केलं. विष्णूच्या आगमनामुळं आचार्यांचं अध्यापनातून आणि छात्रगणांचं अध्ययनातून लक्ष पार उडून गेलेलं दिसत होतं.

आचार्यांनी आपला पाठ लवकर आटोपता घेतला. ॐ कार उच्चारून त्यांनी विद्यार्थ्यांना जाण्याची अनुज्ञा दिली.

सारे विद्यार्थी आचार्यांना वंदन करून पाठशालेबाहेर पडले.

अजय आणि वरुण मात्र मागे रेंगाळले. विष्णूही तिथंच थांबला. त्याला आचार्यांशी बरंच बोलायचं होतं. आपल्या मनातल्या शंकाकुशंकांचं निरसन करून घ्यायचं होतं.

तो त्यांना काही विचारणार, तेवढ्यात आचार्यच त्याला म्हणाले,

'विष्णु, उद्यापासून तू पाठशालेत येऊ नकोस!'

'उद्या सुट्टी आहे का पाठशालेला?'

आचार्य पुन्हा म्हणाले,

'सुट्टी नाही. पण तू येऊ नकोस!'

विष्णूनं आश्चर्यानं विचारलं,

'का येऊ नको? माझ्या हातून काही अपराध घडला आहे का?'

आचार्य मृदु स्वरात म्हणाले,

'नाही,रे! तुझ्यासारखे गुणी विद्यार्थी अपराध का करत असतात? पण तुझ्यासारख्या हुशार विद्यार्थ्याला यापुढं ज्ञानदान करता येणार नाही, याबद्दल फार वाईट वाटतं!'

विष्णूनं उद्वेगानं विचारलं,

'पण तुम्ही साऱ्यांनी हे काय आरंभलं आहे? मघाशी मी माधुकरीसाठी दारोदार गेलो. पण त्यांनी मला विन्मुख पाठवलं. तुम्ही सारेजण माझ्याशी असं का वागताहात? सांगा....सांगा!'

विष्णूकडे न बघताच आचार्य म्हणाले,

'विष्णु, तशी राजाज्ञा आहे; आणि राजाज्ञेचं उल्लंघन करण्याची मगधातल्या कुणाचीही प्राज्ञा होणार नाही. शकदाल आणि कपिलदेव यांना धरून नेल्यापासून सर्वत्र भीतीचं वातावरण निर्माण झालं आहे!'

विष्णूनं कळवळून विचारलं,

'पण हे न्यायाचं आहे का?'

'अरे विष्णु, न्याय-अन्याय राजाच ठरवतो ना?'

'त्याच्याशी प्रजेचा काहीच संबंध नाही?'

'तुला माहीत आहे ना, की पर्जन्यानं झोडपलं आणि राजानं मारलं, तर न्याय कुठं मागायचा?'

विष्णु चटकन बोलून गेला,

'पर्जन्याविरुद्ध न्याय मागायचा देवाकडे आणि राजाविरुद्ध न्याय मागायचा, तो प्रजेकडे!'

आचार्य म्हणाले,

'अरे, आपली प्रजा जर एवढी जागरूक असती, तर राजानं एवढी वेळ आणलीच नसती! राजाचं मस्तक प्रजेच्या बळावर जागच्या जागी राहतं! खरं तर प्रजेच्या बळावरच राज्यं चालत असतात!

'विष्णु, आज तरी तशी परिस्थिती नाही. आज आपण राजतंत्रानंच वागलं पाहिजे!'

'पण, आचार्य, प्रजातंत्र, लोकतंत्र निर्माण करण्याची वेळ मात्र उद्या येऊन ठेपलेली आहे!'

आचार्य निर्धारानं म्हणाले,

'उद्याचं उद्या बघता येईल! पण आजपासून तू पाठशालेत येऊ नकोस!'

विष्णु अत्यंत विषादयुक्त अंत:करणानं पाठशालेच्या बाहेर पडला.

आता या मगधात आपल्यासाठी काहीच शिल्लक उरलेलं नाही, आपल्यासाठी कुणीच काही करायला सिद्ध नाही, या विचारानं तो खिन्न झाला. आता या मगधदेशात राहण्याचं काहीच प्रयोजन उरलेलं नाही, असा विचार त्याच्या मनात स्थिर व्हायला लागला.

परंतु त्याला एकदम आपल्या आईची आठवण झाली. सकाळपासून तो घरीच गेलेला नव्हता. आपली भुकेली आई आपली वाट बघत माजघरात एकटीच बसली असेल, या विचारानं त्याची पावलं घराच्या वाटेकडे वळली.

आईसाठी तरी त्याला मगधात राहणं भाग होतं!

तो चालत असताना पाठीमागून त्याला कुणीतरी हाक मारली.

त्यानं मागे वळून बघितलं.

अजय आणि वरुण हे त्याचे जिवलग मित्र धावत त्याच्या पाठीमागून येत होते. तो थोडा थांबला.

जवळ येताच अजय धापा टाकत म्हणाला,

'विष्णु, अरे, तुला किती हाका मारल्या! तुला ऐकू नाही का आल्या?'

बऱ्याच दिवसांनी त्यांची भेट होत होती. त्यामुळं त्या दोघांना पाहून विष्णूला फार आनंद झाला. निदान आपले जिवलग मित्र तरी आपल्याला अंतरले नाहीत, या गोष्टीचं त्याला फार समाधान वाटलं.

विष्णु म्हणाला,

'मी विचारात गढून गेलो होतो. घरी आई वाट बघत असेल, म्हणून मी गडबडीत चाललो होतो.'

वरुण म्हणाला,

'आम्हांला न भेटताच तू घरी चालला होतास! आपल्या मित्रांना भेटावंसं तुला वाटलं नाही का?'

'तसं नाही, रे...पण...'

'पण काय? तुझ्यावर कोसळलेल्या आपत्तीची आम्हांला कल्पना का नाही? पण तुझाच आमच्यावरचा विश्वास उडालेला दिसतोय्!'

वरुणानं भर घातली,

'अजयचं म्हणणं खरं आहे. तू एवढ्या दिवसांत आम्हांला भेटला का नाहीस? आम्ही एक-दोनदा तुझ्या घरीही गेलो होतो; परंतु खूप हाका मारूनही कुणीच बाहेर आलं नाही. म्हणून परत फिरलो!'

विष्णु म्हणाला,

'अरे, तातांना कारागृहात टाकल्यापासून आईकडे मला सारखं बघावं

लागतं. तिच्या खाण्यापिण्याची व्यवस्था करण्यासाठी मी सतत घराबाहेरच असतो; आणि आईचंही घरात मुळीच लक्ष लागत नाही. या साऱ्या गडबडीत तुमची भेट घेणं मला मुळीच जमलं नाही.'

विष्णूनं समोर बघितलं.

त्या उन्हात रस्ता रखरखीत दिसत होता.

निसर्गही मनुष्याच्या परिस्थितीशी सोबत करतो, की काय, कुणास ठाऊक!

रस्त्यावरची दृष्टी आपल्या जिवलग मित्रांकडे वळवून विष्णु म्हणाला,

'यापुढंही आपली भेट कितपत होईल, यांची शंकाच आहे!'

त्या दोघांनी एकदम विचारलं,

'का, रे? भेट न व्हायला काय झालं?'

विष्णु म्हणाला,

'आचार्यांनी मला पाठशालेत यायला बंदी नाही का केली?'

अजय खाली बघून म्हणाला,

'आम्हांला ते आवडलं नाही!'

'पण आपल्या राजाला ते आवडलं आहे ना? राजा करील, ती पूर्व दिशा झालेली आहे ना?'

वरुण म्हणाला,

'हे बघ, पाठशाला सोड; पण आपण घरी नाही का भेटू शकणार?'

काळजीयुक्त स्वरात विष्णु म्हणाला,

'नको, नको! माझ्यामुळं उगाच तुमच्यावर संकट यायचं! तुम्हांलाही पाठशालेला मुकावं लागेल!'

दोघेही एकदम म्हणाले,

'त्याला आम्ही भीत नाही!'

'अरे, पण तुमच्या घरच्या लोकांचं काय? त्यांना हे आवडेल का? त्यापेक्षा तुम्ही माझ्यापासून दूर राहा ना!'

असं म्हणून विष्णु सरळ घरच्या वाटेला लागला.

आपल्या या असामान्य मित्राकडे दोघेही अवाक् होऊन बघत राहिले.

मगधबंधाची ही ठेव आपल्याला अंतरणार तर नाही ना, या विचारानं दोघेही व्याकूळ झाले!

अंधारातील अंधार

घरी पोहोचायला विष्णूला बराच उशीर झाला. आई आपली आतुरतेनं वाट बघत बसली असेल, या कल्पनेनं त्यानं घरात प्रवेश केला. पण त्याची आई अंधारात गप्प बसून होती. तो परत आल्याचीही बहुधा तिला चाहूल लागली नसावी. आजही तिनं घरात दिवा लावला नव्हता.

विष्णूनं हातपाय धुऊन देवापुढं दिवा लावला. माजघरात जेव्हा त्यानं दिवा लावला, तेव्हा नेहमीच्या कोपऱ्यात आई त्याला बसलेली दिसली. तिचे डोळे मिटलेले होते. त्याला वाटलं, तिला बसल्या बसल्या झोप लागली असावी.

तिला अंथरुणावर नीट निजवावं, या विचारानं विष्णु तिच्याजवळ गेला. तिच्या हाताला त्यानं धरलं, तेव्हा तो हात त्याला गरम वाटला. त्यानं तिच्या कपाळाला हात लावून पाहिला. कपाळही त्याला गरम वाटलं.

तिला थोडं हलवून त्यानं विचारलं,

'काय होतंय् तुला, आई? तुझं अंग चांगलंच तापलंय्! काय होतंय्, ते सांग ना!'

विष्णूच्या आईनं डोळे उघडण्याचा प्रयत्न केला; परंतु विलक्षण ग्लानीमुळं तिला डोळ्यांची उघडझाप करता आली नाही. तिला धड हालचालही करता येत नव्हती.

विष्णूनं तिला अंथरुणावर झोपवलं; आणि पाणी आणण्यासाठी तो पाकगृहात गेला.

पाणी प्यायल्यावर तिला थोडी तरतरी आली.

विष्णूनं तिला विचारलं,

'आता बरं वाटतंय् ना तुला?'

तिनं फक्त मान हलवली.

विष्णु म्हणाला,

'मी पटकन् वैद्यांना घेऊन येतो.'

यावर तिनं काही बोलण्याच्या आतच तो धावतच बाहेर पडला. वैद्यांना त्यानं आईच्या प्रकृतीविषयी सविस्तर सांगितलं आणि म्हटलं,

'घरी येता ना तिला बघायला?'

वैद्य अगदी सहजपणानं म्हणाले,

'अरे, घरी येण्याची मुळीच आवश्यकता नाही! आईला भरपूर खायला दे!...आणि हे भस्म तिला मधातून चाटव. बरं वाटेल तिला! काळजी करू नकोस!'

वैद्यांनी दिलेलं भस्म घेऊन विष्णु घरी परतला. परंतु आपल्या आईला तपासण्यासाठी वैद्य आपल्या घरी का आले नाहीत, ही गोष्ट त्याला सहज समजली.

लोकांना जगवण्याचं पवित्र कार्य करणारे वैद्यही गावाबाहेर लोकांना मारण्याचं अपवित्र कार्य करणार होते! या गोष्टीचं त्याला अपरंपार दुःख झालं.

तो घरी आला. वैद्यबुवांनी सांगितल्याप्रमाणे आईला खायला द्यायला घरी अन्नाचा कणही नव्हता आणि तिला त्यांचं भस्म चाटवण्यासाठी घरात मधाचा थेंबही नव्हता.

घरी आल्यापासून त्याची बेचैनी मात्र कमालीची वाढली.

तिन्हीसांज टळून गेली होती. नेहमीप्रमाणे विष्णु रिकामी झोळी घेऊन घरी परत आला. घरात सर्वत्र अंधाराचं साम्राज्य पसरलं होतं.

विष्णु माजघरात गेला आणि आपल्या आईला म्हणाला,

'आई, तुला भूक लागली असेल ना?'

त्याची आई भानावर आली आणि खोल गेलेल्या आवाजात म्हणाली,

'नाही, रे! मला भूकच लागत नाही. त्यांना कारागृहात खायला तरी मिळत असेल, का नाही, कुणास ठाऊक!'

विष्णु अभावितपणानं बोलून गेला,

'त्यांना कारागृहात निदान कदान्न तरी मिळत असेल. आपल्या राज्यातील लोकांना सध्या तेवढंही खायला मिळत नाही!'

विष्णूच्या आईनं कुतूहलानं विचारलं,

'खायला न मिळायला काय झालं?'

'यंदा मगधावर पर्जन्याची अवकृपा झालेली आहे. सगळीकडे भीषण दुष्काळ पडलेला आहे. धान्य पिकलं नाही, तर माणसं काय खाणार?'

'अशा वेळी प्रजेच्या तोंडात दोन घास घालणं हे राजाचं काम नाही का?'

विष्णु म्हणाला,

'राजा आपलं काम करतोच आहे ना?'

'कोणतं, रे?'

'लोकांच्या तोंडचा घास काढून स्वत:चं पोट भरण्याचं! आपला राजा जर एवढा कर्तव्यदक्ष असता, तर शकदाल आणि तात यांच्यावर कारागृहात जाण्याचा प्रसंग आला असता का? या दुष्काळातही सोन्याचे हंडे भरण्याचं त्याचं काम चाललेलंच आहे!'

त्याची आई यावर काहीच बोलली नाही. विष्णूच्या डोळ्यांसमोर मात्र दुष्काळाचं भीषण चित्र उभं राहिलं.

या दुष्काळात तळी-विहिरी आटल्या होत्या. नद्या-नाले कोरडे पडले होते. सारे प्राणिमात्र पाण्यासाठी वणवण भटकत होते. त्यांच्या तोंडचं पाणी पळालं होतं. त्यांच्या मुखात अन्न जात नव्हतं, म्हणूनच पाण्यानं कदाचित पोबारा केला असावा. गुरांच्या चाऱ्याला सोन्याचा भाव आला होता आणि सोनं चाऱ्याच्या भावानं विकलं जात होतं. लोकांच्याजवळ सोनं नव्हतं, ही गोष्टही तितकीच खरी होती. परंतु सोनं देऊनही अन्न मिळत नव्हतं. अवर्षणामुळं ऊर फाटलेली भूमी आकाशाकडे दीनवाण्या दृष्टीनं बघत होती. घरी चारा नसल्यामुळं लोकांनी आपली गुरं दारी सोडून दिली होती. खायला न मिळाल्यामुळं मरतुकडी झालेली गुरं आकाशाकडे दीनवाणी दृष्टी लावून डोळ्यांत आलेले प्राण सोडत होती. कावळे-गिधाडं आणि कोल्हीकुत्री त्या मरून पडलेल्या गुराढोरांवर मजेत गुजराण करत होती; आणि प्रमत्तपणानं ओरडत होती. परंतु त्या गुरांढोरांचं मांस खाल्ल्यामुळं लागलेली तहान न भागल्यामुळं तीही त्यांच्या पाठोपाठ प्राण सोडत होती.

मगधपुरीत अक्षरश: यमपुरी नांदत होती.

विष्णूची आई म्हणाली,

'या दुष्काळात आपला राजा गप्प बसून राहिला आहे, याचं आश्चर्य वाटतं!'

'राजा नुसता गप्प बसून राहिला असता, तरी एक वेळ चाललं असतं. प्रजेकडून बळानं त्याची करवसुली चाललीच आहे!'

'मी म्हणते, त्यानं आता पर्जन्यवृष्टीसाठी एखादा यज्ञयाग करायला हवा. यज्ञ केल्यामुळं पर्जन्यवृष्टी होते आणि पर्जन्यवृष्टीमुळं अन्नधान्याची समृद्धी होते; म्हणून...'

आईचं बोलणं पुरं व्हायच्या आतच विष्णु म्हणाला,

'राजाला पर्जन्यवृष्टीची काय गरज? प्रजेला पिळून तो रुधिरवृष्टी करतोच आहे ना! एखादा हिंस्र पशू बरा, असं आपल्या राजाकडे पाहून वाटतं!'

यावर काही काळ कुणीच काही बोललं नाही.

मग आईला काही सांगावं,की नाही, असा क्षणकाल विचार करून विष्णु म्हणाला,

'राजा तशी प्रजा, असं म्हणतात, या गोष्टीचा प्रत्यय यायला लागला आहे.'

आई त्याच्याकडे निरखून बघत होती. अन्न न मिळाल्यामुळं विष्णूचे डोळे खोल गेलेले दिसत होते. तो अत्यंत कृश झालेला दिसत होता. तिची स्वत:ची तीच अवस्था झालेली होती. परंतु आईला स्वत:पेक्षा पोटच्या पोराचीच अधिक काळजी असते.

विष्णु पुढं सांगत होता,

'राजा ज्याप्रमाणे स्वार्थापोटी दिसेल त्याच्यावर झडप मारतो, त्याचप्रमाणे त्याच्या राज्यातील माणसंही दिसेल त्याच्यावर झडप मारायला लागली आहेत....'

'म्हणजे, रे, काय?'

'कालच मला एक असंच दृश्य दिसलं. कुठून तरी पळवलेला भाकरीचा एक तुकडा रस्त्यात खात बसलेला एक कुत्रा मला दिसला. जवळच उभ्या असलेल्या एका माणसानं ते बघितलं. त्यानं त्या कुत्र्याला हातातल्या काठीनं एक दणका दिला आणि कुत्र्याच्या तोंडातून खाली पडलेला तो तुकडा मिटक्या मारत खाल्ला! मला त्या प्रकाराची किळस वाटली!'

मग काही वेळानं मंद हास्य करून विष्णु म्हणाला,

'बाकी त्या माणसाला दोष देण्यात काय अर्थ आहे? कुत्र्यानं कुठून तरी पळवलेला भाकरीचा तो तुकडा त्या माणसानं पळवला. आपला राजाही लोकांच्या तोंडातले अन्नाचे घास असाच पळवत असतो. आता त्याच्या तोंडातला घास कोण काढून घेणार आहे, कुणास ठाऊक!'

त्याची आई काळजीनं म्हणाली,

'शकदाल आणि तुझे तात त्याचसाठी कारागृहात डांबून पडले आहेत ना? विष्णु, तू मात्र राजाच्या तोंडातल्या घासाला हात घालू नकोस, हो! त्यांच्याप्रमाणे तुलाही...'

सरस्वतीचं बोलणं पुरं व्हायच्या आतच विष्णु म्हणाला,

'राजानं जर लोकांचे घास गिळले असतील; तर त्याच्या तोंडातले ते घास काढून घेतलेच पाहिजेत. राजानं राजाचं असेल, ते खावं! प्रजेनं प्रजेचं असेल, ते खावं! हाच खरा न्याय आहे! आणि हा न्याय मिळवण्यासाठी प्रसंगी देहदंड सोसावा लागला, तरी प्रत्यवाय नाही!'

आता तरी विष्णूच्या हातात बोलण्याशिवाय काहीच नव्हतं. कृतीची वेळ यायला अजून अवकाश होता.

तो आईला विषादानं म्हणाला,

‘लोकांना घरी खायला नाही. मग माझ्या झोळीत ते काय टाकणार? शिवाय राजाची भीती त्यांना आहेच की! काय करायचं?’

आई शांतपणानं म्हणाली,

‘डोळे कायमचे मिटायचे. दुसरं काय?’

विष्णु म्हणाला,

‘मी तुला तसं करू देणार नाही! मी माझ्या जिवाचं रान करीन; पण तुझ्या मुखात घास घालीन! तुला अजून खूप दिवस जगायला हवं! माझा होणारा विकास बघायला हवा!’

अगदी अंत:करणाच्या तळापासून विष्णु हे सारं बोलला; परंतु त्या परिस्थितीत तो प्रत्यक्षात काय करू शकणार होता?

आज तरी त्याला परिस्थितीपुढं हार खावी लागली होती.

दोघे मायलेक उपाशी पोटीच झोपी गेले.

सकाळी विष्णु घराबाहेर पडला. कपिलदेवांना राजानं राज्यातून सीमापार केलं आहे, अशी वार्ता उडत उडत त्याच्या कानांवर आली होती. त्या वार्तेचा पडताळा पाहण्यासाठी तो सकाळीच घराबाहेर पडला होता.

ही वाईट वार्ता त्यानं आईला कळवली नव्हती. आधीच आईची अवस्था काय झाली होती? त्यात तिला हा धक्का सहन होणं शक्य नव्हतं. म्हणून आपण आधी चौकशी करावी आणि मग आईच्या कानांवर ही वार्ता घालावी, असं त्यानं ठरवलं होतं.

चौकशी करायला तो निघाला होता खरा; परंतु चौकशी करायची म्हटलं, तरी तो कुठं चौकशी करणार होता? विश्वसनीय माहिती देणारं त्याच्याजवळ कुणीच नव्हतं.

तो असाच अनिश्चित अवस्थेत चालला असताना त्याला वाटेतच एक गृहस्थ भेटले. शकदाल आणि कपिलदेव यांच्या चांगल्याच ओळखीचे ते गृहस्थ होते. विष्णूला बघून ते एकदम थबकले.

उगाचच खाकरून ते विष्णूला म्हणाले,

‘विष्णु, कसं काय चाललंय् तुमचं?’

विष्णु भकास मुद्रेनं म्हणाला,

‘या दुष्काळात इतर लोकांचं जसं चाललंय्, तसंच आमचंही चाललंय्! खायलाही काही मिळत नाही....त्यातच आईचा आजार!’

‘काय झालंय्,रे, तुझ्या आईला?’

'पोटात काही नसल्यामुळं ती फार अशक्त झालीय्. तिला पोटभर अन्न मिळायला हवं, असं वैद्यांनी सांगितलं. परंतु या दुष्काळामुळं तिला काहीच खायला घालता येत नाही!'

'अरेरे!....बरं, पण तू आता कुठं निघाला आहेस?'

विष्णु खिन्न सुरात म्हणाला,

'तातांना सीमापार केल्याची बातमी माझ्या कानांवर आली. त्या बातमीची सत्यता पाहण्यासाठी निघालोय्! त्यांच्या काळजीनं आम्हांला घोर लागलाय्.'

त्या गृहस्थानं विचारलं,

'कुठं शोध घेणार आहेस तू?'

विष्णु भांबावून म्हणाला,

'कुठंही!'

असं म्हणून तो जायला लागणार, एवढ्यात त्या गृहस्थांनी त्याला थांबवलं. वेळ काढण्यासाठी त्यांनी उगाचच इकडेतिकडे बघितलं. मग मनातल्या मनात शब्दांची जुळणी केली. विष्णूला ती बातमी कशी सांगावी, या विचारात ते पडले होते.

चाचरत ते त्याला म्हणाले,

'तू कुठं शोध घेणार त्यांचा? मी सांगतो...'

'माहीत आहे तुम्हांला, तात कुठं आहेत, ते?'

विष्णूच्या या बोलण्यावर त्या गृहस्थानं आपली दृष्टी आकाशाकडे वळवली आणि ते म्हणाले,

'विष्णु, अरे, तुझे तात शोध घेण्याच्या पलीकडे निघून गेले आहेत!'

विष्णूनं एकदम चमकून म्हटलं,

'म्हणजे?'

'होय....कालच कारागृहात त्यांनी आपला प्राण सोडला.'

विष्णूनं रडतच विचारलं,

'कसं, हो, झालं हे? कशामुळं गेले ते? खरंच गेले का?'

ते गृहस्थ म्हणाले,

'विष्णु, शांत हो! सारं सांगतो. कारागृहातच त्यांनी अन्नपाणी वर्ज्य केलं होतं. त्यातच ते गेले!'

विष्णु उद्वेगानं म्हणाला,

'कुठं आपलं पाप फेडणार आहे हा धनानंद? त्यानं आजवर मारलेल्या माणसांचे आत्मे तळतळाटानं त्याला शाप दिल्याशिवाय राहणार नाहीत. शेवटी त्याचा जीव घेतील ते! अधम माणसांच्या पापाचा घडा एक ना एक दिवस भरतोच! शिशुपालाचंही काय झालं? राजाच होता ना तो!'

एकंदर परिस्थितीमुळं विष्णूच्या दुःखाची धार बोथट झाली. त्याची दुःखाची जाणीवच झिजून गेली होती. एकापाठोपाठ ओढवलेल्या दुःखसंकटांचा सागर त्या दुःखांच्या झळीनंच पार आटून गेला होता.

विष्णूनं विचारलं,

'मग त्यांचं और्ध्वदैहिक....?'

तो गृहस्थ म्हणाला,

'जो नराधम राजा माणसांच्या जिवंतपणाची काळजी करत नाही, तो मेलेल्या माणसांचे अंत्यसंस्कार थोडेच करणार आहे?... उलट, त्यांच्या मृत्यूची बातमी कुणाला कळू नये, म्हणून स्वतः धनानंदांनीच कपिलदेवांच्या हद्दपारीची अफवा उठवली...तुला ही दुःखद वार्ता कशी सांगावी, या विचारातच मी होतो. एवढ्यात तू भेटलास!'

-आणि आता आईला ही वार्ता कशी सांगावी, या विचारात विष्णु पडला. खरं तर त्या वार्तेमुळं विष्णूवर वज्राघात झाला होता. परंतु ती बातमी ऐकताच आपल्या आईवर आकाश कोसळेल, या विचारानं तो अधिक चिंताग्रस्त झाला. स्वतःच्या दुःखापेक्षा आपल्या आईला वाटणाऱ्या दुःखातच तो पुरता गुरफटून गेला. आईच्या आजारावस्थेत तिला ही बातमी सांगावी, का नाही; आणि सांगायची झाली, तर कशी सांगावी, या विचारात तो गढून गेला.

दुःखातिशयानं त्याच्या नेत्रांतले अश्रू पार आटून गेले होते. कसला तरी अनोखा निर्धार त्याच्या मनात साकार होत होता. त्या निर्धाराचं नेमकं रूप त्याला कळलं नव्हतं.

आपल्या आईला ही बातमी सांगावी, का नाही, या गोष्टीचा निर्णय त्याच्या मनात होत नव्हता. ऐन वेळी जे काय सुचेल, ते आपल्या आईला तो सांगणार होता.

सगळीकडे अंधार दाटून आला होता; परंतु विष्णूला दिवा लावावासा वाटत नव्हता. हा अंधार आता दिव्यानं दूर होणार नाही, असं त्याला वाटलं. मनात दाटलेल्या अंधारातही आईला ती बातमी सांगण्याचा प्रश्न स्पष्ट दिसत होता. परंतु त्या प्रश्नाचं उत्तर दिसत नव्हतं....आपल्या मित्राच्या मुक्ततेसाठी रात्रंदिवस प्रचार करणारे आणि जनमत जागृत करणारे करडे पिताजी त्याला दिसत होते. आपल्याला वेळोवेळी ज्ञानामृत पाजणारे आणि आपल्या शिष्यवर्गाला खड्या सुरात पाठ देणारे प्रेमळ पिताजी दिसत होते.

बराच वेळ तो त्या दुनियेत बावचळून वावरत होता.

तो एकदम भानावर आला. अंधारात अभावितपणानं त्यानं आईचा हात

हातात घेतला. तिचा हात कृश झालेला त्याला जाणवत होता. तिच्या हातावर मांसच शिल्लक नव्हतं. केवळ एकच हाड त्याच्या हाताला लागत होतं. अस्थिचर्म एकरूप झालं होतं. गेल्या दीड, दोन महिन्यांत तिला खायला काय मिळाल होतं? आणि जरी मिळालं असतं, तरी आपल्या पतीच्या दुरवस्थेचं दुःख तिच्या मनाला बांधलेलं होतं.

विष्णूला तिचा हात गार वाटला. त्याला वाटलं, तिच्या अंगातला ताप पुरता उतरला आहे. त्याला बरं वाटलं.

विष्णूनं घाईघाईनं दिवा लावला आणि त्यानं आईला हाक मारली. त्यानं तिच्याकडे निरखून बघितलं. पुन्हा तिला हाक मारली. तिच्याकडून काहीच उत्तर आलं नाही. मग त्याच्या ध्यानात खरा प्रकार आला. आपल्या आईला काळझोप लागलेली आहे, हे त्याला समजलं.

'आई....' असा मोठा हंबरडा फोडून तो तिच्या अंगावर पडला; आणि एखाद्या लहान मुलाप्रमाणे ओक्साबोक्शी रडू लागला.

पित्याच्या पाठोपाठ त्याची माताही त्याला सोडून गेली होती.

या जगात विष्णु पोरका बनला.

सूर्योदयापूर्वीच विष्णु घराबाहेर पडला आणि आईच्या अंत्यसंस्कारांच्या व्यवस्थेला लागला. अजय, वरुण आणि सिद्धार्थक यांच्या साहाय्यानंच तो तिचे अंत्यसंस्कार पार पाडणार होता. त्याच्या वडिलांचा मृत्यू कारागृहातच झाला होता. त्यामुळं त्यांचे अंत्यसंस्कार एखाद्या बेवारशी माणसाप्रमाणे झालेले असणार, या गोष्टीची त्याला कल्पना होती. निदान आपल्या आईचे तरी संस्कार आपण यथाशास्त्र पार पाडावेत, अशी त्याची तीव्र इच्छा होती. कपिलदेव आणि शकदाल नसल्यामुळं आईच्या उत्तरक्रियेचं सारं उत्तरदायित्व त्याच्यावरच होतं. आपल्या सोबत्यांच्या साहाय्यानं तो आपल्या आईचे अंत्यसंस्कार यथासांग पार पाडणार होता.

'फार वाईट झालं,रे विष्णु! पण तू धीर धर. मुळीच चिंता करू नकोस. आम्ही सर्व व्यवस्था करतो!'

वरुण म्हणाला,

'तू घरीच थांब. मी आणि अजय अंत्ययात्रेचं सारं सामान घेऊन येतो!'

विष्णु आणि सिद्धार्थक हे दोघे आईजवळ बसून राहिले.

आईची मृतमुद्रा आता शांत दिसत होती. ऐहिकातले सारे क्लेश संपले होते. तिचं पार्थिव शरीर त्या क्लेशांतून मुक्त झालं होतं. त्यामुळं त्या क्लेशांच्या खुणा आता तिथं दिसत नव्हत्या. तिला शांत झोप लागल्यासारखं वाटत होतं.

तिच्या कलेवराकडे बघताना विष्णूच्या मनात आपल्या आईच्या असंख्य आठवणी जागृत झाल्या. त्या प्रेमभरल्या आठवणींनी विष्णु व्याकुळ झाला. सिद्धार्थक त्याचं एकसारखं सांत्वन करत होता. पण त्याचं दु:ख सांत्वनाच्या पलीकडचं होतं. आपल्या प्रेमळ मातापित्यांचा सहवास आता आपल्याला पुन्ही कधी लाभणार नाही, या विचारानं त्याच्या अंत:करणाचा ठाव सुटला. सांत्वनाच्या शब्दांनी त्याचा दु:खाग्नी शमणार नव्हता. आपल्या मातापित्यांच्या निधनानं आपल्या जीवनात फार मोठी पोकळी निर्माण झाली आहे आणि ती आता कधीही भरून येणार नाही, या गोष्टीबद्दल आता त्याच्या मनात कसलीही शंका उरली नव्हती. त्याला आता एकटं एकटं वाटू लागलं.

सिद्धार्थकही आता सांत्वनाचे शब्द बोलत नव्हता. सांत्वनानं माणसाचं दु:ख शमण्याऐवजी उलट सांत्वनाच्या शब्दांनी त्या दु:खाचं स्मरण करून दिलं जातं, या गोष्टीची सिद्धार्थकाला जाणीव होती. म्हणून तो गप्प बसून राहिला होता. विष्णु आईकडे एकटक बघत बसला होता. जणू त्या बघण्यानं त्याच्या आईच्या कलेवरात चेतना निर्माण होणार होती!

बराच वेळ झाला, तरी अजय-वरुण यांचा पत्ता नव्हता, म्हणून सिद्धार्थक म्हणाला, 'विष्णु, मध्यान्ह व्हायची वेळ आली. अजून हे दोघेजण आले नाहीत!'

यावर विष्णु काहीच बोलला नाही. सिद्धार्थक उठला आणि बाहेर गेला. दूरवर त्यानं दृष्टी टाकली. परंतु अजय आणि वरुण आलेले त्याला दिसले नाहीत.

तो आत आला आणि येरझारा घालायला लागला.

विष्णूचं त्याच्याकडे लक्षच नव्हतं. निस्तेज झालेल्या आपल्या आईच्या कलेवराकडेच तो शून्य दृष्टीनं बघत होता.

मधेच थांबून सिद्धार्थकानं त्याला विचारलं,

'विष्णु, मी पटकन् जाऊन त्यांना बघून येऊ का?'

विष्णु उदासवाण्या स्वरात म्हणाला,

'कुठं जातोस? मला एकट्याला टाकून आता कुठंही जाऊ नकोस!'

सिद्धार्थक त्याच्याजवळ गेला आणि त्याच्या खांद्यावर हात टाकून म्हणाला,

'नाही जात बरं!'

विष्णूनं त्याच्याकडं बघितलं आणि खोल गेलेल्या आवाजात म्हटलं,

'येतील ते एवढ्यात! सगळी तयारी व्हायची, म्हणजे एवढा वेळ लागणारच!'

बऱ्याच वेळानं अजय आणि वरुण आले. दोघांच्या मुद्रा उतरलेल्या होत्या. त्यांच्या हातांत काहीच नव्हतं.

सिद्धार्थक उठला आणि त्यांच्याजवळ जाऊन त्यानं विचारलं,

'काय झालं, रे? सामान कुठं आहे?'

खाली बसून अजय म्हणाला,

'विष्णु, धनानंदानं अंत्येष्टीच्या काष्ठांवरही कर बसवला आहे. त्यामुळं काष्ठं मिळणं अवघड आहे.'

वरुणही खाली बसून म्हणाला,

'आम्ही साऱ्या नगरात शोध घेतला; पण कराशिवाय कुणी काष्ठं देत नाही!'

सिद्धार्थक क्रोधानं म्हणाला,

'काष्ठांवर कर? राजाला म्हणावं, मृताच्या टाळूवरचं लोणी खातोस, होय?'

खाली मान घालून विष्णु हे सर्व बोलणं ऐकत होता. चर्चा करण्याची ती वेळ नव्हती.

विष्णु उद्वेगानं म्हणाला,

'लोकांची ही अशी मनं मोडून धनानंदाच्या पदरात कधीही सुख पडणार नाही. एक ना एक दिवस याला आपल्या पापाचं प्रायश्चित्त भोगावंच लागेल!'

अर्थात या शापवाणीचा त्या क्षणी तरी काहीही उपयोग नाही, हे साऱ्यांनाच समजत होतं.

तरीही वरुण संतापून म्हणाला,

'या दुष्काळातही तो हव्या त्या गोष्टींवर कर लादतो आणि आपले सोन्याचे हंडे भरतो आहे!'

सिद्धार्थक म्हणाला,

'सोन्याचे कसले? पापाचे हंडे भरतो आहे! विष्णूच्या म्हणण्याप्रमाणे एक ना एक दिवस त्याच्या पापाचे घडे भरतील आणि त्याच्या गळ्याला फास लागेल!'

अजय म्हणाला,

'आत्ता तरी आपल्या गळ्याला फास लागला आहे. आत्ता काय करायचं, ते सांगा!'

त्याच वेळी विष्णु आपल्या जागेवरून ताडकन उठला. तिघांनीही त्याच्याकडे चमकून बघितलं. तो माजघरात येरझारा घालत होता आणि कसला तरी विचार करत होता.

सिद्धार्थकानं त्याला विचारलं,

'आता काय करायचं, रे विष्णु?'

यावर वरुण म्हणाला,

'मी आणखी एक-दोन ठिकाणी जाऊन येतो आणि काष्ठं मिळतात, की नाही, ते बघतो. मग ठरवू काय करायचं, ते!'

असं म्हणून तो बाहेर पडला.

सिद्धार्थक आणि अजय काहीही न बोलता तिथंच चिंताग्रस्त होऊन बसून राहिले.

विष्णूचं या कशाकडेच लक्ष नव्हतं. ओटीवर येरझारा घालताना त्याच्या मनात असंख्य विचारांचं मोहोळ उठलं होतं,

मधूनच त्याची दृष्टी आपल्या आईवर स्थिरावत होती. काष्ठं मिळाली नाहीत, तर काय करावं, या विचारात तो पडला होता. मनाच्या त्याही अवस्थेत धनानंदाबद्दल त्याच्या मनात संताप वाढत चालला होता. या राजामुळंच आपल्या वडिलांना कारागृहात जावं लागलं आणि इकडे आपल्या आईची अन्नान्नदशा झाली. शेवटी त्याच्यामुळंच आपले मातापिता आपल्याला अंतरले. त्या दोघांचे अंत्यसंस्कारही या राजामुळंच आपल्याला करता आले नाहीत! हा राजा पुत्रकर्तव्याच्या आड आलेला आहे! आता त्याला मुळीच शरण जायचं नाही! आपल्या धर्मशास्त्रात या परिस्थितीत काही पर्याय सांगितला असेल की नाही?

धर्मग्रंथांत काही ना काही तरी आधार असणारच!

त्या दृष्टीनं विष्णु विचार करू लागला. त्याला आपल्या पित्याचे बोल एकदम आठवले. गंगामातेचा महिमा कथन करताना ते एकदा त्याला म्हणाले होते,

'गंगातीरी ज्या मृताचं दहन होतं, तो स्वर्गाला जातो. ज्यांना शक्य असेल, ते लोक मृताच्या अस्थी गंगार्पण करतात. प्रत्यक्ष मृतदेह गंगार्पण केल्यास त्याला स्वर्गप्राप्ती होते. त्यासाठी दहन करायची आवश्यकता नसते!'

विष्णूच्या मनात आपल्या पित्याचे हे शब्द घोळायला लागले.

त्याच वेळी ते तिघे विष्णूकडे बघत होते. त्या वेळी विष्णूच्या मनात एक विचार पक्का होत होता.

एवढ्यात वरुणही परत आला. त्याला कुठंही काष्ठं मिळाली नव्हती.

सर्वांनी विष्णूकडे बिघतलं.

विष्णूच्या मुद्रेवर निर्धार दिसत होता; आणि योग्य निर्णय घेतल्याचं समाधानही दिसत होतं.

येरझारा घालताना विष्णु एकदम थांबला. शांतपणानं तो खाली बसला; आणि आपल्या मित्रांना उद्देशून तो म्हणाला,

'आता कुठंही काष्ठं शोधायला जायचं नाही!'

अजयनं विचारलं,

'मग काय करायचं?'

वरुण आणि सिद्धार्थक यांच्या मुद्रांवरही प्रश्नार्थक चिन्ह दिसत होतं.

विष्णु म्हणाला,

'आपण चौघांनी मातेला घेऊन गंगेवर जायचं...गंगामाता आपल्याला निश्चितच मार्ग दाखवील!'

अधिक काही न बोलता विष्णु उठला. त्यानं मातेच्या चरणांवर मस्तक

ठेवलं. तिघांनीही त्याचं अनुकरण केलं. त्यानंतर चौघांनी मातेचा मृतदेह खांद्यावर घेतला आणि त्यांनी गंगेचा मार्ग धरला.

विष्णूच्या मनात काय चाललंय्, या गोष्टीची त्या तिघांनाही कल्पना आली नाही.

सरस्वतीचं कलेवर घेऊन ते जेव्हा गंगेवर जाऊन पोहोचले, तेव्हा संध्याकाळ व्हायला आली होती.

मावळत्या सूर्याची नारिंगी किरणं गंगेच्या जलाशयावर पसरली होती. गंगेचं शांत आणि पवित्र पात्र त्या किरणांमुळं चमकत होतं. गंगा सोन्यानं मढवल्यासारखी दिसत होती. गंगातटी नित्याप्रमाणे सायंसंध्येसाठी ब्राह्मण जमले होते. डोळे मिटून गायत्री मंत्र जपण्यात ते निमग्न असल्यामुळं त्या चौघांकडे त्यांचं लक्ष गेलं नाही.

विष्णूची ही नित्याची अर्घ्य देण्याची वेळ! परंतु मावळत्या सूर्याला अर्घ्य देण्याऐवजी आज तो गंगेला आपल्या मातेचं अर्घ्य देणार होता.

त्या चौघांनी सरस्वतीला खाली ठेवलं. विष्णूनं मावळतीकडे तोंड करून सूर्याला वंदन केलं.

अजय, वरुण आणि सिद्धार्थक त्याच्याकडे गोंधळून बघत होते.

विष्णूनं गंगामातेला नमस्कार केला आणि पाठीमागे वळून त्या तिघांना म्हणाला,

'मी निश्चय केला आहे. गंगामाता माझ्या मातेला निश्चितच आपल्या कुशीत आश्रय देईल!'

विष्णु पुढं झाला आणि क्षण आपल्या मातेच्या चरणांशी विसावला. त्याची माता आता त्याला पुन्हा कधीही दिसणार नव्हती. म्हणून त्यानं तिला डोळे भरून बघितलं. त्यानं आपल्या अंत:करणावर तिची मूर्ती कोरून ठेवली.

मग चौघांनी सरस्वतीचा देह उचलला; आणि त्यांनी गंगापात्रात प्रवेश केला.

गंगामातेला आपली माता अर्पण करताना विष्णु म्हणत होता,

'गंगामैय्या, मी माझी माता तुला अर्पण करतो आहे. तिनं या ऐहिक राज्यात नरकयातना भोगल्या आहेत. तू आता तिला स्वर्गसुख भोगायला घेऊन जा!'

पश्चिम दिशेला सूर्य मावळत होता. गंगा शांतपणानं वाहत होती.

विष्णूनं आपली माता गंगेला अर्पण केली आणि वाहत जाणाऱ्या आपल्या मातेकडे तो शांत मुद्रेनं बघत उभा राहिला.

बघता बघता गंगेच्या शांत प्रवाहाबरोबरच त्याची माता वाहत गेली आणि दिसेनाशी झाली.

गंगामाता वाहतच होती आणि तिच्याबरोबर कालप्रवाहही!

तक्षशिलेच्या ज्ञानमुखाकडे

खूप दिवसांनी विष्णु सिद्धार्थकाच्या घरी गेला होता. विष्णूच्या घरी आता कुणीही नव्हतं, तरी तो आपल्या घरीच बसून राहायचा. आपलं दु:ख आपल्या मनाशीच घेऊन बसायचा. स्वत:चं दु:ख स्वत:च्या मनात ठेवावं, इतरांना आपल्या दु:खाचा उपसर्ग कशाला द्यायचा, अशी त्याची धारणा होती. घरी बसून आपल्या आई-वडिलांच्या आठवणी काढण्यात आणि आपल्या जीवनाचा पुढील मार्ग शोधण्यात त्याचा सारा वेळ निघून जाई.

परंतु त्या दिवशी त्याला सिद्धार्थकाची अतिशय आठवण झाली, म्हणून तो त्याच्या घरी गेला. अजय आणि वरुण तिथंच बसलेले त्याला दिसले. सरिता त्यांच्याशी बोलत होती.

विष्णूला बघितल्याबरोबर सरिता म्हणाली,

'आज कितीतरी दिवसांनी सूर्य उगवला इकडे?'

थोडं हसून विष्णु म्हणाला,

'आता तर सूर्य मावळण्याची वेळ आलेली आहे.'

सिद्धार्थक म्हणाला,

'अरे, किती दिवसांनी इकडे येतो आहेस? आम्ही तुझ्या घरीही जाऊन आलो. तू भेटला नाहीस.'

विष्णु म्हणाला,

'मी कुठं तरी बाहेर गेलो असेन.'

तेवढ्यात अजय म्हणाला,

'पाठशालेतही आपली भेट होत नाही!'

विष्णु विषादानं म्हणाला,

'कशी भेट होणार? पाठशालेत यायला मला बंदी नाही का घातली?'

सिद्धार्थक म्हणाला,

'मग आमच्या घरी येत जा ना!'

सरिता म्हणाली,

'हो ना! नाही तरी घरी आम्ही दोघंच असतो! तुझ्याही घरी आता तुला एकटं एकटं वाटत असेल! इथं आल्यावर तुझा वेळही चांगला जाईल!'

आपला उपसर्ग कुणालाही द्यायचा नाही, असं विष्णूनं ठरवलं असलं, तरी तसं सांगणं त्याला शक्य नव्हतं. म्हणून विषय बदलण्याच्या हेतूनं तो एवढंच म्हणाला,

'सूर्यास्त व्हायला आलाय्. मला आता गंगेवर गेलं पाहिजे.'

-आणि कुणाच्याही बोलण्याची वाट न बघता तो सरळ घराबाहेर पडला.

सरिता काळजीच्या स्वरात म्हणाली,

'कसं होणार या मनस्वी मुलाचं, काही कळत नाही! देवच याला योग्य मार्ग दाखवील!'

गंगेवर सायंसंध्या उरकून विष्णु गंगाप्रवाहाकडे बघत बसला होता.

गंगामातेच्या प्रवाहाबरोबर कालप्रवाहही वाहत चालला होता. परंतु त्या प्रवाहाबरोबर विष्णूचं दुःख मात्र वाहून गेलं नव्हतं. साचलेल्या पाण्याप्रमाणे ते दुःख त्याच्या अंतःकरणातच साचून राहिलं होतं. त्या दुःखाचा निचरा अजूनही होत नव्हता.

त्या दिवशी सायंसंध्या आटोपून सारा ब्रह्मवृंद गंगेवरून परतायला लागला होता. सूर्यबिंब मावळतीच्या उंबरठ्यावर थबकलं होतं. आपल्या मातेचा देह गंगार्पण केला, त्या दिवसापासून समोरचं सूर्यबिंब इथंच थबकलेलं आहे; आणि गंगामातेचा प्रवाह इथंच थांबला आहे, असा भास विष्णूला व्हायचा. तो नित्याप्रमाणे सायंसंध्या करण्यासाठी गंगेवर यायचा आणि सायंसंध्या आटोपून सारा ब्रह्मवृंद निघून गेला, तरी तिथंच थांबायचा. मनातल्या मनात आपल्या मातेशी चार शब्द बोलायचा आणि मग अगदी सावकाशीनं घरी निघून जायचा.

त्या दिवशीही सायंसंध्या आटोपून सारा ब्रह्मवृंद निघून गेला, तरी विष्णु तिथंच थांबला होता. सूर्यबिंब मावळतीवर टेकून हळू हळू दृष्टीआड झालेलं होतं. गंगामाता अद्याप अंधारात लपेटलेली नव्हती. गंगेच्या त्या विशाल पात्राकडे आणि शांतपणानं वाहणाऱ्या प्रवाहाकडे विष्णु एकटक बघत बसला होता. त्या शांत, पवित्र गंगामातेकडे पाहून विष्णूला आपल्या मातेची तीव्रतेनं आठवण होत होती. गंगेच्या त्या रूपात त्याला आपल्या मातेचं रूप दिसत होतं.

बराच वेळ तो मातारूपी गंगेकडे बघत बसला होता. त्याला घरी जाण्याची

आता कसलीही घाई नव्हती. त्याची आतुरतेनं वाट बघणारं आता घरी कोण होतं? स्वेच्छेनं अन्न सोडल्यामुळं तातांनी कारागृहात प्राण सोडला होता आणि पोटाला अन्न न मिळाल्यामुळं आईचा प्राण तिला सोडून गेला होता. त्यामुळं त्या रित्या घरी गेल्यावर घर त्याला खायला उठायचं. गंगातटी आल्यावर मात्र त्याला गंगेची सोबत व्हायची. मातापित्यांच्या सान्निध्यात आल्यासारखं वाटायचं. आई त्याला गंगेच्या रूपानं दिसायची आणि शेजारी सायंसंध्या करत बसलेले तात त्याला दिसायचे.

मनाशी असेच कल्पनेचे खेळ करण्यात विष्णु दंग होता. त्याच्या आजूबाजूला आता कुणीही नव्हतं. अंधारही दाटून आलेला होता. विष्णु भानावर आला आणि जड पावलांनी घरी जायला निघाला.

चालताना त्याचं विचारचक्रही सुरू झालं.

इथं आता आपल्याला घरी आणि दारी कुणी राहिलेलं नाही. घरी मातापित्यांचं छत्र गळून पडलं. बाहेरही कुणाचा आसरा नाही. खायला अन्न नाही. पाठशालेत कुणी घेत नाही. नित्यनूतन कारणांनी राजा साऱ्यांना छळतो आहे. आपले मित्र तेवढे आपल्या पाठीशी आहेत. परंतु त्यांचं आपल्याला कसलंही साहाय्य होऊ शकत नाही. एक वेळ हे सारं सहन करता येईल; पण आपली ज्ञानाची भूक कशी काय भागणार? या मगधात माझी ही ज्ञानाची भूक कोण भागवू शकणार आहे?

चालताना तो मधेच थबकला. त्याला आपल्या वडिलांचे शब्द आठवले. त्याच्या अंत:करणात त्या शब्दांची ज्योत एकदम पेटली. जणू त्याचे तात त्याला एखादा मंत्र सांगत होते,

'विष्णु, तुझी बुद्धिमत्ता खरोखर अलौकिक आहे, त्या बुद्धिमत्तेचं चीज या ठिकाणी होणार नाही. म्हणून तू तक्षशिलेला जाऊन वैद्यकशास्त्राचा अभ्यास करावास, असं मला वाटतं! तक्षशिला हे जगप्रसिद्ध विद्यापीठ आहे.'

आपल्या वडिलांचे हे नेमके शब्द विष्णूला नेमक्या वेळी आठवले. त्याच्या अंधारून गेलेल्या जीवनात त्याला त्या अमृतमय मंत्रानं मार्गदर्शन केलं.

उच्च विद्यार्जन करण्यासाठी मगध सोडून तक्षशिलेला जाण्याचा विष्णूचा निर्णय पक्का झाला होता. त्याच्या तातांनी त्याला तक्षशिलेची महती अनेक वेळा वर्णन करून सांगितली होती. अवघ्या जगातील श्रेष्ठ अशा त्या विद्यानगरीत आपल्या विष्णूनं उच्च अध्ययनाचे पाठ घ्यावेत, अशी त्याच्या पिताजींची उत्कट इच्छा पुरी करण्याचं विष्णूनं निश्चित केलं होतं.

मगध राज्यातलं त्याचं मन आता पार उडालं होतं. तिथल्या राजाच्या

सावलीतही वावरण्याची त्याला आता इच्छा नव्हती. कारण प्रजेचं रक्षण करणाऱ्या राजानंच प्रजेचं भक्षण आरंभलं होतं. अशा राजाला पिसाळलेल्या कुत्र्याप्रमाणे ठार करावं, असं धर्मवचन असताना ती गोष्ट पार पाडणं कुमारवयातील विष्णूला शक्य नव्हतं. म्हणून या राज्याचा संग सोडून, आपण अन्य मार्गावरून पावलं टाकावीत, असं त्यानं निश्चित केलं होतं. तक्षशिलेत जाऊन उच्च विद्याविभूषित होण्याचा मानस त्यानं केला होता, म्हणूनच आज तो पाठशालेत निरोप घेण्यासाठी गेला होता.

पाठशालेत प्रवेश करताना असंख्य स्मृती त्याच्या मनात जागृत झाल्या. त्याचं मन हेलावून गेलं. त्याला आता आचार्यांचा आशीर्वाद घ्यायचा होता.

पाठशालेत शांतता होती. पाठ संपवून छात्रगण घरोघरी निघून गेले असावेत. विष्णूनं सरळ आचार्यांच्या कक्षात प्रवेश केला.

आचार्य समोरच बसलेले दिसले. ते कसल्या तरी वाचनात मग्न होऊन गेले होते.

विष्णूकडे आश्चर्यानं बघून ते म्हणाले,

'विष्णु, आज तू पाठशालेत?'

विष्णु म्हणाला,

'आचार्य, मी मगध सोडून जायचा निर्णय घेतला आहे. जाण्यापूर्वी आपला आशीर्वाद घेण्यासाठी मी आलोय्.'

आचार्य भरल्या आवाजात म्हणाले,

'माझे शुभाशीर्वाद सदैव तुझ्या पाठीशी आहेत. पण तू कुठं जायचं ठरवलं आहेस?'

'तक्षशिलेला!'

'वा! योग्य निर्णय केला आहेस तू! तुझ्या बुद्धिमत्तेचं योग्य मूल्यमापन तिथं होईल!'

विष्णूनं खाली वाकून त्यांचा पदस्पर्श केला, तेव्हा आचार्यांनी त्यांचा उजवा हात त्याच्या मस्तकावर ठेवला होता आणि ते त्याला शुभाशीर्वाद देत होते:

'कल्याणमस्तु....शुभास्ते पंथानां सन्तु।'

आचार्यांना वंदन करून विष्णु पाठशालेतून बाहेर पडला.

विष्णूच्या पाठमोऱ्या वामनमूर्तीकडे बघून आचार्य आपल्या मनाशी म्हणत होते,

'या पवित्र, तेजस्वी कळीचं डौलदार कमलपुष्पात रूपांतर होणार, यात काहीच शंका नाही!'

✧

विष्णु मार्गाला लागला, तेव्हा तक्षशिलेची गोपुरं आणि कळस आपल्याला साद घालून निमंत्रण देत आहेत, असा स्पष्ट भास त्याला होत होता.

ज्या मगधात आईवडिलांच्या पंखांखाली त्याचं बालपण गेलं, त्या मगधाचा निरोप घेताना त्याला उचंबळून आलं. परंतु आता पुढं पडलेलं पाऊल मागे घेणं शक्य नव्हतं. पुन्हा आपल्या मायभूमीचं दर्शन केव्हा होणार, या विचारानं तो बावचळून गेला.

मगध देशाचं उज्ज्वल भवितव्य नियतीनं त्याच्याच हाती सोपविलेलं होतं, ही भवितव्यता त्या वेळी तरी अज्ञात होती.

मगधात दुष्काळानं भीषण स्वरूप धारण केलं होतं. अशा बिकट परिस्थितीत प्रजेचं भरणपोषण करण्याचं कर्तव्य राजा पार पाडत नव्हता. उलट, इंद्रियजन्य सुखोपभोगांत तो दंग होऊन गेला होता. स्वार्थानं अंध होऊन स्वतःच्या तुंबड्या भरून घेत होता. ज्या राज्यात प्रजेचा सुयोग्य सांभाळ होत नाही, त्या राज्यातील राजाला प्रजा सोडून जाते. मगधवासी प्रजेची अशीच अवस्था झाली होती. असंख्य प्रजाजन मगध सोडून निघाले होते. तक्षशिलेला जाणाऱ्या अशाच एका ताफ्यात सहभागी होण्याचं विष्णूनं ठरवलं होतं. एवढ्या लहान वयात एवढ्या दूरवरचा प्रवास एकट्यानं करणं शक्य नव्हतं. म्हणून त्या समूहाच्या सोबतीनं जायचं त्यानं ठरवलं होतं.

त्या दिवशी पहाटेच उठून विष्णु गंगेवर गेला. त्यानं आपलं प्रातःकालचं आन्हिक उरकलं. मग बराच वेळ तो गंगातीरावर बसून राहिला. गंगेचा विरह आपल्याला किती काळ सहन करावा लागणार आहे, या गोष्टीची त्याला मुळीच कल्पना नव्हती. म्हणून गंगातीरावर बसून तो त्या गंगामातेचं स्वरूप आपल्या मनात साठवून घेत होता. अनेक रंगांनी रंगलेला त्याचा भूतकाळ त्या गंगेच्या जलाशयावर चितारलेला दिसत होता. त्या रंगलेल्या गतकालात विष्णु रंगून गेला होता.

अजय, वरुण आणि सिद्धार्थक विष्णूला शोधण्यासाठी गंगेवर आले. त्या वेळी विष्णु एकटा बसलेला त्यांना दिसला.

सिद्धार्थक पुढं होऊन म्हणाला,

'विष्णु, सूर्य बराच वर आलाय्. घरी नाही का जायचं?'

विष्णूनं चमकून समोर बघितलं.

पूर्वेला सूर्य खरोखरच वर आलेला त्याला दिसला. सूर्यप्रकाशानं त्याचे डोळे दिपले. क्षणभर त्यानं डोळे मिटून घेतले.

मग वळून तो मित्रांकडे बघत म्हणाला,

'तुम्ही इथं कसे आलात?'

अजय म्हणाला,

'तू आम्हांला न सांगता परस्पर तक्षशिलेला जाणार होतास ना?'

'नाही, रे! मी तुमची भेट घेणारच होतो.'

वरुण म्हणाला,

'पण तू तक्षशिलेला जातोस तरी कशाला? आम्हांला कंटाळलास, होय?'

विष्णु म्हणाला,

'तसं नाही, रे....पण...'

सिद्धार्थक मधेच म्हणाला,

'तसं नाही, तर मग कसं?'

विष्णु आपल्याला सोडून जाणार, या कल्पनेनंच सारे मित्र भांबावले होते. त्यांच्या आवाजात थोडीशी रुष्टता आलेली दिसत होती.

विष्णु समजावणीच्या स्वरात म्हणाला,

'माझं नीट ऐकून घ्या. आचार्यांनी मला पाठशालेत येण्याची बंदी केली आहे. मग मी असंच अज्ञानी राहावं, असं तुम्हांला वाटतं का? मला इथली ज्ञानाची दारं बंद झाली असताना मी असाच इथं राहू? सांगा ना!'

विष्णूच्या या बोलण्यामुळं त्याचे तिघेही मित्र काहीसे शांत झाले. परंतु विष्णु आपल्याला सोडून जाणार, या कल्पनेनं ते गांगरून गेले.

अजयचा कंठ दाटून आला. त्यातच तो म्हणाला,

'तु खूप मोठं व्हावंस, असं आम्हांला वाटत का नाही? परंतु तु आम्हांला सोडून जाणार....'

'तुम्हांला सोडून जाताना मला आनंद का होतो आहे? तुमचा निरोप घेणंही मला अवघड वाटलं, म्हणून मी तुम्हांला भेटायला आलो नाही! त्याचसाठी मी तुमची भेट टाळत होतो.'

विष्णूच्या या बोलण्यानं तिघांच्याही डोळ्यात पाणी उभं राहिलं. विष्णूचाही कंठ दाटून आला होता.

चौघांनीही एकमेकांचे हात हातांत घेतले होते. विरहाची जाणीव साऱ्यांनाच झालेली होती. त्यावर काहीच तोड निघणं शक्य नव्हतं. हवं तेवढं बोललं, तरी बोलणं संपणार नव्हतं. हा आपला जिवलग मित्र पुन्हा आपल्याला केव्हा भेटणार आहे, या अनिश्चिततेमुळं या तिघांची मनं बधिर झाली.

माणसाला नेहमी निश्चितता हवी असते! टांगलेल्या मनाला निश्चित आधार हवा असतो!

तेवढ्यात विष्णु म्हणाला,

'आपण पुन्हा भेटूच भेटू! ही गंगामाता आपल्याला पुन्हा एकत्र आणल्याशिवाय राहणार नाही!'

मग डोळे मिटून विष्णूनं गंगेचा मनोमन आशीर्वाद मागितला; आणि सारे मित्र परतीच्या मार्गाला लागले.

विष्णूनं गंगेचं ते रूप मनात पुरतं साठवून ठेवल्यामुळं त्यानं एकदाही मागं वळून बघितलं नाही. कोणत्याही मंगल कार्यासाठी पुढं जाताना कधी मागं वळून बघायचं नसतं, हे विष्णूला माहीत होतं.

आपल्या मित्रांचा निरोप घेऊन विष्णु घरी आला होता. तो आता त्या अज्ञात ज्ञाननगरीत ज्ञानलालसेनं जायला निघाला होता. ज्ञानसंपादन करताना माणसाला दैहिक सुखाचा विचारही करून चालत नाही. या प्रदीर्घ प्रवासाला जाण्यासाठी विष्णूच्या घरात बरोबर घेण्याजोगं असं काहीच नव्हतं. कपिलदेवांची जुनीपुराणी पडशी होती. परंतु त्या पडशीत भरण्याजोगं सामान नव्हतं. जे काय थोडंबहुत सामान घरात होतं, ते त्यानं त्या पडशीत भरलं आणि 'शय्या भूमितलं दिशोपि वसनम्' हा अपरिग्रह वृत्तीचा मंत्र म्हणून तो त्या अज्ञाताच्या ज्ञानप्रवासाला जायला निघाला.

घरातून पाय बाहेर टाकण्यापूर्वी विष्णु घरभर भिरभिरी हिंडला. सामानानं त्याची पडशी पुरती भरली नसली, तरी आई-वडिलांच्या असंख्य आठवणींनी त्याचं मन पुरतं भरून गेलं. त्या आठवणींनी मनाची पिशवी काठोकाठ भरून त्यानं आपल्या जन्मभूमीतून बाहेर पाऊल टाकलं.

घराबाहेर पाऊल टाकण्यापूर्वी त्याला घराच्या ओटीवर पितृप्रेमाचा एक मौल्यवान धागा हाती लागला. ओटीवर एक फडताळ होतं. ते त्यानं उघडलं. कपिलदेवांच्या अनेक गोष्टी त्याला तिथं दिसल्या. लाल वस्त्रात गुंडाळलेला एक ग्रंथ त्यानं तिथून घेतला. कपिलदेवांनी त्याला पूर्वीच त्या ग्रंथाबद्दल सांगितलं होतं. ग्रंथ हातांत घेतल्यानंतर त्याला ते सारं आठवलं.

या ग्रंथाविषयी बोलताना कपिलदेव म्हणाले होते,

'विष्णु, हा ग्रंथ म्हणजे आपल्या घराण्याची मोठी मोलाची ठेव आहे. माझ्या पिताजींनी मला हा ग्रंथ दिला होता. माझ्यानंतर तुला या ग्रंथाचा सांभाळ करायचा आहे.'

विष्णूनं आपल्या पिताजींना त्या ग्रंथाविषयी विचारलं होतं, तेव्हा ते त्या वेळी म्हणाले होते,

'हा राज्यशास्त्रावरचा अनमोल ग्रंथ आहे, त्यात आपल्या घराण्याचे विचार मांडले आहेत.'

घरातून बाहेर पडताना विष्णूनं त्या ग्रंथरूपी परंपरागत पोथीवर पूज्यभावनेनं आपला माथा टेकला होता आणि तो जड अंतःकरणानं घराबाहेर पडला होता.

त्याचं अंत:करण जसं जड झालं होतं, तशीच त्याची पडशीही त्या ग्रंथामुळं जड झाली होती.

घराबाहेर पडल्यावर त्यानं त्या वास्तूला वंदन केलं. आपल्या मायभूमीची पायधूळ आपल्या मस्तकी धारण केली; आणि क्षणभरही तिथं न थांबता त्यानं झपाझप पावलं टाकत वेशीचा रस्ता धरला.

वेशीपाशी आल्यावर त्याला प्रवाशांचा भलामोठा समूह प्रवासाला निघण्यासाठी सज्ज असलेला दिसला. त्या प्रवासीसमूहात आबालवृद्ध सहभागी झालेले दिसले. व्यापाऱ्यांपासून साधूपर्यंत सर्व थरांतील माणसं होती. कोणी व्यापारउदीम करण्यासाठी, तर कोणी देशाटनासाठी मगधाबाहेर जाण्यासाठी निघाले होते. कोणी विद्यार्थी विद्यासंपादनासाठी मगधाबाहेर चालले होते. काही उच्चपदस्थ पालख्यांमधे बसून जाणार होते, तर काहींनी या प्रवासासाठी शकट सिद्ध केले होते. कित्येकजण अश्वारूढ झाले होते. परंतु बहुसंख्य प्रवासी पायीच प्रवास करणार होते. विष्णूही त्यांनाच जाऊन मिळाला. कित्येकांच्या जवळ शिदोरी होती, तर काहीजणांच्या जवळ फक्त पोट होतं. या प्रवासात जे मिळेल, ते घेऊन ते उदरभरण करणार होते. भूमीची शय्या करून आणि आकाश पांधरून ते प्रवास करणार होते. मगधातील दुष्काळामुळं आणि राजा धनानंदाच्या अनास्थेमुळं असंख्य प्रवासी उपाशी पोटानं आणि रित्या मनानं या प्रवासाला निघाले होते. आपण कुठंही गेलो आणि कसेही राहिलो, तरी मगधापेक्षा तिथली परिस्थिती चांगलीच असणार, या विषयी त्यांच्या मनात मुळीच शंका नव्हती.

विष्णु मात्र उच्च विद्या संपादन करण्यासाठी तक्षशिला या विद्यामंदिराकडे जायला निघाला होता. या प्रवासाला निघताना त्यानं एकदाही मागं वळून बघितलं नाही. त्याचं पुढचं पाऊल पुढंच पडणार होतं. आता पुन्हा कधी काळी या नगरीत यायचा योग आला, तर मोठ्या मानानंच आपण इथं येऊ, हा निर्धार करूनच तो या प्रदीर्घ प्रवासाला निघाला होता.

तक्षशिलेच्या दिशेनं विष्णूचा प्रवास सुरू झाला; परंतु सहप्रवाशांपैकी त्याची कुणाशीच ओळख नव्हती. त्याच्या नात्यागोत्यांपैकी बरोबर कुणीच नव्हतं. तो एकटाच होता. परंतु हळूहळू साऱ्या सहप्रवाशांत नात्यागोत्याचे संबंध निर्माण झाले. प्रवासी हेच एक नातं निर्माण झालं. दूरदूरचे सारे प्रवासी नातेवाईक बनले. ऋणानुबंधाचा एक धागा त्यांच्यांत निर्माण झाला.

विष्णु प्रथम पायीच चालत निघाला. काही वेळानं एका श्रेष्ठीनं त्याची पडशी आपल्या शकटात घेतली. चालताना त्याचं ओझं हलकं झालं. बराच

वेळ तो त्या शकटामागून भराभर पावलं उचलत चालला होता. त्या शकटाशी जणू त्याचं नातं जमलं होतं. मग त्या श्रेष्ठीनं त्याला शकटात बसवून घेतलं. विष्णु आत बसल्यानंतर त्या श्रेष्ठीनं त्याची विचारपूस सूरू केली,

'तू कुठं जायला निघाला आहेस, बाळ?'

विष्णूनं उत्तर दिलं,

'तक्षशिलेला चाललोय् उच्च शिक्षण घ्यायला!'

त्या चुणचुणीत मुलाचं त्या श्रेष्ठीला अतिशय कौतुक वाटलं. त्यानं आपलं बोलणं पुढं चालूच ठेवलं.

'एकटाच चाललास एवढ्या लांब?'

'हो....दुसरं कुणीच नाही मला!'

शिवशंकरांनी विचारलं,

'तिकडे तरी कुणी ओळखीचं आहे का?'

'माझ्या पिताजींचे तसे एक स्नेही आहेत. पण मी त्यांच्याकडे जाणार नाही! मी सरळ विद्यापीठातच जाणार आहे.'

शिवशंकर श्रेष्ठींच्या मनात त्याच्याविषयी एकदम आपुलकी निर्माण झाली. विद्याग्रहण करण्यासाठी हा एवढा लहान मुलगा एवढ्या दूरवर चाललेला आहे, हे पाहून त्या श्रेष्ठीचं मन त्याच्याविषयी प्रेमानं काठोकाठ भरून गेलं. शिवशंकर हे मोठे व्यापारी! तक्षशिलेत राहून त्यांचा साऱ्या परिसरात विविध वस्तूंचा मोठा व्यापार चालायचा! आपल्या धनसंपन्नत्तेपेक्षा या मुलाची विद्यासंपन्नतेसाठी चाललेली ही धडपड त्यांना फार मोलाची वाटली.

शिवशंकरांनी विष्णूला सांगितलं,

'बाळ, तू कसलीही चिंता करू नकोस! तक्षशिला नगरीतले लोक अतिशय प्रेमळ आहेत; आणि काही अडलं, तरी मी तिथं आहेच!'

श्रेष्ठींच्या या आश्वासक बोलण्यानं विष्णूला थोडा धीर आला. त्या विद्यानगरीत गेल्यावर आपण एकाकी पडणार नाही, हे सज्जन श्रेष्ठी आपल्या पाठीशी आहेत, या विचारानं त्याची विवंचना दूर झाली. तो निश्चिंत बनला.

त्यानं कृतज्ञतेनं श्रेष्ठींकडे बघितलं. त्यांच्या डोईवरचं भरजरी पागोटं, रेशमी उत्तरीय आणि अधोवस्त्र या त्यांच्या श्रीमंती पोशाखाकडे अधूनमधून दृष्टी टाकत होता. ते श्रेष्ठी त्याला एकदम पितृतुल्य वाटू लागले.

तो मनाशी म्हणत होता,

'मानवाचे हे मनोव्यापार किती विलक्षण आहेत, बघा! एखाद्या माणसाच्या अनेक वेळा गाठीभेटी होऊनही त्यांच्या मनांच्या गाठी बांधल्या जात नाहीत आणि आता हे पाहा ना! पहिल्याच भेटीत आमच्या मनांची गाठ एकदम

बांधली गेली!'

विष्णूच्या मनात हे विचार चालले असतानाच शिवशंकर श्रेष्ठींचं लक्ष कलत्या सूर्याकडे लागलं होतं.

आता दिवस सरायला लागला होता. लवकरच त्यांना कुठंतरी रात्रीचा निवास करायला लागणार होता. रात्र पडली, की त्यांचा प्रवास थांबायचा.

बाहेरची दृष्टी शिवशंकरांनी काढून ती विष्णूवर स्थिर केली. त्या दोघांची एकदम दृष्टादृष्ट झाली.

शिवशंकर श्रेष्ठी त्याला म्हणाले,

'रात्रीच्या वेळी आपल्याला इथं कुठंतरी वास्तव्य करावं लागेल. जवळच एक जलाशय आहे. चांगलं स्थान आहे. त्या जलाशयाच्या तीरावर आपण तळ ठोकू या!'

विष्णूचं त्यांच्या बोलण्याकडे लक्षच नव्हतं. सूर्य मावळताना पाहून त्याला एकदम गंगेची आठवण झाली होती. संध्यासमय झाला होता. त्याच्या सायंसंध्येची वेळ झाली होती. तिथं पोहोचताच आपण प्रथम सायंसंध्या करायला हवी, या विचारात तो होता.

एवढ्यात शिवशंकरांनी त्याला प्रेमळपणानं विचारलं,

'कसल्या विचारात एवढा गढला होतास? घरची आठवण का झाली?'

विष्णु विषादयुक्त स्वरात पुन्हा म्हणाला,

'घरची कुणाची आठवण यावी, असं घरात कुणीच उरलेलं नाही!'

श्रेष्ठी आश्चार्यानं म्हणाले,

'म्हणजे?'

मग विष्णूनं त्यांना आपल्या आईवडिलांविषयी सारं काही सांगितलं.

त्याची ती कौटुंबिक करुण कथा ऐकून त्या श्रेष्ठींना अतिशय वाईट वाटलं. जगात उघड्या पडलेल्या या पोरक्या पोराला आपण शक्य तितकं साहाय्य करायचं, हे त्यांनी मनाशी ठरवून टाकलं. त्यांनी प्रेमळपणानं त्याच्या पाठीवरून हात फिरवला.

त्यांच्या त्या मायेच्या स्पर्शानं विष्णूला भडभडून आलं.

विष्णु अभावितपणानं म्हणाला,

'तुम्ही कोण, कुठले? पण अल्पावधीतच तुम्ही मला किती जीव लावलात! नाहीतर आमचा राजा!'

'काय केलं एवढं तुमच्या राजानं?'

'अहो, ज्या लोकांनी त्यांच्यासाठी कष्ट सोसले, स्वामिनिष्ठेनं त्याची सेवा केली, अशा लोकांना त्यानं बंदिवासात टाकून दिलं!'

‘का पण?’

‘ते लोक त्याच्या स्वार्थाच्या आड आले, म्हणून! बंदिवासातही त्यानं त्या लोकांचे हाल केले. काही लोकांना मारहाणही केली. राज्याच्या महामंत्र्यालाही त्यानं कारागृहाचा रस्ता दाखवला. माझे पिताजी त्याच्याचमुळं गेले.’

‘अरेरे! एवढा वाईट आहे तुमचा राजा?’

‘अहो, हे तर काहीच नाही. त्यानं आपल्या हेराला आणि कंचुकीलाही ठार मारायला कमी केलेलं नाही!’

‘काय, सांगतोस काय? कशासाठी मारलं राजानं त्यांना?’

शिवशंकर श्रेष्ठींच्या या प्रश्नावर विष्णूनं त्यांना सारा वृत्तान्त कथन केला. राजानं केलेले सारे अत्याचार आणि अनाचार त्यांना सांगितले.

विष्णु हे सर्व सांगत असताना शिवशंकर ध्यान देऊन ऐकत होते. त्यांना राजाचं हे दुर्वर्तन ऐकून आश्चर्याचा धक्का बसत होता.

महामंत्री शकदाल आणि त्याचे पिताजी कपिलदेव या दोघांचीही कर्मकहाणी विष्णूनं त्यांना सविस्तर वर्णन करून सांगितली.

ती कथा ऐकून शिवशंकर काही वेळ अंतर्मुख बनले. मग एकदम म्हणाले,

‘विष्णु, अरे, घरोघरी मातीच्याच चुली आहेत!’

‘म्हणजे?’

शिवशंकरांनी सांगितलं,

‘तुमच्या मगध राज्यासारखीच आमच्या तक्षशिलेचीही अवस्था आहे.’

विष्णूनं विचारलं,

‘का बरं? तक्षशिला हे तर गणराज्य आहे ना? मग खरं तर लोकांच्या तंत्रानं राज्य चालायला हवं!’

शिवशंकर उपहासानं म्हणाले,

‘गणतंत्र असो किंवा राजतंत्र असो, राजाच जर प्रजेला त्रास देत असेल, तर कोण काय करणार?’

‘तक्षशिलेचा राजा कोण आहे?’

शिवशंकर म्हणाले,

‘अंबुजराजा हा तक्षशिलेवर राज्य करतो. परंतु त्याचा मुलगा अंबुजकुमार हाच सर्व राज्यकारभार बघतो!’

‘का बरं?’

‘राजाचं आता वय झालंय् ना, म्हणून!... आणि अंबुजकुमार हा तरुण असल्यामुळं साहजिकच तो आततायी बनला आहे. कोणत्याही बाबतीत तो आपल्या पित्याचा विचार घेत नाही. मनमानी कारभार करतो. म्हणून तक्षशिलेचे

नागरिकही त्रस्त झाले आहेत.'

शिवशंकरांचं बोलणं विष्णु लक्षपूर्वक ऐकत होता. ज्ञानसाधनेसाठी ज्या नगरीत जायला तो निघाला होता, तिथल्या राज्यकारभाराबद्दल त्याला जी नवीन माहिती मिळत होती, ती तो मनात साठवून ठेवत होता.

आता सभोवतालचा संधिप्रकाश नाहीसा होऊन अंधाराचं राज्य पसरायला लागलं होतं. बोलता बोलता शिवशंकरांचं लक्ष बाजूच्या जलशयाकडे गेलं. त्यांनी मोठ्यानं आरोळी ठोकली,

'बंधुंनो, शकट सोडा! इथं आपल्याला थांबायचं आहे!'

प्रवासी माणसांचं चालतं चित्र एकदम थांबलं. सर्वत्र धावपळ सुरू झाली. बैल शकटांवेगळे झाले. अश्वांचं खिंकाळणं गगनात भरून गेलं. पालख्या दांड्यांच्या दुबेळक्यात विसावल्या. पायी चालणाऱ्या प्रवाशांचे पाय थांबले.

विष्णु जेव्हा शकटातून खाली उतरला, तेव्हा पूर्वेकडील चंद्रबिंब चांगलंच चकाकायला लागलं होतं. सभोवतालच्या वातावरणाला चंदेरी मुलामा चढायला लागला होता.

आपापलं सामान गाड्याघोड्यांवरून उतरवून घेत असताना साऱ्या प्रवाशांची जी धांदल, धावपळ उडाली होती, तिकडे विष्णूचं लक्षही नव्हतं. त्याच्या मनात विचार चालले होते, ते तक्षशिलेबद्दल आणि तिथल्या राज्यकारभाराबद्दल! शिवशंकरांकडून त्याला अजून खूप माहिती मिळवायची होती.

सायंसंध्येसाठी जलाशयाकडे जाताना त्याच्या मनात तेच विचार चालले होते.

जलाशयापाशी गेल्यावर त्यानं हातपाय धुतले. नेत्रस्नान केलं. मग तो सायंसंध्येसाठी बसला. आधीच त्याला बराच विलंब झालेला होता. गायत्रीमंत्र संपविण्यासाठी त्याला नक्षत्रदर्शनाची मुळीच आवश्यकता नव्हती. त्याला पाठीमागून चंद्रप्रकाशानं पांघरूण घातलं होतं. चंद्रप्रकाशाचं तेच आवरण नक्षत्रांवर घातलं गेल्यामुळं ती नक्षत्रं आकाशात असूनही झाकाळून गेली होती.

अर्घ्यदान आणि गायत्रीमंत्रपठण संपवून तो त्या आध्यात्मिक शांततेत तसाच बसून राहिला. सहप्रवाशांची गडबड त्यांच्या कानांवर येत होती. परंतु ती फार अंतरावरून येत आहे, असं त्याला वाटत होतं. गंगातीरावर बसल्याचाच त्याला भास होत होता. तिथल्या सायंकालीन शांततेचाच अनुभव तो घेत होता. त्या आध्यात्मिक, प्रसन्न वातावरणात त्याला ऐकू येत होता फक्त अनाहत ध्वनी! त्या ध्वनीशी त्याची श्रवणेंद्रियं एकतानता पावली होती.

मधूनच विष्णु भानावर आला. त्यानं नेत्र उघडून सभोवर बघितलं. त्याला

वाटलं, की आपण आपल्या मायभूमीतल्या गंगातीरावरच आहोत! मग त्याला वाटायला लागलं, की चराचरातील सार्वत्रिक निसर्गाचं रूप तेच आहे. सगळीकडे वाहणारं जल गंगारूप आहे. पृथ्वीवरचे सारे पर्वत हे हिमालयस्वरूप आहेत. त्रिभुवनाला प्रकाश देणारा सविता हा एकच आहे आणि गीतेनं सांगितलेलं तत्त्वज्ञान हे विश्वरूपी आहे!

मग वैविध्यानं नटलेल्या या एकाच निसर्गात आणि विश्वरूपात वास्तव करणारा माणूस हा एक का नाही? भेदाभेदांनी भंगलेला असा का आहे? भ्रांतचित्त होऊन वणवण भ्रमंती करणारा असा तो का झाला आहे? दुसऱ्याला दु:ख द्यायला आणि स्वत:ला सुख घ्यायला तो का हपापलेला आहे?... माणूस हा देवकोटीला जाऊन केव्हा मिळणार आहे?

शेवटचं वाक्य विष्णूनं अभावितपणानं मोठ्यांदा उच्चारलं आणि त्याच वेळी शिवशंकर त्याला तिथं बघायला आले.

शिवशंकर त्याला हसत म्हणाले,

'माणूस देवकोटीला जायचा असेल, तेव्हा जाईल! पण आपण मनुष्यकोटीनं आता अन्न घ्यायला हवं ना?'

त्यांच्या या बोलण्यानं विष्णु काहीसा भानावर आला. आपले पिताजीच हे बोलत असावेत, असं काही क्षण त्याला वाटलं.

त्या वेळी शिवशंकर म्हणत होते,

'चलतोस ना, विष्णु, जेवायला?'

विष्णु मुकाट्यानं उठला आणि त्यांच्याबरोबर चालायला लागला.

त्याचं लक्ष समोर गेलं.

भोजनाची सिद्धता झालेली दिसत होती. आजूबाजूला शेकोट्या पेटलेल्या होत्या. त्या उबेत सगळ्यांचं जेवण होणार होतं.

शिवशंकर विष्णूला जवळ बसवत म्हणाले,

'विष्णु, आज आपल्याबरोबर खायचं आणलेलं आहे. तेच सर्वांनी मिळून खाऊ या! परंतु उद्यापासून आपल्याबरोबरच्या स्त्रिया स्वयंपाक करतील. आपण एकत्र जेवण करायचं!'

गप्पागोष्टी करत मजेत जेवण चाललं होतं. सर्वत्र सुरेख चांदणं पडलं होतं. त्या मनोरम चंद्रप्रकाशात सारेजण आनंदात अन्नाचा अस्वाद घेत होते. वेगवेगळ्या मंडळींच्या आपापसांत वेगवेगळ्या गोष्टी चालल्या होत्या. त्या सहप्रवाशांच्या सहभोजनातील गप्पागोष्टी मात्र समान नव्हत्या. ज्या त्या गटाचे गप्पागोष्टींचे विषय वेगळे होते. कुणी व्यक्तिगत घरगुती विषय उगाळत होते, तर कोणी सार्वजनिक विषयांची चर्चा करत होते.

विष्णूच्या मनात मात्र मघाचाच विषय घोळत होता.

जेवताना त्यानं शिवशंकरांना प्रश्न केला,

'तुम्ही मला मघाशी अंबुजकुमाराबद्दल सांगत होता....'

आठवल्यासारखं करून शिवशंकर म्हणाले,

'खरंच की! तो आपला विषय अर्धवटच राहिला, नाही का? सांगतो हं पुढलं!'

तोंडातला घास घशाखाली पुरता उतरवल्यानंतर शिवशंकर सांगू लागले,

'तो जो अंबुजकुमार आहे ना, तो शेजारच्या गणराज्यांना नेहमी त्रास देतो. अधून मधून आपलं सैन्य केकय राज्यात पाठवतो; आणि त्यांची गुरंढोरं पळवून आणतो. लोकांना त्रास देऊन त्यांचं धान्य लुटून आणतो.'

विष्णु मधेच म्हणाला,

'हा तर चक्क लुटारू दिसतो! याला राजा कोण म्हणणार?'

'हो ना! अंबुजकुमार हा अत्यंत हीन प्रवृत्तीचा आहे. केकय राजाच्या राज्यात शिरून त्याचे सैनिक तिथल्या गवताच्या गंजींना आगी लावतात. घरांना आगी लावतात. शेतातलं धान्य लुटतात.'

विष्णु उपहासानं म्हणाला,

'त्याच्या सैनिकांना बहुधा हेच काम असावं!'

'हो ना! पण त्यामुळं त्याच्या सैनिकांत असंतोष माजलेला आहे.'

'पण केकय राजा याचा प्रतिकार करत नाही का?'

शिवशंकरांनी सांगितलं,

'केकय राजा पोरस आणि अंबुज यांच्यात मैत्रीचे संबंध आहेत. त्यामुळं अंबुज राजासाठी पोरस हे सारे अत्याचार सहन करतो. परंतु त्याची शक्ती अंबुजापेक्षा जास्त आहे. एक ना एक दिवस तो त्या छुप्या लूटमारीचा प्रतिकार केल्याशिवाय राहणार नाही.'

त्यांच्या अवतीभवती बसलेले लोक त्या दोघांचं बोलणं ऐकत होते. त्यांतला एकजण शिवशंकरांच्या बोलण्यावर म्हणाला,

'पण, श्रेष्ठी, या एकंदर प्रकारामुळं या दोन गणराज्यांतली तेढ वाढतच जाणार नाही का?'

शिवशंकर त्याच्याकडे बघत म्हणाले,

'खरंय् तुझं म्हणणं! पण हे अंबुजकुमारला कळायला नको का?'

एखाद्या गोष्टीचं तात्पर्य सांगावं, त्याप्रमाणे विष्णु म्हणाला,

'आमचं मगध आणि तुमचं तक्षशिला ही दोन्ही राज्यं वेगळी असली,तरी त्यांच्या समस्या सारख्याच आहेत!'

सर्वांचं जेवण संपलं होतं. हातपाय धुऊन ते शेकोटीपाशी येऊन बसले. विष्णूही त्यांच्यांत येऊन बसला. त्या चांदण्या रात्री शेकोटीभोवती कोंडाळं करून मंडळी बसली होती. चंद्र पश्चिमेकडे झुकला, तरी त्यांच्या गप्पागोष्टी चालल्या होत्या. रात्र सरली, तरी यांच्या गोष्टी संपण्याचं चिन्ह दिसत नव्हतं. पहाटेच्या वेळी हवेतला गारवा वाढला होता; पण त्याचबरोबर गप्पागोष्टींची ऊबही वाढत चालली होती.

सकाळी सारी आवराआवर करून मंडळी पुढल्या प्रवासाला निघाली. आता बहुतेकांच्या परस्परांच्या ओळखीपाळखी झालेल्या होत्या. त्यामुळं गप्पागोष्टींना कोणताही विषय असला, तरी रंग भरत असे. दुपारच्या आणि रात्रीच्या विसाव्यासाठी ठिकाण हेरण्याचं काम शिवशंकर श्रेष्ठींवर सोपवलेलं असे. त्या बाबतीत कुणीही त्यांच्या आज्ञेचं उल्लंघन करत नसे. या प्रवासात दोन्ही वेळेचा स्वयंपाक करण्याचं काम जसं स्त्रियांचं, त्याचप्रमाणे त्यांना साहाय्य करण्याचं काम तरुण मुलांचं! रांधण्यासाठी लाकूडफाटा एकत्र जमवून तीन भल्या मोठ्या दगडांची चूल या तरुण मुलांनी मांडली, म्हणजे मग स्त्रियांचं पुढचं काम सुरू व्हायचं. पाणवठ्यावरच त्यांचा मुक्काम पडे. त्यामुळे तिथूनच पाणी भरलं जाई. ही जरी ढोबळ मानानं कामांची वाटणी असली, तरी कुणीही कोणतंही काम करायला मागंपुढं पाहत नसे. यांत स्त्रीपुरुष असा भेदाभेद नसायचा. लहान-मोठं असाही पक्षपात नसायचा. सगळ्या समूहात एक प्रकारचा बंधुभाव निर्माण झालेला असायचा.

सूर्य माथ्यावर आला, म्हणजे दुपारचं भोजन व्हायचं. त्या महावृक्षांच्या सावलीतच दुपारची विश्रांती व्हायची. पश्चिम दिशेला सूर्य कलायला लागला, म्हणजे सूर्याची किरणं त्यांच्या प्रवासी निवासात घुसायची. पुढल्या प्रवासाची ती पूर्वसूचना असायची. मग त्यांचा दुपारचा हा भोजनोत्तर प्रवास सुरू व्हायचा आणि दिवस मावळेपर्यंत तो चालायचा. या प्रवासात सकाळपासून संध्याकाळपर्यंत त्यांना सूर्यदेवाचं मार्गदर्शन व्हायचं. रात्रीच्या वेळी आकाशातला तारकासमूह त्यांना मार्गदर्शन करायला सिद्ध असे. परंतु त्यांच्या मार्गदर्शनापेक्षा त्यांच्या गप्पागोष्टींत तो तारकासमूह सहभागी होत असे आणि त्यांना वेळेचं भान करून देत असे. परंतु तरीही शेकोटी विझेपर्यंत त्यांना वेळेचं भान राहत नसे. शेकोटी मंदावत चालली, म्हणजे त्यांच्या गप्पागोष्टींही मंदावत जायच्या. कुणीतरी आकाशाकडे बोट करून म्हणायचं,

'तो पाहा शुक्रतारा! किती चमचम करतो आहे! अंधार असला, तरी पहाट

होत आली आहे!'

काही वेळा रात्रीची झोप न घेता पहाटेच्या वेळी शुक्राच्या चांदण्यांतच त्यांचा पुढचा प्रवास सुरू व्हायचा! नैसर्गिक बंधनांनाही ते प्रवासी बांधलेले नव्हते. मुक्तपणानं प्रवास करतच ते पुढं पुढं चालले होते.

विष्णूचा दिनक्रमही प्रवासात ठरलेला होता. सकाळ-संध्याकाळचं आन्हिक तो अगदी नियमानं पार पाडत असे. त्याचा इतर वेळ त्या समूहात मिळूनमिसळून जायचा. जे जे आपल्याला माहीत नसेल, ते लोकांकडून शिकणं आणि जे आपल्याला माहीत असेल, ते लोकांना शिकवणं, हे त्याच्या दिनक्रमाचं सूत्र होतं, हे ज्ञानदान किंवा ज्ञानग्रहण करताना सगळे सारखेच, ही त्याची समवृत्ती होती. ज्ञानाचं हे सारं आदानप्रदान समकक्षेत चालायचं. समपातळीवर व्हायचं.

या प्रवासी समूहाबरोबर विद्यार्थ्यांचाही एक मोठा गट अध्ययनासाठी निघाला होता. विष्णूची त्या सर्वांशीच मैत्री जमली होती. परंतु त्यातील एका विद्यार्थ्यांशी त्याची विशेष मैत्री जडली होती.

प्रवास करताना किंवा निवास करताना त्यांच्या विविध विषयांवर गप्पागोष्टी व्हायच्या. साऱ्यांच्या ठायी ज्ञानजिज्ञासा असल्यामुळं त्या गप्पागोष्टींचे विषय अर्थात ज्ञानसंपादनाचे किंवा ज्ञानप्रदानाचे असत. रात्रीच्या वेळी शेकोटीच्या शेजारी बसल्यानंतर त्यांच्या बौद्धिक मनोरंजनाच्या गोष्टी रंगायच्या. त्यांत विष्णूचा विशेष मित्र इंदुशर्मा हा प्रामुख्यानं भाग घ्यायचा. विष्णूप्रमाणेच तोही उच्च शिक्षणासाठी तक्षशिलेला निघाला होता. विष्णु गंभीर प्रकृतीचा, तर इंदुशर्मा गमत्या स्वभावाचा होता. हे परस्परविरोधी स्वभावाचे मित्र नेहमीच एकत्र असत.

इंदुशर्मा त्याला म्हणाला,

'विष्णु, तू नेहमी गंभीरपणानं का वागतोस? कुणी तुझ्या मस्तकावर जगाचा का भार टाकला आहे?'

विष्णु त्याला सांगायचा,

'तुला माझी सारी परिस्थिती कळली, तर तू खचित असं म्हणणार नाहीस!... आणि प्रत्येक माणसाच्या मस्तकावर नियतीनं कसला ना कसला तरी भार टाकलेलाच असतो. याच जाणिवेनं प्रत्येकानं वागलं पाहिजे. मी तसं वागतो, याला कारणही तसंच आहे. माझ्या लहानपणीच घडलेलं!'

शेकोटीभोवती बसलेल्या साऱ्यांचंच कुतूहल जागृत झालं.

इंदुशर्मानं विचारलं,

'कोणतं कारण? सांग की!'

विष्णु हसून म्हणाला,

'तुम्हांला हसू येईल! जरा चित्रविचित्रच कथा आहे ती!'

'वा, वा! मग सांगच! तुझ्या तोंडून चित्रविचित्र कथा ऐकायची, म्हणजे तो एक अपूर्व योगच आहे! सांग, सांग!'

इंदुशर्मानं जेव्हा फारच आग्रह केला, तेव्हा विष्णूनं सांगायला प्रारंभ केला.

प्रथमच विष्णु म्हणाला,

'माझ्या लहानपणच्या दोन कथा मी तुम्हाला सांगणार आहे. सांगू ना?'

सर्वजण एकसुरात ओरडले,

'वा, वा! सांग ना!'

इंदुशर्मा म्हणाला,

'आंधळा मागतो एक डोळा! देव देतो दोन डोळे!'

विष्णूनं त्या कथा सांगितल्या.

विष्णूच्या बालपणी त्यांच्या घरी एक ज्योतिषी आला होता. त्यानं विष्णूकडे बघितलं मात्र! एकदम त्याच्या मुद्रेवर आश्चर्याचे भाव उमटले. विष्णूची आई त्या ज्योतिष्याकडे निरखून बघत होती.

त्याच्या आईनं त्याला विचारलं,

'माझा विष्णु पुढं कोण होईल, हो?'

त्याच्या आईच्या प्रश्नावर ज्योतिषीबुवा काहीच बोलले नाहीत. ते फक्त विष्णूकडे बघतच राहिले.

आईनं त्याला पुन्हा प्रश्न केला, तेव्हा तो ज्योतिषी म्हणाला,

'तुमचा हा मुलगा पुढं राजा होईल!'

ज्योतिष्याच्या त्या भविष्याचं विष्णूच्या आईला फार आश्चर्य वाटलं. तिनं त्याला विचारलं,

'हे कसं काय शक्य आहे? कशावरून सांगता तुम्ही हे!'

तो ज्योतिषी म्हणाला,

'या तुमच्या मुलाच्या दातांची ठेवणच तसं सांगतेय्!'

त्याच्या आईला तो राजा व्हायला मुळीच नको होता. कारण मगधराजाचे खूप प्रताप तिनं बघितलेले असतात. शिवाय विष्णु जर राजा झाला, तर तो ब्रह्मकर्मापासून दूर जाईल, अशी भीती तिला वाटायची. म्हणून त्या ज्योतिष्याचं भविष्य ऐकून ती विष्णूचे दातच पाडायला निघाली. परंतु विष्णूच्या पिताजींनी तिला त्यापासून परावृत्त केलं. म्हणून त्या वेळी विष्णूचे दात वाचले!

ही कथा ऐकून सारे हसायला लागले.

इंदुशर्मा विष्णूला हसत म्हणाला,

'ही तुझी दंतकथा फारच मजेदार आहे... बरं, तू दुसरी कोणती कथा सांगणार आहेस?'

विष्णूही हसत म्हणाला,

'दुसरी पण दंतकथाच आहे!'

गमतींच्या स्वरात शिवशंकर म्हणाले,

'तुझे दात साऱ्या मगधात प्रसिद्ध झाले असतील, नाही का?'

या त्यांच्या बोलण्यावर सारी मंडळी मनापासून हसली.

विष्णूही हसतच म्हणाला,

'आई मला नेहमी सांगायची, की मला जन्मत:च दात होते. त्याही वेळी तिला काही ज्योतिष्यांनी मी राजा होईन, असं भविष्य सांगितलं होतं. त्या भीतीनं जन्मत:च तिनं माझे दात पाडून टाकले!'

इंदुशर्मा थट्टेनं म्हणाला,

'विष्णु राजा होणारच, असं भविष्य मी आता करतो. कारण तो गंभीरपणानं का वागतो, हे आता माझ्या पुरतं लक्षात आलेलं आहे. अहो, राजानं गंभीरपणानंच वागायला नको का?'

यावर शिवशंकर म्हणाले,

'इंदुशर्मा, तुझं म्हणणं खरं होणारच! दात पाडले, म्हणजे जे व्हायचं असेल, ते थोडंच टळणार आहे?'

जयघोष करणाऱ्या भाटाप्रमाणे इंदुशर्मा उठून उद्गारला,

'महाराज विष्णुगुप्तांचा विजय असो!'

विष्णूही हसत उठला आणि त्या जयजयकाराचा त्यानं स्वीकार केला.

रात्र बरीच झाली होती. सारी मंडळी उठली आणि झोपायला निघून गेली. शेकोटीच्या ज्वालाही शमल्या होत्या. राखेखाली त्या विसावल्या होत्या. सारी मंडळीही निद्रासौख्यात विसावली होती. सारा निसर्ग नि:स्तब्ध झाला होता.

त्या दिवशी विष्णु आणि इंदुशर्मा रानावनांत लाकूडफाटा आणण्यासाठी गेले होते. इतर मुलं अन्य कामांत गुंतली असल्यामुळं त्या दोघांकडे हे काम आलं होतं. वाळलेला लाकूडफाटा शोधत ते चालले होते. तोंडानं त्यांची बडबड चालली होती. हसणं-खिदळणंही चाललं होतं. हळूहळू सरपणही गोळा होत चाललं होतं.

इंदुशर्मा म्हणाला,

'काल तुझ्या दंतकथांनी मोठी गंमत आणली!'

विष्णु म्हणाला,

'गंमत म्हणूनच त्या दंतकथा सांगितल्या होत्या!'

'पण, विष्णु, ते भविष्य खरं कशावरून होणार नाही?'

'हे बघ, मी नियती मानतो, पण मी भविष्यावर कधी अवलंबून राहत नाही! माणसानं प्रथम पुरुषप्रयत्न हे करायला हवेतच. नंतर मग भविष्याचा कानोसा घेऊन नियतीच्या दारावर थाप मारायची असते!'

इंदुशर्मा मधेच म्हणाला,

'अरे, प्रयत्न हे करावेच लागतात, विष्णु! परंतु भविष्याचं सूत्र धरून प्रयत्नाचा तो मार्ग चालावा लागतो. भविष्यात काही अर्थ नाही, असं तू मानू नकोस!'

'मी कुठं तसं मानतोय्? मी माझ्यापुरतं एवढंच ठरवलं आहे, की देवाचं नाव घ्यायचं आणि पुढलं पाऊल टाकायचं! पुढला मार्ग देव दाखवतो! निदान माझी तरी तशी श्रद्धा आहे!'

इंदुशर्म्याला पुन्हा थट्टा करण्याची लहर आली. तो म्हणाला,

'हे बघ, विष्णु, तू देवावर श्रद्धा ठेव, किंवा प्रयत्नांवर श्रद्धा ठेव, तू राजा होणार, अशी माझी श्रद्धा आहे!'

त्याच्या बोलण्यातला थट्टेचा स्वर विष्णूला समजला. तो म्हणाला,

'मी राजा झालो ना, तर तुला मुख्य प्रधान करीन. झालं ना मग?'

'या गरीब मित्राची त्या वेळी आठवण ठेव, म्हणजे झालं!'

अशी थट्टामस्करी करतच त्यांचं सरपण गोळा करण्याचं काम चाललं होतं.

बोलता बोलता ते त्या वनाच्या आतल्या भागात गेले. त्या निबिड अरण्यात एका महावृक्षाखाली एक साधू ध्यानस्थ बसलेला त्यांना दिसला. त्याच्या जटा खूपच वाढलेल्या होत्या. त्यानं आपादमस्तक भस्मविलेपन केलं होतं.

ते दोघे शांतपणानं त्या साधूसमोर जाऊन उभे राहिले.

त्यांची चाहूल लागताच साधूची तंद्री भंग पावली. आपले नेत्र उघडून त्यानं त्या दोघांच्याकडे बघितलं. त्याच्या दृष्टीतून तेज सांडत होतं.

त्या साधूची तेजस्वी दृष्टी विष्णूवर स्थिरावली. त्याला उद्देशून तो साधू बोलायला लागला,

'तुझ्या ललाटी फार मोठा सुयोग लिहिलेला मला स्पष्ट दिसतोय्.'

विष्णु गोंधळून म्हणाला,

'आपल्याला नेमकं काय म्हणायचं आहे, महाराज?'

विष्णूच्या या विनम्र बोलण्यावर तो साधू म्हणाला,

'तुझ्या हातून एक महान कार्य पार पडणार आहे; आणि त्या कार्यात आमच्यासारख्या साधुमहंतांचं साहाय्य तुला घ्यावं लागणार आहे.'

'कोणतं कार्य, महाराज?'

साधू त्याच्याकडे निरखून बघत म्हणाला,

'मी आत्ताच काही सांगू शकणार नाही! त्यासाठी तुला वाट बघावी लागेल. ती वेळ आल्यावर तुला आपोआप सर्व काही समजेल!'

थोडं थांबून तो साधू म्हणाला,

'आता तुम्ही इथून जा! मला पुन्हा ध्यान सुरू करायचं आहे!'

विष्णु आणि इंदुशर्मा तिथून निघाले. निघण्यापूर्वी त्यांनी साधूला नमस्कार केला. साधूनं त्यांना 'कार्यसिद्धिरस्तु' असा आशीर्वाद दिला.

वाटेत इंदुशर्मा म्हणाला,

'विष्णु, तुझ्या दंतकथा खऱ्या होणार, असं दिसतंय्. साधूच्या बोलण्यातूनही तसाच अर्थ निघतोय्.'

विष्णूनं त्याच्याकडे नुसतं हसून बघितलं.

साधूच्या बोलण्यावर तो स्वत:ही मनातून विचार करत होता. आपल्या पिताजींच्या समोर घेतलेली भारताच्या एकसंधतेची प्रतिज्ञा त्याला एकसारखी आठवायला लागली. तो पुढं चालतच होता.

मजल, दरमजल करीत मगधाहून तो प्रवाशांचा समूह काशीतीर्थी येऊन दाखल झाला. त्रैलोक्यातील त्या विख्यात तीर्थस्थळी गंगेवर सर्वांनी स्नान उरकलं.

गंगामातेला बघून विष्णूच्या साऱ्या पूर्वस्मृती उचंबळून आल्या. कितीतरी वेळ तो त्या जलतीर्थात उभा होता. मगधातल्या गंगाजलातच आपण उगवत्या सूर्याला अर्घ्य देत उभे आहोत, असा भास त्याला होत होता.

भानावर आल्यानंतर शेजारी गंगाजलात उभ्या असलेल्या शिवशंकरांना विष्णूनं विचारलं,

'बारा ज्योतिर्लिंगांपैकी काशीक्षेत्र हे एक ज्योतिर्लिंग आहे ना?'

शिवशंकर म्हणाले,

'होय. विश्वनाथाचं वास्तव्य आणि गंगेचं सान्निध्य यांमुळं या क्षेत्राला श्रेष्ठत्व प्राप्त झालेलं आहे....'

विष्णु कुतूहलानं त्यांना काशीक्षेत्राविषयी एकेक प्रश्न विचारत होता आणि शिवशंकर आपल्यापरीनं उत्तर देत होते.

शिवशंकर म्हणाले,

'हे काशीक्षेत्र शिवशंभूच्या त्रिशूलावर वसलेलं आहे. प्रलयकाळीही त्या क्षेत्रांचा नाश होणार नाही, असं पुराणात लिहून ठेवलं आहे.'

‘काशीला वाराणसीही म्हणतात ना?’

‘होय. वरुणा आणि असी या दोन नद्यांच्या संगमावर वसल्यामुळं या तीर्थाला वाराणसीही म्हणतात. गंगेचा हा उत्तर तीर आहे.’

विष्णु भारावून जाऊन त्यांचं बोलणं ऐकत होता.

शिवशंकर पुढं सांगत होते,

‘काशी हे धर्मपीठ आहे; आणि विद्यापीठही आहे. परंतु तक्षशिला हे सर्वांत प्राचीन विद्यापीठ आहे.’

शिवशंकरांनी मधेच थांबून गंगेच्या विस्तीर्ण पात्रावरून दृष्टी फिरवली आणि पुन्हा विष्णूकडे बघत ते म्हणाले,

‘सोळा महाजनपदांपैकी काशी हे एक जनपद आहे. वैदिक धर्माचा प्रसार काशीतूनच साऱ्या भरतखंडात झाला.’

बराच वेळ विष्णु आणि शिवशंकर हे काशीक्षेत्राबद्दल बोलत होते.

काशीच्या वास्तव्यात विष्णु अतिशय भारावून गेला होता.

काशीचं वास्तव्य जेव्हा संपत आलं, तेव्हा तिथून निघताना विष्णूला फार जड वाटायला लागलं. हा पवित्र परिसर सोडून कुठंही जाऊच नये, असं त्याला वाटत होतं. जी यात्रेकरू मंडळी केवळ काशीयात्रेसाठीच आली होती, ती तिथंच थांबली. त्या मंडळींचे ऋणानुबंध तोडून जाताना विष्णूला अतिशय वाईट वाटलं. ‘आपण पुन्हा भेटू’, असा परस्परांनी परस्परांचा निरोप घेतला असला, तरी आता पुन्हा आपली भेट कधी होणार नाही, हे प्रत्येकाला माहीत होतं. विष्णु मनाशी म्हणत होता,

‘वियोग हाच मानवी जीवनाचा स्थायिभाव आहे, की काय कुणास ठाऊक!’

विविध प्रकारची माहिती देऊन आपल्याला शहाणे करून सोडणारे शिवशंकर हे तरी आपल्याला शेवटपर्यंत सोबतीला आहेत, याचं त्याला त्यातल्या त्यात समाधान वाटत होतं. सर्वांनी परस्परांचा जड अंत:करणानं निरोप घेतला. विष्णूनंही भरल्या नेत्रांनी तिथल्या गंगामातेचा निरोप घेतला.

पांचाल गणराज्य येईपर्यंत गंगामातेची त्यांना सोबत होणारच होती. तक्षशिलेला पोहोचण्यापूर्वी त्यांना गंगेची कनिष्ठ बहीण यमुना ही पवित्र नदी पार करून जायची होती. परंतु प्रत्यक्ष त्याला जेव्हा यमुनेचं दर्शन झालं, तेव्हा तिच्या दर्शनानं त्याचं मन मुळीच हरखून गेलं नाही.

त्या कालिंदीच्या प्रवाहाकडे बघताना तो शिवशंकरांना म्हणाला देखील,

‘काही म्हणा! गंगा ती गंगाच! तिची सर काही या धाकट्या बहिणीला येणार नाही!’

शिवशंकर म्हणाले,

‘असं कसं म्हणतोस? बालपणी श्रीकृष्णाचं या कालिंदीवर केवढं प्रेम! याच यमुनेच्या तरुतळवटी श्रीकृष्ण आपल्या सवंगड्यांबरोबर नाना तऱ्हेचे खेळ खेळला. गोपींबरोबर त्यानं रासक्रीडा इथंच केली. कालियामर्दनही यमुनातीरीच झालं! मग तुला असं का वाटतं?’

‘वाटतं खरं!’

‘हे बघ, विष्णु, तुलना या पुष्कळ वेळा घृणास्पद असतात. जगात जशी दोन मोठी माणसं असू शकतात, त्याचप्रमाणे दोन मोठ्या नद्याही असू शकतात. हिमालयातच उगम पावलेल्या या दोन्ही बहिणीही तशाच मोठ्या आहेत.’

विष्णु हे सारं शांत मनानं ऐकत होता.

शिवशंकर पुढं सांगत होते,

‘खरं तर या दोन भगिनींमधे यमुना मोठी आहे. जशी मोठी, तशीच मोठ्या मनाची.’

‘कशावरून म्हणता? मग गंगा मोठी का मानली जाते?’

शिवशंकर म्हणाले,

‘त्यालाही या यमुनेचा मोठेपणाच कारणीभूत आहे. महादेवांनी गंगेचा स्वीकार केला, म्हणून या गरीब बिचाऱ्या मोठ्या मनाच्या बहिणीनं गंगेच्या पदरात मोठेपणा टाकला आणि ती स्वस्थ बसली. हे पाहा, विष्णु, मोठेपणा हा नेहमी स्वस्थ बसण्यात असतो. दुसऱ्याला मोठेपणा देण्यात असतो.’

विष्णूनं विचारलं,

‘तिच्या आणखी काही मोठेपणाच्या खुणा सांगा ना!’

शिवशंकर म्हणाले,

‘अरे, अशा कितीतरी गोष्टी सांगता येतील!’

अंधारी रात्र होती. हवेत उष्मा असल्यामुळं शेकोट्या पेटलेल्या नव्हत्या. रात्री भोजनोत्तर शिवशंकर आणि विष्णु एका बाजूला गप्पागोष्टी करत बसले होते. इंदुशर्मा दुसऱ्याच कामात गुंतला होता. आकाशात नक्षत्रांचे असंख्य रत्नदीप लागले होते. त्या शांत, पवित्र प्रकाशात त्या दोघांना परस्परांच्या मुद्रा अंधूक दिसत होत्या.

सभोवताली जेव्हा अंधार असतो, तेव्हा माणसाच्या अंत:करणात प्रकाश फाकत असतो.

शिवशंकरांच्या बोलण्यावर विष्णु म्हणाला,

‘सांगा ना मला त्या गोष्टी? गंगाभगिनीच्या मोठेपणाच्या?’

शिवशंकर म्हणाले,

‘पुरातन कालापासूनच्या या कथा आहेत. रामायमणकाली भरतानं हिच्याच काठी

अश्वमेध यज्ञ केला होता. महाभारतकाली खांडववन जाळल्यानंतर पांडवांनी काय केलं?'

'सांगा...सांगा ना काय केलं, ते?'

'आपली इंद्रप्रस्थ ही राजधानी हिच्याच तीरावर वसवली!'

काही वेळ थांबून शिवशंकर म्हणाले,

'अपत्यप्राप्तीसाठी या यमुनेच्या तीरावरच वैवस्वत मनूनं तप केलं होतं. कित्येक साधुसंत, तडीतापसी या कालिंदीत स्नान करून पुण्य गाठीशी बांधतात, ते उगाच नव्हे! चित्रकेतूनंच या पवित्र यमुनेत स्नान केलं आणि मगच तो नारदांसमोर विद्येची दीक्षा घ्यायला बसला!'

विष्णु संतुष्ट होऊन म्हणाला,

'मीसुद्धा आता विद्याप्राप्तीसाठी चाललो आहे. मी देखील प्रतिदिनी या कालिंदीतलं पवित्र स्नान करतोच आहे!'

एवढ्यात दूरवरून येणारे भजनी पदाचे स्वर त्याच्या कानी पडले :

सब दिन को मनमोहन हरत
सो प्रिय को मन ए जो हरणी

दोघेही कान देऊन ऐकायला लागले.

ते पद कानी पडत असतानाच शिवशंकर म्हणाले,

'ऐकलीस ना, विष्णु, या यमुनेची महती?'

विष्णु तंद्रीतून बाहेर पडला आणि बावचळून म्हणाला,

'कसली महती?'

शिवशंकर हसून म्हणाले,

'अरे, मी नाही महती सांगत! त्या पदात काय सांगितलं आहे, ऐकलंस ना? मन-मोहन श्रीकृष्ण हा सर्वांचीच मनं मोहून टाकतो. परंतु ही यमुना मात्र त्या मनमोहनाचंच मन मोहून टाकते. मग आहे ना ही यमुना मोठी?'

विष्णुही हसत म्हणाला,

'हे अमान्य करून काय होणार? पण आता दुहेरी पुण्य माझ्या पदरात पडणार आहे.'

'कसं?'

शिवशंकरांच्या या प्रश्नावर विष्णु म्हणाला,

'आतापर्यंत गंगेनं माझ्या पदरात पुण्य टाकलं. आता ही यमुना माझ्या पदरात पुण्य टाकणार आहे.'

दोघेही मनापासून हसले.

दिवसामागून दिवस चालले होते. रात्रीमागून रात्री उलटत होत्या. नद्या-नाले, वनं-उपवनं, डोंगर-दऱ्या पार करत त्यांचा प्रवास चालला होता. वास्तव्याची स्थानं बदलत होती. खाद्यपदार्थांत रुचिपालट होत होता. मार्गात कित्येक प्रवासी सोबत सोडून जात होते. नवे सोबती प्रवासाला येत होते. विविधस्वरूपी निसर्ग एकरूप होऊन सामोरा जात होता.

विष्णु नेत्र उघडे ठेवून या साऱ्या गोष्टी बघत होता आणि अंत:करणाच्या गाभाऱ्यात त्या साठवून ठेवत होता. निसर्गाची विविध रूपं जशी आपल्या मन:पटलावर खोदून ठेवत होता, त्याचप्रमाणे शिवशंकरांकडून मिळणारं ज्ञानही मनाच्या पाटीवर रेखून टाकत होता.

त्यांनी आता यमुना पार केली होती. आतापर्यंत यौधेय, मालव, क्षुद्रक, कठ, मद्र, केकय अशा अनेक गणराज्यांची माहिती शिवशंकरांकडून मिळविली होती.

शेवटी सरस्वती, शतद्रु, विपाशा, इरावती अशा अनेक नद्या ओलांडून सारा प्रवासीसमूह वितस्ता नदीच्या तीरावर येऊन पोहोचला. या साऱ्या प्रवासात विष्णूनं बरंच ज्ञानभांडार आपल्या गाठीशी बांधलं होतं.

वितस्ता नदी दृष्टीसमोर येताच विष्णु तक्षशिलेच्या दर्शनासाठी व्याकुळ झाला. कित्येक महिन्यांच्या प्रदीर्घ प्रवासानंतर तो तक्षशिलेच्या ज्ञानमुखाशी येऊन पोहोचला होता. आता मात्र त्याला धीर धरवत नव्हता.

शिवशंकरांना तो सारखं विचारत होता,

'तक्षशिलेला आपण केव्हा जाऊन पोहोचणार?'

शिवशंकर म्हणाले,

'अरे हो, हो! किती उतावळेपणा करशील? आता वितस्ता ओलांडली, की तक्षशिला नगरीतच आपण प्रवेश करू!'

'मग आता अडचण कसली? निघू या की जायला! समोर पक्वान्न दिसलं, की ते खावंसं नाही का वाटणार?'

शिवशंकर मनापासून हसले आणि म्हणाले,

'ही समोरची नदी ओलांडायची, म्हणजे थोडी अडचण आहे!... नदीचा उतार कुठं आहे, हे बघायला हवं! उगाच पाणी दिसलं, म्हणजे टाक पाण्यात पाय, असं करून चालत नाही!'

विष्णूचे टपोरे तेजस्वी नेत्र वितस्ता नदीच्या पैलतीरी लागले होते.

विद्यामंदिराचे दर्शन

तक्षशिलेला जाणाऱ्या प्रवाशांचा शेवटचा तळ वितस्ता नदीच्या तीरावर पडला. वितस्ता नदी ओलांडली, म्हणजे त्यांचा तक्षशिलेत प्रवेश होणार होता. तोंडाशी घास आला, म्हणजे माणूस ज्याप्रमाणे तो घास पोटात घालण्यासाठी उतावीळ होतो, त्याप्रमाणे विष्णु आता तक्षशिलेत प्रवेश करण्यासाठी उतावीळ झाला होता. वितस्तेच्या तीरावर उभं राहून तो तक्षशिलेच्या दिशेनं बघत होता. त्याच्या मुद्रेवरची आतुरता स्पष्ट दिसत होती.

सती पार्वतीचा अवतार म्हणूनी मानली गेलेली वितस्ता नदी भरधाव धावत होती. गंगेवर प्रीती करणाऱ्या महादेवावर रुसून ही पार्वती वेगानं तोंड फिरवून निघाली आहे, असं वाटत होतं. दुपारची सूर्यकिरणं तिच्या जलमुखावर पडल्यामुळं तिच्या अंत:करणातून अंगार फुलून बाहेर ओसंडल्यासारखा भास होत होता. संतापलेल्या माणसाप्रमाणे ती जलवाहिनी जलद गतीनं चाललेली होती.

स्वत: विष्णु तक्षशिलेला जाण्यासाठी अतिशय उतावळा झालेला असल्यामुळं त्याला वितस्तेच्या रागालोभाची मुळीच पर्वा नव्हती. तो फक्त तिच्या चमचमत्या अंगाराकडे बघत उभा होता आणि त्या नदीपार असलेल्या त्या विद्यानगरीबद्दल विचार करत होता.

त्या वेळी शिवशंकर त्याला म्हणत होते,

'विष्णु, नदीला बरंच पाणी आहे. उतार पाहूनच आपल्याला नदीपार व्हायला पाहिजे!'

विष्णु म्हणाला,

'पण आपल्याला उतार कसा काय मिळणार?'

शिवशंकर गमतीनं म्हणाले,

'आहे त्याला एक उपाय!'

'कोणता? वा! मग कामच झालं!'

आता मात्र शिवशंकर गंभीरपणानं म्हणाले,

'या वितस्ता नदीची पूजा करायची!'

'पूजा? ती कशी काय करायची?'

'विष्णु, ते एक व्रत आहे. भाद्रपद शुद्ध दशमीला त्या व्रताचा प्रारंभ करायचा असतो. हे सात दिवसांचं व्रत आहे.'

'अरे, बाप, रे! म्हणजे सात दिवस हे व्रत करावं लागेल? म्हणजे सात दिवस तक्षशिला दूरच राहणार!'

शिवशंकर हसले आणि म्हणाले,

'तसं पाहिलं, तर हे व्रत आपण पार पाडलंच आहे! त्या व्रतात सांगितल्याप्रमाणे आपण या वितस्तेचं दर्शन घेतलंच आहे. या नदीत स्नानही केलं आहे. जलपानही केलं आहे. आता फक्त तिची पूजा आणि ध्यान करायचं, म्हणजे झालं!'

'कशी करायची पूजा, ते सांगा! म्हणजे करतो.'

'तू या नदीत गायत्रीचा जप केलाच आहेस. नदीत बसून ध्यानही केलं आहेस. आता तिला उतार देण्यासाठी प्रार्थना कर म्हणजे झालं!'

विष्णु म्हणाला,

'ती प्रार्थना चाललीच आहे सारखी!'

'प्रार्थनेला फळ मिळतं, का नाही, ते बघ!'

एवढ्यात काही लोकांच्या बरोबर इंदुशर्मा येताना दिसला.

जवळ आल्यावर तो म्हणाला,

'उद्या सकाळी नदीला उतार मिळेल, असं तिथल्या लोकांनी सांगितलं. उद्या आपण नदीपार होऊन जाऊ!'

शिवशंकर विष्णूकडे बघत हसून म्हणाले,

'विष्णु, तुझ्या प्रार्थनेला यश आलं, बघ!'

मग सर्वजण हसायला लागले.

दुपार टळून गेली होती. नदीच्या तीरावरच ते गप्पागोष्टी करत बसले. त्यांच्या मनावरचं ओझं आता उतरलं होतं. या प्रदीर्घ प्रवासात शिवशंकरांनी विष्णूला खूपच माहिती पुरविली होती. ते व्यापारी पेशाचे असून, त्यांनी एवढं ज्ञान कसं काय संपादन केलं आहे, याबद्दल विष्णूला राहून राहून आश्चर्य वाटत होतं. त्याच्या मनात जागृत झालेलं हे कुतूहल त्याला स्वस्थ बसू देईना.

त्यांच्या गप्पागोष्टी चालल्या असताना विष्णूनं त्यांना म्हटलं,

‘एक गोष्ट विचारू का?’

शिवशंकर हसत म्हणाले,

‘आतापर्यंत तू मला कितीतरी गोष्टी विचारल्या आहेस! आता आणखी एक गोष्ट विचारायला संकोच कसला करतोस?’

विष्णूनं विचारलं,

‘आपण व्यापार करता. मग हे एवढं ज्ञान कुठून प्राप्त करून घेतलंत?’

शिवशंकर म्हणाले,

‘बरं झालं, विचारलंस, ते!’

विष्णूनं एकदम विचारलेल्या या प्रश्नावर ते काही काळ थांबले. त्याच्या प्रश्नाला थोडक्यात कसं उत्तर द्यावं, याचा विचार करून ते म्हणाले,

‘विष्णु व्यापारी पेशा हा माझा आपद्धर्म आहे! मुळात आमचं घराणं पंडितांचं, पढीकांचं! वैदिक धर्माचे पाठ मी लहानपणी घेतले आहेत. परंतु पुढं ही ज्ञानाची पेढी मी सोडून दिली आणि व्यापारी पेढी सुरू केली.’

मधेच विष्णूनं आश्चर्यानं विचारलं,

‘का बरं?’

‘तेच सांगतोय्! वास्तविक, ज्ञानाला सर्वत्र मान मिळायला हवा. ज्ञानाची सर्वत्र पूजा व्हायला हवी! ज्ञानाला एक वेळ मान मिळाला नाही, तरी चालेल! परंतु ज्ञानाला अपमान कधी सहन होत नाही. परंतु ‘सर्वे गुणाः कांचनमाश्रयन्ते’ असा हा काळ आलेला आहे! सारं जग अर्थाचं दास बनलेलं आहे. विविध प्रकारचं ज्ञान संपादन केलेलं असल्यामुळं माझ्या पिताजींना तक्षशिलेतले सारे लोक सार्थपणानं ‘सर्वज्ञेश्वर शास्त्री’ असं म्हणत असत.’

विष्णु एकटक त्यांच्याकडे बघत होता. ध्यान देऊन त्यांचं बोलणं ऐकत होता.

शिवशंकर सांगत होते,

‘परंतु त्यांच्या पंडितीची आणि द्रव्याची क्वचितच गाठ पडली. द्रव्याभावी त्यांच्या ज्ञानाला अनेक अपमान सहन करावे लागले. त्या ज्ञानी पुरुषानं आपला आलेला अंतकाल ओळखला आणि शेवटी मला जवळ बसवून सांगितलं, की माणसानं ज्ञानाचा व्यापार कधी करू नये, पण व्यापाराचं ज्ञान मात्र करून घ्यावं! मी त्यांच्या बोलण्यातला भावार्थ ओळखला आणि व्यापारी पेढी खोलली!’

विष्णू गप्प बसून ऐकत होता.

शेवटी शिवशंकर त्याला म्हणाले,

‘मी माझी व्यापारी पेढी तर चालवलीच; परंतु अंगी बहुश्रुतपणाही प्राप्त करून घेतला. त्यासाठी खूप देशाटन केलं. तक्षशिलेला पंडितमैत्री कधीच कमी पडली नाही; आणि धनिकांना नेहमीच सभेत संचार करायला मिळतो. म्हणून

द्रव्यभांडाराबरोबर हे ज्ञानभांडारही प्राप्त करून घेतलं. पण एक गोष्ट नेहमी लक्षात ठेव. द्रव्यप्राप्तीला जशी कधी मर्यादा नसते, त्याचप्रमाणे ज्ञानप्राप्तीलाही कधी मर्यादा नसते. कुठंतरी माणसाला थांबावंच लागतं!....तू विचारलंस, म्हणून हे सारं सहज बोलून गेलो.'

बराच वेळ कुणीच काही बोललं नाही! ज्ञानसाधनेची देखील एक प्रकारची शांती असते. तशी शांती सर्वत्र पसरली होती.

बऱ्याच वेळानंतर विष्णु म्हणाला,

'मी आता देशाटन केलेलंच आहे. आपल्याकडून पंडितमैत्रीही मला लाभलेली आहे. आता तक्षशिलेत गेल्यावर तिथल्या सभांतून संचार होईलच! बहुश्रुत होण्यासाठी एवढी सामग्री सध्यातरी पुरेशी आहे.'

विष्णूच्या या बोलण्यावर सारेजण मनापासून हसले.

सारी मंडळी उठून गेल्यानंतर विष्णु त्या ठिकाणी एकटाच बसून राहिला. संध्याकाळ होत आली होती. थोड्याच वेळात त्याची सायंसंध्येची वेळ होणार होती. वितस्ता नदीच्या वाहत्या प्रवाहाकडे तो एकटक बघत बसला.

तो मनाला विचारत होता,

'मानवी जीवनाचा प्रवाह असाच अखंड वाहतो आहे. पुनरपि जननं पुनरपि मरणम् हे सूत्र अंतर्मनात साठवून माणसाचा हा जीवनमृत्यूचा प्रवास अविश्रांत चाललेला आहे. अनादिकालापासून हा प्रवास चालत आलेला आहे आणि अनंतकालापर्यंत तो चालणार आहे. हा प्रवास नेमका केव्हा प्रारंभित झाला आणि निश्चित कधी संपणार आहे?'

मग तोच मनाशी म्हणाला,

'या प्रश्नांनी ज्ञानवंतांची मनं अज्ञानी बनून गेली आहेत. मग आपण कुठले कोण?'

त्यानंतर त्याला इच्छित स्थळाच्या तोंडाशी आल्यानंतर आजपर्यंत केलेला हा प्रवास आठवायला लागला.

आजवरच्या प्रवासात त्यानं निसर्गाची किती विविध रूपं बघितली होती! किती मानसिक आंदोलनं अनुभवली होती! आजवर तो मगधातील संकुचित जगात वावरला होता. परंतु आता तो केवढ्या उघड्यावाघड्या जगात येऊन दाखल झाला होता. या नव्या जगात प्रवेश करताना त्यानं प्रदेशामागून प्रदेश पायांखाली घातले होते. नगरानगरांतून संचार केला होता. चंद्रसूर्यांचे उदयास्त पाहिले होते. दिवसाच्या वेळी सूर्यप्रकाशानं न्हाऊन निघालेली सृष्टी बघितली होती. त्याचप्रमाणे चंद्रप्रकाशातील सृष्टीचं चंदेरी रूप बघितलं होतं. अंधाऱ्या रात्री नभोवितानाला लावलेले रत्नदीप बघितले होते, तर दिवसा ढवळ्या झगझगीत सूर्यप्रकाशावर टाकलेला मेघांचा पडदाही दिसला होता.

निसर्गाच्या या विविध रूपांकडे बघून त्याला नेहमी वाटायचं, की हा सारा निसर्ग अत्यंत शिस्तबद्ध आहे आणि त्या शिस्तीच्या पाठीमागे कुणीतरी शास्ता आहे; आणि याच्या उलट, माणूस हा बेशिस्त आहे, आणि या त्याच्या बेशिस्तीमागे षड्रिपू उभे आहेत. कामविकारानं तो कातावला आहे. क्रोधानं तो कोंदला आहे. मोहानं तो मोहावला आहे. लोभानं तो लालचावला आहे. मदानं तो मातला आहे आणि मत्सरानं तो भ्रांतचित्त बनला आहे. या षड्रिपूंच्या वेढ्यातून त्याला परमेश्वरही बाहेर काढू शकत नाही.

माणसाच्या भोवती पडलेला हा षड्रिपूंचा विळखा फक्त ज्ञानसाधनाच उठवू शकेल, हे त्याच्या मनानं पक्कं केलं होतं!

त्याच ज्ञानसाधनेसाठी तो तक्षशिलेला निघाला होता आणि त्या प्रवासाच्या अखेरच्या टप्प्यावर येऊन थांबला होता.

वितस्ता नदीच्या तीरावरील आपलं सायंकाळचं आन्हिक उरकून विष्णु जेव्हा आपल्या निवासस्थानी परतला, तेव्हा भोजनाची वेळ झालेली होती. त्याला बघताच शिवशंकर म्हणाले,

'चल, विष्णु, आता भोजनाला! उद्या बहुधा आपल्याला तक्षशिलेकडे प्रयाण करावं लागेल!'

विष्णु आनंदून उद्गारला,

'म्हणजे आला तर तो भाग्याचा क्षण! आता मला जेवणही जाणार नाही!'

जेवताना विष्णु शिवशंकरांना म्हणाला,

'त्या ज्ञाननगरीत पाऊल ठेवण्यापूर्वीच तुम्ही आता मला तक्षशिलेची थोडी फार ओळख करून द्यायला हवी! म्हणजे तिथं गेल्यावर एकदम डोळे दिपायला नकोत!'

शिवशंकर म्हणाले,

'खरंच तिथल्या ज्ञानदीपांनी डोळे दिपून गेल्याशिवाय राहत नाहीत! जेवण झाल्यानंतर मी तुला त्या नगरीची तोंडओळख करून देतो.'

जेवण झाल्यानंतर ते बोलत बसले, तेव्हा विष्णूनं पहिला प्रश्न विचारला,

'तक्षशिलेत भारतातून अनेक ठिकाणचे विद्यार्थी येतात. मग एवढ्या सगळ्यांच्या राहण्याची सोय कशी होते?'

'विष्णु, तक्षशिलेत फक्त भारतातूनच विद्यार्थी येतात, असं नाही, तर विदेशांतूनही शिक्षणासाठी विद्याव्यासंगी विद्यार्थी येतात. अनेक देशांमधून येणाऱ्या या विद्यार्थ्यांची सोय वसतिगृहांतून केली जाते. या वसतिगृहांतून साधारण हजार-बाराशे विद्यार्थी राहू शकतात!'

विष्णु यावर आश्चर्यानं म्हणाला,

'अरे, बाप, रे! मग विद्यापीठाचं प्रांगणही खूप मोठं असेल!'

शिवशंकर म्हणाले,

'अर्थातच! खूप विस्तीर्ण प्रांगण आहे. प्रत्येक विषयासाठी वेगळा कक्ष आहे. अठरा मुख्य विषय इथं शिकवले जातात. इथलं ग्रंथालय कोणत्या पद्धतीचं आहे, माहीत आहे तुला?'

'नाही. कसं आहे ते?'

'ग्रंथालयाची रचनाच अशी केली आहे, की तुम्ही टप्प्याटप्प्यांनी ज्ञान संपादन करावं! पहिला मजला धार्मिक ग्रंथाचा आहे. म्हणजे प्रथम तुम्ही धर्म समजावून घेतला पाहिजे. अनेक धर्मांची माहिती या ग्रंथालयात उपलब्ध आहे. दुसरा माळा तत्त्वज्ञान, आदी विषयांचा आहे. वेदवेदांग ही परिसीमा असल्यामुळं ग्रंथालयाचा सर्वांत वरचा मजला त्यासाठी राखून ठेवलेला आहे.'

ग्रंथालयाची ही रचना ऐकून विष्णु भारावून गेला. तक्षशिलेच्या कीर्तीचा डंका जगभर का वाजतो आहे, ते त्याला त्या छोट्या गोष्टीवरून समजलं.

शिवशंकर पुढं सांगत होते,

'तक्षशिलेच्या विद्यापीठात सर्वांना सारखंच वागवलं जातं. राजपुत्र, सरदारपुत्र आणि सर्वसामान्य विद्यार्थी यांच्यांत भेदभाव केला जात नाही. उलट, भेदभाव केला जातो, तो त्यांच्याकडून शुल्क घेण्यात! गरीब विद्यार्थ्यांना इथं विनामूल्य शिकवलं जातं. राजपुत्र आणि सरदारपुत्र यांच्याकडून मात्र एक सहस्र सुवर्णमुद्रा दक्षिणा म्हणून घेतल्या जातात. ग्रीस, चीन, आदी देशांमधून येणारे विद्यार्थी इथं मुख्यत्त्वेकरून शल्यचिकित्सा,वैद्यक आणि कर्मचिकित्सा शिकण्यासाठी येतात.'

शिवशंकर बोलायचे थांबले. त्याला आणखी काय माहिती द्यावी, या विचारात ते असतानाच विष्णूनं त्यांना विचारलं,

'तुम्ही मला मागे अंबुजकुमाराविषयी सांगितलं होतं. तो कसा छळवादी आहे, हे सांगितलं होतं. मग तो विद्यापीठाला काही....'

त्यांचं बोलणं पुरं व्हायच्या आतच शिवशंकर म्हणाले,

'नाही....नाही! अंबुजकुमार इतर बाबतींत जरी कितीही वाईट वागत असला, तरी विद्वानांविषयी त्याला आदर वाटतो. त्यामुळं विद्यापीठ त्याच्या तावडीतून सुटलेलं आहे.'

विष्णु सुस्कारा सोडून म्हणाला,

'आश्चर्यच म्हणायचं!'

'विष्णु, तसं आश्चर्यही नाही, त्याला दुसरंही एक कारण आहे. इथं जे विदेशांतून विद्यार्थी शिकायला येतात, त्या देशांशी त्याचे व्यापारी संबंध आहेत.

त्यामुळं त्या विदेशी विद्यार्थ्यांना अंबुजकुमार मुळीच उपसर्ग देऊ शकत नाही!'

त्यांचं बोलणं आता तक्षशिलेकडून व्यापार या विषयाकडे वळलं होतं. विष्णूला त्यांच्याकडून नवीनच माहिती मिळत होती.

तक्षशिला ही भारताच्या सीमेलगत असल्यामुळं त्या ठिकाणी विदेशांशी मोठा व्यापार चालतो. ग्रीस, पारसीक या देशांशी मालाची देवाणघेवाण चालते. थेट अथेन्सपासून तक्षशिलेपर्यंत व्यापारासाठी भूमार्ग आहेत. तक्षशिलेतून विदेशांकडे मसाल्याचे पदार्थ, कलाकुसरीच्या वस्तू, दगड, लाकूड आणि सोनं यांच्यातील कोरीव कलावस्तू पाठविल्या जातात. उलट, विदेशांतून सोनं, रेशीम आणि मध यांची तक्षशिलेत आयात होते.

तक्षशिलेत होणारी व्यापारी आवकजावक शिवशंकरांनी विष्णूला सांगितली.

त्यांचं हे कथन चालू असतानाच पूर्वेकडून चंद्रबिंबानं हळूच पृथ्वीवर जणू डोकावलं.

गप्पागोष्टी थांबवून त्यांना निद्रावश होण्याची ही सूचना होती. सकाळी लवकरच त्यांना नदीपार व्हायचं होतं. नदीला उतार मिळण्याची शक्यता निर्माण झाली होती.

शिवशंकर आणि विष्णु हे आडवे होण्यासाठी उठले.

विष्णु प्रात:संध्या आटोपून नदीवरून परतला, तेव्हा समूहात एकदम गडबड सुरू झालेली दिसली. प्रवासी मधमाश्यांचं पोळं उठलं होतं आणि घोंघावू लागलं होतं.

विष्णूनं शिवशंकरांच्या तंबूत घाईघाईनं प्रवेश केला. त्यांची सामानाची आवराआवर चाललेली दिसली.

विष्णूला बघताच ते घाईघाईनं म्हणाले,

'बरं झालं, तू आलास, ते! आताच मी इंदुशर्माला तुला बोलावण्यासाठी पाठवणार होतो.'

'का? आपल्याला....'

'हो, हो! बोलण्यात आता वेळ घालवू नकोस. नदीला उतार सापडला आहे. आपल्याला लगेच निघायचं आहे!'

विष्णूला परमावधीचा आनंद झाला. अत्यानंदानं त्यानं विचारलं,

'खरंच आपण नदी पार करणार आहोत?'

'हो....हो! बरं, तू आता इथून पळ काढ आणि जायला सज्ज हो!'

विष्णु त्वरेनं तंबूच्या बाहेर पडला. पण त्याला सिद्धता ती काय करायची होती? त्यानं आपली पडशी उचलली आणि तो इंदुशर्माकडे गेला. आपलं

सामान खांद्यावर टाकून इंदुशर्मा त्याला वाटेतच भेटला.

तो त्याला आनंदून म्हणाला,

'अरे विष्णु, आपल्याला नदी....'

'हो....आत्ताच मला शिवशंकरांकडून कळलं ते!'

त्या दोघांनाही तक्षशिलेला जायची सारखीच उत्सुकता वाटत होती.

आपापलं सामान घेऊन तो सारा समूह वितस्तापार होण्यासाठी निघाला. त्यांच्या प्रदीर्घ प्रवासाचा हा अखेरचा टप्पा होता. ज्या ठिकाणी नदीला उतार होता, तिथून सर्वांनी हळू हळू नदीपार व्हायला प्रारंभ केला. आबालवृद्ध स्त्रीपुरुष नदीपार होताना ते चालतं दृश्य मोठं मजेदार दिसत होतं. त्यांच्या खांद्यांवरचं सामानसुमान पाण्यातून तरंगत चाललं आहे, असा दुरून बघणाराला भास होत होता. तिन्हीसांज होईपर्यंत त्यांचा हा प्रवास चालला आहे, असा दुरून बघणाराला भास होत होता. तिन्हीसांज होईपर्यंत त्यांचा हा प्रवास चालला होता. त्यामुळंच तक्षशिलेत लगेच प्रवेश करणं शक्य नव्हतं. कारण त्यासाठी अजून अंतर तोडायला हवं होतं. रात्रीचा त्यांचा तळ वितस्तेच्या दुसऱ्या तीरावर पडणार होता. एक रात्रभर त्यांना वितस्तेची सोबत करावी लागणार होती.

रात्रीच्या वेळी जेवताना शिवशंकरांनी विष्णूला विचारलं.

'विष्णु, तुझ्याजवळ कुणाचं ओळखपत्र आहे का?'

'नाही. पण ओळखपत्र कशासाठी हवं?'

त्याच्या या प्रश्नावर शिवशंकर म्हणाले,

'तक्षशिलेत प्रवेश करताना तिथल्या द्वारपालाला ओळखपत्र दाखवावं लागतं. आम्हां व्यापाऱ्यांना तर बरोबर आणलेलं सारं सामान दाखवावं लागतं!'

विष्णूनं घाबरून विचारलं,

'मग मला तक्षशिलेत येऊ देणार नाहीत का?'

शिवशंकर हसले आणि म्हणाले,

'तसं काही होणार नाही. तू त्याची चिंता करू नकोस. मी आहे ना तुझ्याबरोबर? मला तिथले लोक चांगले ओळखतात. मी तुला माझ्याबरोबर तक्षशिलेत घेऊन जाईन!'

त्यांचं हे बोलणं ऐकून विष्णूच्या जिवात जीव आला. आपल्या ध्येयपूर्तीसाठी आपण आता तक्षशिलेत निश्चित जाणार, या विचारात तो गढून गेला.

त्याच वेळी शिवशंकर त्याला विचारत होते,

'तुला तक्षशिलेची नगररचना माहीत आहे का, रे?'

‘नाही...सांगा ना!’

‘सांगतो. म्हणजे तिथं गेल्यावर तू गोंधळून जाणार नाहीस!’

‘मग अवश्य सांगा तर!’

शिवशंकर सांगायला लागले,

‘नगरात चार प्रमुख मार्ग आहेत. त्या चार राजरस्त्यांच्या मधोमध मंदिर आहे. त्या चार रस्त्यांच्या शेवटी आणखी चार फाटे फुटतात.’

विष्णु ध्यान देऊन ऐकत होता. ती सारी नगररचना नीट समजावून घेत होता. त्यानं विचारलं,

‘त्यांतला कुठला रस्ता नदीला जाऊन मिळतो?’

विष्णूचं नदीबद्दलचं आकर्षण शिवशंकराना जाणवलं. ते म्हणाले,

‘या सर्व प्रमुख रस्त्यांना आणि नदीला जोडणारे अनेक बोळ आहेत. त्यामुळं कुठूनही नदीला जाता येतं. या बोळांच्या तोंडाशी पुरुषभर उंचीचे फाडे असतात.’

विष्णूनं कुतूहलानं विचारलं,

‘हे दगडी स्तंभ कशासाठी असतात?’

शिवशंकर म्हणाले,

‘परकीय आक्रमणाच्या वेळी शत्रूचं सैन्य एकदम आत घुसू नये, म्हणून ती व्यवस्था केलेली असते. त्या दगडी स्तंभांतून एका वेळी फक्त एकच माणूस आत येऊ शकतो. थोडक्यात, तक्षशिलेची रचना आपल्या स्वस्तिकाच्या आकारासारखी दिसते. मध्यंतरी गल्लीबोळांचं जाळं पसरलेलं दिसतं.’

‘परकीयांना गोंधळात पाडणारीच रचना आहे, म्हणायची!’

‘तोच उद्देश आहे या रचनेमागचा! परंतु जाणकाराला मात्र तो चक्रव्यूह सहज समजतो.’

सुयोग्य नगररचनेवर सर्वांनी भर दिला पाहिजे, ही गोष्ट विष्णूच्या मनात पक्की झाली.

दिवसभराच्या परिश्रमानं साऱ्यांचेच डोळे आता मिटायला लागले होते. सकाळी लवकर उठून त्यांना तक्षशिलेला पोहोचायचं होतं. चंद्रोदय होण्याच्या आतच सारी मंडळी निद्राधीन झाली.

सकाळी निघालेला तो प्रवासीसमूह माध्यान्हीला तक्षशिलेच्या प्रवेशद्वाराशी येऊन पोहोचला. विष्णूनं कुतूहलानं समोर बघितलं. तक्षशिलेच्या प्रवेशद्वाराची भव्य कमान पाहून तो हरखून गेला. कमानीवरचं कोरीव काम भारताच्या कलाकुसरीची साक्ष पटवून देत होतं. त्या विद्यानगरीला साजेल, असंच ते शोभिवंत प्रवेशद्वार होतं.

त्या प्रवेशद्वाराशी आल्याबरोबर विष्णूला धन्यता वाटायला लागली. कितीतरी दु:खांचा डोंगर भेदून आणि प्रदीर्घ प्रवास करून सरतेशेवटी तो इच्छित स्थळी आलेला होता. त्याच्या स्वत:च्या या भाग्यावर त्याचा विश्वासच बसत नव्हता. खरंच का आपल्याला या विद्यानगरीत शिकायला मिळणार आहे, असं तो आपल्या मनाला पुनः पुन्हा विचारत होता. असंख्य विचारांचं मोहोळ त्याच्या मनाभोवती घोंघावत होतं. आपल्या पित्याची अखेरची इच्छा आपण आता पूर्ण करू शकू, या विचारानं त्याला अपरंपार आनंद वाटला.

शिवशंकरांच्या बोलण्यानं विष्णु भानावर आला. ते त्याला म्हणत होते,

'विष्णु, आपल्याला आता नगरप्रवेश करायचा आहे. तू माझ्याजवळच राहा!'

प्रवेशद्वाराच्या बाहेर आत प्रवेश करणाऱ्यांची रांग लागली होती. आतल्या बाजूला एक संरक्षक ओळखपत्रं तपासत होता. विष्णूची सूक्ष्मदृष्टी सर्व गोष्टींचा वेध घेत होती. प्रवेशद्वारावरचे टेहळणी-गवाक्ष, खंदक आणि लाकडी तटबंदी यांचं वेगळेपण त्याच्या दृष्टीत भरलं.

विष्णु बारकाईनं सर्व गोष्टी न्याहाळत होता. त्याची दृष्टी सर्वत्र फिरत असतानाच द्वारपालानं शिवशंकरांना वंदन केलं. त्यांचं ओळखपत्र आणि व्यापारी परवाना-पत्र या गोष्टी तपासल्या. त्यांच्या शकटातल्या सामानाकडे एक दृष्टी टाकली. मग त्यांना आत जायला सांगितलं, विष्णूही त्यांच्याबरोबर आत जायला लागला.

द्वारपालानं त्याला हटकलं,

'ए, कोण, रे, तू? ओळखपत्र कुठाय् तुझं?'

विष्णूनं शिवशंकरांकडे बघितलं.

शिवशंकर द्वारपालाला म्हणाले,

'हा विष्णुगुप्त आहे. उच्च शिक्षणासाठी तो इथं आलाय्.'

द्वारपालानं जरा करड्या आवाजात विचारलं,

'पण हा आलाय् कुठून?.... आणि याचं ओळखपत्र?'

शिवशंकरांनी सांगितलं,

'हा मगधाहून आलाय्. याचं ओळखपत्र मी देतो. त्याचं सारं दायित्व मी घेतो!'

त्यांच्या या बोलण्यावर द्वारपालानं क्षणभर विष्णूकडे बघितलं.

विष्णु गोंधळून आळीपाळीनं दोघांकडेही बघत होता. आपलं भवितव्य आता या द्वारपालाच्या हातांत आहे, अशी आशंका त्याच्या मनात निर्माण झाली. पण ती क्षणभरच. दुसऱ्याच क्षणी द्वारपाल म्हणाला,

'ठीक आहे. जाऊ द्या याला!'

असं म्हणून तो द्वारपाल रांगेतल्या पुढच्या लोकांची तपासणी करायला लागला.

शिवशंकरांनी विष्णूच्या पाठीवर हात ठेवला आणि ते त्याला प्रवेशद्वारातून आत घेऊन गेले.

आतल्या एका कक्षात त्यांनी कर भरला. मग त्यांनी विष्णूकडे बघितलं. विष्णूही त्यांच्याकडेच बघत होता.

त्यांनी विचारलं,

'विष्णु, तू आता कुठं जाणार? का घरी येणार?'

नकारार्थी मान हलवत विष्णु म्हणाला,

'शुभस्य शीघ्रम.....मी आता लगेच विद्यापीठात जातो... आता प्रदीर्घ काळ माझं इथं वास्तव्य होईल. आपली भेट वारंवार होईलच!'

विष्णूला एकट्याला सोडून जाताना शिवशंकरांना फार अवघड वाटलं. या प्रदीर्घ प्रवासात विष्णूनं त्यांना केवढा लळा लावला होता! साऱ्या प्रवासभर विष्णूलाही त्यांचा मोठा आधार वाटला होता. त्यामुळं परस्परांचा निरोप घेताना त्या दोघांनाही जड गेलं.

भारावलेल्या स्वरात शिवशंकर म्हणाले,

'हे विद्याप्राप्तीचं मुक्तांगण आहे. इथं तू मनसोक्त ज्ञानसाधना कर. आलेली प्रत्येक संधी पदरात पाडून घे! परमेश्वर तुझ्या पाठीशी आहेच!'

विष्णूचे नेत्र पाणावले होते. त्याचा कंठ दाटून आला होता. तो म्हणाला,

'आपण देवाच्या रूपानं माझ्या पाठीशी आहातच!'

असं म्हणून तो पटकन खाली वाकला; आणि त्यांना नमस्कार केला. भरल्या नेत्रांनीच त्यांच्याकडे बघितलं आणि पटकन पाठ फिरवून तो विद्यापीठाच्या दिशेनं चालू लागला.

आता या विद्यानगरीत एकट्यानंच त्याला सोळा वर्षं वास्तव्य करायचं होतं आणि ज्ञानसाधना पार पाडायची होती.

शिवशंकरांचा निरोप घेऊन विष्णु विद्यापीठाच्या मार्गावरून जायला निघाला होता. तक्षशिलेचं सौंदर्य त्याच्या दृष्टीत साठवलं जात होतं. शिवशंकरांनी सांगितलेल्या कित्येक गोष्टींचं प्रत्यंतर त्याला येत होतं.

नगरीतली घरं भरभक्कम दगडविटांची होती. त्या दुमजली घरांची छतं कौलारू होती. काही घरांची माथी गजपृष्ठाकृती दिसत होती, तर काही घरं गोलाकार आणि लंबगोलाकृतीही होती. काही असलं, तरी त्या निवास्थानांच्या विविधतेतून एकता प्रतीत होत होती.

त्या घरांतून आणि त्या मार्गांतून माणसं वावरत होती. घरादारांतील ते नागरिक विष्णूला सुदृढ आणि सुखवस्तू वाटले. त्यांच्याकडे बघून विष्णूला आपल्या मगधातील दुष्काळात वणवण वावरणारी माणसं आठवली. आपली

आई अन्नान्नदशेत देवाघरी निघून गेली, या गोष्टीची त्याला आठवण झाली आणि त्याचे नेत्र ओलावले.

तो तसाच चालत असताना त्याच्या कानांवर मंत्रपठणाचे स्वर पडले. तो एकदम भानावर आला आणि त्यानं सभोवार बघितलं. तक्षशिला विद्यापीठाची भव्य तिमजली वास्तू त्याला दिसली. त्या भव्य वास्तूच्या चारही दिशांना गोपुरं होती. वास्तूचा माथा कौलारू होता. लांबरुंद, जाडजूड विटांचं ते बांधकाम अतिशय भरभक्कम दिसत होतं. ती विद्यावास्तू पवित्र सौंदर्यानं तर नटलेली होतीच. परंतु तिला विद्येची सोनेरी झिलई चढलेली दिसत होती. हिरेमाणकांची पूड एकत्र खलून तो ज्ञानरंग त्या वास्तूला दिल्याचा भास होत होता. निदान विष्णूला तसा भास झाला.

विद्यापीठाच्या प्रांगणात जेव्हा त्यानं प्रवेश केला, तेव्हा त्याच्या अंत:करणात जणू विविधरंगी ज्ञानदीप उजळले. मोकळ्या पटांगणात येऊन तो उभा राहिला. पटांगणाच्या चारी बाजूंनी ज्ञानदानासाठी विद्यावास्तू उभ्या असलेल्या त्याला दिसल्या. त्या वास्तूंमधे अनेक कक्ष होते. प्रवेशद्वाराच्या समोरच्या वास्तूत अध्ययन चालू असल्याचा आवाज कानांवर येत होता. तिथल्या वातावरणानं तो भारावून गेला.

सभोवताली विद्यार्थ्यांची ये-जा चालू होती. विष्णूनं त्यांतल्या एका विद्यार्थ्याला कुलपतींविषयी विचारलं. त्या विद्यार्थ्यानं कोपऱ्यातल्या कक्षाकडे अंगुलिनिर्देश केला.

विष्णु अधीरतेनं कुलपतींच्या कक्षात गेला. कुलपती समोरच बसलेले होते. विष्णूनं पुढं होऊन त्यांच्यासमोर गुडघे टेकले आणि त्यांना वंदन केलं. 'आयुष्मान भव' असा त्यांनी आशीर्वाद दिला.

कुलपतींनी विष्णूला विचारलं,

'कोण आहेस तू? काय हवंय् तूला?'

विष्णूनं विनम्रपणानं उत्तर दिलं,

'मी एक विद्यार्थी आहे. मगधाहून उच्च शिक्षण घेण्यासाठी इथं आलोय्!'

'तुझं नाव काय?'

आचार्यांच्या या प्रश्नावर विष्णु काही क्षण विचारात पडला, आणि त्याच्या मुखातून अभावितपणानं शब्द बाहेर पडले,

'चाणक्य!'

जणू ज्ञानसाधनेच्या या नवीन आयुष्याचा प्रारंभ करताना त्याला आपला कटू भूतकाळ नावासकट पुसून टाकायचा होता! म्हणून आपल्या चणक या जन्मगावाचं नाव त्यानं धारण केलं.

कुलपतींनी त्याला पुढं विचारलं,

'चाणक्य, तुला कुठले विषय शिकायला आवडतील?'

चाणक्यानं उत्तर दिलं,

'मी वैद्यकशास्त्र शिकावं, अशी माझ्या पिताजींची इच्छा होती. म्हणून मी त्या शास्त्राचा अभ्यास करणार आहे. परंतु मला स्वत:ला राजनीतिशास्त्रामधे रस आहे. वेद आणि उपनिषदं यांचं अध्ययन करायलाही मला आवडेल!'

कुलपतींनी त्याची चाचणी घेण्यासाठी त्याला काही प्रश्न विचारले.

कुलपतींनी त्याला पहिला प्रश्न विचारला,

'सर्व रोगांचं मूळ कशात आहे?'

चाणक्य उत्तरला,

'पोटात!'

कुलपतींनी पुढचा प्रश्न केला,

'वैद्यकशास्त्राचे आद्यप्रवर्तक कोण? आणि त्या शास्त्राचे प्रमाणभूत ग्रंथ कुठले मानले जातात?'

कुलपतींच्या या प्रश्नाला विष्णूनं तत्काळ उत्तर दिलं,

'भारद्वाज मुनींचे शिष्य धन्वंतरी आणि आत्रेय हे वैद्यकशास्त्राचे आद्यप्रवर्तक मानले जातात. धन्वंतरीनं शल्यतंत्राचा आणि आत्रेयानं भिषग्विद्येचा प्रसार केला. धन्वंतरीचा शिष्य सुश्रुत यानं आपल्या संहितेत शल्यतंत्राचं ज्ञान संगृहीत केलं आहे. आत्रेयाचा शिष्य अग्निवेश आणि त्याचा शिष्य चरक हे आहेत. चरकानं आपल्या संहितेत कायाचिकित्सेचं ज्ञान संगृहीत केलं आहे; आणि चरकसंहिता आणि सुश्रुतसंहिता हे दोन ग्रंथ वैद्यकशास्त्राचे प्रमाणभूत ग्रंथ मानले जातात.'

चाणक्याच्या या विस्तृत विश्लेषणावर कुलपतींनी संतोषानं मान हलवली.

चाणक्याला राजनीतिशास्त्राविषयी कितपत माहिती आहे, हे जाणून घेण्यासाठी कुलपतींनी त्याला प्रश्न केला,

'राज्याची व्यवस्था कशी असावी?'

विष्णु अभावितपणानं म्हणाला,

'मधमाश्या जशा फुलांवर बसून मध गोळा करतात, त्याप्रमाणे राज्याची व्यवस्था असावी.'

कुलपतींनी गोंधळून त्याला विचारलं,

'म्हणजे नेमकी कशी?'

विष्णु उलगडून सांगू लागला,

'मध काढल्यावरही फुलं ताजी, टवटवीत राहतात. त्याचप्रमाणे राजानं प्रजा कोमेजून जाणार नाही, एवढ्या बेतानं कर बसविले पाहिजेत! ते कर जाचक नसावेत. मधमाश्यांप्रमाणेच करांचं जाळं हळूहळू वाढवावं. विविध प्रकारच्या फुलांतून मधमाश्या मध गोळा करतात. त्याचप्रमाणे करांचे विषय, त्यांची खाती

वेगवेगळी असावीत. उदाहरणार्थ, विक्रीकर, उत्पादनकर अशा तऱ्हेची!'

विष्णूच्या या उत्तरावर कुलपती आश्चर्यचकित झाले. त्यांचं लक्ष अधोवदन बसलेल्या चाणक्याकडे गेलं. त्याच्या मुखावरचं बुद्धिमत्तेचं तेज त्यांना सहजपणानं दिसलं. हा तेजस्वी, बुद्धिमान मुलगा आपल्या विद्यापीठाचं नाव काढील, याबद्दल त्यांच्या मनात मुळीच शंका उरली नाही. या हुशार विद्यार्थ्याची आपण चांगली काळजी घ्यायला हवी, त्याच्याकडे विशेष लक्ष पुरवायला हवं, असं त्यांना वाटलं.

या विचारानं कुलपती उठले आणि चाणक्याजवळ गेले. त्याच्या स्कंधावर हात ठेवून त्यांनी त्याला उठायला सांगितलं. ते म्हणाले,

'चल माझ्याबरोबर! मी तुला तुझ्या अध्यापकांची ओळख करून देतो.'

विष्णु उठून कुलपतींच्या मागे जाऊ लागला.

कुलपतींनी त्याची आचार्यांशी ओळख करून दिली. भारद्वाज, पराशर, विशालाक्ष, कौणपदंत, प्रभृती आचार्यांशी त्याची ओळख झाली.

ओळख करून दिल्यानंतर कुलपतींनी जवळच उभ्या असलेल्या एका शिष्याला म्हटलं,

'गंगादास, चाणक्याला वसतिगृहात घेऊन जा आणि त्याचा कक्ष त्याला दाखव.'

गंगदासाच्या मागोमाग विष्णु वसतिगृहाकडे जायला निघाला. वाटेत त्यानं गंगादासाला विचारलं,

'मला इथलं ग्रंथालय बघण्याची खूप उत्सुकता आहे. दाखवशील मला ते?'

गंगादास म्हणाला,

'ते बघ...ती पलीकडची वास्तू आहे ना? त्या वास्तूतच ग्रंथालय आहे; आणि त्याच्या पलीकडे आपलं वसतिगृह आहे. वसतिगृहाकडे जातानाच आपल्याला ग्रंथालय बघता येईल.'

ग्रंथालय बघताना विष्णूला शिवशंकरांच्या सांगण्याचा पदोपदी प्रत्यय येत होता.

ग्रंथालय पाहून झाल्यावर गंगादास त्याला वसतिगृहाकडे घेऊन गेला. त्यानं चाणक्याला त्याची खोली दाखवली आणि म्हटलं,

'खोली छोटीशीच आहे; पण एकट्याला पुरेशी आहे!'

विष्णूनं आपली खोली प्रत्यक्ष पाहिली. गंगादासाच्या सांगण्याप्रमाणे खोली छोटीशीच होती. खोलीला एक गवाक्ष होतं. झोपायला एक ओटा होता. एका भिंतीत एक छोटासा खण होता.

गंगादास विष्णूला म्हणाला,

'वसतिगृहात अशा बाराशे खोल्या आहेत. देशोदेशीचे विद्यार्थी इथं गुण्यागोविंदानं राहतात.'

चाणक्याचा निरोप घेताना गंगादास म्हणाला,

‘बरं, चाणक्य... आता तुला विश्रांती घ्यायची असेल, तर घे! उद्या पहाटेपासून तुझी दिनचर्या सुरू होईल!’

चाणक्य म्हणाला,

‘आजच सुरू झालीय्. आता विश्रांती नाही. मला ज्ञानकक्ष बघायचे आहेत. जायचं बघायला? सारं गुरुकुलही बघायचं आहे.’

गंगादास म्हणाला,

‘मला आत्ता पाठ आहे. तू एकटा गेलास, तरी चालेल. मात्र आत्ताच जाऊ नकोस. सगळ्याच कक्षांमध्ये अध्ययन चाललेलं असेल. थोडी विश्रांती घेऊन मगच जा!’

चाणक्याचा निरोप घेण्यापूर्वी गंगादास म्हणाला,

‘इथली शिस्त कडक आहे, अध्ययनाच्या बाबतीत कोणतीही हयगय केलेली आचार्यांना चालत नाही. कुलपतींचंही इथल्या छात्रांवर विशेष लक्ष असतं!’

‘गंगादास, ज्ञानप्राप्तीसाठी कितीही सायास सोसायची माझी सिद्धता आहे.’

गंगादास त्याच्या कक्षातून बाहेर पडला; आणि थोडी विश्रांती घेऊन चाणक्यही गुरुकुल बघण्यासाठी बाहेर जायला निघाला.

वेगवेगळ्या विषयांसाठी वेगवेगळे कक्ष आहेत, ही गोष्ट विष्णूच्या तेव्हाच ध्यानात आली. प्रमुख असे अठरा कक्ष तिथं होते; आणि त्या कक्षांवर सुवर्णरंगी बोधवचनं झळकत होती, एका कक्षाच्या मूर्धस्थानी त्याला अक्षरं दिसली : ‘तमसो मा ज्योतिर्गमय।’ तो तत्त्वज्ञानाचा कक्ष आहे, हे त्यानं तेव्हाच ओळखलं. आदिमानवाच्या काळापासून प्रत्येक माणसाची अंधारातून प्रकाशाकडे जाण्याची धडपड चाललेली असते. हा तत्त्वज्ञानाचा कक्ष त्या गोष्टीचंच प्रतीक आहे, हे ध्यानात आल्यावर त्याला केवढा आनंद वाटला! नाहीतरी आनंददान हेच तत्त्वज्ञानाचं कार्य असतं!

राज्यशास्त्राच्या कक्षावर त्याला अक्षरं दिसली :

असतां प्रतिषेधश्च सतां च परिपालनम्। एष राज्ञां परो धर्मः समरे चापलायनम्।।

एकदम तो मनाशी उद्गारला,

‘अरे, हे तर महाभारतात सांगितलेलं आहे!’

दुष्टांचं निर्दालन करणं आणि सुष्टांचं परिपालन करणं हा तर राजांचा धर्म आहे. त्याचप्रमाणे युद्धात शत्रूला पाठ दाखवायची नाही, हा सुद्धा राजांचा श्रेष्ठ धर्म मानला जातो, या बोधवचनावर चाणक्य अंतर्मुख झाला. आपल्या मगधाच्या राजाला हा धडा द्यायला पाहिजे, हा विचार त्याच्या मनात स्थिर झाला. आपला धनानंद राजा सुष्टांचं परिपालन करण्याऐवजी त्यांचं निर्दालन करतो आहे!

शकदाल आणि आपले पिताजी यांची त्यानं तशीच वाट लावली आहे, या विचारानं तो संतप्त झाला. परंतु एकदम त्याचं लक्ष त्या कक्षावर चितारलेल्या रामायण-महाभारतांतील रंगीत देखाव्यांवर स्थिर झालं. ते देखावेही त्याला अत्यंत अर्थपूर्ण वाटले.

वैदिक धर्माच्या कक्षावरही त्याला महाभारतातलंच बोधवचन लिहिलेलं आढळलं :

'धर्म एव हतो हन्ती। धर्मो रक्षति रक्षितः।'

त्याला आपल्या पिताजींचं बोलणं आठवलं. कपिलदेव आपल्या छात्रांना धर्माची शिकवण देताना एकदा सांगत होते, की–

आपला वैदिक धर्म हा अत्यंत कृपाळू आहे. जर तुम्ही धर्मावर उठलात, तर तो धर्म तुमचा नाश केल्याशिवाय राहणार नाही. परंतु जर तुम्ही तुमच्या धर्माचं रक्षण केलंत, तर तो धर्मही तुमचं रक्षण केल्याविना राहणार नाही!...

धर्माचं हे केवढं सर्वंकष समर्पक स्वरूप आहे, हा विचार चाणक्याच्या मनात एकदम येऊन गेला.

वाङ्मय-ज्ञान कक्षावर त्याला अक्षरं दिसली:

'न ह्रि ज्ञानेनसदृशं पवित्रमिह विद्यते।'

तर वैद्यक कक्षावर अक्षरं झळकत होती :

'शरीरमाद्यं खलु धर्मसाधनम्।'

-आणि जवळच्याच युद्धकक्षावर अक्षरं दिसली :

'कालाय तस्मै नमः।'

ही तिन्ही बोधवचनं परस्परांत गुंतून पडलेली आहेत, असं चाणक्याला वाटायला लागलं. या जगात ज्ञानाशिवाय अन्य काहीही पवित्र नाही, ही गोष्ट तर खरीच! परंतु ती ज्ञानसाधना करण्यासाठी आधी माणसाचं शरीर सुदृढ हवं! सुदृढ शरीरातच ज्ञानसाधनेसाठी आवश्यक असलेलं सुदृढ मन वसती करू शकतं. म्हणून माणसानं प्रथम आपलं शरीर सुदृढ करण्याचा धर्म आचरला पाहिजे! शेवटी सर्वभक्षक कालापुढं माणसाला नमावंच लागतं. कालमानाकडे बघूनच त्याला शत्रूशी युद्ध करावं लागतं. वस्तुतः युद्ध ही अनैसर्गिक गोष्ट आहे. त्या युद्धात माणसं धारातीर्थी पडतात. त्यांचा तो अपमृत्यू असतो. कालगतीप्रमाणे तो मृत्यू घडत नाही. म्हणूनच माणसानं कालपुरुषाला वंदन करूनच वागलं पाहिजे. कारण साऱ्या गोष्टी शेवटी कालपुरुषाच्या हातातच असतात.

बराच वेळ चाणक्य त्या ज्ञानकक्षांचं अवलोकन करत आणि अशा तऱ्हेनं स्वैर विचार करत हिंडत होता. वेदवेदांग, व्याकरण, वैद्यक, स्थापत्य, युद्धशास्त्र, राजनीतिशास्त्र, कला, तत्त्वज्ञान, भाषा अशा तऱ्हेचे अठरा मुख्य विषय या ठिकाणी

शिकवले जात असले, तरी त्यांच्या अनुषंगानं अन्य अनेक विषयांचं अध्यापन या विद्यापीठात चालत होतं. हे सारे कक्ष बघताना संध्याकाळ व्हायला आली होती.

चाणक्याला आता तिथं थांबणं शक्य नव्हतं. संध्याकर्मासाठी त्याला जवळच्या हारो नदीवर जाण भाग होतं.

आपलं आन्हिक उरकून चाणक्य हारो नदीवरून परतला, तेव्हा वाटतेच त्याला इंदुशर्मा भेटला. प्रथम चाणक्याचं त्याच्याकडे लक्षच नव्हतं. गुरुकुलाच्या वास्तूंकडे बघत बघत तो चालला होता. चालताना आपल्याच विचारात तो गढून गेलेला दिसत होता.

इंदुशर्मानं त्याला हाक मारली,

'अहो चाणक्यमहाराज, जुनं नाव बदललं, तरी जुन्या मित्रांना विसरायचं नसतं!'

चाणक्यानं त्याच्याकडे चमकून बघितलं आणि म्हटलं,

'तसं कसं होईल? पण माझं नाव बदलल्याचं तुला कुणी सांगितलं?'

इंदुशर्मा हसून म्हणाला,

'म्हटलं, आमचे गुप्तहेर आहेत इथं! बरं, ते जाऊ दे! तुझं नवीन नाव तर मला फार आवडलं. तुझ्या विद्वत्तेला ते शोभून दिसणारं असंच आहे! बरं, तू नदीवरूनच आलास ना?'

होकारार्थी मान हलवून तो इंदुशर्माला एकदम म्हणाला,

'इंदु, प्रत्येक माणसाला आपली नदी अधिक प्रिय असते ना? खरं तर नदी म्हणजे माता! कारण नदी आपल्याला जलजीवन देते. आपली माता आपल्याला प्रियच असते, नाही का?'

'कशावरून बोलतो आहेस तू हे?'

चाणक्य म्हणाला,

'आत्ताच मी नदीवर जात होतो. मार्गात मला एक सज्जन गृहस्थ भेटले. त्यांनी माझी विचारपूस केली.'

मग तो सारा प्रसंग चाणक्यानं इंदुशर्माला जसाच्या तसा कथन केला.

ते सद्गृहस्थ चाणक्याला म्हणाले,

'नवीन आलेला दिसतोस इथं? कुठला, रे, तू?'

चाणक्य म्हणाला,

'आजच आलोय् मी मगधाहून! चाणक्य माझं नाव!'

'इकडे कुठं चालला आहेस?'

'नदीवर सायंसंध्येसाठी चाललोय्.'

'मलाही तिकडेच जायचंय्. आपण बरोबरच जाऊ! आमची नदी तुला निश्चितच आवडेल!'

ते बोलघेवडे गृहस्थ आणि चाणक्य नदीवर जाऊन पोहोचले.

चाणक्याला हारो नदीचं ते दर्शन विशेष भावलं नाही. आपली गंगाच अधिक पवित्र आणि शांत आहे, असं त्याला वाटून गेलं.

ते गृहस्थ म्हणाले,

'आहे, की नाही, आमची हारो सुरेख?'

चाणक्य म्हणाला,

'ठीक आहे. पण आमची गंगाच यापेक्षा विशाल आहे!'

ते गृहस्थ म्हणाले,

'असेलही! पण हारोपलीकडची सिंधु, ही तर सागरासारखी विशाल आहे! तिला महानदीही म्हणतात. वेदांमध्ये तिचा उल्लेख अनेकदा महासागर असा केला आहे.'

त्या गृहस्थांशी बोलताना चाणक्यानं समोर नदीकडे बघितलं.

हारो नदी अति वेगानं वाहत होती. त्या संधिप्रकाशात त्याला ती काहीशी भयावह वाटली.

ते गृहस्थ मात्र त्याला सिंधूचंच महत्त्व देत होते.

'वेदांच्या एका ऋचेत सिंधूमुळं भूमी सुजलां सुफलाम् होते, असं म्हटलं आहे. सिंधूला देवीसमान मानलं जातं.'

चाणक्य अभावितपणानं बोलून गेला,

'आम्हांला आमची गंगा मातेसमान वाटते. खरोखर ती आमची माताच आहे!'

चाणक्यानं त्यांच्याकडे बघितलं. आपण असं बोलून त्या गृहस्थाचा अवमान केला आहे, अशी एकदम त्याला जाणीव झाली. मग त्यानं आपलं बोलणं सावरून घेतलं.

तो त्यांना म्हणाला,

'आर्य, आपण मला सिंधूची आणखी महती सांगा ना!'

चाणक्याच्या या प्रश्नानं तो ब्राह्मण गृहस्थ संतुष्ट होऊन बोलता झाला,

'माझा वेदांचा आणि पुराणांचा थोडा-फार अभ्यास आहे. मी थोडं-फार पठण केलं आहे... त्यावरून मला जे काही सांगता येईल, ते सांगतो.'

चाणक्य ऐकायला लागला आणि तो गृहस्थ वेदस्वरगान करायला लागला :

'प्र सु व आपो महिमानमुत्तमम्'

त्या ब्राह्मण गृहस्थाचं मस्तक खाली-वर व्हायला लागलं. त्याबरोबर त्याची शिखाही वर-खाली व्हायला लागली.

एकदम मधूनच त्यानं स्वरगान थांबवलं आणि चाणक्याकडे बघून म्हटलं,

‘मी आता तुला फक्त त्या वर्णनाचा आशय सांगतो. सिंधु नदी ही सर्व नद्यांमध्ये अतिवेगवान आहे, श्रेष्ठ आहे. या वेगवान नदीसाठी वरुणानं तिला मार्ग खोदून दिला आहे. पर्वतराजीतून ती खोल दऱ्याखोऱ्यांत उतरते आणि सर्व वस्तुमात्रांना मागे टाकून पुढं जाते. हिच्या श्वेतवर्ण जलानं अनेक प्रदेश उदकपूर्ण आणि सुपीक केले आहेत. समृद्ध केले आहेत.’

चाणक्य म्हणाला,

‘वा! उगाच नाही हिची महती गायली जात!’

ते गृहस्थ म्हणाले,

‘हे तिचं केवळ भूपृष्ठावरचं वर्णन झालं. तुला तिचं वेदोक्त वर्णन ऐकायचं आहे?’

‘अवश्य!’ ते गृहस्थ सांगू लागले,

‘अथर्ववेद, माध्यंदिन संहिता अशा अनेक प्राचीनतम ग्रंथांतून या सिंधुनदीचं सुफलां असं वर्णन केलेलं आढळतं. याच सिंधूच्या परिसरात प्राचीनतम राजर्षींनी अनेक यज्ञयाग केले. जेव्हा त्या यज्ञांतून देवदेवतांना हविर्भाग समर्पण करण्यात येत असे, तेव्हा त्या यज्ञकुंडातल्या ज्वाला गगनाला जाऊन भिडत आणि इंद्र, वरुण, मरुत्, आदी देवदेवता आपापल्या वाट्याचे हविर्भाग स्वीकारण्यासाठी खाली या सिंधुतीरी अवतीर्ण होत असत, आणि प्रसन्न होऊन परत स्वगृही जात असत. आजही लोकांची या सिंधु देवतेवरची श्रद्धा मुळीच उणावलेली नाही!’

तो सिंधुमहिमा ऐकताना चाणक्य हरखून गेला.

अद्याप त्या गृहस्थाचं ते सिंधुगुणगान संपलेलं नव्हतं.

ते गृहस्थ सांगत होते,

‘हा सिंधुपरिसर समृद्ध असल्यामुळंच या परिसरात अनेक नगरं वसली आणि व्यापारी पेठाही वसल्या. आपली तक्षशिला हेही व्यापाराचं मोठं केंद्र आहे.’

चाणक्यानं विचारलं,

‘कसला व्यापार चालतो इथं?’

ते गृहस्थ म्हणाले,

‘इथं अश्वांची फार चांगली निपज होते. म्हणून इथले अश्व जगप्रसिद्ध आहेत. लोकर, तलम वस्त्र, कस्तुरी, मोर, हिरेमाणकं, शाली अशा अनेक वस्तूंचा व्यापार इथून चालतो.’

काही वेळ थांबून ते गृहस्थ हारोच्या जलशयाकडे बघत राहिले.

विष्णूही तिच्या प्रवाहाकडे बघत होता.

ते गृहस्थ पुढं सांगू लागले,

‘सिंधूच्या जलात स्नान केलं असताना अश्वमेध यज्ञ केल्याचं पुण्य लाभतं,

अशी आपल्या भाविक हिंदूंची श्रद्धा आहे. अमावस्या, पौर्णिमा आणि शुक्रवार या दिवशी सिंधूच्या पात्रात दिवे सोडून तिची पूजा करतात.'

थोडं थांबून हारोकडे बघत ते गृहस्थ म्हणाले,

'नाही तरी हा सिंधूचाच प्रवाह आहे!'

चाणक्य म्हणाला,

'आता अश्वमेध यज्ञाचं पुण्य माझ्या पदरात प्रत्यही पडेल. कारण या सिंधुप्रवाहातच माझं प्रतिदिनी स्नान होईल.'

सायंकालीन आन्हिक उरकून ते दोघेही परतीच्या वाटेला लागले.

हा सारा प्रसंग ऐकून इंदूही भारावून गेला. म्हणाला,

'चाणक्य, आपण खरेच भाग्यवान आहोत. नाहीतर एवढ्या लांबून आपण इथं कशाला आलो असतो... या नदीचं स्नान करायला!'

दोघेही मनापासून हसले आणि त्यांनी परस्परांचा निरोप घेतला.

चाणक्याचं तक्षशिलेतलं अध्ययन सुरू झालं. आज त्याला प्रथम राज्यशास्त्राचा पाठ घ्यायला जायचं होतं. तो लगबगीनं राज्यशास्त्राच्या कक्षाकडे गेला.

सर्व विद्यार्थी तिथं आसनस्थ झाले होते. आचार्यांनी प्रवेश केला. त्यांनी सर्व विद्यार्थ्यांवर दृष्टिक्षेप टाकला. आचार्यांच्या आगमनाबरोबर सर्व छात्र उठून उभे राहिले.

आचार्य स्थानापन्न झाले आणि त्यांनी अध्यापनाला प्रारंभ केला.

राज्यातील मंत्र्यांविषयी सांगताना ते म्हणाले,

'श्रुतवन्तमुपधाशुद्धं मन्त्रिणं कुर्वीत।'

सर्व छात्रांनी ते सुभाषित एकसुरात म्हटलं. ते सुभाषित दोनदा म्हणून झाल्यावर आचार्यांनी त्या सुभाषिताचा अर्थ विद्यार्थ्यांना विशद करून सांगितला. आचार्य म्हणाले,

'जो विद्वान असून, निष्ठेच्या कसोटीला उतरलेला असेल, त्यालाच मंत्रिपद देण्यात यावं!'

आचार्यांनी दुसरं सुभाषित सांगितलं,

'कार्याकार्यतत्त्वार्थदर्शिनो मन्त्रिण:।'

छात्रांनी या सुभाषिताचाही दोनदा पुनरुच्चार केला.

आचार्य अर्थ सांगू लागले,

'कार्याकार्यविवेक अचूक दर्शविणारे तेच खरे मंत्री!'

'नैकं चक्रं परिभ्रमयति।' म्हणजे एका चाकानं राज्यशकट चालू शकत नाही. याचाच अर्थ राजाला राज्यकारभारात मंत्र्यांचं सहाय्य घ्यावंच लागतं. हे सूत्र सांगून

झाल्यानंतर आचार्यांनी याच सूत्राच्या पुष्टीदाखल पुढलं सूत्र सांगितलं, 'नासहायस्य मन्त्रनिश्चय:।'

या सूत्राचा अर्थ सांगताना आचार्य म्हणाले,

'ज्या राजाला कोणीही सहाय्यकर्ता नसतो, त्या राजाचा कोणताच बेत निश्चित होत नाही.'

हे सांगून झाल्यावर आचार्य म्हणाले,

'मी आतार्यंत तुम्हांला मंत्रिगणाविषयी सांगितलं. मी आता तुम्हांला राजा आणि मंत्री यांच्यामधली गुप्त मसलतीविषयी सांगतो.'

असं म्हणून आचार्यांनी सूत्र सांगितलं,

'मन्त्रमूलास्सर्वारम्भा.... म्हणजे राजाच्या सर्व मसलती गुप्त खलबतावर अवलंबून असतात.'

हे सांगून आचार्यांनी गुप्त मसलतींचं महत्त्व सांगताना म्हटलं,

'मन्त्ररक्षणे कार्यसिद्धिर्भवति। म्हणजे तुमचा हेतू जर गुप्त राखलात, तरच तो हेतू तडीला जातो.'

पुढलं सूत्र सांगताना आचार्य म्हणाले,

'मन्त्रसंपदा राज्यं वर्धते। या सूत्राचा अर्थ अगदी सरळ आहे. मसलतींच्या बळावरच राज्याची अभिवृद्धी होते.'

आचार्यांनी सांगितलेल्या वचनांचं विद्यार्थी एकसुरात पठण करत होते. पुढलं वचन सांगताना आचार्य म्हणाले,

'मन्त्रचक्षुषा परिच्छिद्राण्यवलोकयन्ति।'

हे सूत्र सांगून आचार्य म्हणाले,

'या सूत्राचा अर्थ सोपा आहे. कोण अर्थ सांगेल?'

सर्व विद्यार्थ्यांकडे आचार्यांनी दृष्टिक्षेप टाकला. मग चाणक्य त्या सूत्राचा अर्थ सांगू लागला,

'मंत्रिरूपी नेत्रानं राजाला शत्रूची मर्मस्थानं दिसतात.'

'वा! अगदी बरोबर!'

सर्व विद्यार्थ्यांनी चाणक्याकडे कौतुकानं बघितलं.

मग आचार्य म्हणाले,

'आजचा पाठ आपण इथंच संपवू या! उद्या पुढचा पाठ!'

ॐ म्हणून सर्व विद्यार्थ्यांनी आचार्यांना वंदन केलं आणि ते वर्गाबाहेर पडले. त्याच वेळी इंदुशर्मा चाणक्याची वाट बघत कक्षाबाहेर उभा होता.

ध्येयपूर्तीची चाहूल

चाणक्य आणि इंदुशर्मा या दोघांनी तक्षशिलेतली आपली दिनचर्या निश्चित करून टाकली होती. त्यांचा सकाळचा वेळ पाठशालेत जायचा. दुपारी भिक्षा मागून भोजन व्हायचं. भोजनोत्तर कला, युद्धशास्त्र अशा तऱ्हेच्या विषयांचा प्रात्यक्षिक अभ्यास व्हायचा. त्यानंतर ते दोघे तक्षशिलेत भ्रमंती करायला जायचे. तिथल्या नागरिकांत जाऊन मिसळायचे. त्यांचं राहणीमान समजून घ्यायचे. विविध विषयांवरील त्यांचे विचार ऐकायचे. बाजारपेठेत भ्रमंती करून व्यापार-उदीमाची माहिती करून घ्यायचे. सर्वसामान्य जानपदांना राज्यातल्या राजकारणाची कितपत माहिती आहे आणि त्यात ते कितपत रस घेत आहेत, या गोष्टींचा कानोसा घ्यायचे. विद्वानांचा कितपत आदर केला जातो आणि सर्वसामान्यांना कशा तऱ्हेनं वागवलं जातं, याचीही पाहणी करायचे. हे सारं करताना मगध आणि तक्षशिला या दोन राज्यांतील तुलनाही त्यांच्या मनात उभी राहायची! सभोवतालच्या गणराज्यांकडेही त्यांचं तुलनात्मक लक्ष असायचं. विद्यापीठातील पाठ मनोभावे पार पाडूनच त्यांचा हा दिनक्रम चालत असे.

आत्तासुद्धा ते त्याच हेतूनं बाहेर पडले होते. आज त्यांनी राजवाड्याकडे जायचं ठरवलं होतं. त्या राजमार्गावरून चालताना दिवसभरच्या कार्यक्रमांची माहिती ते एकमेकांना देत होते. त्या राजरस्त्यावर फारशी वर्दळ नव्हती. नगरातली दुमजली पक्क्या विटांची घरं शांत भासत होती.

राजवाड्याजवळ आल्यावर त्यांनी सभोवताली बघितलं.

राजवाड्याच्या परिसरात काही दुकानं मांडलेली त्यांना दिसली. राजवाडा अतिशय भव्य होता. लांबरुंद होता. चारी बाजूंना हत्तींच्या भल्यामोठ्या कोरीव मूर्ती उभ्या होत्या. सगळीकडे कोरीव नक्षीकाम केलेलं असल्यामुळं राजवाड्याच्या

सौंदर्यात भारीच भर पडलेली दिसत होती.

दोघेजण तिथली सौंदर्यशोभा बघत असतानाच एकदम त्या परिसरात गडबड-गोंधळ उडाला. काही घोडेस्वार राजवाड्याच्या दिशेनं वेगानं दौडत येताना दिसले. त्यांना बघून मार्गातले लोक एकदम बाजूला जाऊन उभे राहिले. बघता बघता घोडेस्वारांचा मार्ग मोकळा झाला.

चाणक्य आणि इंदुशर्मा हे दोघेही थबकून उभे राहिले. काय घडतं आहे, हे कळायला काहीच मार्ग नव्हता.

मनाशी काहीतरी अंदाज बांधून चाणक्य इंदूला म्हणाला,

‘अरे, हे तर राजाचे सैनिक दिसताहेत.’

इंदुशर्मा म्हणाला,

‘काहीतरी पराक्रम करून आले असावेत.’

‘पराक्रम कसला? केकयाला लुटून आलेले दिसतात! दुसरं काय?’

दोघांनी चमकून त्या आवाजाच्या दिशेनं बघितलं. त्यांच्यासमोर शिवशंकर उभे असलेले त्यांना दिसले. ते एकदम इथं कुठून आले, हे त्या दोघांनाही कळलं नाही.

त्यांच्याकडे आश्चर्यानं बघत चाणक्यानं एवढंच विचारलं,

‘आपण इकडे?....’

‘आम्ही व्यापारी लोक! आम्हांला बाजारपेठेतून हिंडावंच लागतं! पण तुम्ही दोघेजण इकडे कसे?’

इंदुशर्मा म्हणाल्या,

‘आम्ही रोज असेच नगरातून हिंडतफिरत असतो आणि सगळीकडे काय चाललंय्, ते बघत असतो.’

शिवशंकर म्हणाले,

‘चांगलंय् ते! माणसानं असंच चौकस असायला हवं!’

चाणक्य आपल्याच विचारात गढून गेलेला दिसत होता. त्यानं विचारलं,

‘हे सैनिक केकयाला का लुटतात?’

त्या दोघांना बाजूला घेऊन शिवशंकर म्हणाले,

‘अंबुजकुमाराच्या आज्ञेनं! दुसरं काय?’

‘पण का? कशासाठी? अंबुजकुमार त्यांना अशी आज्ञा का देतो?’

‘केकयाला कल्याणी या नावाची एक सुस्वरूप मुलगी आहे.’

इंदुशर्मा म्हणाला,

‘तिच्यावर अंबुजकुमाराचं मन बसलंय्?’

शिवशंकर म्हणाले,

‘मन बसलंय्, का नाही, ते सांगता येत नाही. पण तिच्याशी त्याला लग्न

करायचं आहे!'

'मग का करून देत नाहीत त्या दोघांचं लग्न?'

'अरे इंदु, पौरव राजाला आपल्या मुलीसाठी असला दुर्वर्तनी राजपुत्र पती म्हणून नको आहे!'

चाणक्य समोर बघत होता. तेव्हा सर्व सैनिक लुटून आणलेला माल घोड्यांवरून खाली उतरवून घेत होते. एक देखणा सैन्यप्रमुख त्या कामावर देखरेख करत होता.

चाणक्यानं विचारलं,

'तो माणूस कोण आहे?'

शिवशंकर म्हणाले,

'तो ना? सेनापती सिंहरण! अंबुजकुमारच्या विशेष आवडीतला आहे!'

चाणक्य त्याच्याकडे निरखून बघत होता.

शिवशंकर म्हणाले,

'तुमची आता परत जाण्याची वेळ झालेली आहे. आपण पुन्हा भेटू या!... आपली भेट होत जाईलच.'

तिथून निघताना चाणक्यानं त्या सेनापतीकडे बघितलं.

लुटून आणलेल्या मालाची विल्हेवाट करण्यात तो गुंतलेला होता.

चाणक्य आणि सिंहरण या दोघांचा भावी काळात सहकार्यसंबंध येणार होता, या गोष्टीची नियतीशिवाय कुणालाच कल्पना नव्हती.

चाणक्याचा आता वैद्यकशास्त्राचा वर्ग होता. म्हणून तो त्या कक्षाकडे झपाझप पावलं टाकत जायला निघाला होता. आचार्य भारद्वाज त्यांना पाठ देणार होते.

चाणक्य वैद्यकशास्त्राच्या कक्षात जाऊन पोहोचला, तेव्हा आचार्य अद्याप यायचे होते. चाणक्यानं सभोवार बघितलं, तेव्हा वैद्यकशास्त्रातले मौल्यवान विचार भिंतींवर लिहिलेले त्याला दिसले. त्या विचारांचं मनन करत असतानाच आचार्यांनी वर्गात प्रवेश केला.

वर्गात स्थानापन्न झाल्याबरोबर आचार्यांनी शिकवायला प्रारंभ केला.

आचार्य सांगू लागले,

'आर्यवैद्यक हे अन्य पूरकशास्त्रांशी अगदी एकरूप झालेलं आहे. शरीररचना, अवयव, स्नायू, रक्तवाहिन्या आणि शरीरघटक धातु यांचा आर्यवैद्यकात विस्तृत विचार केलेला आहे.'

भारद्वाज बोलत असताना चाणक्याचं विषयाकडे तर लक्ष होतंच, परंतु तो त्यांच्याकडे न्याहाळून बघत होता. माणसाची शरीररचना आणि त्याची बुद्धिमत्ता

यांचा काही अन्योन्यसंबंध आहे काय, या गोष्टीचा विचार तो मनातल्या मनात करत होता. विशाल भालप्रदेश आणि सरल नासिका ही दोन देहलक्षणं त्याला त्यांच्या विलक्षण बुद्धिमत्तेची द्योतक वाटली.

चाणक्याचा हा विचार चालला असतानाच भारद्वाज आचार्यांनी त्यालाच प्रश्न विचारला, 'वैद्यक ग्रंथामध्ये कोणत्या पदार्थांचा समावेश झाला आहे?'

चाणक्यानं यावर उत्तर दिलं,

'सर्वमान्य आणि सर्वसंग्राहक वैद्यक ग्रंथांत वनस्पतिजन्य, खनिज, प्राणिज अशा सर्व पदार्थांचा समावेश झालेला आहे.'

'अगदी बरोबर!' असं म्हणून आचार्यांनी पुढं सांगितलं, 'औषधांच्या वर्गीकरणाचे आणि सेवनाचे नियम अत्यंत सूक्ष्म आहेत. त्याचबरोबर आरोग्य आणि अन्नसेवन यांकडे पुष्कळच लक्ष दिलं पाहिजे. अथर्ववेदात औषधी आणि मंत्र या दोन्ही गोष्टींचा उपयोग रोगनिवारणार्थ सांगितला आहे.'

आचार्य भारद्वाज विद्यार्थ्यांना उद्देशून पुढं म्हणाले,

'वैद्यकशास्त्र शिकताना बुद्धी चौकस, वृत्ती कष्टाळू आणि दृष्टी सूक्ष्म असली पाहिजे. आपल्या देशात वनस्पतींची विपुलता आहे. त्यांची चांगली माहिती करून घ्यायला हवी! आपल्या भारतातले वैद्य परदेशांतही प्रसिद्धी पावले आहेत. ती उज्ज्वल परंपरा सर्वांनी नीट जोपासली पाहिजे.'

तक्षशिलेच्या गुरुकुलाची वैभवशाली परंपरा आचार्य मोठ्या अभिमानानं सांगत होते. अनेक जगप्रसिद्ध वैद्य तक्षशिलेतूनच शिकून गेलेले आहेत, हेही त्यांनी आवर्जून सांगितलं.

त्यानंतर आचार्यांनी विद्यार्थ्यांना शल्यकर्माची माहिती कथन केली. ते म्हणाले,

'शस्त्रक्रियेचा उगम भारतातच झाला. माणसाच्या मेंदूवर शस्त्रक्रिया करता येते, हे आपण दाखवून दिलं आहे. एखाद्या व्यक्तीचं नाक, कान वा अन्य एखादा अवयव बेढब असेल, तर त्यावर शस्त्रक्रिया करून त्या त्या अवयवाला नीटनेटका आकार देता येतो. त्यासाठी लागणारी शस्त्रं अत्यंत तीक्ष्ण आणि नाजूक असतात.'

आचार्यांनी पाठ थांबवला. मग ते म्हणाले,

'आता प्रात्यक्षिकासाठी आपल्याला दुसऱ्या कक्षात जायचं आहे. नाकावरच्या शस्त्रक्रियेचं प्रात्यक्षिक तुम्हांला आज दाखवलं जाणार आहे.'

आचार्यांच्या पाठोपाठ सारे विद्यार्थी बाहेर पडले.

चाणक्यही कुतूहलानं त्यांच्या पाठोपाठ दुसऱ्या कक्षात जायला निघाला.

संध्याकाळी इंदुशर्माला पाहिल्याबरोबर चाणक्य त्याला म्हणाला,

‘आज आपण नगरात फिरण्याऐवजी शिवशंकरांच्याकडे जाऊ या का?’

इंदुशर्मा तात्काळ म्हणाला,

‘जाऊ या की! नाहीतरी ते आपल्याला नेहमीच घरी बोलावतात.’

चाणक्य म्हणाल्या,

‘मग आज जाऊ या! मला त्यांच्याशी काही बोलायचं आहे. शिवशंकर आपल्याला खूप माहिती देतात, नाही का?’

‘अरे, व्यापाराच्या निमित्तानं ते सारं जग हिंडतात. म्हणून त्यांना जगाचं बरंच ज्ञान आपोआपच होतं.’

त्यांचं घर त्यांनी तेव्हाच शोधून काढलं. शिवशंकर घरातच होते. दारावरची घंटिका चाणक्यानं वाजवली, तेव्हा त्यांनी स्वत:च दार उघडलं.

त्या दोघांना बघताच ते आश्चर्यचकित झाले. त्यांनी प्रेमानं त्या दोघांना आत नेलं.

ते दोघे मृगाजिनावर जाऊन बसले, तेव्हा शिवशंकर म्हणाले,

‘वा! आज चंद्रसूर्य इकडे कुठं उगवले? वाट तर चुकली नाही ना?’

ते दोघे नुसते हसले.

शिवशंकरांची पत्नी पार्वती बाहेर आली.

शिवशंकरांनी त्या दोघांची ओळख करून दिली.

ते दोघे तिच्या पाया पडले.

पार्वती हसत म्हणाली,

‘तुम्ही बोलत बसा. तोवर मी गोरस घेऊन येते.’

घरात ते दोघेच असावेत. दुसरं कुणीच दिसत नव्हतं. बहुतेक त्यांना पुत्रसंतान नसावं.

या विचारानं चाणक्याचं मन हळहळलं. माणसाला त्याच्या आयुष्यात सारंच काही मिळत नसतं. तोही एक नियतीचाच खेळ असतो, हा विचार त्याच्या मनात येऊन गेला. त्याच वेळी पार्वतीनं त्या दोघांसाठी पेल्यांतून दूध आणलं.

त्यांतला एक पेला चाणक्यानं शिवशंकरांच्या पुढं केला, तेव्हा ते म्हणाले,

‘मी फक्त सकाळीच दूध घेतो... ज्याला हिंडायफिरायचं काम करायचं असतं, त्याला खाणंपिणं सांभाळावं लागतं.’

इंदुशर्मा भीत भीत गमतीनं म्हणाला,

‘आम्हीसुद्धा हिंडतो फिरतोच की!.... मग...’

शिवशंकर मनापासून हसले आणि म्हणाले,

‘तुमच्या वयात मी खूप दूध प्यायलोय्. पिताजींनी केवळ माझ्यासाठी एक गाय राखून ठेवली होती.’

सगळेच मनसोक्त हसले.

आज मात्र त्यांच्या घरी गायही नव्हती आणि दूध प्यायलाही कुणी मूल नव्हतं.

नियतीचा खेळ काही वेगळाच असतो!

त्या विचारातून बाहेर पडण्यासाठी त्यानं शिवशंकरांना विचारलं,

'त्या दिवशी राजवाड्यासमोरचा तो प्रकार पाहून आम्ही थक्क झालो!'

शिवशंकर म्हणाले,

'आम्हांला आता त्याची सवय झालेली आहे! अंबुजकुमाराचे रोजच असे उद्योग चाललेले असतात.'

इंदुशर्मानं विचारलं,

'त्याचं अजून लग्न व्हायचंय् का?'

शिवशंकर म्हणाले,

'त्याचं लग्न झालेलं आहे!'

चाणक्य म्हणाले,

'मग त्या मुलीवर डोळा कशासाठी?'

'चाणक्य, स्वत:जवळ सारं काही असून दुसऱ्याच्या धनावर डोळा ठेवणारी माणसं या जगात खूप आहेत.'

काही वेळ थांबून शिवशंकर म्हणाले,

'पारसिकानी आपल्यावर कशासाठी स्वाऱ्या केल्या? त्यांना स्वत:जवळ काय कमी होतं? पण एक गोष्ट लक्षात ठेव! माणसाला नेहमी दुसऱ्याचं हवं असतं– स्वत:जवळ कितीही असलं, तरी! या पृथ्वीच्या पाठीवर भारत हा असा एकच देश आहे, की त्यानं दुसऱ्या देशावर कधीही आक्रमण केलेलं नाही! दुसऱ्या देशांच्या स्वाऱ्या फक्त परतवल्या!'

चाणक्य म्हणाला,

'आपला भारत फक्त आपल्या देशातला गोंधळ निपटून काढत होता. मग तो दुसऱ्या देशांवर कशासाठी स्वारी करील?'

'तसं नाही, चाणक्य! आपल्या देशाला फार पुरातन परंपरा आहे. सभ्य संस्कृतीत आपला देश वाढलेला आहे. त्यानं कधीही दुसऱ्याच्या धनावर दृष्टी ठेवलेली नाही. ते एक सभ्यतेचं लक्षण आहे!... पारसिकांना आपल्यावर स्वाऱ्या करायचं काय कारण होतं?'

'खरंच, आम्हाला तो सारा इतिहास सांगा ना!'

चाणक्याच्या या प्रश्नावर शिवशंकरांनी मनातल्या मनात त्या साऱ्या इतिहासाचे धागेदोरे जुळविले आणि ते त्या इतिहासाची पानं उलगडू लागले,

'गांधारच्या लगत पारसीक साम्राज्य सुरू होतं, ते तुम्हांला माहीत असेलच.'

चाणक्यानं विचारलं,

'आपला गांधार देश पूर्वी त्याच्याच आधिपत्याखाली होता ना?'

शिवशंकर म्हणाले,

'तो एक ऐकण्याजोगा इतिहासच आहे!'

इंदुशर्मा म्हणाला,

'सांगा ना मग आम्हांला!'

'तोच तर इतिहास सांगतोय्. दोनशे संवत्सरांपूर्वी दोनदा या पारसीक सम्राटांनी आपल्यावर स्वारी केली होती. हिंदुकुश पर्वत ओलांडून प्रथम कैखुस्रू या पारसीक सम्राटानं गांधारवर स्वारी केली. त्यानं गांधार जिंकला आणि तो पुढं या आपल्या तक्षशिलेकडे यायला लागला...'

इंदुशर्मानं मधेच विचारलं,

'मग त्यानं आपली तक्षशिला घेतली का?'

शिवशंकर स्वाभिमानाच्या स्वरात उद्गारले,

'तो काय घेतो? आपली सिंधु आडवी आली ना? त्या सिंधूनं त्याचं आक्रमण रोखलं. त्याला गांधार घेऊनच समाधान मानावं लागलं.'

'पण गांधार तरी त्याच्या तावडीत राहिला का?'

चाणक्याच्या या प्रश्नावर शिवशंकर म्हणाले,

'दुसऱ्याचं धन किंवा देश या गोष्टी फार काळ ताब्यात राहत नसतात. गांधारनं आपलं राज्य पुन्हा हस्तगत करण्यासाठी पारसीक सैन्याशी लढा दिला आणि आपलं राज्य परत मिळवलं.'

'आपलं राज्य ज्यानं त्यानं राखायलाच हवं! आणि गेलेलं राज्य परत मिळवायलाच हवं!'

'चाणक्य, तुझं हे बोलणं ठीक आहे, परंतु आक्रमकाला हे बोलणं कधीच पटत नसतं. आपण आक्रमण करून दुसऱ्याचा प्रदेश बळकावला आहे, हे तो तेव्हाच विसरून जातो. कैखुस्रूनंतरच्या सम्राटाचं तसंच झालं. गांधार देश पूर्वी कुणाचा होता, हे सम्राट दरायस सोईस्कर रीतीनं विसरला. त्याच्या ध्यानात राहिला, तो कैखुस्रूचा पराभव! म्हणून त्यानं पुन्हा भारतावर आक्रमण केलं आणि गांधार जिंकला!'

इंदुशर्मानं साहजिकच विचारलं,

'दरायसला तरी पुढं येणं जमलं का?'

शिवशंकर हसत म्हणाले,

'छे, रे! त्याचीही गत कैखुस्रूप्रमाणेच झाली. पुढचा प्रदेश जिकणं तर सोडाच; पण जिंकलेला गांधारही त्याला गमवावा लागला.'

पाठशालेतल्या आचार्यांनी म्हणावं, त्याप्रमाणेच शिवशंकर म्हणाले,

'इतिहासाचा आजचा पाठ आपण इथंच पुरा करू या!.... पुढचा पाठ पुढं केव्हातरी!' चाणक्य मोठ्यानं म्हणाला,

'ॐ...'

शिवशंकरांनी हसून विचारलं,

'आता पुन्हा इकडे पाय केव्हा वळणार?'

चाणक्यही हसून म्हणाला,

'डोक्यातले विचार इकडे वळतील, तेव्हा!'

माईही त्या वेळी बाहेर आल्या होत्या. त्या दोघांना खाली वाकून दोघांनी वंदन केलं. हे आता आपलंच घर झालेलं आहे, असं त्या दोघांनाही वाटत होतं.

पार्वतीकडे बघितल्यापासून चाणक्याला आपल्या आईची तीव्रतेनं आठवण व्हायला लागली होती. त्याचे पिताजी काही ज्ञानकथा सांगत असले, म्हणजे त्याची माता सरस्वती ही त्या कथा ऐकण्यात हटकून सहभागी व्हायची, हे त्याला आठवलं.

चाणक्य म्हणाला,

'माई, तुम्ही पण बसत जा ना आमच्या या गप्पागोष्टींच्या वेळी! इथं आम्हांला किती नवं ज्ञान मिळतं!'

शिवशंकर म्हणाले,

'न बसायला काय झालं? ती तुझ्या आईसारखीच आहे.'

चाणक्यानं चमकून पार्वतीकडे बघितलं.

त्याच वेळी त्या दोघांची दृष्टादृष्ट झाली. माईची ती आई झाली होती आणि चाणक्याला आई मिळाली होती. पार्वतीच्या अपत्यहीन नेत्रांतून मायेचे अश्रू सांडायला लागले होते.

चाणक्य अभावितपणानं म्हणाला,

'आई, येतो!'

त्याची दृष्टीही अश्रूंनी झाकाळली होती.

आपले अश्रू आवरून पार्वती म्हणाली,

'ये बरं, बाळ! आपल्या आईकडे नेहमी येत जा!'

या मायलेकरांच्या आनंदसोहळ्याकडे शिवशंकर अनिमिष नेत्रांनी बघत उभे होते. मातेला पुत्र मिळाला होता आणि पुत्राला माता मिळाली होती.

हे नवे बंध बांधूनच चाणक्य त्या रात्री शिवशंकरांच्या घराबाहेर पडला. पुनः पुन्हा त्या आपल्या घरात येण्यासाठी!

✧

युद्धशालेत चाणक्य धनुर्विद्येचे धडे घेत होता. हातात धनुष्य कसं धरायचं, त्या धनुष्याला बाण कसा जोडायचा आणि धनुष्याची प्रत्यंचा ताणून बाण कसा सोडायचा, या प्राथमिक गोष्टी आचार्यांनी त्याला शिकवल्याच होत्या.

स्वत:च्या उंचीएवढं धनुष्य हातात धरून चाणक्य उभा होता. त्यानं धनुष्याचा खालचा भाग डाव्या पायाच्या अंगठ्यात दाबून धरला होता. त्याची दृष्टी समोरच्या लक्ष्यावर खिळली होती. मनाची एकाग्रता करून त्यानं बाण सोडला; आणि तो बाण एकदम लक्ष्यावर बसला. लक्ष्य भेदलं गेलं.

आजूबाजूला उभे असलेले सर्व विद्यार्थी चाणक्याचं हे कौशल्य बघत होते. मनातून त्याला शबासकी देत होते. आचार्यांनीही कौतुकानं त्याची पाठ थोपटली. म्हणाले,

'चाणक्य, अशीच प्रगती चालू ठेव! मोठा धनुर्धर होशील तू!'

अन्य विद्यार्थ्यांनीही प्रात्याक्षिकं करून दाखवली. पण चाणक्याची सर कुणाला आली नाही. आचार्य मनात म्हणत होते,

'प्रत्येक विषयात हा चाणक्य नैपुण्य दाखवतो. याचा भविष्यकाल फार उज्ज्वल आहे.'

चाणक्य आणि इंदुशर्मा दोघेही युद्धशालेतून बाहेर पडले.

इंदुशर्मा म्हणाला,

'वा, रे, वा, चाणक्य! आज लक्ष्यवेध करण्यात तू केवढं कौशल्य दाखवलंस! मला तर तू आज अर्जुनाच्या ठिकाणी दिसत होतास आणि आपले आचार्य द्रोणाचार्यांच्या ठिकणी दिसत होते.'

चाणक्य म्हणाला,

'आणखी नाही ना काही दिसलं?'

'दिसलं तर! सांगू का?'

'तू सांगितल्याशिवाय थोडाच राहणार आहेस? सांग....हवं ते सांग. जे ऐकण्याजोगं असेल, ते मी ऐकेन.'

इंदुशर्मा म्हणाला,

'मला द्रौपदी-स्वयंवराच्या वेळेचा तो प्रसंग आठवला. अर्जुनानं धनुष्यभंग केला आणि द्रौपदीनं त्याच्या गळ्यात माळ घातली.'

यावर चाणक्य म्हणाला,

'इंदु, तुझ्या कल्पनाशक्तीचं मला कौतुक वाटतं. पण मला अर्जुनासारखं धनुर्धरही व्हायचं नाही आणि स्वयंवराच्या मंडपातही कधी जायचं नाही. ती वाट मी वर्ज्य केलेली आहे.'

इंदुशर्मा थट्टेच्या स्वरात म्हणाला,

'म्हणजे तू अंबुजकुमाराचा शिष्य होणार नाहीस, तर! त्याचं एक लग्न झालेलं

असून, तो दुसरं लग्न करू बघतो आहे; आणि तू एकही करायला सिद्ध नाहीस!'

चाणक्यही विनोदाच्या स्वरात म्हणाला,

'अरे इंदु, ही असली कामं राजांची असतात! माझ्यासारख्या सर्वसामान्य ब्राह्मणांची नसतात!'

'पण अशा अनाचाराच्या कामात त्या राजेलोकांना वेसण घालण्याचं कार्य तर तू करायचं ठरवलं आहेस ना?'

इंदुशर्माच्या बोलण्यावर चाणक्य म्हणाला,

'मी वाटेल ते ठरवलं असलं, तरी देवाच्या मनात असेल, ते होईल! माणसानं फक्त संकल्प करावेत. ते सिद्धीला नेण्याचं काम देवाकडे....नियतीकडे!'

दोघेजण वसतिगृहाकडे जात असताना गंगादास त्यांना वाटेतच भेटला.

गंगादासानं विचारलं,

'माझा काही तो विषय नाही; पण आज युद्धशालेत काय झालं, ते सांगा की! काय शिकवलं आचार्यांनी?'

चाणक्य म्हणाला,

'ते सांगतो. पण तू कुठं होतास, ते आधी सांग.'

'मी शिवशंकर श्रेष्ठींकडे गेलो होते. पण व्यापाराच्या निमित्तानं ते बाहेरगावी गेले आहेत. म्हणून मी काही वेळ पार्वतीमाईंशी बोलत बसलो होतो.'

चाणक्य म्हणाला,

'बरं केलंस! शिवशंकर घरी नसले, म्हणजे आईला घर खायला उठत असेल.'

गंगादास म्हणाला,

'हो ना! म्हणून मी नेहमीच त्यांच्याकडे जात असतो.'

इंदुशर्मा म्हणाला,

'चाण्क्य, आपणही त्यांच्याकडे जाऊ या! त्यांना तेवढंच बरं वाटेल!'

चाणक्यानं संमतिदर्शक मान हलवली.

मग तो गंगादासाकडे मान वळवून म्हणाला,

'आज आचार्यांनी आर्यांची धनुष्यावरची दृढश्रद्धा विशद करून सांगितली. त्या संदर्भातली ऋग्वेदातील ऋचाही सांगितली.'

'कोणती ऋचा?'

चाणक्यानं ती ऋचा सांगितली:

'धन्वना गा धन्वनाजिं जयेम धन्वना तीव्राः समदो जयेम।
धनुः शत्रोरपकामं कृष्णोति धन्वना सवीः प्रदिशो जयेम॥'

गंगादासानं विचारलं,

'अर्थ सांग की! आचार्यांनी सांगितला असेलच ना?'

चाणक्य अर्थ सांगू लागला,

'धनुष्याच्या साहाय्यानं आम्ही शत्रूचं गोधन जिंकू! धनुष्याच्या बळावर आम्ही शत्रूचा नि:पात करू. धनुष्याच्या योगानं आम्ही शत्रूच्या कडव्या सैन्यावर जय मिळवू. हे आमचं धनुष्य शत्रूचे सारे मनोरथ हाणून पाडो! धनुष्याच्या साहाय्यानं आम्ही सर्व देशातील शत्रूंवर निश्चित विजय मिळवू!'

'वा! चांगला अर्थ आहे!'

गंगादासाच्या या बोलण्यावर चाणक्यानं त्याला विचारलं,

'त्या अर्थातला चांगलेपणा कळला का तुला?'

'म्हणजे त्या धनुष्याचा केवढा प्रभाव आहे?'

चाणक्य हसून म्हणाला,

'पण त्या प्रभावातला खरा अर्थ लक्षात घ्यायला हवा!'

'कोणता?'

चाणक्यानं सांगितलं,

'आपल्या धनुष्याचा प्रभाव श्रेष्ठ तर खराच! परंतु ते धनुष्य आपण फक्त शत्रूवर चालवायचं आहे. स्वकीयांवर नव्हे!'

'खरंच की! ते लक्षात नाही आलं!'

चाणक्य म्हणाला.

'आणखी एक गोष्ट आपण लक्षात ठेवली पाहिजे. ती म्हणजे आपल्या या महान भारतानं अगदी वेदकालापासून कधी आक्रमणाची भाषा केलेली नाही. आमच्यावर चालून आलेल्या आक्रमकांचा आम्ही आमच्या धनुष्याच्या साहाय्यानं समाचार अवश्य घेऊ! परंतु लोकांच्यावर कधीही चाल करून जाणार नाही! आक्रमक दुष्ट शत्रूंचं निर्दालन करून, आम्ही आमचं जे काय आहे, ते जतन करू! त्याचसाठी आमचं हे शौर्यशाली धनुष्य सदैव सज्ज असेल! एवढा मोठा अर्थ भरलेला आहे त्या ऋचेत!'

गंगादास भारावून म्हणाला,

'चाणक्य, तुझ्या चौफेर बुद्धिमत्तेचं खरोखरच कौतुक करावंसं वाटतं! तुला हे सारं कसं काय जमतं, कुणास ठाऊक!'

चाणक्य एकदम म्हणाला,

'हे कुणालाही जमेल! पण हाती घेतलेल्या प्रत्येक गोष्टीवर माणसानं मन एकाग्र करायला हवं! अंत:करणात दृढनिष्ठा ठेवायला हवी आणि परमेश्वरावर प्रगाढ श्रद्धा बाळगायला हवी! एवढं केल्यावर कुणालाही काही साधू शकेल. उगाच माझं कौतुक नको!'

चाणक्याचं हे म्हणणं अगदी खरं होतं. तक्षशिलेत आल्यापासून त्यानं

रात्रीचा दिवस केला होता आणि परिश्रमानं हा सारा विद्याव्यासंग केला होता. त्याच्या ठायी चित्ताची लोकविलक्षण एकाग्रता होती. परमेश्वराची तो फक्त करुणा भाकत होता, ती हाती घेतलेल्या कार्यातील यशासाठी! यशदाता देव आपल्या पाठीशी उभा असेल, तर मनोभावे केलेलं कोणतंही कार्य सुफलित होतं, या दृढश्रद्धेनंच तो प्रत्येक पाऊल टाकत आलेला होता आणि त्याचं ते पाऊल सतत पुढंच पडत चाललेलं होतं.

गंगादास म्हणाला,

'चाणक्य, तू कितीही हे सांगितलंस, तरी ज्याचं बल हे त्याच्यापाशीच असतं, त्याबद्दल इतरांना हेवादावा वाटायचं कारण नाही...पण ते जाऊ दे! आचार्यांनी आणखी काय माहिती दिली, ते सांगा!'

याचं उत्तर इंदुशर्मानं दिलं,

'तलवार, भाला, कट्यार, गदा, चक्र, वज्र अशी विविध प्रकारची शस्त्रं आहेत. ही शस्त्रं बहुत करून तांब्याची किंवा काशाची असतात, असं सांगितलं!'

चाणक्य म्हणाला,

'सैन्याविषयीही आचार्यांनी माहिती दिली. रथी आणि पदाती असे सैन्याचे दोन मुख्य भाग असतात. आपल्या भारतात बहुतेक ठिकाणी सर्व नागरिक हे योद्धे असतात. एरवी जरी त्यांचा व्यवसाय भिन्न असला, तरी लढाईच्या वेळेस सर्वचजण शत्रूविरुद्ध उभे ठाकतात. स्त्रियासुद्धा युद्धविद्या जाणतात...आचार्यांनी दिलेली ही माहिती ऐकून मी तर थक्क होऊन गेलो.'

इंदुशर्मानं पुष्टी जोडली,

'आचार्यांनी धर्मयुद्धाचे नियमही सांगितले. धर्म म्हणजे दया. या तत्त्वाचा अवलंब करूनच हे नियम बनविले आहेत. विषदिग्ध बाण आणि कर्णी म्हणजे अंकुशयुक्त बाण वापरू नयेत. रथीनं रथीवर आणि पदातीनं पदातीवर प्रहार करावा. भग्नशस्त्र झालेला, प्रत्यंचा तुटलेला, कवच निघालेला, वाहनाचा नाश झालेला असा प्रतिस्पर्धी असेल, तर त्याच्यावर प्रहार करू नये. युद्धात जखमी झालेल्या शत्रूवर औषधोपचार करावा आणि त्याच्या देशात त्याची पाठवणी करावी. धर्मयुद्धाचे हे नियम राजानं कधीही मोडू नयेत!'

गंगादासानं विचारलं,

'पण आजकाल आपल्या गणराज्यांमधे ज्या लढाया होतात, त्यांत हे नियम पाळले जात नाहीत. मग हे अधर्मयुद्धच ठरणार नाही का?'

इंदुशर्मा म्हणाला,

'अगदी अशाच तऱ्हेचा प्रश्न चाणक्यानं आचार्यांना विचारला होता.'

'मग आचार्यांनी काय उत्तर दिलं?'

चाणक्यानं सांगितलं,

'अशा युद्धाला कूटयुद्ध म्हणतात. यात धर्मयुद्धाचे कोणतेही नियम पाळले जात नाहीत, असं आचार्यांनी सांगितलं.'

'कूटयुद्धाचं धोरण धर्मयुद्धाच्या अगदी विरुद्ध आहे. शत्रूचं पाणी दूषित करणं, लुटालूट, जाळपोळ करणं या गोष्टी कूटयुद्धाला निषिद्ध नसतात.'

इंदुशर्माच्या या बोलण्यावर गंगादास म्हणाला,

'तुम्ही दोघांनी मला युद्धपाठच दिलात की!'

काही वेळ थांबून चाणक्याकडे बघत गंगादास म्हणाला,

'पण हा आपला चाणक्य ब्राह्मणकुळातला! याला हा क्षात्रधर्म शिकून करायचंय् काय?'

इंदुशर्मा म्हणाला,

'त्यालाच विचार!'

चाणक्यानं सांगितलं,

'जेव्हा क्षत्रिय क्षात्रधर्मानं वागत नाहीत, तेव्हा त्यांना मार्गावर आणण्याचं काम ब्राह्मणवर्गालाच करावं लागतं, असं शास्त्रातच सांगितलं आहे.'

इंदुशर्मा म्हणाला,

'मग याला हे काम करावंच लागेल, असाच काळ आलाय्.'

चाणक्य हसत म्हणाला,

'करावं लागेल किंवा नाही, ते मी काय सांगणार? आणि मी कोण करणार? मी फक्त माझ्याकडून क्षात्रधर्म शिकून घेतो आहे.'

बोलता बोलता वसतिगृह कधी आलं, ते त्या तिघांनाही समजलं नाही. तिघेही आपापल्या कक्षाकडे निघून गेले.

रात्र बरीच झाली होती. पाठशालेच्या ओसरीवरच्या खांबांना मशाली लावलेल्या होत्या. त्यांच्या उजेडात आवार उठून दिसत होतं. दिवस थंडीचे होते. शेकोटी पेटवून काही विद्यार्थी त्या शेकोटीभोवती शेक घेत बसले होते. पाठशालेतल्या एका कोपऱ्यातल्या कक्षातून प्रकाश बाहेर येत होता. इतर कक्ष मात्र अंधारात बुडालेले होते.

ज्या कक्षातून उजेड बाहेर येत होता, त्या कक्षात रात्रीचा वर्ग भरला होता. आचार्य आपल्या आसनावर बसून विद्यार्थ्यांना शिकवत होते. आचार्यांच्या दोन्ही बाजूंना समया तेवत होत्या. दारालगतच्या स्तंभावर मशाल पेटवलेली होती. समया आणि मशाली यांच्या एकत्रित प्रकाशात आचार्यांचं अध्यापन चाललं होतं.

काठकोपनिषदाचा पाठ चाललेला होता. आचार्य सांगत होते:

'ॐ उशन् ह वै वाजश्रवसः सर्ववेदसं ददौ । तस्य ह नचिकेता नाम पुत्र असा।।१।।'

असा प्रारंभ करून आचार्यांनी नचिकेता आणि यम यांची कथा सांगितली.

कृष्णयजुर्वेदाच्या कठशाखेत यमानं नचिकेताला ब्रह्मविद्या सांगितली आहे. नचिकेताचा पिता वाजश्रवस यानं विश्वजित यज्ञात सर्वस्वदान दिलं. अगदी निरुपयोगी गाई त्यानं दक्षिणा म्हणून ब्राह्मणांना दिल्या.

ते पाहून नचिकेत मनात म्हणाला,

'असल्या गाइचं दान ब्राह्मणांना दिल्यामुळं माझ्या पित्याला इष्ट फळप्राप्ती होणार नाही. म्हणून माझं जीवित समर्पण करून पित्याचं पारलौकिक हित करणं माझं कर्तव्य आहे.'

असा विचार करून त्यानं आपल्या पित्याला विचारलं,

'तात, माझं दान कोणाला करता! कारण तुम्ही सर्वस्वाचं दान केलेलं असल्यामुळं मी सुद्धा तुमच्या सर्वस्वात अंतर्भूत आहे!'

प्रथम त्याच्या पित्यानं तो लहान असल्यामुळं त्याच्या बोलण्याकडे दुर्लक्ष केलं. पण तो जेव्हा जास्तच आग्रह करायला लागला, तेव्हा चिडून तो नचिकेताला म्हणाला,

'मी मृत्यूला तुझं दान करतो!'

पित्याची ही आज्ञा समजून नचिकेत यमाकडे गेला. यम बाहेर कुठंतरी प्रवासाला गेला होता. तीन दिवसांनी तो परतला. तोपर्यंत नचिकेत अन्नपाण्यावाचून तिथं बसून राहिला. हे समजल्यावर यमानं त्याला तीन वर मागायला सांगितले.

तेव्हा नचिकेतानं पहिल्या वरानं आपल्या पित्याचा संतोष संपादन केला. दुसऱ्या वरानं सर्वसाधनभूत अग्निज्ञान संपादन केलं; आणि तिसऱ्या वरानं त्यानं यमाला आत्मज्ञान सांगण्यासाठी प्रार्थना केली.

त्याला आत्मज्ञान सांगण्यास यमानं प्रथम नकार दिला. परंतु नचिकेतानं आग्रह धरल्यामुळं त्याला आत्मज्ञान देणं यमाला भागच पडलं.

आचार्यांनी येथपर्यंत ती कथा सांगितली.

सारे विद्यार्थी एकचित्तानं ती कथा ऐकत होते.

आचार्य थांबलेले पाहून चाणक्यानं त्यांना विचारलं,

'आचार्य, यमानं नचिकेताला आत्मज्ञान कसं दिलं?'

आचार्य म्हणाले,

'काठकोपनिषदाच्या पुढच्या वल्लीमध्ये त्या उपदेशाचं विश्लेषण केलेलं आहे. आता मी थोडक्यात त्या विषयी सांगतो.'

आचार्यांनी क्षणभर डोळे मिटले. मन एकाग्र केलं. मग ते सांगू लागले :

यमानं नचिकेताला आत्मज्ञानाविषयी जे सांगितलं, तेच मी तुम्हांला सांगतो. श्रेय आणि प्रेय या दोन गोष्टींपैकी पुरुष कोणत्या तरी एका गोष्टीची इच्छा करतो. पुत्रादी विषयांची इच्छा हे प्रेय, म्हणजे त्यांविषयी प्रेम! आणि आत्मज्ञानाची इच्छा हे श्रेय! कारण आत्मा हा सर्वदु:खातीत असतो. श्रेय म्हणजेच आत्म्याची इच्छा करणारे, ते विवेकी लोक; आणि प्रेय गोष्टींची इच्छा करणारे, ते अविवेकी लोक!

यमानं नचिकेताला गुरुसंबंधीही सांगितलं होतं.

गुरू दोन प्रकारचे असतात. एक शब्दार्थज्ञ आणि दुसरा स्वात्मतत्त्वानुभवी!'

एवढं सांगितल्यानंतर आचार्य मध्येच थांबले; आणि विद्यार्थ्यांना त्यांनी अचानक प्रश्न केला,

'शब्दार्थज्ञ आणि स्वात्मतत्त्वानुभवी या दोन्ही गुरूंपैकी श्रेष्ठ कोण?'

आचार्यांच्या या प्रश्नावर एक विद्यार्थी उठून उभा राहिला आणि उत्तरला,

'स्वात्मतत्त्वानुभवी हा गुरू श्रेष्ठ असतो.'

आचार्यांनी विचारलं,

'त्याचा श्रेष्ठपणा कशानं सिद्ध होतो?'

या प्रश्नाचं उत्तर मात्र त्या विद्यार्थ्याला देता आलं नाही. तो खाली बसला.

आचार्यांनी सर्व विद्यार्थ्यांवर दृष्टी फिरवली.

चाणक्यानं उठून उत्तर दिलं,

'शब्दार्थज्ञ गुरू हा केवळ शब्दपंडित असतो. तो मानवी देहातच वावरत असतो. 'मी मनुष्य आहे' ही त्याची भ्रांती गेलेली नसते. या गुरूचं ज्ञान केवळ शाब्दिक असतं. परंतु स्वात्मतत्त्वानुभवी गुरू हा साक्षात ब्रह्मच असतो. त्यामुळं त्याच्या उपदेशानं ब्रह्मबोध होतो, ब्रह्मज्ञान होतं. म्हणून स्वात्मतत्त्वानुभवी गुरू हा सर्वश्रेष्ठ असतो.'

चाणक्यानं केलेलं हे विवेचक वर्णन ऐकून आचार्य संतुष्ट झाले. त्यांनी विचारलं,

'चाणक्य, हे ज्ञान तू कुठून मिळवलंस?'

चाणक्यासमोर आपल्या ज्ञानी पित्याची मूर्ती तरळून गेली. तो म्हणाला,

'माझे पिताजी कपिलदेव यांनीच मला हे सारं ज्ञान दिलेलं होतं.'

त्यानंतर आचार्य म्हणाले,

'पुढचा भाग मोठा आहे. तो नंतर घेऊ. आज आपण इथंच थांबू या!'

वर्ग संपल्यानंतर आपल्या कक्षात जाताना चाणक्याच्या मनात आपल्या पिताजींविषयीच विचार चाललेले होते. तो मनाशी म्हणत होता,

'आपले पिताजी हे खरोखरच स्वात्मतत्त्वानुभवी होते, यात काहीच शंका नाही. त्या गुरुपित्याचं ऋण आपण फेडलं पाहिजे!'

✧

चाणक्य तक्षशिलेत शिक्षणासाठी आला, त्याला आता सात संवत्सरं उलटून गेली होती. या कालावधीत ऋतूमागून ऋतू निघून गेले होते. कितीतरी विषयांचं ज्ञान त्याच्या पदरात पडलं होतं. त्याची ज्ञानकक्षा कितीतरी विशाल झाली होती. एखाद्या उंच ठिकाणी उभं राहून सभोवारचं विस्तारलेलं क्षितिज न्याहाळावं, त्याप्रमाणे चाणक्याला आपलं विस्तारलेलं ज्ञानाचं क्षितिज न्याहाळावं लागत होतं. कितीतरी विषयांच्या ज्ञानाचं दर्शन त्याला आता घडत होतं!

चाणक्याचे मुख्य विषय वैद्यकशास्त्र आणि राजनीतिशास्त्र हे जरी असले, तरी अन्य विषयांचं शिक्षणही त्यानं घेतलं होतं. तक्षशिलेच्या विद्यापीठात विद्यार्थ्यांना विषय निवडण्याचं स्वातंत्र्य होतं. या गोष्टीचा चाणक्यानं पुरेपूर लाभ उठवला होता. त्याची बुद्धी कुशाग्र असल्यामुळं त्यानं अन्य विषयांच्या अध्ययनालाही हात घातला होता. गरीब विद्यार्थ्यांसाठी रात्रीच्या वर्गाची सोय तक्षशिला विद्यापीठात केलेली होती. ज्ञानार्जनासाठी चाणक्य या सर्व सोयी-सवलतींचा लाभ उठवत होता.

ज्याप्रमाणे विद्यापीठात चाणक्याचं शिक्षण सुरू होतं, त्याप्रमाणे विद्यीपाठाच्या बाहेरही तो ज्ञानाचे धडे घेत असे. त्या बाबतीत बोलताना तो इंदुशर्माला नेहमी म्हणायचा,

'मधमाश्यांप्रमाणे माणसानं ज्ञानाचे मधुबिंदू सर्वत्र संचार करून टिपले पाहिजेत! केवळ विद्यापीठातच नव्हे, तर विद्यार्थ्यानं सर्वत्र ज्ञानप्राप्तीसाठी आपल्या मनाची कवाडं सताड उघडी ठेवली पाहिजेत!'

त्या वेळी गंगादास जर तिथं असेल, तर तो म्हणायचा,

'तुझ्याप्रमाणे एवढं मोठं ज्ञान आमच्या मेंदूत तरी मावेल का?'

चाणक्य म्हणायचा,

'न मावायला काय झालं? आणि माझा मेंदू म्हणजे पडशी आहे का, रे? हे बघ, मनात खरीखुरी ज्ञानग्रहणाची इच्छा असेल, तर कुणाचाही मेंदू मोठा होईल! मी काय जगावेगळा आहे, होय?'

तक्षशिला विद्यापीठाच्या बाहेर शिवशंकर श्रेष्ठी हे चाणक्याचं ज्ञानग्रहणाचं दुसरं विद्यापीठ होतं. या बहि:शाल विद्यापीठात त्याला व्यावहारिक ज्ञान मिळायचं. व्यापाराची माहिती मिळायची. भारताच्या आणि भारताबाहेरच्या राजकारणासंबंधीही माहिती मिळायची. शिवशंकरांचं ज्ञान चौफेर होतं. त्या ज्ञानानं चौकस चाणक्य दिवसेंदिवस बहुश्रुत होत गेला होता. आधीच सकस असलेली त्याची मनोभूमी अधिक सुपीक होत चालली होती. त्या भूमीत ज्ञानवृक्षांनी चांगलंच मूळ धरलं होतं. केकय-तक्षशिला, यौधेय-मालव, शूद्रक, सौभूती, कठ अशा अनेक गणराज्यांचं आपापसांतील सख्य किंवा संघर्ष याचं चाणक्याला चांगलंच आकलन झालं होतं.

चाणक्य, इंदुशर्मा आणि गंगादास हे वारंवार शिवशंकरांच्या घरी जात

असत. कधी कधी तिघांना भेटण्यासाठी शिवशंकरही वसतिगृहात येत असत.

आताही ही मुलं बऱ्याच दिवसांत त्यांना भेटायला गेली नव्हती. म्हणून शिवशंकर त्यांच्याकडे आले होते.

आल्याबरोबर शिवशंकर त्यांना म्हणाले,

'बरेच दिवस झाले. तुम्ही आला नाहीत. विसरलात वाटतं आम्हांला! माईला तर तुमची सारखी आठवण होते. या चाणक्याची आईच झाली आहे ना ती!'

इंदुशर्मा म्हणाला,

'आम्ही खूप दिवसांत आलो नाही, हे खरं! कारण आमचं अध्ययन वाढत चाललेलं आहे. बऱ्याच वेळा आम्हांला रात्रीच्या पाठालाही जावं लागतं. त्यामुळं जमलंच नाही यायला!'

त्यांच्याकडे बघत चाणक्य हसून म्हणाला,

'तुम्हांला विसरणं कधी शक्य तरी आहे का? आई आमची वाट बघत असणार, याचीही कल्पना आहे.'

सगळ्यांनी बैठक मारल्यानंतर शिवशंकर म्हणाले,

'मी तुमच्या माईला तसं सांगितलं देखील! पण मी इथं नसलो ना, म्हणजे ती तुमच्या भेटीसाठी घाबरी होते.'

हे बोलत असताना शिवशंकर चाणक्याकडे निरखून बघत होते. तो आता अंगापिंडानं चांगलाच भरलेला दिसत होता. त्याची मान गोलसर झालेली होती. आवाज बदलला होता. त्याचं मन ज्ञानसाधनेनं काठोकाठ भरलेलं होतं. त्याचप्रमाणे शरीरसामर्थ्य परिपुष्ट झालेलं दिसत होतं.

चाणक्याच्या पाठीवर थाप मारून शिवशंकर हसून म्हणाले,

'तुम्ही बऱ्याच दिवसांत आला नाहीत. मला वाटलं, या चाणक्याच्या मनातल्या साऱ्या शंका फिटल्या. तो आता पूर्णज्ञानी झाला आहे!'

चाणक्य हसला आणि म्हणाला,

'माणूस एवढ्या लवकर पूर्णज्ञानी थोडाच होऊ शकतो?....खूप शंका अजून आमच्या मनांत घर करून बसल्या आहेत, आणि तुमच्याशिवाय त्या शंकांचं निरसन थोडंच होणार आहे?'

काही वेळ थांबून चाणक्य म्हणाला,

'माझ्या मनात एक शंका आहे. इथं विचारू, का त्यासाठी घरी यायला हवं?'

शिवशंकर एकदम म्हणाले,

'एखादी शंका असेल, तर त्यासाठी घरी यायला नको. मात्र जास्त शंका असतील, तर घरी यायलाच हवं आणि आईनं दिलेलं दूध घ्यायलाच हवं!'

सगळेजण मनापासून हसले.

चाणक्यानं विचारलं,

'एका ग्रीक योद्ध्यानं पारसीक साम्राज्यावर स्वारी केली, ही गोष्ट खरी आहे का?'

शिवशंकर म्हणाले,

'हो... खरंय् ते! सिकंदरानं पारसीक साम्राज्यावर स्वारी करून तो प्रदेश जिंकला आहे.'

चाणक्यानं विचारलं,

'कोण आहे हा सिकंदर?'

चाणक्याच्या कुतूहलपूर्ण मुद्रेकडे बघून शिवशंकर सांगू लागले :

'व्यापाराच्या निमित्तानं मी नेहमीच गांधार देशाला जात असतो, तिथं अनेक विदेशी व्यापारीही भेटतात. त्यांच्याशी नेहमीच संपर्क येतो. व्यापारी देवघेवीबरोबर विचारांचीही आपापसांत देवघेव होते. त्यांच्यांतच हे अयोनियन व्यापारी असतात.'

'अयोनियन म्हणजे?'

इंदुशर्माच्या या प्रश्नावर शिवशंकर त्याच्याकडे बघत म्हणाले,

'अयोनियन म्हणजेच ग्रीक व्यापारी! त्यांच्याकडून मला या सिकंदराविषयी समजलं. मी थोडक्यात तुम्हांला त्या भागातला इतिहास समजावून सांगतो. म्हणजे तुम्हांला सर्व परिस्थितीची चांगली कल्पना येईल....सांगू ना?'

चाणक्य हसून म्हणाला,

'आमच्या एका प्रश्नात सारा इतिहास बसत असेल, तर अवश्य सांगा!'

शिवशंकर मनापासून हसले आणि म्हणाले,

'हे बघ, चाणक्य, नेहमी एका प्रश्नातूनच अनेक प्रश्न निर्माण होतात. तसंच आहे हे! तेव्हा सांगतो.'

मग शिवशंकर गंभीर होऊन पुढं बोलू लागले,

'साऱ्या पश्चिमेकडील देशांत हे ग्रीक लोक प्रसिद्ध आहेत. पूर्वी ग्रीकांची छोटी छोटी नगरराज्यं होती.'

चाणक्य मधेच म्हणाला,

'आपल्या गणराज्यांसारखी!'

'हो, तशीच! या नगरराज्यांमधे स्पार्टा, अथेन्स ही नगरराज्यं पुढारलेली होती, या फुटकळ नगरराज्यांवर पारसीक साम्राज्याच्या अधिपतीनं स्वारी केली. या लहान लहान प्राजकांनी लढण्याची पराकाष्ठा केली; पण पारसीक साम्राज्याच्या सेनसागरासमोर त्यांचं काहीच चाललं नाही.'

'मग त्या छोट्या प्राजकांनी पुढं काय केलं?'

'दुसरं काय करणार? साऱ्या फुटकळ नगरराज्यांचं मिळून एक प्रबळ ग्रीक

राज्य स्थापन करावं, अशी कल्पना पुढं आली. त्यामुळं शत्रूशी संघटित सामना देणं सोपं जाईल, हे त्यांना कळून चुकलं.'

चाणक्यानं विचारलं,

'पण राष्ट्रसंघटनेसाठी योग्य नेतृत्त्वाची आवश्यकता असते ना?'

'अगदी बरोबर आहे तुझा हा प्रश्न! ग्रीक नगरराज्यांतील मॅसिडोनियाचा राजा फिलिप यानं लहान लहान ग्रीक प्राजकं जिंकली; आणि तो एकमुखी ग्रीकराज्य वाढवू लागला. पण त्याच सुमारास तो मरण पावला.'

इंदुशर्मानं विचारलं,

'मग समग्र ग्रीक राज्यांचं त्याचं स्वप्न अपूर्णच राहिलं, म्हणायचं!'

'छे, छे! मुळीच नाही! फिलिपचा मुलगा त्याच्यापेक्षा शतपटींनी महत्त्वाकांक्षी आणि पराक्रमी निघाला. त्याचंच नाव सिकंदर! आपल्या पित्याची महत्त्वाकांक्षा पूर्ण करण्याच्या दृष्टीनं त्यानं पावलं उचलायला प्रारंभ केला. प्रथम त्यानं बलाढ्य सैन्य उभारलं. ग्रीक राष्ट्राचा शत्रू, म्हणजे पारसीक सम्राट दरायस! त्याच्यावर सिकंदरानं आक्रमण केलं. ग्रीकांच्या या नवीन संघटित सैन्यांसमोर दरायसचं बहुसंख्य पण असंघटित सैन्य टिकाव धरू शकलं नाही. अलबेला येथील लढाईत पारसीक राजसत्ता पार उखडून पडल्यासारखी झाली.'

एवढं सांगून शिवशंकरांनी थोडा श्वास घेतला. ते तिघेही त्यांचं सिंकदरपुराण मन लावून ऐकत होते.

शिवशंकर पुढं म्हणाले,

'हं! तर असा हा सिकंदर! दरायसच्या पराभवानं त्याची राज्यतृष्णा पेटून उठली. त्याला वाटलं, मनात आणलं, तर आपण आता सारं जग सहज जिंकू शकू! त्याच प्रेरणेनं तो पुढं पुढं जात राहिला. बाबिलोनियाचं महाराज्य त्यानं एका धडाक्यासरशी पादाक्रांत केलं; आणि आपल्या गांधारपर्यंतचा प्रदेश त्यानं हस्तगत केला.'

चाणक्य म्हणाला,

'सिकंदर जर जग जिंकायला निघाला असेल, तर तो आपल्या भारतावर स्वारी केल्याशिवाय कसा राहील?'

शिवशंकर म्हणाले,

'भारतावर स्वारी करणं एवढं सोपं नाही, आपल्या भारताला खूपच नैसर्गिक संरक्षण लाभलेलं आहे. गांधाराच्या पलीकडचा हिंदुकुश पर्वत आणि सिंधु नदी ओलांडून येणं आत्तापर्यंत तरी कुठल्या परकीय शत्रूला जमलेलं नाही.'

चाणक्यानं आश्चर्यानं विचारलं,

'पारसीक सम्राटांनी आपल्या गांधार देशावर स्वारी करून तो देश आपल्या

ताब्यात घेतला होता ना? मागे एकदा तुम्हीच हे सांगितलं होतं. मग....'

शिवशंकर म्हणाले,

'बरंच लक्षात आहे की तुझ्या! पण त्या स्वाऱ्या तशा मोठ्या नव्हत्या. त्या वेळी पारसिकांनी हिंदुकुश पर्वत ओलांडला होता, ही गोष्ट खरी! परंतु त्याही वेळी त्यांना सिंधूपार होता आलं नव्हतं. आणि त्यांनी जिंकलेला गांधार आपण परत जिंकून घेतला होताच की!'

शिवशंकरांनी जरी नैसर्गिक तटबंदीचा निर्वाळा दिला असला, तरी चाणक्याला भारताच्या सुरक्षिततेविषयी शंका वाटत होती. ग्रीक किंवा पारसीक साम्राज्य याचा जसा शतखंड राज्यांमुळं पराभव झाला, त्याचप्रमाणे परकीय आक्रमण झाल्यास आपलाही या शतखंड गणराज्यांमुळं पराभव होईल, असं विष्णूच्या मनात आल्याशिवाय राहिलं नाही. भारताच्या इतिहासाचं आणि भौगोलिक मर्यादांचं त्यानं आजवर बरंच परिशीलन केलं होतं. या शतखंड गणराज्यांविषयी त्यानं बराच अभ्यास केला होता.

भारत एकसंध करण्याची त्याची बालपणची प्रतिज्ञा त्याच्या मनात स्थिरपद झाली होती.

त्याच वेळी शिवशंकर म्हणत होते,

'झाला हं तुझा प्रश्न! आता आणखी काही प्रश्न असल्यास घरी यावं लागेल.'

चाणक्याचं अध्ययन सुरळीत चाललं होतं. ज्ञानाचे नवे नवे पल्ले तो यशस्वीपणानं गाठत होता. त्याचा बहुशाखीय विकास चालला होता. त्याच वेळी सिकंदराच्या पारसीक विजयाबद्दलची बातमी त्याच्या कानांवर आली. वास्तविक त्या घटनेशी त्याला काहीही कर्तव्य नव्हतं. परंतु कित्येक वेळा अज्ञानात जसा आनंद सामावलेला असतो, तसा तो ज्ञानात नसतो. ज्ञान हे पुष्कळ वेळा आनंदाला विघातक ठरतं. सिकंदराच्या पारसीक विजयाची बातमी कळल्यापासून चाणक्याची अवस्था अशीच झाली होती. त्या बातमीमुळं त्याच्या आनंदाला ग्रहण लागलं होतं.

त्याचं कारण उघड होतं. सिकंदराची महत्त्वाकांक्षा केवळ पारसीक साम्राज्य जिंकून शमणार नाही. तो आज ना उद्या भारतावर स्वारी केल्याशिवाय राहणार नाही, अशी धास्ती त्याला मनापासून वाटू लागली.

मनाला डाचणारी कोणतीही गोष्ट मनातल्या मनात ठेवून चालत नाही. त्या गोष्टीला वाट करून देऊन मन मोकळं करावं लागतं.

म्हणून एके दिवशी तो इंदुशर्माला म्हणाला,

'इंदु, मला या सिकंदराच्या स्वारीची धास्ती वाटते, रे!'

इंदुशर्मा म्हणाला,

'धास्ती वाटली, तरी तू काय करणार आहेस?'

'काही तरी करायला नको का?'

'आपले राज्यकर्ते पाहून घेतील.'

'पण, इंदु, या आपल्या साऱ्या प्रजासत्ताकांमधे एकी कुठं आहे? आपापसांत त्यांचे झगडे चाललेले आहेत. त्याचा लाभ हा सिकंदर उठविल्याशिवाय थोडाच राहणार आहे?'

'पण तू काय करणार?'

चाणक्य एकदम बोलून गेला,

'मलाच काहीतरी केलं पाहिजे! ते माझंच काम आहे! या आपल्या साऱ्या प्राजकांची एकी घडवून आणली पाहिजे आणि शत्रूला तोंड दिलं पाहिजे. ते काम करण्याची प्रतिज्ञा मी पिताजींसमोर घेतलेली आहे. मला माझी प्रतिज्ञा पुरी केली पाहिजे!'

इंदुशर्मा त्याच्याकडे न्याहाळून बघत होता. जणू ही इतिहासदत्त कामगिरी नियतीनं त्याच्यावर सोपवलेली आहे, असा स्पष्ट भास त्याला होत होता. त्या वेळी तो काहीच बोलला नाही.

परंतु एकदा नदीच्या काठी ते दोघे बसले असताना पुन्हा चाणक्यानं तशीच चिंता बोलून दाखवली. तो म्हणाला,

'इंदु, तुला काय सांगू माझ्या काळजीचं कारण? शत्रू गांधारपर्यंत आलाय्, तरीही सगळे आपापसांत लढत बसले आहेत. अशा स्थितीत शत्रूला आपला भारत जिंकण्याची संधी आपोआपच नाही का मिळणार? शत्रूनं स्वारी केल्यानंतर मग एकत्र येण्यात काय अर्थ आहे?'

हारो नदीच्या अवखळ प्रवाहाकडे बघून चाणक्य पुढं म्हणाला,

'शत्रूनं आपली सिंधु ओलांडली, म्हणजे संपलंच! घरातच शत्रूचा प्रवेश होईल! मी गोंधळून गेलो आहे. काय करावं, तेच कळत नाही!'

इंदुशर्मा म्हणाल,

'आजवर कोणत्याही शत्रूनं ही सिंधु नदी ओलांडलेली नाही, असं शिवशंकरांनीच त्या दिवशी आपल्याला नाही का सांगितलं! मग?'

'अरे, आजवर सिंधु ओलांडली नाही, म्हणून पुढं ती ओलांडणार नाही, असं थोडंच आहे? काहीतरी केलं पाहिजे! करायला पाहिजे काहीतरी!'

'दुसरं कुणी हे करणार नाही!'

'प्रत्येकानंच जर असं म्हटलं, तर कोणतीच गोष्ट कधी होणार नाही! जो तो

दुसऱ्यावरच विसंबून राहील! म्हणून प्रत्येकानं हे कार्य स्वत:च्याच अंगावर घेतलं पाहिजे!'

चाणक्य हा काहीतरी जगावेगळा पुरुष आहे आणि त्याच्या हातून काहीतरी महान कार्य होणार आहे, ही भावना इंदुशर्माच्या मनात रुजली आणि ती पुढं वाढतच गेली.

वसतिगृहाकडे परत येताना त्यांना अंधारातूनच यावं लागलं. त्याच अंधारातून वाट काढत तो तत्त्वज्ञानाच्या वर्गात जाऊन बसला. त्या कक्षात मशाली तेवत होत्या. अंधारातून वाटचाल करून आल्यामुळं त्याला मशालींचा तो प्रकाश पाहून बरं वाटलं.

योगायोगाची गोष्ट अशी, की त्या वर्गाला आचार्य प्रकाशाविषयीच सांगत होते,

'प्रकाशात काम करणाऱ्या माणसाला त्या प्रकाशाचं जाणीवपूर्वक भान नसतं. तत्त्वज्ञानाच्या विचारांची तशीच गोष्ट आहे. माणूस त्या विचारात वावरत असतो. परंतु त्या विचारांचं त्याला भान नसतं. जाणीवही नसते. परंतु कोणत्याही गोष्टीचं जाणीवपूर्वक ज्ञान झाल्याशिवाय मानवी प्रयत्न सफल होत नाहीत. माणसाला हे ज्ञान तत्त्वज्ञानामुळं प्राप्त होतं. किंबहुना ज्ञाननिर्मिती ही तत्त्वज्ञानाच्या सामर्थ्याची कसोटी आहे.'

एवढं सांगून आचार्यांनी प्रश्न केला,

'यावरून तत्त्वज्ञानाची व्याख्या कुणाला सांगता येईल का?'

या प्रश्नाला चाणक्यानं उत्तर दिलं,

'या विश्वाचा आणि मानवी जीवनाचा अर्थ सांगणाऱ्या सर्वसामान्य आणि मूलभूत कल्पनांची तर्कशुद्ध मांडणी म्हणजे तत्त्वज्ञान होय. तत्त्वज्ञानाचं हे लक्षण जडवाद आणि चैतन्यवाद यांना सारखंच लागू पडतं!'

चाणक्याच्या या उत्तरावर आचार्यांनी समाधानानं मान डोलावली.

आचार्यांनी पुढं सांगितलं,

'माणसाचा कोणताही अनुभव तत्वज्ञानाच्या व्यापक साच्यात बसवता आला पाहिजे. त्यामुळं आपण जे जे काही अनुभवतो, पाहतो, जाणतो, भोगतो किंवा अपेक्षितो, ते ते सर्व तत्त्वज्ञानाचे सिद्धांत सिद्ध करण्यासाठी उपयुक्त वाटलं पाहिजे.'

आचार्यांनी विद्यार्थ्यांना विचारलं,

'आत्तापर्यंत जे सांगितलं, ते समजलं ना? म्हणजे मग मला पुढं जाता येईल.'

सर्व विद्यार्थ्यांनी माना डोलवल्या.

आचार्य पुढं सांगू लागले,

'वस्तुत: कोणतंही तत्त्वज्ञान हे अनुभवातून निर्माण होतं, ही गोष्ट तुम्हांला समजली. परंतु आणखी एका गोष्टीतून तत्त्वज्ञानाची निष्पत्ती होते. कोणतंही तत्त्वज्ञान हा माणसाच्या

अज्ञानाचा निष्कर्ष असतो. म्हणजे काय, ते सोपं करून सांगतो. अज्ञानातून ज्ञान निष्पन्न होतं, आणि त्या ज्ञानातून तत्त्वज्ञानाला बैठक मिळते. कळलं का तुम्हांला?'

चाणक्य म्हणाला,

'मी एक दाखला देतो. तो जर बरोबर असेल, तर आपण आत्तापर्यंत जे काय सांगितलं, ते आम्हांला कळलं आहे किंवा नाही, ते आपल्याला कळेल!'

आचार्यांनी विचारलं,

'कोणता दाखला?'

चाणक्यानं सांगितलं,

'आत्ताचाच एक दाखला देतो. सिकंदर हा ग्रीक सम्राट आपल्याला माहीत आहेच. तो आता गांधार देशापर्यंत येऊन ठेपला आहे. तेव्हा हा साक्षात अनुभव जमेस धरून तो सिकंदर सिंधुनदी ओलांडून आपल्या भारतावर स्वारी करील, हे त्या अनुभवातून निघालेलं अनुमान! तेव्हा आपल्या सर्व प्राजकांनी एकजूट करून, त्याचं आक्रमण परतवून लावणं हे त्यातून निघालेलं संभाव्य तत्त्वज्ञान! हे तत्त्वज्ञान सर्वत्र प्रसृत करायला काही प्रत्यवाय येतो का?'

चाणक्याचं हे बोलणं ऐकून आचार्य चमकले. क्षणभर गोंधळले, आणि मग एकदम म्हणाले,

'तो विषय माझा नाही. ते सारं तू तुझ्या राजनीतिशास्त्राच्या आचार्यांना विचार!'

'पण, आचार्य, हा तत्त्वज्ञानाचाच विषय नाही का होणार?'

'नाही....तो राजनैतिक तत्त्वज्ञानाचा विषय होईल. त्याची कक्षा वेगळी आहे!'

असं म्हणून आचार्यांनी वेद आणि उपनिषद यांतील तत्त्वचिंतनाबद्दल माहिती द्यायला प्रारंभ केला.

आचार्य सांगू लागले,

'वेदांतील तत्त्वज्ञानावर धार्मिक श्रद्धेचा पगडा दिसतो. उपनिषदांत मात्र त्या श्रद्धेला आणि दैवतशास्त्राला बदलून टाकणारा बौद्धिक विचार पुढं आला. उपनिषदांतले विचार वेगवेगळ्या पातळ्यांवरचे आहेत. तत्त्वज्ञानाची पातळी ही त्यांतली मुख्य आणि महत्त्वाची आहे. ती पातळी एकदम मनात भरते.'

विविध तत्त्वज्ञानांबद्दल आचार्य बराच वेळ विद्यार्थ्यांना माहिती देत होते. कणादाचं तत्त्वज्ञान, सांख्य तत्त्वज्ञान, तर्कशास्त्र, इत्यादी माहिती सांगत होते.

ती सारी माहिती ऐकून साऱ्या विद्यार्थ्यांचं समाधान झालं; परंतु चाणक्याचं मात्र पूर्णत्वानं समाधान होऊ शकलं नाही.

सिकंदराच्या स्वारीबद्दलचे विचार त्याच्या मनातून काही केल्या दूर होत नव्हते.

सन्मानाचे मानपत्र

तक्षशिलेतली चाणक्याची शिक्षणाची सोळा संवत्सरं सरत आली होती. ज्ञानप्राप्तीचे हे सुगंधी दिवस कसे सुवर्णरंगी पाखरांप्रमाणे उडून गेले होते, हे त्याचं त्यालाही कळलं नव्हतं. त्याचा ज्ञानवृक्ष अमृतफलांनी फोफावला होता. पण त्या वृक्षावरची पाखरं उडून गेली होती.

आज त्याच्या अभ्यासक्रमातला शेवटचा पाठ होता. पण त्याला सारखं वाटत होतं, की आपण काल-परवाच तक्षशिलेत अध्ययनासाठी आलो आहोत आणि आपण आपला पहिला पाठ घेत आहोत! ज्ञानसंपादनाची धुंदी अशीच विलक्षण असते. तिथं दिसामासांचं भान उरत नाही. वयाचा विसर पडतो आणि कालगती जणू कुंठित होते.

चाणक्य आणि इंदुशर्मा हे दोघेही राजनीतिशास्त्राच्या त्या शेवटच्या पाठासाठी निघाले होते. कोणताही विरह हा नेहमीच माणसाला क्लेशकारक वाटतो. आज आपण विद्यार्थी होतो आणि उद्या आपण विद्यार्थी म्हणून असणार नाही, ही विरहाची भावना मनात कातरता उत्पन्न करते. तिथं शब्द नि:शब्द बनतात.

चाणक्य आणि इंदुशर्मा यांची तीच अवस्था झाली होती. हा शेवटचा पाठ घ्यायला जाताना ते एकमेकांशी मुळीच बोलत नव्हते.

शेवटी चाणक्यानं शांततेचा भंग केला. तो म्हणाला,

'इंदु, आजचा आपला तक्षशिलेतल्या अध्ययनाचा शेवटचा दिवस आहे. हा राज-नीतिशास्त्राचा पाठ घेतला, की विद्यार्थिदशेतलं आपलं कर्तव्य संपलं.'

इंदुशर्माही भावनाकुल झाला होता. तो म्हणालाा,

'चाणक्य, कोणत्याही गोष्टीच्या शेवटामुळं मनात किती हुरहूर दाटून येते, पाहा! ज्या गोष्टीची एवढ्या दीर्घकालापर्यंत सवय झालेली असते, ती गोष्ट कधी

संपूच नये, असं वाटतं. प्रत्येक गोष्टीला एक ना एक दिवस शेवट हा असतोच, ही गोष्ट मान्य करायला माणसाचं मन नेहमीच खळखळ करतं.'

हे बोलताना इंदुशर्माचा स्वर भारावला होता.

तो पुढं म्हणाला,

'चाणक्य, आज रात्री निरोप-समारंभ होणार आहे. तो झाल्यानंतर आपलं रात्रीचं भोजन एकत्र होईल. फक्त आजची रात्र आपण एकमेकांच्या सहवासात घालवू या! परत आपली भेट होईल, न होईल!'

गेली सोळा वर्षं ते परस्परांच्या सावलीत वाढले होते. त्यांना परस्परांची पराकाष्ठेची सवय जडलेली होती. सहवासाचं सुख मोठं विलक्षण असतं. त्याला विरहाचा काल्पनिक वाराही सहन होत नाही. परंतु विरह हा माणसाच्या आयुष्याचा स्थायिभाव असतो! सहवासापेक्षा विरह, सुखापेक्षा दु:ख हेच मानवी जीवनाचं सूत्र असतं, की काय, कुणास ठाऊक! त्या दोघांच्या बाबतीत तेच घडणार होतं.

इंदुशर्मानं मगधाला परत जायचं ठरवलं होतं. चाणक्याला मात्र मगधाला परत जायची मुळीच इच्छा नव्हती. मगधाला जायचं, तर मोठ्या मानानंच जायचं, अशी त्याची मनोमन प्रतिज्ञा होती. तक्षशिलेत राहूनच सुयोग्य संधीची प्रतीक्षा करण्याचं त्यानं ठरवलं होतं. त्यामुळं त्या दोघांची ताटातूट होणार होती.

चाणक्य इंदुशर्माला म्हणाला,

'तू म्हटल्याप्रमाणे आपण आजची रात्र गप्पागोष्टींत घालवू या!...पण काय, रे इंदु, आपण रात्रभर कितीही गप्पागोष्टी केल्या, तरी त्या संपतील का, रे?'

'छे, छे! संपणार नाहीतच आणि संपायलाही नकोत!'

चाणक्य एकदम म्हणाला,

'खरंय् तुझं म्हणणं! नाहीतरी माणसाच्या आयुष्याची ही दीर्घकथा कधी संपत नसते! जगाच्या आदिकालापासून ती गोष्ट सुरू झालेली आहे आणि जगाच्या अंतापर्यंत ती कधी संपणार नाही!'

इंदुशर्मा त्याच्याकडे बघत कौतुकानं म्हणाला,

'किती, रे, तत्त्वज्ञानाचे बोल तू बोलतोस! फार अभिमान वाटतो तुझा!'

यावर चाणक्य काही बोलणार, एवढ्यात राजनीतिशास्त्राचा कक्ष आला. दोघेही आपापल्या जागी जाऊन बसले. कक्षाच्या स्तंभांवर मशाली तेवत होत्या, तरी त्यांचा प्रकाश लांबवरून आल्यासारखा मंद वाटत होता. जणू आज त्या मशालींची आणि प्रकाशाची ताटातूट झाली होती. होणाऱ्या विरहाच्या कल्पनेनं ते मशालदीप जसे मंदावले होते, त्याचप्रमाणे वर्गातलं वातावरणही मंदावलं होतं. सुन्न झालेलं दिसत होतं. तिथं नित्याची आनंदी गडबड नव्हती.

आचार्य वर्गात आले आणि बोलायला लागले,

'छात्रांनो! आज तुमचा शेवटचा पाठ आहे. आजवर तुमचे सगळे पाठ पूर्ण झालेले आहेत. नवं काही शिकवायचं उरलेलं नाही. आज मी तुम्हांला शिकवलेल्या पाठावरचे प्रश्न विचारणार आहे. तुमच्या काही शंका असतील, तर त्याही तुम्ही विचारा!'

आचार्यांनी उजळणीचे प्रश्न विचारायला प्रारंभ केला,

'शत्रूशी संधी केव्हा करावा?'

एका विद्यार्थ्यानं उत्तर दिलं,

'आपला पक्ष दुर्बल होऊ लागला, की शत्रूशी सलोखा करावा!'

आचार्यांनी पुढचा प्रश्न विचारला,

'राज्याचं रक्षण कशावर अवलंबून असतं?'

इंदुशर्मा उत्तरला,

'राज्याच्या अंतर्गत कारभारावर राज्याचं रक्षण अवलंबून असतं!'

आचार्यांचा पुढचा प्रश्न होता,

'बलवानाशी शत्रुत्व का करू नये?'

या प्रश्नाला चाणक्यानं उत्तर दिलं,

'दुर्बलानं बलवानाशी शत्रुत्व केलं, तर ते पादचाऱ्यानं हत्तीशी युद्ध करण्यासारखं होईल!'

चाणक्याच्या या उत्तरावर वर्गातही हशा पिकला.

आचार्यांनी सर्वांना शांत व्हायला सांगितलं आणि ते म्हणाले,

'आता तुमच्या काही शंका असतील, तर त्या विचारा.'

काही विद्यार्थ्यांनी काही शंका विचारल्या. आचार्यांनी त्या शंकांचं निरसन केलं.

पाठ संपला आणि सर्वजण वर्गातून बाहेर पडले.

चाणक्य आणि इंदुशर्मा वर्गातून बाहेर पडले, तेव्हा गंगादास त्यांचीच वाट बघत बाहेर उभा होता.

गंगादासानं विचारलं,

'तुमचा पाठ आता संपला ना? आता तुमचा काय कार्यक्रम आहे?'

इंदुशर्मा म्हणाला,

'रात्री होणाऱ्या निरोप-समारंभानंतर आपण भेटू या!'

पूर्व दिशेला पौर्णिमेचं चंद्रबिंब बरंच वर आलं होतं. विद्यापीठाच्या परिसरात चंद्रप्रकाश ओसंडत होता. सर्वत्र उत्सवाचं उत्साही वातावरण पसरलेलं दिसत होतं. विद्यापीठात सर्वत्र रोशणाई केलेली होती. पाठशालेतील प्रमुख कक्ष

पुष्पमालांनी सजवला होता. समया आणि मशाली यांच्या पार्थिव प्रकाशाला दैवी चंद्रप्रकाशाची झिलई चढली होती. त्यामुळं विद्यापीठाचं प्रांगण उठून दिसत होतं. पावित्र्यात गुरफटून गेलं होतं.

आज विद्यार्थ्यांनी नित्याप्रमाणे श्वेत उत्तरीय आणि अधोवस्त्र असा वेष धारण केलेला नव्हता. या समारंभानिमित्त त्यांनी वेगवेगळे वेष धारण केले होते. अनेकांनी गळ्यांत पुष्पमाला घातल्या होत्या. हातांत पुष्पबंध बांधले होते. काही विद्यार्थ्यांनी आपल्या मस्तकांवरही फुलं माळली होती. विविधरंगी वस्त्रं त्यांनी घातलेली असल्यामुळं विद्यापीठाच्या परिसरात इंद्रधनुष्य उमटल्याचा भास होत होता. वर आकाशात पौर्णिमेचा चंद्र आणि खाली पृथ्वीवर इंद्रधनुष्य हा स्वप्निल अनैसर्गिक देखावा त्या प्रांगणात निर्माण झाला होता.

विद्यार्थी गटागटानं जमून चर्चा करत होते. गप्पागोष्टी करत होते. विद्यापीठातील त्यांचा हा शेवटचा दिवस होता. उद्यापासून प्रत्येकाच्या जीवनाची वेगवेगळी वाट होणार होती. हा दिवस जसा आनंदाचा होता, तसाच मनात विरहाची हुरहूर निर्माण करणाराही होता. उच्च शिक्षण पूर्ण झाल्यामुळं होणारा आनंद आणि गेल्या सोळा संवत्सरांत जुळलेले स्नेहबंध तुटले जाणार असल्यामुळं होणारा विरहाचा विषाद असे संमिश्र भाव विद्यार्थ्यांच्या मुखांवर स्पष्ट दिसत होते. संयोगाचं समाधान वाटावं आणि वियोगाचा विषाद वाटावा, ही मानवी जीवनाची किती विचित्र तऱ्हा म्हणावी लागेल! परंतु तक्षशिला विद्यापीठाची जीवनसरिता अशीच अखंड वाहत होती.

काही आचार्य व्यासपीठावर उभे होते. कुलपती येण्याची ते वाट बघत होते. विद्यार्थ्यांमधे ज्या भावभावना प्रगट होत होत्या, त्या आचार्यांच्या चांगल्याच परिचयाच्या होत्या. चाणक्याचं अध्ययन सुरू झाल्यापासून सोळा संवत्सरांनी हा निरोपसमारंभ होत होता. अशा समारंभाला आचार्यांना उपस्थित राहावंच लागे. कुलपतींच्या हस्ते या विद्यार्थ्यांमधून नवीन आचार्यांची नियुक्ती व्हायची.

आजही विद्यार्थ्यांमधून नेहमीच्या प्रथेप्रमाणे आचार्यांची नियुक्ती होणार होती.... आचार्यपदी कोणाची नियुक्ती होणार आहे, याबद्दल साऱ्यांनाच उत्सुकता होती. सर्वजण कुलपतींच्या आगमनाची उत्सुकतेनं वाट बघत होते.

एवढ्यात कुलपतींनी कक्षात प्रवेश केला. सर्वांनी त्यांना उत्थापन दिलं. कुलपती व्यासपीठावर जाऊन आसनस्थ झाले. त्यांनी सर्व विद्यार्थ्यांवरून दृष्टी फिरवली. सर्वत्र स्तब्धता पसरली.

मग त्यांनी बोलायला प्रारंभ केला :

'छात्रांनो, आज तुमच्या आयुष्यातला संस्मरणीय दिवस आहे. तुम्ही तुमचं संकल्पित उच्च शिक्षण पुरं केलं आहे. तक्षशिला विद्यापीठातल्या सोळा संवत्सरांच्या

अवधीत तुम्ही वेगवेगळ्या ज्ञानशाखांमधे प्रावीण्य मिळवलं आहे. या दीर्घकालात तुम्हांला बरंच काही शिकायला मिळालेलं आहे. विविध स्वरूपांचे अनेक अनुभव तुम्ही गाठीशी बांधले असतील. प्राप्त करून घेतलेल्या या ज्ञानाच्या बळावर तुम्ही आता मुक्त जगात प्रवेश करणार आहात! विद्यापीठाच्या या निर्बंधित जगात तुम्हांला त्या अनिर्बंध मुक्त जगाचं ज्ञान प्राप्त झालेलं आहे. तुम्ही जगाच्या पाठीवर कुठंही असलात, तरी या विद्यापीठात मिळालेली शिकवण कधीही विसरू नका. हे आपलं विद्यापीठ जगविख्यात आहे. या विद्यापीठाचा मान सदैव वर्धिष्णु होत जाईल, असंच वर्तन तुम्ही ठेवा!'

कुलपती बोलत होते आणि विद्यार्थी डोळे पुसत होते. प्रत्येक विद्यार्थ्याच्या मनात गतस्मृतींचं मोहोळ उठत होतं आणि त्यांचे नेत्र पाणावत होते. चाणक्य, इंदुशर्मा आणि गंगादास हेही कक्षाच्या एका कोपऱ्यात बसून कुलपतींचं बोलणं एकचित्तानं ऐकत होते. मनात साठवून ठेवत होते.

कुलपती पुढं म्हणाले,

'या गुरुकुलातर्फे मी तुम्हांला सुयश चिंतितो आणि शुभाशीर्वाद देतो!'

सर्व विद्यार्थ्यांनी कुलपतींच्या आशीर्वादाचा अधोवदनानं स्वीकार केला. आता सर्वजण कुलपतींच्या निर्णयाची वाट बघत होते.

साऱ्या छात्रांकडे बघून कुलपती म्हणाले,

'आचार्यांची नियुक्ती हा या समारंभाचा मुख्य भाग असतो. तुमच्या अध्ययनाच्या काळात तुमचं निरीक्षण करून, सुयोग्य विद्यार्थ्याची आचार्य म्हणून निवड केली जाते. ही निवड करताना उच्च शिक्षणासाठी इथं येणाऱ्या भावी पिढीचाही विचार करावा लागतो. या नव्या आचार्याच्या नियुक्तीची घोषणा करणं हे माझं कुलपती या नात्यानं कर्तव्य आहे.'

कुलपती बोलताना थांबले. साऱ्या विद्यार्थ्यांची उत्सुकता शिगेला पोहोचली. नव्या आचार्याच्या नियुक्तीच्या घोषणेकडे सर्वांचे कान लागले.

कुलपतींनी घोषणा केली,

'चाणक्याची मी आचार्य म्हणून निवड करत आहे!'

सर्वांनी आनंदातिशयानं टाळ्या वाजवल्या; आणि चाणक्याकडे बघितलं. चाणक्याच्या नियुक्तीबद्दल कुणाचंच दुमत नसल्याचं कुलपतींना स्पष्ट दिसून आलं.

कुलपती म्हणाले,

'आचार्य चाणक्यांनी पुढं यावं आणि या पदाचा स्वीकार करावा.'

चाणक्य मंद गतीनं, दमदार पावलं टाकत कुलपतींच्या समोर येऊन उभा राहिला. लगेच एका ज्येष्ठ आचार्यानं त्याचा हात धरला आणि मानानं त्याला कुलपतींजवळ आणून बसवलं. तो स्थानापन्न होताच सर्वांनी पुन्हा टाळ्यांचा

गजर केला आणि 'आचार्य चाणक्य' म्हणून त्याचा उच्च स्वरानं गौरव केला.

विद्यापीठाच्या पद्धतीप्रमाणे चाणक्य जेव्हा आभारप्रदर्शनाचं भाषण करायला उठला, तेव्हा सगळीकडे शांतता पसरली. साऱ्या सभागृहाचे डोळे आणि कान त्याच्याकडे लागले होते.

चाणक्यानं बोलायला प्रारंभ केला,

'आज माझ्या आयुष्यातला अत्यंत भाग्याचा दिवस आहे. आज इथं बोलताना गेल्या सोळा संवत्सरांतल्या घटना माझ्या डोळ्यांसमोर साकार झालेल्या आहेत. या विद्यापीठानं मला खूप काही शिकवलं. अध्यापनाची संधी मला देऊन विद्यापीठाच्या ऋणातून मला अंशतः मुक्त केलं आहे. अर्थात हे सारं ऋण कालत्रयीही फिटणार नाही. राजनीतिशास्त्र, वैद्यकशास्त्र हे विषय शिकत असतानाच आपल्या या सनातन देशाचं मोठेपण मला ज्ञात झालं. केवळ वैद्यकशास्त्राचं उदाहरण घेतलं, तरी आपला देश किती महान आहे, हे आपल्याला समजतं. शल्यचिकित्सेचा जन्म आपल्या भारतातच झाला. त्यावरून त्या विषयात आपला देश किती प्रगत आहे, हे ध्यानात येईल. फार प्राचीन कालापासून युद्धशास्त्रात आणि युद्धनीतिशास्त्रात आपण अशीच नेत्रदीपक प्रगती केलेली आहे. इथं मी युद्धशास्त्रही शिकलो. त्या शास्त्रानं मला निर्भय आणि बलवान बनवलं. त्यामुळं मला महान योद्ध्यांची परंपरा समजली. वैदिकधर्म हा तर भारताचा प्राण आहे, आत्मा आहे! सनातन ऋषिमुनींनी या अपौरुषेय वेदांचे निःश्वास सोडले. या आपल्या वैदिक तत्त्वज्ञानानं जीवन कसं जगावं, हे मला शिकवलं.

'तक्षशिलेच्या या विश्वविख्यात विद्यापीठात मला अध्ययन करण्याचं भाग्य लाभलं, ही माझी पूर्वजन्मीची पुण्याईच मी समजतो. इथला सारा परिसरच पुण्यपावन असा आहे. इथं येताना मी जो प्रदीर्घ प्रवास केला, त्यात अनेक नद्यांचं दर्शन मला घडलं. परंतु इथं आल्यावर सिंधूचं जे दर्शन घडलं, ते वेगळं आणि भव्योदात्त असंच होतं. सुजलाम् सुजलाम् अशी ही सिंधुनदी आपल्या भारताची संरक्षणकर्त्री आहे. कुठलाही शत्रू सिंधु ओलांडू शकलेला नाही. या वेगवान अशा सिंधूकडूनच न थांबता वेगानं पुढं जाण्याची प्रेरणा मला मिळाली.'

'आज मी इथपर्यंत येऊ शकलो, यामागे माझ्या पूज्य पिताजींची प्रेरणा आहे. माझे पिताजी मला नेहमी रामायण-महाभारतांतल्या कथा सांगत असत. आपल्या महान देशाच्या परंपरेची ओळख त्यांनीच मला करून दिली. आज आपल्या देशाला अशाच रामकृष्णांची गरज आहे. आपलं हे राष्ट्र संघटित झालं पाहिजे. आपापसांत झगडणाऱ्या छोट्यामोठ्या गणराज्यांमुळं भारताची प्रगती खुंटते आहे. सामर्थ्य कमी होत चाललंय्. परंतु आपला देश समृद्ध असल्यामुळं परकीय शत्रूंचं आपल्या देशावर लक्ष खिळून राहिलेलं आहे. आपल्याला वेळीच

सावध झालं पाहिजे आणि आपली एकजूट केली पाहिजे. या विद्यापीठात ज्या तऱ्हेनं आपण मिळून मिसळून अध्ययन केलं, त्याचप्रमाणे आपल्या या राष्ट्रात आपण एकजुटीनं राहिलं पाहिजे!'

शेवटी चाणक्य म्हणाला,

'परमेश्वराला मी एकच प्रार्थना करीन! मला पुन्हा जन्म द्यायचाच असेल, तर या माझ्या भारतातच दे! अध्ययनाची संधी या तक्षशिलेच्या विद्यापीठात उपलब्ध करून दे आणि भारताच्या परकीय शत्रूला पाणी पाजण्याची संधी या सिंधुनदीच्या तीरावरच प्राप्त करून दे!'

चाणक्याचं भाषण संपलं, तेव्हा टाळ्यांचा जो गजर झाला, तो बराच वेळ संपण्याचं चिन्ह दिसेना. त्या वेळी नेत्र मिटून चाणक्य आपल्याच भवितव्यतेच्या रंगात रंगला होता.

पौर्णिमेच्या चांदण्यांत सर्व तक्षशिला नगरी न्हाऊन निघत होती. भुवनदीप चंद्रमा आकाशाच्या माथ्यावर आला होता. घराघरांची माथी आणि विद्यापीठाचे सौधतल चंदेरी प्रकाशात आनंदसागरात डुंबत असल्याचा भास होत होता. परंतु ती चंदेरी सागरशोभा बघायला तिथं कुणीच नव्हतं. सारं नगर निद्रावश झालेलं होतं.

ती शोभा बघायला त्या ठिकाणी फक्त तिघेजण होते. चाणक्य, इंदुशर्मा आणि गंगादास हे तिघे मंदिराच्या ओट्यावर बसले होते. परंतु आज त्या चंदेरी शोभेकडे त्यांचं फारसं लक्ष नव्हतं. जेव्हा माणूस स्वत:च्या विचारकोशात गुरफटलेला असतो, तेव्हा त्याला निसर्गसौंदर्याचं भान कुठून राहणार?

आजची शेवटचीच रात्र ते एकमेकांच्या सहवासात घालवणार होते. तसं ठरवूनच ते तिथं येऊन बसले होते. आजच्या निरोप-समारंभाबद्दलच त्यांचं बोलणं चाललं होतं.

इंदुशर्मा म्हणाला,

'चाणक्य, आता तू आचार्य झालास. तुझ्याशी आदरानंच बोललं पाहिजे! खरं ना, गंगादास?'

चाणक्य म्हणाला,

'याचा अर्थ आजपर्यंत तुम्ही माझ्याशी अनादारानं वागत होता.....असंच ना?'

गंगादास म्हणाला,

'तसं नाही, रे! तू अत्यंत हुशार विद्यार्थी म्हणून आम्ही तुझ्याकडे बघत होतो; परंतु आता तू विद्यार्थ्यांचा आचार्य झालास. तेव्हा....'

चाणक्य म्हणाला,

'हे बघ, गंगादास, एका रात्रीत माणूस विद्यार्थ्यांचा कधी आचार्य होत नसतो;

आणि माणूस हा अखेरच्या क्षणापर्यंत विद्यार्थीच असतो. शेवटपर्यंत तो शिकतच असतो!'

इंदुशर्मा म्हणाला,

'बोलण्यात तू आम्हांला थोडाच हार जाणार आहेस? उद्यापासून तुला आता विद्यार्थ्यांना शिकवायचं आहे. त्याचीच ही पूर्वसिद्धता समजायची!'

तिघेही मनापासून हसले.

गंगादास म्हणाला,

'अरे, निरोपाचं भाषण करताना याला तू बघितलंस ना? याची मुद्रा केवढी तेजस्वी दिसत होती! वाटत होतं, की हा भविष्यकाळातच डोकावून बघतो आहे!'

इंदुशर्मानं पुस्ती जोडली,

'नाहीतरी ते खरंच होतं. बोलता बोलता यानं याचा भविष्यकाळ आपल्यासमोर उभा केला. तुला कळलं का?'

गंगादास म्हणाला,

'कोणता म्हणतोस!'

'यानं भावी काळातलं आपल्या कामगिरीचं चित्रच सभेसमोर उभं केलं. हा भविष्यकाळात डोकावून बघत होता, असं तू म्हटलंस, हे अगदी खरं आहे!'

आता मात्र चाणक्य म्हणाला,

'आपला भविष्यकाळ आपणच ठरवायला नको का? ध्येयशून्य माणसाचं जिणं मला कधीच मान्य झालेलं नाही!'

इंदुशर्मा म्हणाला,

'तू सिंधु आणि शत्रू यांच्याविषयी बोललास. विविध राज्यांच्या आपापसांतील झगड्यांविषयी बोललास. एकसंध भारताबद्दल बोललास!.... शिवशंकरांबरोबर झालेली सारी चर्चा मला आठवली.'

गंगादास हसून म्हणाला,

'हा आचार्य झाला, हे बरं झालं, विद्यार्थ्यांचं भाग्य उजळलं, असंच म्हटलं पाहिजे!'

इंदुशर्मा चटकन् म्हणाला,

'केवळ विद्यार्थ्यांचंच नाही, तर हा आपल्या शतखंडित भारताचा भाग्यविधाता ठरणार आहे.'

चाणक्यानं हसून विचारलं,

'तू ज्योतिषी केव्हा झालास, रे इंदु?'

इंदुशर्माही हसून म्हणाला,

'जेव्हा तुझ्यासारखा देशाचा भाग्यविधाता भेटतो, तेव्हा नियतीच एखाद्याच्या

तोंडून असलं भविष्य वर्तवते आणि ते भविष्य खरंही ठरतं!'

'खरंय् तुझं!' या गंगादासाच्या बोलण्यावर हशा पिकला.

अशाच तऱ्हेच्या त्यांच्या गप्पागोष्टी चालल्या होत्या. चंद्रमा पश्चिम दिशेला ढळला, तरी त्या गप्पागोष्टींना खंड पडला नव्हता.

एवढ्यात घोड्याच्या टापांचा आवाज कानांवर आला. तिघांनीही आवाजाच्या दिशेनं बघितलं. एक घोडेस्वार त्यांच्याच दिशेनं येताना दिसला.

वेगानं निघालेला घोडेस्वार त्यांच्याजवळ येऊन एकदम थबकला. त्यामुळं त्याच्या खुरांच्या खरखराटाचा आवाज झाला आणि खुरांखालची माती उडाली.

त्या घोडेस्वारानं सहजच चौकशी केल्यासारख्या अविर्भावात विचारलं,

'काय, मंडळी, एवढ्या रात्रीचे इथं बसलात, ते!'

इंदुशर्मा म्हणाला,

'काही नाही...चांगलं टिपूर चांदणं पडलंय्. त्याचा आनंद लुटतोय्, झालं!.... आणि तुम्ही?'

घोडेस्वार म्हणाला,

'घोड्याचा पाय मोकळा करायला निघालोय्. घोड्यालाही चांदण्यात रपेट करावीशी वाटते आपल्यासारखीच!'

असं म्हणून तो घोडेस्वार हसला आणि निघून गेला.

घोडेस्वार गेल्यानंतर चाणक्य म्हणाला,

'हा असा सहजच फेरफटका थोडाच मारतोय्?...हा राजाचा हेर असला पाहिजे!'

गंगादास म्हणाला,

'चाणक्य, तुला आठवतं ना? आपण त्या दिवशी शिवशंकरांकडून परत येत होतो. बरीच रात्र झाली होती. तेव्हाही आपल्याला अशाच एका हेरानं हटकलं होतं.'

'हेरांना असाच संचार करावा लागतो, हे खरं! परंतु ही हेरमंडळी चोराला हटकण्याऐवजी सावाला हटकून हटकतात!'

चाणक्याच्या या बोलण्यावर सारेजण हसले.

चाणक्यानं पुढं म्हटलं,

'इंदु, त्या दिवशी तू आमच्याबरोबर नव्हतास. शिवशंकरांच्या घरी आमच्या राजकीय गप्पागोष्टीच चालल्या होत्या. त्यांच्या घरून बाहेर पडल्यावर आम्ही दोघं अंबुजकुमाराबद्दल तावातावानं बोलत चाललो होतो. कदाचित त्या हेराच्या कानी त्या दिवट्या राजकुमाराचं नाव पडलं असेल. म्हणूनही त्यानं आम्हांला हटकलं असेल.'

गंगादास म्हणाला,

'त्या वेळी माझी तर घाबरगुंडी उडाली होती. परंतु चाणक्यानं निर्भयपणानं

त्याच्या प्रश्नांची सरबत्ती परतवली!'

'मला नेहमी वाटतं, की माणसानं अशा बाबतीत निर्भय बनलं पाहिजे. भित्याच्या पाठीमागे नेहमीच ब्रह्मराक्षस लागतो!'

एवढं बोलून चाणक्य पुढं पुटपुटला,

'कदाचित माझ्या बालपणी माझ्यावर भलतेच प्रसंग येऊन गेल्यामुळं मी निर्भय बनलो असेन!'

कपिलदेवांना त्या दिवशी बेदम मारपीट करून त्यांना कारागृहात ढकलत नेलं, तो प्रसंग त्याच्या डोळ्यांसमोर उभा राहिला.

इंदुशर्मा म्हणाला,

'चाणक्य, तुझी गोष्ट खरोखरच जगावेगळी आहे. तू स्वत: आधी निर्भय झालेला आहेस आणि मगच लोकांना निर्भय होण्याचा उपदेश करतो आहेस; परंतु आम्हांला अजून निर्भय होता आलेलं नाही.'

'सत्य सांगताना माणसानं निर्भयच व्हायला पाहिजे. सत्यच माणसाला निर्भय बनवतं. त्या दिवशी मी अंबुजकुमाराबद्दल जे बोलत होतो, ते सारं सत्य होतं. ते बोलताना भ्यायचं काय कारण होतं?...खरं तर राजानं प्रजेचं आपल्या राज्यकारभाराबद्दलचं मत हेरांच्या वतीनं समजून घ्यायला हवं! हे माझं मत मी नेहमीच सांगितलेलं आहे. परंतु दुर्वर्तनी राजाला प्रजेचं मत अशा तऱ्हेनं समजून घ्यायची नेहमीच भीती वाटते. परंतु त्या बाबतीत प्रजेनं राजाला भिता कामा नये! निर्भयतेनं राजाच्या कानांवर आपलं मत घातलं पाहिजे! हेरांनीही खरं तर तेच कार्य करायला हवं!'

चाणक्याच्या या त्वेषपूर्ण बोलण्यावर इंदुशर्मा म्हणाला,

'चाणक्य, मागे एका अशाच तोंडपुज्या हेराच्या सांगण्यावरून अंबुजकुमार राजवाड्याच्या भोवतालची बाजारपेठ उठवायला निघाला होता.'

'कधी, रे?'

गंगादासच्या या प्रश्नावर चाणक्यच म्हणाला,

'अंबुजकुमाराचा सेनापती हा केकयाला लुटून, ती लूट घेऊन, राजप्रासादात यायचा. राजप्रासादाच्याच बाहेर बाजारपेठ असल्यामुळं त्या गोष्टीची चर्चा व्हायची! एवढंच नव्हे, तर पोरसकन्या कल्याणी हिच्यावर अंबुजकुमाराचा डोळा आहे या गोष्टीचीही बाजारपेठेत चर्चा व्हायची, म्हणून तिथली बाजारपेठ उठवण्याचा प्रस्ताव एका हेरानं मांडला होता.'

'पण बाजारपेठ आहे तशीच आहे!'

'दुखरा अवयव तोडला, म्हणजे दुखणं हमखास नाहीसं होतं, असं थोडंच आहे?'

चाणक्याच्या या बोलण्यावर इंदुशर्मानं सांगितलं,

'चाणक्य म्हणतो, ते खरंच आहे! त्या वेळी राजानं अंबुजकुमाराला असंच समजावलं. शिवाय त्याला सांगितलं, की ती बाजारपेठ फार जुनी आहे. ती तिथून उठवली, तर लोकांचा रोष होईल!'

गंगादास उद्गारला,

'अंबुजकुमारानं तेवढं तरी ऐकलं, म्हणायचं!'

चाणक्य म्हणाला,

'आधी हेराचं ऐकलं. मग राजाचं ऐकलं. त्याची वागण्याची तऱ्हाच लहरी आहे. राजघराण्यातील लोकांनी लहरी असता कामा नये! सामान्य लोकांचं एक वेळ ठीक आहे. परंतु लहरीवर राज्य चालत नसतं.'

राजा आणि त्याचे हेर यांच्याबद्दल त्यांच्या गप्पागोष्टी चालल्या होत्या. गोष्टी ऐन रंगात आलेल्या असल्यामुळं कुणालाच वेळेचं भान उरलं नव्हतं. पौर्णिमेचा चंद्र पश्चिमेला पुरता झुकला होता. मंदिराच्या सोनेरी शिखराला चंदेरी मुलामा चढला होता.

चाणक्यानं मंदिराच्या स्तंभाकडे बघितलं. त्या स्तंभावरची नक्षी त्या चंद्रप्रकाशातही स्पष्ट दिसत होती. चाणक्याचं लक्ष मात्र त्या नक्षीकडे नव्हतं. तो अद्याप भूतकाळातच वावरत होता. हेरांबद्दलचेच विचार त्याच्या मनात घोळत होते.

तेवढ्यात गंगादास म्हणाला,

'खरं तर केकयाची ती चढाई यशस्वी झाली, त्यामागे त्यांच्या हेरांचाच मोठा भाग होता. गणिका, भटके, साधुसंत यांच्या रूपानं ते हेर त्या वेळी तक्षशिलेत वावरत होते. सारी तक्षशिला त्यांनी पोखरून टाकली होती.'

इंदुशर्मानं सांगितलं,

'त्या वेळी त्यांनी भेदनीतीचाही वापर केला होता. या सर्व गोष्टींचा सूत्रधार पोरसाचा सेनापती इंद्रदत्त हा होता.'

चाणक्यानं पुस्ती जोडली,

'आणि तक्षशिलेचा सेनापती सिंहरण हा त्या वेळी एका गणिकेच्या नादी लागला होता. ती गणिका शत्रूच्या हेरांपैकी एक होती, हे कळल्यावर अंबुजकुमारानं सिंहरणाला हद्दपार केलं.'

इंदुशर्मा एकदम उद्गारला,

'आणि शत्रूच्याच मुलीवर या अंबुजानं डोळा ठेवला आहे!'

चाणक्य उद्वेगानं म्हणाला,

'इंदु, या अंबुजाला नीतिअनीतीची काही चाड आहे का? त्याच्या या मनमानी दुर्वर्तनाचाच राज्याला खरा धोका आहे!'

'पण, चाणक्य, तू आता जपून वागायला हवंस! कारण तू आता आचार्य

आहेस. विद्यार्थ्यांना तू जर अशी शिकवण दिलीस, तर तुझं आचार्यपद धोक्यात येईल, बरं का!'

चाणक्य निर्धारानं म्हणाला,

'सत्यासाठी मी कोणताही धोका पत्करायला सिद्ध आहे!'

कितीतरी वेळ त्या तिघांची भूतकाळात भ्रमंती चाललेली होती. कालचक्र कुणासाठीही कधी थांबत नसतं, या गोष्टीचं भान कुणालाच राहिलेलं नव्हतं! पहाटेच्या गार वाऱ्याची झुळूक अंगावर आली, तेव्हा इंदुशर्मा काहीसा भानावर आला आणि म्हणाला,

'पूर्वेचा चंद्र पश्चिम क्षितिजावर टेकायला आला, तरी आपल्या गोष्टी चाललेल्या आहेत!'

चाणक्य उठला आणि म्हणाला,

'आपण आतापर्यंत भूतकाळाचा वेध घेतला. आता भविष्यकाळाची वाटचाल आपल्याला सहज करता येईल!'

सर्वजण हसले आणि आपापल्या मार्गाला लागले.

आचार्य चाणक्य विद्यार्थ्यांना राजनीतिशास्त्राचा पाठ देत होते. आजच्या पाठात ते राजाची लक्षणं विद्यार्थ्यांना कथन करत होते. ते म्हणाले,

'मी प्रथम राजाचं एकेक लक्षण सांगतो. ते सांगितल्यावर तुम्ही त्याचा पुनरुच्चार करायचा आणि त्यानंतर त्या वचनाचा अर्थ मी सांगेन.'

पहिलं वचन त्यांनी सांगितलं,

'विक्रमधना राजान:।'

सर्व विद्यार्थ्यांनी ते वचन मोठ्यानं एकसुरात म्हटलं.

आचार्य म्हणाले,

'अर्थ सोपा आहे. पराक्रम हेच राजाचं धन आहे!'

'न राज्ञ: परं दैवतम्- म्हणजे राजाहून श्रेष्ठ असं अन्य दैवत नाही,' असं सांगून आचार्यांनी राजाचा महिमाही कथन केला. राजा आपल्या प्रासादात बसून आपल्या हेरांच्या डोळ्यांनी दूरचं जसं बघू शकतो, त्याचप्रमाणे हा राजरूपी अग्नी दूर अंतरावरचे पदार्थही जाळू शकतो, या अर्थाचं वचन त्यांनी सांगितलं:

'सुदूरमपि दहति राजवन्हि:।'

विद्यार्थ्यांनी या वचनाचा उच्चरवानं पुनरुच्चार केला आणि आचार्यांच्या मुखातून बाहेर पडणाऱ्या पुढच्या राजलक्षणाकडे लक्ष दिलं.

'अविनीतस्वामिलाभादस्वामिलाभ श्रेयान्!'

हे वचन विद्यार्थ्यांनी म्हटल्यानंतर आचार्यांनी त्या वचनाचा प्रथम अर्थ सांगितला आणि सांप्रतकाळचा दाखला देऊन त्या वचनाचं विवेचन केलं.

आचार्य विद्यार्थ्यांकडे बघून म्हणाले,

'अशिक्षित आणि दुर्वर्तनी राजापेक्षा राजा नसलेला बरा, या वचनात खरोखर फार मोठा अर्थ भरलेला आहे. अगदी आजचा दाखला देऊन मी या वचनाचं स्पष्टीकरण करतो. आपल्या या तक्षशिलेचा राजा अंबुज हा अतिशय सज्जन आहे. परंतु त्याचा पुत्र अंबुजकुमार हा अतिशय दुर्वर्तनी आहे. अंबुजराजानंतर त्याचा हा पुत्र राजा झाला,तर या तक्षशिलेला कुणीच वाली राहणार नाही. जो राजा आपलं राज्य धोक्यात आणतो, त्या राजाला प्रजेनंच ताळ्यावर आणलं पाहिजे. दुर्वर्तनी राजाचा आदर केला पाहिजे किंवा त्याला प्रजेनं दैवत मानलं पाहिजे, असं राजनीतिशास्त्रात कुठंही सांगितलेलं नाही! उलट, प्रजेनं राजाकडे डोळ्यांत तेल घालून लक्ष ठेवलं पाहिजे, असंच राजनीतीत सांगितलेलं आहे.'

चाणक्याचं बोलणं विद्यार्थी मंत्रमुग्ध होऊन ऐकत होते. चाणक्याच्या मनात अंबुजकुमाराबरोबरच मगधराज धनानंद या दोघांची तुलना चाललेली होती. त्यामुळं बोलताना त्याचा स्वर करडा झाला होता. विद्यार्थ्यांना त्याची मुद्रा विलक्षण तेजस्वी दिसत होती. आपल्यासमोर तेजाचा पुतळा बसला आहे, असा भास होत होता.

राजनीतिशास्त्र, तत्त्वज्ञान, वास्तुशास्त्र किंवा युद्धशास्त्र हे सारेच विषय आचार्य चाणक्य चांगले शिकवत असत. परंतु त्या त्या विषयाच्या विद्यार्थ्याला आचार्य आपलाच विषय चांगले शिकवत असत, असं वाटायचं. तसं ते मोठ्या अभिमानानं सगळ्यांना सांगत सुटायचे. परंतु राजनीतिशास्त्र हा त्याचा हातखंडा विषय असे. तो विषय शिकवताना चाणक्याचं मन त्या विषयात असं काही रंगून जायचं, की त्याच्याबरोबर विद्यार्थ्यांचंही भान हरपून जायचं. स्वत: चाणक्याला त्या विषयात अतिशय रस वाटायचा. म्हणूनच बहुधा तो विषय शिकवण्यात त्याचा हातखंडा असावा!

त्या दिवशी राजनीतिशास्त्राच्या वर्गातून विद्यार्थी बाहेर पडले, ते भारावूनच! एक विद्यार्थी दुसऱ्या विद्यार्थ्याला म्हणाला,

'आज आचार्यांनी पाठ घेताना किती सुरेख विवेचन केलं!'

दुसरा विद्यार्थी म्हणाला,

'आजचंच काय, ते नेहमीचंच आहे. हा विषय शिकवताना त्यांच्या अंगात कसला संचार होतो, कुणास ठाऊक!'

आणखी दोन तीन विद्यार्थी त्या दोघांचं बोलणं ऐकत चालले होते. त्यांच्यापैकी एकजण म्हणाला,

'तुम्ही आचार्यांचा युद्धशास्त्रावरचा पाठ ऐका! पाठ घेताना त्यांना कसलं स्फुरण चढतं, म्हणता!'

तत्त्वज्ञानाचा दुसरा विद्यार्थी म्हणाला,

'आमचा पाठ घेताना यातलं काही घडत नाही. शिकवताना ते सनातन ऋषिमुनींप्रमाणे दिसायला लागतात. गांभीर्याचं तेज त्यांच्या मुखावर चढतं! त्यांना आपली सारी सनातन परंपरा समोर साकार झालेली दिसत असावी!'

राजनीतिशास्त्राचा विद्यार्थी म्हणाला,

'म्हणूनच त्यांना आपल्या सनातन राष्ट्राबद्दल अभिमान असावा! त्या अभिमानामुळंच त्यांचं विवेचन परखड होत असावं!'

'ते विवेचन करताना ते किती निर्भय वाटतात!'

'खरंय् तुझं म्हणणं! आपल्या अंबुजकुमारांबद्दल बोलताना आपलं स्पष्ट मत ते सांगतात! मुळीच घाबरत नाहीत!'

ते पटून तत्त्वज्ञानाचा विद्यार्थी म्हणाला,

'ते आम्हांला नेहमी सांगतात, की कोणतंही तत्त्वज्ञान किंवा सत्य सांगताना माणसानं निर्भय बनलं पाहिजे!'

यावर राजनीतिशास्त्राचा विद्यार्थी म्हणाला,

'आपलं राष्ट्र एकसंध, संघटित असलं पाहिजे. त्यासाठीही निर्भयपणानं प्रयत्न करायला हवेत, असंही ते आवर्जून सांगतात.'

ते विद्यार्थी आचार्य चाणक्यांबद्दल बोलत चालले असताना त्याच वेळी गंगादास चाणक्याला भेटण्यासाठी त्याच्या कक्षाकडे जायला निघाला होता. त्याच्या कानांवर विद्यार्थ्यांचं हे बोलणं येत होतं.

विद्यार्थ्यांच्या त्या बोलण्याचा गंगादासला केवढा अभिमान वाटला! आपल्या शिकवण्यानं चाणक्यानं विद्यार्थ्यांवर चांगलीच छाप बसवली होती. परंतु विद्यापीठातले अन्य अध्यापक आणि कुलपती यांच्यावरही चाणक्याच्या निर्भीड विचारांचा प्रभाव पडलेला होता. एवढंच नव्हे, तर अल्पावधीतच चाणक्यानं तक्षशिलेच्या सुबुद्ध नागरिकांच्या मनांवर आपली प्रतिमा ठसवली होती. राजनीतितज्ज्ञ म्हणून तो तक्षशिलेच्या सभासंमेलनात सन्मानानं वावरत होता. त्या नगरीतल्या प्रत्येक सभासंमेलनात आणि सणसमारंभात त्याची उपस्थिती अपरिहार्य बनली होती.

आताही गंगादास त्याच्याकडे त्याच कारणासाठी चालला होता.

राजनीतिशास्त्राच्या कक्षात प्रवेश केल्याबरोबर गंगादास त्याला म्हणाला,

'तक्षशिलेच्या विद्यार्थ्यांवर तू चांगलीच छाप पाडलेली दिसतेस! इथं येत असताना विद्यार्थ्यांचं बोलणं माझ्या कानांवर आलं. तुझ्या शिकवण्यावर ते किती संतुष्ट दिसतात!'

आपली प्रशंसा कानांआड करण्याची चाणक्याला आता चांगलीच सवय झाली होती. कारण त्याची आचार्यपदी नियुक्ती झाल्यापासून त्याच्या कानांवर स्तुतीशिवाय काहीही येत नव्हतं....त्यामुळं तो काहीही बोलला नाही.

गंगादास बोलतच होता,

'बाकी विद्यार्थीच कशाला! सगळीकडेच तुझ्या विद्वतेची कीर्ती पसरलेली दिसते! त्यामुळं आम्हांला तुझ्या या कीर्तीचा साहजिकच अभिमान वाटतो!'

आता मात्र चाणक्याला तोंड उघडल्याशिवाय राहवेना! तो म्हणाला,

'गंगादास, मला कीर्तीपेक्षा कृती फार महत्त्वाची वाटते!'

यावर गंगादास काही बोलणार, एवढ्यात चाणक्यानंच त्याला विचारलं,

'बरं...हे स्तुतिपुराण आता पुरे झालं! तू कोणतं काम काढून आला आहेस?'

गंगादासनं सांगितलं,

'आज नगरात विद्वानांची एक सभा आहे. त्या सभेचं तुला नेहमीप्रमाणे निमंत्रण करायला आलो आहे. तुला अशा सभेला निमंत्रण करण्याचं काम आता सर्वांनीच माझ्यावर सोपवलेलं आहे.'

चाणक्य हसून म्हणाला,

'माझ्या खनपटीला येऊन बसणारी योग्यच व्यक्ती सर्वांनी निवडली आहे!'

'अरे, आम्हांला तेवढीच तुझ्या सेवेची संधी मिळते!'

गंगादासाच्या या बोलण्यावर चाणक्य म्हणाला,

'असलं औपचारिक काही बोलू नकोस! मलाच लोकांच्या सेवेची संधी मिळते,ही गोष्ट खरी! त्यामुळं मला कोणतीही कृती करण्याची प्रेरणा मिळते!....बरं, पण सभेचं प्रयोजन काय आहे?'

गंगादास त्याला काही उत्तर देण्यापूर्वीच चाणक्याच्या एका शिष्यानं कक्षात प्रवेश केला. चाणक्याला वंदन करून तो शिष्य म्हणाला,

'आचार्य, मगधाहून हा दूत आपल्यासाठी काही संदेश घेऊन आलाय्.'

'मगधाहून माझ्यासाठी संदेश?'

चाणक्यानं आश्चर्यानं असं विचारून त्या दूताकडे प्रश्नार्थक मुद्रेनं बघितलं. त्या दूतानंही चाणक्याला आदरानं वंदन केलं. शिष्य दूताला तिथं सोडून निघून गेला.

चाणक्यानं दूताला विचारलं,

'कसला संदेश घेऊन आला आहेस?'

कमेरचा लखोटा काढत दूतानं म्हटलं,

'धनानंद महाराजांचा संदेश घेऊन मी आलोय्.'

त्या दूतानं चाणक्याच्या हातात लखोटा दिला.

चाणक्यानं वाचायला प्रारंभ केला. गंगादास त्याच्याकडे कुतूहलानं बघत

होता. परंतु चाणक्याच्या मुद्रेवरून त्याला काहीच अंदाज बांधता येत नव्हता.

त्या दूताकडे बघून चाणक्य म्हणाला,

'आजचा दिवस तू इथं कुठंतरी राहा! उद्या मी महाराजांना उत्तर लिहून देतो!'

दूत निघून गेल्यावर चाणक्य गंगादासाला म्हणाला,

'धनानंदानं दानाध्यक्ष म्हणून मला मगधात बोलावलं आहे!'

गंगादास म्हणाला,

'वा! ही तर मोठी आनंदाची बातमी आहे!'

'आनंदाची खरी ! पण...'

'पण काय?'

'धनानंदानं दानाध्यक्षपदासाठी मलाच का निवडलं?'

गंगादास म्हणाला,

'तुला कल्पना नसेल....तुझ्या बुद्धिमत्तेची कीर्ती सर्वदूर पसरलेली आहे. तक्षशिलेच्या परिसरात तर तुझ्या नावाचा डंका सारखा वाजतो आहे.'

'तू म्हणतोस, ते खरं असेलही...पण मगधापर्यंत....'

'मगधात आपला इंदुशर्मा गेलेला आहे ना?...त्यानं तुझी कीर्ती तिकडे गायलीच असेल! बरं, ते जाऊ दे....तुला मगधाचं निमंत्रण आलेलं आहे, हे तर खरं ना?..... तू काय ठरवलं आहेस मग?'

चाणक्य क्षणभर विचारात पडला. काही वेळानं तो म्हणाला,

'मगधाला जाण्याची ही वेळ योग्य आहे. तरीसुद्धा शिवशंकरांना भेटून त्यांचा विचार घ्यायला हवा!'

दोघेही तडक पाठशालेतून निघाले.

शिवशंकर आणि माई या दोघांनीही नेहमीप्रमाणे त्यांचं प्रसन्नमुद्रेनं स्वागत केलं.

मृगाजिनावर बसल्यानंतर चाणक्य म्हणाला,

'आत्ताच एक दूत धनानंद राजाचा संदेश घेऊन आलेला आहे.'

शिवशंकरांनी आश्चर्यानं विचारलं,

'कसला संदेश घेऊन दूत आलेला आहे!'

पार्वतीच्या मुद्रेवर चिंतेची छटा दिसू लागली.

त्या दोघांकडे आळीपाळीनं बघत चाणक्य म्हणाला,

'दानाध्यक्ष म्हणून मी मगध राज्यात यावं, अशी इच्छा त्यांनी व्यक्त केली आहे.'

सुटकेचा नि:श्वास टाकून पार्वतीमाई म्हणाली,

'एवढंच ना? मला उगाचच काळजी वाटली तुझ्याकडे बघून! पण मला तर ही बातमी चांगली वाटते!'

शिवशंकरांनी विचारलं,

‘त्या दूताला तू काय निर्णय सांगितलास?’

‘अजून काहीच सांगितला नाही. त्याचसाठी तर तुमच्याकडे आलोय्....’

गंगादास मधेच म्हणाला,

‘या पदाचा स्वीकार करावा किंवा नाही, असा प्रश्न याला पडलाय्.’

शिवशंकर चाणक्याकडे पाहून म्हणाले,

‘तुला असा प्रश्न पडण्याचं काहीच कारण नाही. मगधात जाण्यासाठी तू योग्य संधीची वाट बघतच होतास, ना? आता ही संधी चालून आलीय्. तू या संधीचा अवश्य लाभ उठव!’

वस्तुत: चाणक्य स्वत: मगधाला जाण्याच्या संधीची वाट बघतच होता. त्याला फक्त शिवशंकरांकडून पुष्टी हवी होती. तशी पुष्टी मिळताच मगधाला जाण्याचा बेत त्यानं निश्चित केला.

शिवशंकरांकडे बघून त्यानं विचारलं,

‘मग मी लगेचच मगधाला जायला निघू का? त्या दूताची मला सोबतही होईल!’ शिवशंकरांनी होकारार्थी मान हलवली. माईंचा पदर मात्र डोळ्यांकडे गेला.

माईंची समजूत घालताना शिवशंकर म्हणाले,

‘चाणक्याच्या पुनर्भेटीसाठीच आपण त्याचा हा विरह सहन करायला हवा! भावी काळात देवानं फार मोठं कार्य त्याच्यावर सोपवलेलं आहे! तो पुन्हा इथं येईलच येईल!’

चाणक्य त्यांच्याकडे बघत म्हणाला,

‘मुलगा आईला कधीच विसरत नसतो! जो आईला विसरतो, तो तिचा मुलगाच नव्हे!’

हे बोलताना चाणक्याचा कंठ दाटून आला होता. त्याच्या नेत्रांच्या पापण्या ओल्याचिंब झाल्या होत्या.

वाटेत चाणक्य गंगादासाला म्हणाला,

‘आता पुढं केव्हातरी मी विद्वानांच्या सभेत भाषण करीन! करावंच लागणार आहे मला ते!’

गंगादासही गहिवरला होता.

दुसऱ्याच दिवशी तक्षशिलेच्या भव्य प्रांगणात मोठा निरोप-समारंभ झाला. कुलपतींपासून विद्यार्थ्यांपर्यंत निरोपाची भाषणं झाली. परंतु कुणाच्याच कंठातून स्पष्ट शब्द बाहेर पडले नाहीत. त्या निरोप-समारंभाचा कंठच पुरता रुद्ध होऊन गेला होता. शब्दांपेक्षा अश्रुपूर्ण दृष्टिक्षेपांनीच तो निरोप-समारंभ संपन्न झाला.

पुन्हा अज्ञाताच्या दिशेनं चाणक्याचा प्रवास प्रारंभित झाला.

भेदनीती रंगू लागली

सोळा संवत्सरांच्या विजनवासानंतर चाणक्य आपल्या मायभूमीला परत येत होता. अवमानाचं आणि अवहेलनेचं फार मोठं ओझं बरोबर घेऊन त्यानं सोळा संवत्सरांपूर्वी आपली मायभूमी सोडली होती आणि आज तो सन्मानानं आणि आदरानं मायभूमीला परत येत होता. मनस्तापानं त्यानं आपली जन्मभूमी सोडली होती आणि आज मानानं तो आपल्या जन्मभूमीत प्रवेश करत होता.

मगधाच्या वेशीपाशी येऊन तो दाखल झाला. बरोबरच्या दूताला तो म्हणाला,

'तू राजवाड्यात जा आणि उद्या मी राजप्रसादात येईन, असा निरोप महाराजांना दे!'

हे सांगताना त्याची मान ताठ झाली होती. कारण याच वेशीपाशी मगधात मानानं परत येण्याची प्रतिज्ञा चाणक्यानं केली होती. सोळा संवत्सरांनी त्याच्या प्रतिज्ञेची पूर्ती होत होती.

परंतु ही प्रतिज्ञापूर्ती होत असताना आपली आई किंवा वडील इथं नाहीत, या विचारानं त्याला परमावधीचा विषाद वाटला; आणि एखाद्या यमदूताप्रमाणे आपल्या मातापित्यांना धनानंद राजानं यमसदनी पाठवून दिलं, या विचारानं तर त्याचा राग अनावर झाला. त्या धनलोभी, मदांध राजामुळं आपल्याला मगध सोडावं लागलं, हा विचार त्याच्या मनात दाटून आला. आपल्याला त्याच उन्मत्त राजानं दानाध्यक्ष म्हणून मानानं बोलावलं आहे, ही गोष्ट तो क्षणभर विसरला.

या रागाच्या भरात त्याच्या पावलांना गती मिळाली आणि त्याची पावलं आपोआप त्याच्या घराकडे वळली.

चालताना त्याला एका ओळखीच्या गृहस्थानं हटकलं आणि विचारलं,

'तू केव्हा आलास?'

चाणक्याची मुद्रा पालटली. तो म्हणाला,

'हा आत्ताच येतो आहे!'

त्या रागाच्या भरात चाणक्यानं त्याला मुळीच ओळखलं नव्हतं. मुद्रा ओळखीची वाटत होती; परंतु त्या मुद्रेवरून प्रदीर्घ कालाचा हात फिरला असल्यामुळं त्याची मुद्रा झाकाळून गेलेली दिसत होती.

परंतु चाणक्यानं आपल्याला ओळखलेलं आहे, असं गृहीत धरून तो गृहस्थ म्हणाला,

'आमच्या कानांवर आलेली वार्ता खरी आहे का?'

चाणक्यानं विचारलं,

'कोणती वार्ता?'

'दानाध्यक्ष म्हणून तुझी राजसभेत, म्हणे, नियुक्ती झाली आहे!'

चाणक्यानं मान डोलावली.

ते गृहस्थ म्हणाले,

'आधी मारायचं आणि मग गोंजरायचं, अशी आपल्या राजाची रीतच आहे!'

यावर चाणक्य काहीच बोलला नाही, कारण त्या गृहस्थाला त्यानं अजूनही ओळखलेलं नव्हतं.

तो गृहस्थ म्हणाला,

'तू काही बोलला नाहीस, तरी मी जे बोललो आहे, ते खरं आहे! तुझ्या पिताजींना या राजानंच उपाशी पोटी ठार केलं आणि आता तुझी मारे नियुक्ती करतो आहे दानाध्यक्ष म्हणून!'

चाणक्याच्या डोक्यात एकदम त्या गृहस्थाच्या ओळखीचा प्रकाश पडला. ज्यानं त्याला कपिलदेवांच्या मृत्यूची बातमी सांगितली होती, तोच हा गृहस्थ होता.

त्या गृहस्थाचा निरोप घेऊन चाणक्य आपल्या घरासमोर येऊन उभा राहिला, तेव्हाही तसाच प्रकार घडला. त्याला आपल्या घराची ओळख मुळीच पटली नाही.

कारण काळानं त्या घरावरही हात फिरवला होता. त्या घराचं दृश्य पाहून त्याचा स्वत:च्या डोळ्यांवर विश्वासच बसेना. पूर्वीच्या घराच्या जागी त्याला एक पडकी, जुनाट वास्तू दिसली. अंगणात सर्वत्र रान माजलं होतं. अंगणातून त्यानं घराचं दार उघडून आत पाऊल टाकलं. दार उघडताना दाराची विचित्र करकर झाली. घरातल्या अंधारातून एक घुबड इकडून तिकडे उडालं. सगळ्या घरभर धुळीचं साम्राज्य पसरलं होतं. घरात सर्वत्र कोळिष्टकं पसरली होती. घरात इकडेतिकडे हिंडताना ती कोळिष्टकं त्याच्या मस्तकाला चिकटत असल्याची स्पष्ट जाणीव होत होती.

घरभर हिंडताना त्याला आपल्या आईवडिलांच्या वास्तव्याच्या खुणा जरी दिसल्या नाहीत, तरी त्याच्या अंत:करणावर कोरलेल्या त्यांच्या खुणा स्पष्ट जाणवत होत्या. एवढंच नव्हे, तर विद्यार्थ्यांचा पाठ घेताना त्याच्या पिताजींचा आवाज किंवा दारात त्यांची वाट बघत असलेल्या आईचा 'किती, रे, उशीर केलास! मी केव्हाची तुझी वाट बघत होते...' हा आवाज त्याच्या कानांत घुमत होता. मनात त्या दोघांच्या स्मृती आणि कानांत त्यांचा आवाज सामावून तो घरात भिरीभिरी हिंडत होता. मनाशी म्हणत होता,

'काळपुरुष माणसाची मुद्रा पार पालटून टाकतो, तिथं या निर्जीव वास्तूची काय कथा?'

परंतु पुन्हा त्याला वाटायला लागलं, की ही वास्तू जर निर्जीव असती, तर आपण इथं कशाला आलो असतो? किंवा इथून आपला पाय का निघत नाही?.... ही वास्तू खचित निर्जीव नाही. माणसाच्या मृत्यूप्रमाणेच ती वास्तू आज निर्जीव झालेली असली, तरी एकेकाळी ती जिवंत होती. त्या जिवंत वास्तूतच आपलं बालपण गेलं. त्या वास्तूशी आपलं मन एकजीव झालं!.... वास्तूला जीव असतो, वास्तू बोलते, हीच गोष्ट खरी!

एखाद्या विकलांग झालेल्या वृद्ध व्यक्तीकडे पाहून ज्याप्रमाणे अंत:करण तुटावं, तसं त्याचं अंत:करण तुटलं. आपल्या घराची ती दैन्यावस्था पाहून तिथं आता क्षणभरही थांबणं त्याला शक्य नव्हतं. घरातून हिंडताना तो धुळीनं पुरता माखला होता. मनही धुळकटलं होतं.

त्या विमनस्क स्थितीतच तो घराबाहेर पडला; आणि सिद्धार्थकाकडे जायला निघाला.

त्याचं घर तरी जाग्यावर असेल का? घर जाग्यावर असेल, तर तिथं कोण कोण माणसं असतील? आणि शकदाल?

या विचारातच त्याचे पाय आणि खांद्यावरची पडशी त्या घराच्या दिशेनं जायला निघाली.

सिद्धार्थकाच्या घरापाशी आल्यावर चाणक्यानं अभावितपणानं आवाज दिला:

'ॐ भवति भिक्षां देहि।'

सरिता आश्चर्यानं ओसरीवर आली. भिक्षेची वेळ तर केव्हाच टळून गेली होती. मग हा माधुकरी आता दारासमोर कसा आला? या गोष्टीचं आश्चर्य वाटून सरिता दारात डोकावली.

सोळा वर्षांच्या प्रदीर्घ कालावधीनंतर चाणक्याला ओळखणं शक्य नव्हतं.

या कालावधीत त्याचा आवाजही बदललेला होता.

सरिता पुढं होऊन म्हणाली,

'भिक्षु, तुझी भिक्षेची झोळी कुठं आहे?'

चाणक्यानं सांगितलं,

'भिक्षेची झोळी आम्ही केव्हाच टाकून दिली आहे.'

'मग भिक्षा कशात घेणार?'

'एखाद्या वटपत्रावर भिक्षा घातली, तरी चालेल!'

त्याच्या या बोलण्याचं सरितेला आश्चर्य वाटलं. त्याच्या एकंदर अवताराकडे बघून तिला वाईटही वाटलं.

त्या भिक्षूच्या दृष्टीतलं विलक्षण तेज बघून मात्र सरिता संभ्रमात पडली.

त्याच्याकडे बघत ती म्हणाली,

'मग आतच येऊन जेवायला बसा!'

चाणक्य म्हणाला,

'हो....चालेल की, सरितामाई! मी कित्येकदा या घरी जेवलो आहे!'

सरितेनं चमकून त्याच्याकडे निरखून बघितलं. चाणक्याच्या दृष्टीतील तेजानंच शेवटी त्याची ओळख पटवली.

आतल्या बाजूला बघून ती आनंदानं ओरडलीच,

'अहो, बघितलंत का, कोण आलंय्, ते!'

आता आश्चर्यचकित होण्याची पाळी चाणक्याची होती. बराच वेळ तो शकदालांकडे बघतच राहिला. शकदाल आपल्यासमोर साक्षात उभे आहेत, हे त्याला खरंही वाटेना! आपल्या वडिलांप्रमाणेच कारागृहात त्यांचं काही बरं-वाईट झालं असेल, असंच तो धरून चालला होता.

त्यांच्याकडे बघून त्याचे नेत्र आनंदाश्रूंनी भरून आले. तो एकदम पुढं झाला आणि त्यानं त्यांच्या पायांवर माथा टेकला.

आपल्या दोन्ही हातांनी शकदालांनी त्याला उठवलं आणि एकदम त्याला मिठी मारली. त्यांच्या मिठीतून बाहेर पडून चाणक्यानं त्यांच्याकडे बघितलं. त्यांचेही डोळे अश्रूंनी डबडबले होते. त्यांच्या त्या अश्रूंत किती खोल अर्थ दडला होता, हे चाणक्याला सहज समजलं.

शकदालांनी आपल्या डोळ्यांवरून हात फिरवून आपले अश्रू पुसले. चाणक्याला आसनावर बसवलं.

तो बसल्यावर शकदाल म्हणाले,

'चाणक्य हे नवं नाव धारण करून तू आपल्या चणक गावाचं नाव केवढं मोठं केलंस!'

चाणक्यानं हसून विचारलं,

'माझं नवं नाव तुमच्या कानांवर आलं, वाटतं?'

शकदालही हसून म्हणाले,

'त्या नावाची कीर्ती या मगधात आणि मगधाबाहेरही सर्वत्र पसरलेली आहे!'

चाणक्य उद्गारला,

'हे बहुतेक इंदुशर्माचं काम असावं! इथं आल्यापासून त्यानं हाच उद्योग केला असावा!'

'खोटाय् का तो? आता धनानंदानंही तुझी ही कीर्ती ऐकून त्याच्या दरबारात तुझी मानानं नियुक्ती केली. मग आमच्यासारख्या सर्वसामान्यांचं काय? तू तशीच कीर्ती संपादन केलेली आहेस!'

तो विषय बदलण्याच्या हेतूनं चाणक्यानं विचारलं,

'सिद्धार्थक कुठं आहे?'

'तो बाहेर गेलाय्. येईलच इतक्यात!'

चाणक्याचं जेवण तयार करण्यासाठी सरिता पाकगृहात गेली.

सरिता आत गेलेली बघून शकदाल त्याला म्हणाले,

'तुझ्याशी खूप बोलायचं आहे. तुझ्या येण्याचीच वाट बघत होतो मी!'

इतका वेळ मनात असलेला प्रश्न चाणक्यानं विचारला,

'पण त्या नीच धनानंदानं तुमची मुक्तता कशी काय केली? मला तर वाटलं होतं...'

'तुझं वाटणं अगदी बरोबर होतं. मला कपिलच्याच मार्गानं जावं लागलं असतं. परंतु कपिलच्या मृत्यूची बातमी काही दिवसांतच सगळीकडे पसरली. त्यामुळं मगधातल्या लोकांचा राग अनावर झाला. त्यांनी उठाव करायला प्रारंभ केला. माझ्या मुक्ततेनं परिस्थिती आटोक्यात येईल, अशा कल्पनेनं धनानंदानं माझी मुक्तता केली.'

'तातांचा मृत्यू तेवढा तरी उपयोगी पडला, म्हणायचा!'

'अरे, तसं नाही, रे, मला कधी वाटलं! उलट, मी जाऊन जर कपिल जगला असता, तर चांगलं झालं असतं!'

चाणक्यानं विचारलं,

'तातांनी शेवटी अन्नपाणी वर्ज्य केलं होतं ना?'

शकदाल जणू मनानं पुन्हा कारागृहात गेले. ते म्हणाले,

'कपिलनं स्वेच्छेनं अन्नत्याग केला. धनानंदानं त्याचा छळवाद केला. त्यानं अन्नपाणी सोडलं आणि प्राणही सोडला.'

डोळ्यांत जमा झालेले अश्रू पुसून चाणक्यानं विचारलं,

'तुम्ही तिथं होता त्या वेळी?'

'नाही, रे... त्यांनी मला त्याच्याजवळ जाऊ दिलं नाही...मला त्याचा तडफडणारा शेवट बघवलाही नसता!...कपिलचं और्ध्वदैहिक करण्याची इच्छा मी त्या वेळी व्यक्त केली. पण स्पष्ट नकार देण्यात आला.'

'त्यांनी तातांचे दाहसंस्कार तरी केले का?'

'त्या नराधमांनी कपिलच्या शवाची कशी विल्हेवाट लावली, तेही कुणाला कधी कळलं नाही.'

चाणक्य उद्वेगानं म्हणाला,

'गंगेनं पवित्र केलेला माझ्या तातांचा मृतदेह कोल्ह्याकुत्र्यांसमोर टाकायला त्यांनी कमी केलं नसेल!'

दोघांनीही सुस्कारा सोडला. काही वेळ ते गप्प बसून राहिले. काय बोलावं, ते दोघांनाही सुचत नव्हतं.

काही वेळानं शकदालच म्हणाले,

'कपिलमुळंच कारागृहातून माझी मुक्तता झाली. त्याचा हृदयद्रावक अंत कसा झाला, त्याची हकीगत तुला केव्हा सांगेन, असं मला झालं होतं. परंतु मी कारागृहातून बाहेर पडलो, तेव्हा तू मगधातून बाहेर पडल्याचं समजलं. सरस्वतीही कपिलच्या पाठोपाठ जग सोडून गेल्याचं समजलं, तेव्हापासून तुझ्या वाटेकडे माझे डोळे लागले होते...चाणक्य, धनानंदाच्या या अधम कृत्यांचा तू बदला घ्यायला हवास. तुलाच ते महत्कार्य करायचं आहे.'

चाणक्य एकदम म्हणाला,

'मग मी त्याच्या दरबारात दानाध्यक्ष म्हणून कसं काय काम करणार?'

शकदाल उद्गारले,

'त्यांच्या अंत:पुरात शिरूनच ते कार्य करायला हवं! त्याची सारी कृत्यं दिवाभीतासारखी आहेत. दुसऱ्यावर वार करायचे, ते धनानंद लपूनछपून करतो. अंधारात वार करतो. तुला त्याच्यावर जे वार करायचे आहेत, ते उघड रीतीनं करायचे आहेत. भर उजेडात करायचे आहेत!'

'ते कसं काय शक्य आहे?'

चाणक्याच्या या प्रश्नावर शकदाल म्हणाले,

'ते शक्य झालं नसतं. परंतु त्यानं तुला त्याच्या गुहेत सरळ घेतलेलं आहे. संधी साधून शत्रूचा बिमोड करावा, असं शास्त्रातच सांगितलेलं आहे!'

चाणक्यानं विचारलं,

'मग धनानंदानं तुम्हांला पुन्हा का नाही बोलावलं महामंत्र्याच्या पदावर?'

'मी तर त्याचा कट्टर शत्रूच बनलो नव्हतो का?'

‘माझीही तीच स्थिती आहे.’

‘कपिलशी त्याचं खरं शत्रुत्व होतं. तुझ्याशी नाही....आणि कदाचित कपिलवर केलेल्या अन्यायाचं परिमार्जन करण्याची त्याची इच्छा असावी!’

चाणक्य ठासून म्हणाला,

‘दुष्ट माणसं आपल्या दुष्ट कृत्यांच्या परिमार्जनाचा विचार कधीही करत नसतात!’ शकदाल किंचित हसून म्हणाले,

‘तुझं म्हणणं मानलंच पाहिजे! कारण तू आता राजनीतिनिपुण झालेला आहेस ना! पण तुझ्या नियुक्तीचा मला तरी अन्य अर्थ दिसत नाही!’

‘मी आता लगेच त्याच्या सभेत दाखल तर होतो. मग त्याला कसं संकटात पकडायचं, ते बघतो. तशा संधीची वाट बघत बसतो.’

धनानंदाच्या अपकृत्यांचा पुरता बदला घेण्याचा विचार त्याच्या मनात घोळतच राहिला. काही वेळानं त्यानं शकदालांना विचारलं,

‘मग इतके दिवस तुमचं काय चाललं होतं?’

‘मी महामंत्र्याचा एकदम अध्यापक बनलो. शिष्यांना शिकवत राहिलो.’

चाणक्यानं विचारलं,

‘मग आता महामंत्री कोण आहे?’

‘अमात्य राक्षस! ...म्हणजे अमात्य कात्यायन हा महामंत्री अतिशय हुशार आणि कर्तव्यदक्ष आहे....पण....’

‘पण काय?’

‘त्याची राजावर विलक्षण निष्ठा आहे. धनानंदाच्या सतत सावलीत तो वावरतो. धनानंद त्याच्यामुळंच टिकून आहे. धनानंदाबद्दल अधिक-उणा शब्द बोलण्याची कुणाची प्राज्ञा नाही. अमात्य राक्षसानं सगळीकडे आपला वचक निर्माण केला आहे. धनानंदाच्या अपकृत्यांवर तो नेहमीच पांघरूण घालतो.’

हे सारं ऐकून चाणक्य विचारमग्न झाला. तेव्हा शकदाल त्याला म्हणत होते,

‘तू आता दानाध्यक्ष म्हणून दरबारात वावरणार आहेस! तेव्हा या अमात्य राक्षसापासून जरा सावध राहा!’

त्यांचं बोलणं चाललं असतानाच सिद्धार्थक घरी आला. चाणक्याला त्यानं तात्काळ ओळखलं. त्याला बघून सिद्धार्थकाला अतिशय आनंद वाटला. तो आता धनानंदाच्या दरबारात दानाध्यक्ष म्हणून नियुक्त झालेला आहे, ही गोष्ट आता साऱ्या मगधवासीयांना समजलेली होती. त्यामुळं त्याला बघून सिद्धार्थकाला मुळीच आश्चर्य वाटलं नाही.

त्याला बघताच चाणक्यानं पहिला प्रश्न केला,

‘अजय आणि वरुण कुठं गेले?’

सिद्धार्थक म्हणाला,

'ते दोघे इथं फारसे नसतात. आजूबाजूच्या भागात हिंडत असतात.'

'कशासाठी?'

'अध्यापनासाठी!'

'तुमचं साऱ्यांचंच अध्यापनाचं कार्य चाललेलं दिसतंय्...'

'मग काय करणार? धनानंदाच्या इतर कोणत्याही फंदात न पडलेलं बरं! म्हणून आम्ही सर्वांनी अध्यापनाचं हे पवित्र कार्य पत्करलेलं आहे. तू तिकडे गेलास, तेव्हापासून आम्ही हेच करतो आहोत!'

'म्हणूनच, तुम्ही कुठल्याही संकटात पडलेले दिसत नाही!'

चाणक्याच्या या बोलण्यावर सिद्धार्थक म्हणाला,

'तू आता तिकडून अध्यापनाचं कार्य सोडून धनानंदाच्या दरबारी मोठ्या मानानं दाखल होतो आहेस!'

चाणक्य चटकन् उद्गारला,

'मानानं जातो आहे खरा! पण कदाचित अपमानानं बाहेर पडण्याचा प्रसंग येईल! दुष्ट, लहरी राजाशी गाठ आहे ना!'

सिद्धार्थक म्हणाला,

'तशी पाळी तुझ्यावर येऊ नये, एवढीच देवाजवळ प्रार्थना आहे!'

सरिता तिथं एकदम येऊन म्हणाली,

'दुष्टासमोर देवाची प्रार्थना टिकली, तर ठीक आहे!'

भोजनोत्तर चाणक्याला त्यांच्या घरी राहण्याचा आग्रह केला. कडू-गोड पूर्वस्मृतींना उजाळा देत त्या सर्वांनी रात्र जागून काढली. जणू त्या रात्री कालचक्राची गती उलटी फिरली होती.

चाणक्यानं धनानंदाच्या राजेशाही राजसभेत प्रवेश केला, तेव्हा साऱ्यांच्याच माना उंचवल्या. राजसभेतलं कामकाज नुकतंच सुरू झालं होतं. द्वारपालानं चाणक्याच्या आगमनाची वार्ता दिली.

त्या राजदरबाराच्या मधोमध कोरीव नक्षीदार कलाकृती केलेलं सिंहासन होतं. त्या सिंहासनावर राजा धनानंद मोठ्या ऐटीनं विराजमान झालेला होता. त्याच्यासमोर दोन्ही बाजूंनी सारा मंत्रिगण स्थानापन्न झालेला होता. चाणक्यानं राजसभेत प्रवेश केल्यानंतर राजासह सगळ्यांकडे दृष्टिक्षेप टाकला; आणि धनानंदासमोर तो येऊन उभा राहिला. उजव्या बाजूला बसलेला महामंत्री पुढं आला. चाणक्याचं स्वागत करताना त्यानं म्हटलं,

‘अमात्य राक्षस या सभेत आपलं स्वागत करत आहे!’

मान झुकवून चाणक्यानं त्या स्वागताचा स्वीकार केला. जेव्हा चाणक्यानं मान वर केली, तेव्हा त्या दोघांची दृष्टादृष्ट झाली. अमात्य राक्षसाचं वैशिष्ट्यपूर्ण व्यक्तिमत्त्व डोळ्यांत भरण्यासारखंच होतं. अमात्य राक्षसाची बुद्धिमत्ता आणि कर्तबगारी ही धनानंदाच्या दरबारी वाया जात असल्याची जाणीव त्याच क्षणी चाणक्याला झाली. आपल्या भावी कार्यात या अमात्य राक्षसाचा आपल्याला चांगला उपयोग करून घेता येईल, ही खूणगाठही त्यानं त्याच वेळी मनाशी बांधून ठेवली.

अमात्य राक्षसानं चाणक्याला धनानंदासमोर नेलं. धनानंद राजाला वंदन करून अमात्य राक्षस म्हणाला,

‘स्वामी, आपण आचार्य चाणक्यांना दानाध्यक्षपदाची वस्त्रं देण्याची कृपा करावी.’

धनानंदानं सेवकांकडून आणलेली वस्त्रं चाणक्यासमोर धरली आणि म्हटलं,

‘आचार्य चाणक्यांनी या वस्त्रांचा स्वीकार करावा.’

त्या वस्त्रांचा स्वीकार करण्यापूर्वी चाणक्यानं एक क्षणभर धनानंद राजाकडे बघितलं.

भर बाजारपेठेत आपल्या पिताजींच्या पाठीवर आसूड-प्रहार करणारा दुष्ट धनानंद राजा त्याच्या दृष्टीसमोर उभा राहिला.

ती सन्मानाची वस्त्रं घेण्यासाठी पुढं झालेले त्याचे हात क्षणभर थबकले.

राजा धनानंद त्याच्याकडे रोखून बघत होता.

अमात्य राक्षसानं चाणक्याच्या खांद्याला स्पर्श केला, तेव्हा चाणक्यानं चमकून समोर बघितलं. हातात वस्त्रं घेऊन धनानंद त्याच्याकडे बघत होता.

चटकन चाणक्यानं पुढं होऊन त्या वस्त्रांचा स्वीकार केला.

चाणक्याला वस्त्रं अर्पण केल्यानंतर राजा आपल्या कंठातल्या मौक्तिकमालेशी काही काळ चाळा करत बसला.

अमात्य राक्षसानं चाणक्याला त्याचं आसन दाखवलं; आणि म्हटलं,

‘आजपासून आपण मगधराज धनानंदाचे दानाध्यक्ष झालात. या दरबाराच्या वतीनं मी आपलं अभिनंदन करतो.’

अभिनंदनाचा स्वीकार करून चाणक्य आपल्या आसनावर जाऊन बसला. बसताना त्यानं अन्य मंत्र्यांकडे बघितलं. त्याच्या नियुक्तीमुळं त्यांना आनंद झालेला दिसला नाही. आणखी एक कर्तबगार व्यक्ती आपल्या कारभारात ढवळाढवळ करायला आलेली आहे असंच त्यांना वाटलं असावं. निदान त्यांना तसं वाटलं असावं, असं चाणक्याला वाटलं, राजा धनानंदानं आपली त्याच्या

दरबारात का नियुक्ती केली असावी, या गोष्टीचं कोडं मात्र त्याला सुटलं नाही.

दरबाराचं कामकाज पुढं सुरू करावं, या हेतूनं अमात्य राक्षस उठला आणि बोलायला लागला. एवढ्यात धनानंद राजानं मधेच उठून म्हटलं,

‘माझी सारीपाट खेळायची वेळ झाली आहे. तुमचं काम चालू द्या! मी माझ्या कामासाठी जातो!’

असं सांगून धनानंद तडक आपल्या प्रासादाकडे चालता झाला.

या प्रकारानं गोंधळून जाऊन चाणक्य त्याच्याकडे बघत राहिला. परंतु राजसभेतल्या अन्य मान्यवरांना या प्रकाराबद्दल काहीच आश्चर्य वाटलेलं दिसलं नाही. राजाचं हे स्वैर वर्तन त्यांच्या अंगवळणी पडलं असावं.

अमात्य राक्षसानं दरबाराचं काम पुढं चालू केलं. परंतु त्या कामकाजाकडे चाणक्याचं मुळीच लक्ष नव्हतं. धनानंदाच्या या स्वैर वर्तनाबद्दलच त्याचे विचार चालले होते. अमात्य राक्षस महामंत्री या नात्यानं त्याचं हे वर्तन कसं काय खपवून घेतो, याबद्दल त्याला आश्चर्य वाटत राहिलं. परंतु तो राजनिष्ठ आहे, असं शकदालांनीच त्याला सांगितलं होतं. त्या गोष्टीची त्याला आठवण झाली. राजाच्या मर्जीतला हा अमात्य राक्षस आपल्या मर्जीतला कसा होईल, या बद्दलच तो मग विचार करू लागला.

चाणक्यानं आपलं घर झाडून-सारवून स्वच्छ केलं होतं. मगधात परत आल्यापासून तो आपल्या घरात राहण्यासाठी गेला होता.

दानाध्यक्षपदाची सूत्रं हातात घेतल्यापासून त्याच्या मनात एक विचार स्थिरपद झालेला होता. मगधावरील नंदवंशाची सत्ता उखडून टाकली पाहिजे. ती सत्ता नामशेष झाल्याशिवाय आपण कल्पिलेला एकसंध भारत निर्माण होणार नाही, ही गोष्ट त्याच्या मनात पक्की रुजली होती. धनानंदाची सत्ता जर नष्ट करायची, तर त्यासाठी जनजागृती करायला हवी, हेही त्याला समजून चुकलं होतं. म्हणून त्यानं त्या दृष्टीनं मंत्रिगणावर आपलं लक्ष केंद्रित करायचं ठरवलं.

मंत्री हे जनतेचे प्रतिनिधी असायला हवेत. त्यांनी लोकांची गाऱ्हाणी राजाच्या कानांवर घालून त्या गाऱ्हाण्यांची दाद लावून घ्यायला हवी! परंतु एकही मंत्री आपलं हे पवित्र कर्तव्य पार पाडत नव्हता. उलट, सारे मंत्री धनानंदाच्या हातांतली खेळणी बनले होते. राजाच्या सांगण्याप्रमाणे त्याचा कल पाहून ते वागत असत. राजाच्या मर्जीविरुद्ध वागायची कुणाचीच प्राज्ञा नव्हती. धनानंदाप्रमाणेच सारे मंत्री सुखोपभोगांत आणि नाचरंगात मग्न असत.

याला अपवाद होता, तो फक्त अमात्य राक्षसाचा! अमात्य राक्षस हा धूर्त

राजकारणी होता. जसा तो बुद्धिमान होता, तसा तो निष्ठावानही होता. धनानंदासमोर मात्र तो आपल्या बुद्धिनिष्ठेपेक्षा राजनिष्ठेची चमक दाखवायचा. तो कुशल महामंत्री होता, ही गोष्ट खरी! परंतु त्याचं सारं कार्यकौशल्य धनानंदाच्या कुकर्मांतच खर्ची पडत असे.

सुराज्यनिर्मितीसाठी चाणक्याला अशाच धूर्त, बुद्धिमान मुत्सद्याची गरज होती. परंतु राजाच्या पुरता कच्छपी लागलेला हा निष्णात मुत्सद्दी आपल्या बाजूकडे कसा काय वळवून घेता येईल, या गोष्टीचा चाणक्याला विचार पडला होता. तो आपल्या चालीनं कितपत चालेल, याविषयी चाणक्याच्या मनात शंका होती. शेषानं आपल्या मस्तकावर धरित्रीचा भार तोलून धरावा, त्याप्रमाणेच अमात्य राक्षसानं मगधाच्या मोठ्या राज्याचा भार आपल्या मस्तकी धारण केला होता. फरक एवढाच, की शेषाच्या मस्तकावरील पृथ्वीवर पापाबरोबर पुण्यही होतं. मगधात मात्र पुण्याचा पुरता अभाव होता...परंतु सध्या तरी चाणक्यानं अमात्य राक्षसाच्या कृतीचं फक्त बारकाईनं निरीक्षण करायचं ठरवलं.

अमात्य राक्षसही चाणक्याच्या बुद्धिकौशल्याचं तसंच बारकाईनं निरीक्षण करत होता. दोन बुद्धिमान धूर्त पुरुष परस्परांच्या निरीक्षणात पुरते गुंतले होते.

त्या वेळी दुसरी एक कर्तबगार व्यक्ती मगधात नांदत होती. ती म्हणजे धनानंदाचा एकनिष्ठ सेनापती भागुरायण ही होय. या भीमपराक्रमी सेनापतीच्या समर्थ तलवारीच्या छायेत मगध साम्राज्य खंबीरपणानं उभं होतं. राज्य जसं बुद्धिमत्तेच्या बळावर चालतं, त्याचप्रमाणे ते तलवारीच्या धारेवरही चालतं. त्यामुळं अमात्य राक्षसाप्रमाणेच या भागुरायण सेनापतीचीही मगध राज्यात तेवढीच प्रतिष्ठा असायला हवी होती. भागुरायण हा मितभाषी आणि सरळमार्गी सेनापती होता. धनानंदावर त्याचीही तेवढीच निष्ठा होती. परंतु मितभाषी आणि सरळमार्गी सेनापती आणि बुद्धिमान आणि धूर्त महामंत्री या दोघांचे संबंध सरळ नव्हते. कावेबाज माणूस नेहमीच सरळमार्गी माणसावर मात करतो. त्याप्रमाणे अमात्य राक्षसानं भागुरायण सेनापतीवर सहज मात केली.

राज्यकारभार करताना महामंत्र्याला राजाची वारंवार भेट घेणं आवश्यक असतं. त्याचप्रमाणे सैनिकी कारभार करताना सेनापतीलाही राजाची भेट घेण्याची गरज असते. परंतु अमात्य राक्षसानं ते फारसं घडू दिलं नव्हतं. यदाकदाचित सेनापतीनं राजाची वारंवार भेट घेतली,तर त्या सेनापतीची तलवार आपल्या बुद्धिमत्तेवर मात करील, आणि सेनापतीच राजाची मर्जी संपादन करून जाईल, अशी भीती अमात्य राक्षसाला नेहमी वाटायची. त्यामुळं राजाच्या भेटीला भागुरायण गेला, तर अमात्य राक्षस तिथं हटकून उपस्थित असायचा. त्यामुळं भागुरायणला राजाशी मोकळ्या मनानं बोलता यायचं नाही. अमात्य राक्षसाला राजाची मर्जी

फक्त स्वत:वरच हवी होती. अमात्य राक्षसाच्या या स्वभावधर्मामुळं भागुरायण हा त्याच्यावर मनातून रुष्ट होता.

चाणाक्यानं अल्पावधीतच दरबारातील मंत्र्यांचे आणि अधिकाऱ्यांचे परस्परांमधील संबंध जोखले होते. या ज्ञानाचाच लाभ तो भेदनीतीसाठी करून घेणार होता.

मगधात पुन्हा पाऊल टाकल्यापासून चाणक्याचा याच दृष्टीनं सतत विचार चाललेला होता. आपल्या घरावर धनानंदानं केलेल्या अपकारांची फेड कशी करायची; आणि जनमानसात त्याच्या राज्याविरुद्ध क्रांतीचं बीज कसं पेरायचं, याचाच विचार अहोरात्र त्याच्या मनात चालायचा. आताही असाच विचार त्याच्या मनात चालला होता.

दारावरची घंटिका वाजली, तेव्हा त्यानं दार उघडलं.

बाहेर दाराशी अमात्य राक्षस उभा होता.

चाणक्यानं त्याला आत घेतलं आणि दार बंद केलं.

अमात्य राक्षस अधूनमधून त्याच्याकडे येत असे. त्या दोघांची राजनीतीबद्दल चर्चाही चालायची. त्यामुळं अमात्य राक्षस आल्याबद्दल चाणक्याला मुळीच आश्चर्य वाटलं नाही.

आत आल्याबरोबर अमात्य राक्षसानं चाणक्याला खाली वाकून नमस्कार केला.

चाणक्य म्हणाला,

'महामात्य, तुम्ही एवढे मोठे....आणि मला खाली वाकून नेहमी नमस्कार करता....मला बरं नाही वाटत! फार संकोच वाटतो.'

अमात्य राक्षस म्हणाला,

'आपण एवढे विद्वान! आपल्यासारख्यांना नमस्कार करायचा नाही, तर कुणाला करायचा! विद्वानांची सर्वत्र पूजाच व्हायला हवी!'

या बोलण्यावर चाणक्य हसला आणि विषय बदलून म्हणाला,

'बरं, आज येण्याचं प्रयोजन?'

अमात्य राक्षस म्हणाला,

'उद्या राजधानीत भारतातल्या साऱ्या विद्वानांची सभा होणार आहे.'

चाणक्याला ही गोष्ट माहीत होती, तरी तो विनोदानं हसून म्हणाला,

'बरं, पण त्या सभेचा आमच्याशी काय संबंध?'

अमात्य म्हणाला,

'तुमचाच खरा संबंध आहे! त्या सभेला ठिकठिकाणचे विद्वान, महापंडित उपस्थित राहणार आहेत.'

अमात्य राक्षस मधेच बोलायचा थांबला, तरी चाणक्य काहीच बोलला नाही. तेव्हा अमात्यच पुढं म्हणाला,

‘तर या सभेला आपणही उपस्थित असावं, अशी आमची सर्वांची उत्कट प्रार्थना आहे.’

यावर चाणक्य बराच वेळ काही बोलला नाही, हे पाहून अमात्य म्हणाला,

‘मग काय निर्णय आहे आपला? येणार ना आपण त्या सभेला?’

‘नाही!’

‘का बरं?’

‘विद्वानांची ती सभा राजाच्या उपस्थितीत होणार असेल!’

‘अर्थातच! पण आपण असं का विचारता?’

अमात्याला काही सांगावं किंवा नाही, या संभ्रमात चाणक्य काही वेळ पडला. क्षणभर थांबून तो अमात्याला म्हणाला,

‘धनानंदराजाला विद्वानांविषयी तिळमात्रही आदर नाही. तेव्हा विद्वानांची ही सभा आयोजित करायलाच माझा विरोध होता. मग मी त्या सभेला उपस्थित कशासाठी राहणार? म्हणून तुम्ही मला त्या आग्रहात पाडू नका!’

चाणक्याचं हे परखड उत्तर ऐकून अमात्य राक्षस चमकला. परंतु धनानंदाची बाजू सावरून घेण्यासाठी तो म्हणाला,

‘स्वामींचा स्वभाव जरा चंचल आहे. त्यांच्या मनात तसं काही नसतं....आणि आपल्यासारख्यांनीच त्यांना सांभाळून घ्यायला हवं!’

‘तुम्ही काहीही म्हणालात, तरी मी सभेला येणार नाही. तिथं जर एखाद्या विद्वानाचा अपमान झाला, तर तो मला मुळीच सहन होणार नाही!’

‘तसं होणार नाही, याचं दायित्व मी माझ्या अंगावर घेतो! मग तर झालं?’

‘विचार करून बघेन!’

‘ठीक आहे. एवढं आश्वासन मला पुरे आहे!’

चाणक्याचा निरोप घेऊन अमात्य राक्षस त्याच्या घराबाहेर पडला.

चाणक्य पुन्हा आपल्या त्याच विचारात गढून गेला.

आजची विद्वत्सभा फारच महत्त्वपूर्ण होती. या वादविवाद सभेसाठी देशोदेशीचे विद्वान उपस्थित राहणार होते. स्थानिक विद्वानांबरोबरच तक्षशिलेतील विद्वान ब्रह्मवृंदही या सभेला येणार होता. याशिवाय देशोदेशीचे विद्वान आचार्यही उपस्थित राहणार होते. या सर्वांची उत्तम व्यवस्था ठेवली गेली पाहिजे, अशी आज्ञा अमात्य राक्षसानं सेवकवर्गाला दिलेली होती. त्याप्रमाणे सभास्थानी आसनांची व्यवस्था केलेली होती. राजासाठी उच्चासन सिद्ध केलेलं होतं. सभास्थान पुष्पमालांनी सजवलं होतं.

अमात्य राक्षसानं सभेच्या व्यवस्थेची स्वत: एकदा पाहणी केली आणि तो प्रवेशद्वाराशी स्वागतासाठी सज्ज झाला. हळूहळू विद्वान मंडळी येऊ लागली आणि आसनस्थ होऊ लागली.

काही वेळानं ते भव्य सभागृह विद्वान ब्रह्मवृंदानं भरून गेलं. त्या दिवशी प्रेक्षक श्रोत्यांनाही मुक्तद्वार होतं. त्यामुळं प्रेक्षकांनीही सभागृहात गर्दी केली होती. सर्वजण सभा सुरू होण्याची उत्सुकतेनं वाट बघत होते. त्या प्रेक्षकांमध्ये अनेक विद्यार्थी होते.

आचार्य चाणक्यानं सभागृहात प्रवेश केला, तेव्हा सर्व सभेनं उत्थापन देऊन त्याचं स्वागत केलं. अमात्य राक्षसानं लगबगीनं पुढं होऊन त्याला त्याच्या मानाच्या आसनावर नेऊन बसवलं. चाणक्यानं सभागृहात प्रवेश केल्यापासून त्या ठिकाणी मोठ्या उत्साहाचं वातावरण निर्माण झालं होतं. त्याचं दर्शन घेण्यासाठी विद्यार्थी उभे राहिले आणि माना उंचावून चाणक्याला बघण्यासाठी धडपड करू लागले.

अमात्य राक्षसालाही चाणक्याच्या आगमनामुळं आनंद झाला होता. आपल्या निमंत्रणाचा त्यानं मान राखला, याबद्दल त्याला धन्यता वाटली.

चाणक्यानं सभास्थानाच्या सभोवताली आपली दृष्टी फिरवली. सभास्थानाच्या मध्यभागी राजाचं उच्चासन बघून त्याला खटकलं. सभेतल्या या विद्वानांपेक्षा राजाचं स्थान खचित श्रेष्ठ नाही, हा विचार त्याच्या मनाला चाटून गेला. वस्तुत: राजानं विद्वानांना उच्चस्थानी बसवून त्यांचा सन्मान करायला हवा, या विचारानं चाणक्य राजाच्या त्या उच्चासनाकडे तुच्छतेनं बघत होता.

आता सर्व सभेची दृष्टी राजाच्या आगमनाकडे लागली होती. चाणक्य मात्र स्वत:च्या अशाच प्रकारच्या विचारात गढून गेला होता. ज्ञानाचं मोल हे धनानंद राजापेक्षा फार मोठं आहे, हा विचार काही केल्या त्याच्या मनावेगळा होत नव्हता.

राजा धनानंद अजूनही आलेला नव्हता. त्याच्या न येण्याबद्दल प्रत्येकाचे तर्ककुतर्क चालले होते. ब्रह्मवृंदात तर राजाच्या या विलंबाबद्दल खेद निर्माण होत होता. राजानंच अशा सभेचा प्रारंभ करायचा असतो, अशी प्रथा असल्यामुळं त्याच्यासाठी थांबणं भागच होतं. अशा तऱ्हेनं विलंब करून राजा आपला एक प्रकारे अपमान करतो आहे, अशीच सभेतल्या विद्वानांची भावना झालेली होती.

सभेतील कुजबुज अमात्य राक्षसाच्या कानांवर पडत होती. काय करावं, हे त्याला कळत नव्हतं. तोही स्वत: अस्वस्थ झाला होता.

शेवटी मनाशी निर्धार करून तो साऱ्या सभेला उद्देशून म्हणाला,

'सर्व ब्रह्मवृंदाला शांत राहण्याची मी विनंती करतो. काही महत्त्वाच्या कामामुळं स्वामींना सभास्थानी येण्यास विलंब होत आहे. आता एवढ्यातच

स्वामींचं आगमन होईल!'

अमात्याच्या या बोलण्यावर काही काळ सभास्थानी शांतता पसरली.

मगधातील ब्रह्मवृंदाला मात्र राजाच्या महत्त्वाच्या कामाची पूर्ण कल्पना होती. आता आपला राजा अंत:पुरातील दासदासींच्या आणि मंत्र्यांच्या घोळक्यात द्यूतपट मांडून बसला असेल याबद्दल त्यांच्या मनांत कसलीही शंका नव्हती.

त्यांची ती शंका खरीच ठरली. अमात्य राक्षस जेव्हा राजाला बोलावण्यासाठी राजप्रासादाच्या अंत:पुरात गेला, तेव्हा धनानंद त्याच महत्त्वाच्या कार्यात गुंतलेला दिसला. त्याच्याभोवती दासदासींचा गराडा पडला होता आणि आपल्या मंत्र्यांसह चाललेला द्यूताचा डाव ऐन रंगात आलेला होता.

अमात्य राक्षसाला बघताच सर्व मंत्री चपापले आणि त्याच्या खुणेसरशी उठून प्रासादाबाहेर चालते झाले. धनानंदाला त्यामुळं राग आला. परंतु समोर अमात्य राक्षसाला बघताच तो म्हणाला,

'अमात्य, तुम्ही? आणि त्यांना का घालवलंत बाहेर?'

अमात्य राक्षस शांतपणानं म्हणाला,

'तिकडे सारी सभा आपली वाट बघते आहे. सभेचा खोळंबा झालेला आहे.'

धनानंद त्रासिक स्वरात म्हणाला,

'अमात्य, तुम्हांला माहीतच आहे, की या विद्वानांच्या सभेत मला कसलाही रस नाही. अशा सभांना उपस्थित राहण्याचा मला फार कंटाळा वाटतो!'

अमात्य राक्षस म्हणाला,

'स्वामी, राजाला आपलं कर्तव्य पार पाडावंच लागतं. अनेक गोष्टी आपल्या मनाविरुद्ध कराव्या लागतात. त्यांच्यापैकी ही एक गोष्ट आहे, असं समजा आणि माझ्याबरोबर सभेला चला! आपण आल्याशिवाय सभेला प्रारंभ होणार नाही!'

अमात्यानं राजाचा हात धरून त्याला उठवलं आणि सभास्थानाकडे नेलं. मागोमाग हातात पंखा घेऊन दासींचा परिवार चालला होता.

राजा धनानंदानं सभागृहात प्रवेश करताच सर्वांनी सुटकेचा सुस्कारा सोडला आणि उत्थापन देऊन त्याचं स्वागत केलं.

राजा उच्चासनावर स्थानापन्न होताच अमात्य राक्षसानं सभेच्या अधिपतींना सभा सुरू करण्याची विनंती केली.

अधिपतींनी सभेला प्रारंभ केला. ते म्हणाले,

'आजच्या सभेला उच्च शिक्षण पूर्ण केलेले विद्यार्थी उपस्थित आहेत. प्रारंभी मी त्यांना काही प्रश्न विचारून त्यांची गुणवत्ता सिद्ध करण्याची संधी त्यांना देणार आहे.'

अधिपतींनी पहिला प्रश्न विचारला,

'विद्या आणि विनय यांची प्राप्ती केव्हा होते?'

त्यांच्या या प्रश्नावर एक ब्राह्मणकुमार आसनावरून उठला आणि उत्तरला,

'इंद्रियांवर माणसानं विजय मिळवला, म्हणजे विद्या आणि विनय प्राप्त होतात.'

'इंद्रियांवर विजय प्राप्त करून घेण्यासाठी काय केलं पाहिजे?'

या प्रश्नावर त्याच विद्यार्थ्यानं उत्तर दिलं,

'काम, क्रोध, मोह, हर्ष, मद, मत्सर या रिपूंचा त्याग केला पाहिजे.'

त्या विद्यार्थ्यानं दिलेल्या उत्तरावर सर्व सभेनं मान डोलावली. धनानंदाचं मात्र सभेत मुळीच लक्ष नव्हतं. गळ्यातल्या अलंकारांशी त्याचा चाळा चालला होता आणि हातापायांची एकसारखी चुळबुळ चालली होती,

आपल्या आसनावर बसून चाणक्य शांतपणानं साऱ्या सभेचं अवलोकन करत होता. सभेत काय चाललं आहे, ते ऐकत होता. राजा धनानंदाच्या हालचालींवर त्याचं विशेष लक्ष होतं. अधिपतींनी इंद्रियजयासंबधी विचारल्याबरोर तो अस्वस्थ झाला होता, ही गोष्ट चाणाक्ष चाणक्याच्या दृष्टीतून निसटली नव्हती.

धनानंदानं आपल्या इंद्रियांवर विजय प्राप्त करून घेतलेला नसल्यामुळं तो अधर्मानं वागत होता; आणि अशा राजाच्या राज्याचा विनाश आणि कुलच्छेद होतो, हे जसं चाणक्याला माहीत होतं, तसंच ते सभेतल्या विद्वान ब्रह्मवृंदालाही माहीत होतं.

सभेला उद्देशून अधिपतींनी पुढला प्रश्न केला,

'सर्वशक्तिमान आणि सर्वश्रेष्ठ असा कोण असतो?'

या प्रश्नाचं उत्तर देण्यासाठी एक चुणचुणीत विद्यार्थी उभा राहिला आणि त्यानं उत्तर दिलं,

'परमेश्वर हा सर्वशक्तिमान आणि सर्वश्रेष्ठ असतो!'

त्या विद्यार्थ्याच्या या उत्तरावर राजा धनानंद संतप्त झाला. करड्या आवाजात म्हणाला,

'राजा हाच सर्वशक्तिमान आणि सर्वश्रेष्ठ असतो. ज्या राजानं दिलेल्या दक्षिणेवर तुमची उपजीविका चालते, तो राजा सर्वश्रेष्ठ असतो, का नाही?'

राजाच्या दृष्टीला दृष्टी भिडवून तो विद्यार्थी निर्भयपणानं म्हणाला,

'जो तो आपल्या कर्मानं खात असतो. प्राक्तनात असेल, तेच प्रत्येकाला मिळतं. या मर्त्य जगाचे सारे व्यवहार ईश्वराधीन असल्यामुळं तीच शक्ती सर्वश्रेष्ठ आहे!'

त्या विद्यार्थ्याच्या प्रत्येक शब्दागणिक धनानंदाच्या नेत्रांत अंगार फुलत होता. त्यानं रागानं त्या विद्यार्थ्याला विचारलं,

'कुणी शिकवलं हे शहाणपण तुला? सर्वश्रेष्ठ राजाचा असा अपमान करतोस? कुणाचा शिष्य आहेस तू?'

तो विद्यार्थी नम्रतेनं म्हणाला,

'आपला अपमान करण्याचा माझा उद्देश नव्हता. सत्य असेल, तेच बोलायची शिकवण गुरूंनी दिलेली आहे.'

राजानं पुन्हा दरडावून विचारलं,

'कोण गुरू आहे तुझा?'

या प्रकारामुळं सर्व सभा स्तिमित झाली. राजाच्या या क्रोधाचा काय परिणाम होईल, याचा जो तो विचार करू लागला. त्या विद्यार्थ्याच्या उत्तराकडे साऱ्यांचं लक्ष लागलं.

तो निर्भय विद्यार्थी शांतपणानं उत्तरला,

'आपल्या गुरूचं नाव कधी गुप्त ठेवू नये, असं गुरूंनीच आम्हांला सांगितलेलं आहे. तेव्हा आचार्य चाणक्यांचं नाव मला सांगितलं पाहिजे. मी त्यांचाच शिष्य आहे आणि त्यांनीच मला हे सारं शिकवलेलं आहे. तक्षशिलेच्या विद्यापीठात त्यांच्याकडूनच मी हे सारं ज्ञान ग्रहण केलेलं आहे.'

सारी सभा चाणक्याकडे निरखून बघू लागली. आता काय घडणार आहे, इकडे साऱ्यांचं लक्ष लागलं.

धनानंद राजानं उच्च स्वरात चाणक्याला विचारलं,

'आचार्य चाणक्य, आपण आपल्या विद्यार्थ्यांना अशाच तऱ्हेचं शिक्षण दिलं आहे का?'

आपल्या आसनावरूनच चाणक्यानं निर्भीड स्वरात उत्तर दिलं,

'आम्ही भलतंसलतं काही शिकवत नाही. योग्य तेच शिकवतो. परंतु अयोग्य वागणाराला आमचं शिकवणं अयोग्य वाटणं अगदी स्वाभाविक आहे. जो राजा धर्माप्रमाणे वागतो, तो परमेश्वरासमान असतो, हे बरोबर आहे; परंतु अयोग्य वर्तन करणाऱ्या राजाचा शेवटी सर्वनाशच होतो.'

धनानंद आपल्या स्थानावरून संतप्त होऊन उठला आणि म्हणाला,

'आर्य चाणक्य, तुम्ही माझ्या कृपाप्रसादावर जगत आहात, एवढं लक्षात ठेवा, म्हणजे झालं!'

एवढं बोलून पाय आपटत धनानंद सभागृहाबाहेर पडला.

विद्वानांच्या अशा सभेत राजानं तोंड उघडायचं नसतं. परंतु या सभेत तोंड वाजवून धनानंदानं पहिली चूक केली होती आणि भर सभेतून उन्मत्तपणानं उठून जाण्याचा दुसरा प्रमाद त्याच्या हातून घडला होता.

तो असा एकाएकी निघून गेल्यामुळं त्याच्या बोलण्यावर आपली प्रतिक्रिया व्यक्त करण्याची संधीही चाणक्याला मिळाली नव्हती. चाणक्य मनाशी म्हणत होता,

'कृष्णाशिष्टाईच्या भर सभेतून उठून जाणाऱ्या दुर्योधनासारखाच हा अशिष्ट आहे!'

वास्तविक धनानंदाच्या या वर्तनामुळं चाणक्याचा चांगलाच अवमान झाला

होता. परंतु तो अपमान गिळून तो आपल्या आसनावर शांतपणानं बसून होता. त्यानं आपल्या डोळ्यांसमोर जे ध्येय ठेवलं होतं, ते साध्य करून घेण्यासाठी त्याला काही काळ शांतपणाच धारण करायला हवा होता. तसा शांतपणा त्याच्या मुद्रेवर दिसत होता. परंतु त्याच्या मनात मात्र विलक्षण खळबळ माजली होती.

धनानंदाच्या निर्गमनामुळं सारी विद्वत्सभा विस्कळीत झाली. अमात्य राक्षस अधिपतींना म्हणाले,

'आपली सभा पुढं चालवायला मुळीच प्रत्यवाय नाही.'

अधिपतींनी साऱ्या सभेला त्याप्रमाणे आवाहनही केलं. परंतु घडलेल्या प्रकारामुळं सारे सभासद संतप्त झाले होते. धनानंदानं चाणक्याचा केलेला अपमान कुणालाही सहन झाला नव्हता. तो आपल्या साऱ्या सभेचाच अपमान आहे, असं सभेतल्या साऱ्या विद्वानांना वाटत होतं. त्याबद्दल आपला निषेध व्यक्त करण्यासाठी काही विद्वान सभासद सभागृहातून बाहेर पडले. हळूहळू सभागृह रितं व्हायला लागलं.

त्यामुळं अमात्य राक्षसही गोंधळून गेला. बाहेर जाणाऱ्या सभासदांना थांबवणं त्याला शक्य नव्हतं. शेवटी चाणक्य आणि शिष्य सभागृहाबाहेर पडले. त्या वेळी अमात्य राक्षसही त्यांच्याकडे बघत राहिला.

आपल्या राजाच्या या अश्लाघ्य वर्तनाची चर्चा आता सर्वत्र होणार, याविषयी त्याच्या मनात चिंता निर्माण झाली. चिंतामग्न होऊन तो तिथंच थांबला.

'तुम्ही माझ्या कृपाप्रसादावर जगत आहात', हे धनानंदानं त्या भरसभेत उच्चारलेले शब्द चाणक्याच्या जिव्हारी लागले होते. यापुढं राजाच्या कृपेवर जगणं त्याला जड जाणार होतं. धनानंदाची आपल्याकडे वक्रदृष्टी वळलेली आहे, याची जाणीव आता चाणक्याला झालेली होती. त्याचबरोबर मगधातली जनता आपल्यावर प्रेम करू लागलेली आहे, या गोष्टीचीही कल्पना त्याला आलेली होती. त्यामुळं अगदी सावधानतेनं तो जनतेत क्रांतीचं बीजारोपण करत होता.

धनानंदाच्या अन्य मंत्रिगणाबद्दल चाणक्य निश्चिंत होता. काही झालं, तरी ते लाळघोटे मंत्री एक तर आपल्या बाजूकडे झुकतील; आणि नाही झुकले, तरी ते आपल्या कार्यात उपद्रव देऊ शकणार नाहीत, याबद्दल तो निर्धास्त होता. त्याच्या दृष्टीनं प्रश्न होता, तो फक्त अमात्य राक्षस आणि भागुरायण या दोघांचाच होता. त्यातही अमात्य राक्षस हा धूर्त आणि हुशार असल्यामुळं त्याला आपल्या बाजूला वळवणं हे अवघड काम आहे या गोष्टीची चाणक्याला पुरेपूर जाणीव होती. परंतु सरळमार्गी भागुरायण याच्यावर चाणक्याचा चांगलाच प्रभाव

पडलेला होता. निदान त्याला तरी आपल्या बाजूला वळवलं पाहिजे, या विचारानं चाणक्यानं राजप्रासादात प्रवेश केला.

नेमका त्याच वेळी भागुरायण राजप्रासादातून बाहेर पडत होता.

चाणक्याला पाहून त्यानं वंदन केलं. त्याची चर्या चाणक्याला जरा उतरल्यासारखी वाटली. चाणक्यानं पुढं होऊन त्याला विचारलं,

'सेनापती, काही विशेष घडलं आहे का? तुम्ही जरा चिंतेत दिसता! काय झालं?'

खाली मान घालून भागुरायण म्हणाला,

'आचार्य, सभेची वार्ता माझ्या कानांवर आली. त्यासाठीच मी महाराजांना भेटायला आलो होतो.'

'बरं मग? काय म्हणाले स्वामी?'

भागुरायण म्हणाला,

'सगळीकडे सभेतील त्या प्रकाराबद्दल चर्चा चालू आहे; आणि स्वामींविषयी सर्वत्र वाईट मत प्रदर्शित केलं जात आहे, हे मला स्वामींच्या कानांवर घालायचं होतं. पण...'

'पण काय झालं?'

भागुरायणानं अवतीभवती बघितलं; आणि हलक्या आवाजात तो म्हणाला,

'पण महादेवाच्या नंदीनं आम्हांला वाटेतच अडवलं!'

चाणक्यानं विचारलं,

'म्हणजे?'

'म्हणजे अमात्य राक्षसानं आम्हांला आत जाऊच दिलं नाही.'

'अरेरे! अमात्य राक्षसानं असं करायला नको होतं. राज्याच्या सेनापतीचा योग्य तो मान राखायला हवा होता. सेनापतीलाही राजाशी मसलत करावी लागतेच ना!'

'हे तुमचं तात्त्विक बोलणं झालं! प्रत्यक्षात...'

सेनापतीचं बोलणं पुरतं व्हायच्या आतच चाणक्य म्हणाला,

'हे पाहा, राज्यकारभार करताना महामंत्र्यानं तत्त्वानंच चाललं पाहिजे. त्यानं राजाच्या दोषांवर पांघरूण न घालता उलट त्याचे दोष त्याच्या निदर्शनास आणून द्यायला हवेत! एखाद्या सभेत तर राजाचं वागणं चुकत असेल, तर त्याला खुणा करून सावध करायला हवं!'

यावर भागुरायण म्हणाला,

'आचार्य, विद्वानांच्या सभेत आपला उपमर्द झाल्याचं माझ्या कानांवर आलं. त्याबद्दल मला फार वाईट वाटलं. विद्वानांच्या सभेत आपल्यासारख्या विद्वानाचा

अपमान व्हावा...'

'त्याचं मी एवढं मनावर घेतलं नाही. पण साऱ्या सभेचाच अपमान झाला! अमात्य राक्षसाला तो टाळता आला असता.'

'आचार्य, खरं तर अमात्याच्या या अशा वागण्यानंच स्वामी वाहवत चालले आहेत. नाहीतर मुळात स्वामी तसे वागले नसते.'

भागुरायण आता आपल्या जाळ्यात सापडत चाललेला आहे, या गोष्टीची चाणक्याला जाणीव झाली. धनानंदाकडे त्याचा कल असलेला पाहून चाणक्य म्हणाला,

'तुझं म्हणणं बरोबर आहे. स्वामी मुळात तसे नाहीत. पण राजानं आपल्या अमात्याला इतकी मोकळीक देता कामा नये. अमात्य आणि राजा यांच्या खेळात राज्य आणि सामान्यजन भरडले जातात, हे विसरता कामा नये.'

खडा बरोबर लागला होता, ही गोष्ट चाणक्याला समजली. भागुरायणाच्या मुद्रेवरचे भाव त्यानं बरोबर हेरले होते. भागुरायणाचं मन हळूहळू त्याच्याकडे वळत चाललं होतं; आणि ही गोष्ट चाणक्याच्या पुरती लक्षात येत चालली होती. चाणक्याच्या चतुराईला चांगलाच प्रतिसाद मिळत होता.

भागुरायण चाणक्याला म्हणाला,

'आचार्य, आपल्या मगधात असुरक्षिततेची भावना निर्माण झाल्याचं जाणवतं. बाह्य शत्रूंचा समाचार घ्यायला मी समर्थ आहे; परंतु अंतर्गत सुव्यवस्था धोक्यात आल्यासारखी वाटते. राज्याच्या सीमा रक्षण करण्याचं माझं कर्तव्य मी पार पाडतो आहे. पण अंतर्गत व्यवस्थेचं आपलं कर्तव्य अमात्य पार पाडत आहेत, असं वाटत नाही.'

चाणक्य काहीच बोलला नाही. त्याच्या मनात कर्तव्याकर्तव्याचा विचार चालला होता. मनातून तो दोघांच्या राजनिष्ठेचा हिशेब मांडत होता.

त्या वेळी भागुरायण म्हणत होता,

'राजा धनानंदाची मी एवढ्या निष्ठेनं सेवाचाकरी करतो आहे; पण त्याचं फळ मला काय मिळतंय्? तर अमात्य मला राजद्वारापासूनच घालवून लावतो आहे!'

चाणक्यानं त्यात भर घातली,

'आणि असं असून अमात्य राक्षस राजाला जवळचा वाटतो!'

चाणक्याची भेदनीती फळाला येत चालली होती. सेनापतीसारखी राजनिष्ठ व्यक्ती चाणक्याकडे वळत चालली होती. राजनीतीतील एक महत्त्वपूर्ण खेळी यशाच्या मार्गावर येत होती. एक महत्त्वाचा मोहरा चाणक्याच्या हातात गवसला होता.

चाणक्यानं संकल्पिलेल्या क्रांतीचं पहिलं पाऊल यशाच्या पथावर पडलं होतं.

नियतीचे गुपित

सेनापती भागुरायण हा आतापर्यंत केवळ राजनिष्ठ होता. परंतु आता तो राज्यनिष्ठ झाला होता. चाणक्यच या गोष्टीला कारणीभूत होता. दानाध्यक्षपदावर नियुक्ती झाल्यापासून चाणक्याला त्या पदाचा बराच लाभ झाला होता. त्याच्या षड्यंत्राला हवं ते साहाय्य मिळू लागलं होतं. त्यातच त्याच्या विलक्षण बुद्धिमत्तेमुळं अनेक गोष्टी त्याला सहजसाध्य होत होत्या. त्यामुळंच भागुरायणाला तो आपल्या गटात सहज ओढू शकला. त्याच्याशी चर्चा करून चाणक्यानं त्याचं मतपरिवर्तन केलं होतं. त्यामुळं भागुरायण राज्यनिष्ठ बनला होता. त्या दृष्टीनं तो राजप्रासादातील गुप्त बातम्या चाणक्याला पुरवत होता.

आता अशीच एक बातमी कानांवर घालण्यासाठी सेनापती चाणक्याच्या घरी आला होता. त्या वेळी चाणक्याचं ग्रंथवाचन चाललं होतं.

भागुरायणाला बघताच चाणक्यानं ग्रंथ मिटला आणि त्याला विचारलं,

'काय बातमी आणलीय्, सेनापती?'

भागुरायण हळू आवाजात म्हणाला,

'आजपासून तुमच्या घरावर पाळत ठेवण्यासाठी धनानंदानं हेरांची नेमणूक केली आहे.'

चाणक्यानं आश्चर्यानं विचारलं,

'का बरं?'

'धनानंद राजाला तुमचा संशय यायला लागला आहे. त्याची राजसत्ता उलथवून टाकण्यासाठी तुम्ही षड्यंत्र रचत आहात, अशी बातमी स्वामींच्या कानांवर आहे, म्हणून तुमच्या हालचालींवर ते पाळत ठेवणार आहेत.'

चाणक्य शांतपणानं म्हणाला,

'या गोष्टीची मला कल्पना होतीच. मला त्याची चिंता नाही. पण तुमच्याबद्दल काही संशय...'

सेनापती तात्काळ उद्गारला,

'नाही. मी तेवढी दक्षता बाळगून आहे... माझ्याविषयी स्वामींच्या मनात कसलाही किंतु नाही; आणि अमात्य राक्षसाच्या मनात कसलीही शंका नसावी.'

'ठीक आहे. मी तेवढी सावधगिरी बाळगतो. तुम्ही तुमच्या कार्यात खंड पडू देऊ नका... मला आता राजवाड्यात जायचं आहे.'

'बरं, मग मी पुढं जातो. दोघांनी बरोबर जाणं इष्ट होणार नाही.'

असं म्हणून भागुरायण बाहेर पडला.

काही वेळानंतर चाणक्यही राजप्रसादाकडे जायला निघाला.

राजवाड्यात गेल्यानंतर कोणती कामं उरकायची, याबद्दल चालताना चाणक्याचे विचार चालले होते. आज त्याला काही महत्त्वाची दानं करायची होती. त्याप्रमाणे दानविभागात त्यानं सूचनाही देऊन ठेवल्या होत्या. भागुरायणाच्या सांगण्याबद्दलही त्याचे विचार चालले होते. आपल्या मागे हेर लागलेले असतील, या कल्पनेनं त्याची दृष्टी सर्वत्र भिरीभिरी फिरत होती.

कुणीतरी आपल्या मागून येत असल्याची जाणीव चाणक्याला झाली. त्यानं तत्परतेनं मागे वळून बघितलं. एक गोसावी त्याच्या पाठीमागून सावलीसारखा येत असलेला दिसला. हा गोसावी-वेषधारी कुणीतरी हेर असावा, अशी चाणक्याची कल्पना झाली. त्या दोघांची दृष्टादृष्ट होताच तो गोसावी एकदम उजवीकडे वळला. तो हेरच असला पाहिजे, अशी चाणक्याची समजूत पक्की झाली. तो पुढं राजवाड्याच्या दिशेनं निघाला.

चाणक्य राजवाड्याच्या दिशेनं जात असताना मार्गावरून लोकांची ये-जा चाललीच होती. त्यातही कुणी तरी हेर असण्याचा संभव आहे, असं त्याला उगाचच वाटत होतं. आपल्यावर हेरांची पाळत ठेवली गेली आहे त्या अर्थी आपण आता एक महत्त्वाची व्यक्ती बनलो आहोत, असा गमतीशीर विचार त्याच्या मनात येऊन गेला.

विचारांच्या या ओघातच त्यानं राजप्रासादाच्या भव्य प्रवेशद्वारातून आत प्रवेश केला. दारावरच्या पहारेकऱ्यानं केलेल्या अभिवादनाचा त्यानं स्वीकार केला; आणि तो सरळ आपल्या दानविभागाकडे गेला.

दानविभागात त्याची वाट बघत लोक बसलेले होते.

चाणक्य आपल्या आसनावर जाऊन बसला आणि सेवकाला बोलावून त्यानं म्हटलं,

'आज ज्यांना ज्यांना दान द्यायचं आहे, ते सारे इथं आले आहेत का?'

सेवक उत्तरला,

'होय सगळे आले आहेत.'

चाणक्य म्हणाला,

'एकेकाला माझ्याकडे पाठव; आणि ठरल्याप्रमाणे त्यांची दानं तयार ठेव!'

सेवक आतल्या बाजूला गेला आणि द्रव्याच्या थैल्या घेऊन बाहेर आला. मग त्यानं एकेकाला चाणक्यासमोर आणून उभं केलं. राजानं संमती दिलेलं दानवाटप सुरू झालं. हिशेबनिसानं नोंदणीपुस्तक काढलं आणि एकेक नाव सांगायला प्रारंभ केला.

नोंद केल्याप्रमाणे चाणक्यानं ब्राह्मणांना दान दिलं. त्यानंतर एका वृद्ध स्त्रीलाही दान दिलं. त्या स्त्रीचा कर्ता मुलगा एकाएकी मृत्युमुखी पडला होता, हे चाणक्याला माहीत होतं.

दान स्वीकारल्यानंतर सारी मंडळी चाणक्याला दुवा देत तिथून आनंदानं निघून गेली. त्याच्या कार्यासाठी चाणक्यालाही त्यांच्या सदिच्छा हव्याच होत्या.

चाणक्य या समाधानात असतानाच राजा आणि अमात्य राक्षस अकस्मात त्या ठिकाणी आले. राजाला बघून साऱ्यांनाच आश्चर्य वाटलं. कारण धनानंद दानगृहात कधीच येत नसे. एकदा दानांना संमती दिली आणि त्याप्रमाणे वाटप होत असलं, म्हणजे त्या कार्यात तो सहसा ढवळाढवळ करत नसे. त्यामुळं काहीतरी विशेष असं घडलं असावं आणि म्हणूनच धनानंद इथं आला आहे, अशी अटकळ चाणक्यानं मनाशी बांधली.

राजाचं साऱ्यांनी स्वागत केलं. सारी मंडळी मर्यादेनं बाजूला उभी राहिली.

चाणक्य पुढं होऊन म्हणाला,

'स्वामी, आपण इकडे? आज्ञा केली असती, तर मीच आपणांकडे आलो असतो!'

अमात्य राक्षस म्हणाला,

'महाराजांना आज आपला कारभार बघण्याची इच्छा झाली, म्हणून....'

एवढ्यात धनानंदानं विचारलं,

'दानाध्यक्ष, आज कोणती दानं पार पाडलीत?'

चाणक्य शांतपणानं म्हणाला,

'आपण संमत केलेली दानंच दिली!'

'सांगा बरं, कोणकोणती दानं दिलीत, ती!'

'एका ब्राह्मणाला त्याच्या मुलाच्या उच्च शिक्षणासाठी दान दिलं. दोघां गरीब ब्राह्मणांनाही काही कार्षापणांचं दान दिलं. तसंच, एका वृद्धेचा कर्ता मुलगा अकाली मृत्यू पावला, ती पोरकी झाली. म्हणून तिला काही कार्षापण दिले.'

एवढं स्पष्टीकरण केल्यानंतर चाणक्यानं राजाकडे बघितलं. तेव्हा धनानंद म्हणाला,

'दानाध्यक्ष, त्या विद्यार्थ्याला शिक्षणासाठी कर्ज देता आलं असतं. त्याला दान कशासाठी दिलंत?'

राजाच्या या बोलण्यावर चाणक्य अवाक् झाला. राजाहून अन्य कोणतंही दैवत श्रेष्ठ नाही. तो एखाद्या प्रसंगी चुकीच्या कारणामुळं जरी रागावला, तरी गप्प बसून ती वेळ निभावून न्यावी, हे चाणक्याला समजत होतं. म्हणून काही न बोलता तो गप्प बसला.

रागाच्या भरात धनानंद बोलतच होता,

'चाणक्य, तो विद्यार्थी आहे, ही गोष्ट तुम्ही आमच्यापासून का लपवून ठेवलीत?'

राजाचा हा आरोप धडधडीत खोटा होता. परंतु तरीही चाणक्यानं शांतपणानं उत्तर दिलं,

'स्वामी, ती गोष्ट लपवून ठेवण्याचं काय कारण होतं? आपल्या संमतीनंच मी त्याला दान दिलेलं आहे!'

'आचार्य चाणक्य, तुम्ही हे सारं खोटं सांगता आहात! सेवकानं आम्हांला माहिती देताना ती गोष्ट दडवून ठेवली. आम्हांला सांगताना, तो ब्राह्मण आहे, एवढाच उल्लेख त्यानं केला होता.'

'पण, स्वामी, ही माझी चूक आहे, का त्या सेवकाची?'

राजा रागावून उद्गारला,

'पण तो तुमचाच सेवक होता ना? सेवकाची चूक ही नेहमी धन्याचीच धरली जाते!'

चाणक्यानं सेवकाकडे बघितलं.

तो भेदरून गेलेला दिसला.

चाणक्यानं त्याच्याकडे आश्वासक दृष्टीनं बघितलं. कारण सेवक असं काही भलतंसलतं करणार नाही, याविषयी चाणक्याची खात्री होती. मग राजानं असं का म्हणावं, या गोष्टीचं त्याला आकलन होईना. त्याला एकाच गोष्टीचं आकलन व्हायला लागलं होतं. काहीतरी खुसपट काढून राजाला आपला अपमान करायचा आहे!

हे ध्यानात येऊन देखील चाणक्य परखडपणानं म्हणाला,

'महाराज, या सेवकानं अपराध केला आहे, असं मानलं, तरी....'

धनानंद एकदम क्रोधाविष्ट होऊन मधेच म्हणाला,

'यानं मला चुकीची माहिती दिली, हे मी सांगतोय्, यावर, आचार्य , तुमचा विश्वास नाही का?'

चाणक्य शांतपणानं म्हणाला,

'मी तसा आरोप करणार नाही. कारण माझ्या हाती प्रत्यक्ष पुरावा नाही.'

तरीदेखील राजानं पुढं म्हटलंच,

'चाणक्य, तुम्ही माझ्यावर अविश्वास दाखवून माझा अपमान करत आहात! तुम्ही अस्थानी दान दिलेलं द्रव्य उद्याच्या उद्या कोषागारात भरा!...आणि सभेत येऊन आपल्या अपराधाची मान्यता द्या!'

यावर चाणक्य काही बोलणार, एवढ्यात धनानंद जसा पाय आपटत आला, तसा पाय आपटत निघून गेला.

अमात्य राक्षसही त्याच्या पाठोपाठ निघून गेला.

महाराज निघून गेल्यावर तो सेवक चाणक्यासमोर गयावया करून म्हणाला,

'मी स्वामींना सारं काही सांगितलं होतं; पण त्यांनी माझ्यावर निष्कारण आळ घेतला. आता माझं काय होईल, कुणास ठाऊक!'

चाणक्य त्या सेवकाला म्हणाला,

'तू मुळीच चिंता करू नकोस!'

'पण आपलं काय होईल?'

'त्याची तू मुळीच काळजी करू नकोस. माझं पाहून घ्यायला मी समर्थ आहे.'

तो सेवक भारावून गेला होता. त्यानं पुढं होऊन चाणक्याचे पाय धरले, तेव्हा चटकन त्याला उठवून चाणक्य म्हणाला,

'तुझा तर मुळीच दोष नव्हता. नेहमीच्या पद्धतीप्रमाणेच आपण दानांची नोंदवही स्वामींकडे पाठवली होती. त्यात तोंडी काही सांगण्याचा प्रश्नच नव्हता. उद्या राजसभेत काय बोलायचं, ते मी बोलेन.'

सारी मंडळी राजप्रासादातून बाहेर पडली.

दुसऱ्या दिवशी राजसभेत त्याच प्रश्नाची प्रामुख्यानं चर्चा झाली.

राजा धनानंदानं सभेत आसनस्थ झाल्यावर चाणक्याला विचारलं,

'आचार्य, कोषागारात ते द्रव्य आपण भरलंत का?'

यावर चाणक्य काही उत्तर देणार, एवढ्यात अमात्य राक्षस उभं राहून म्हणाला,

'स्वामी, द्रव्य भरण्यासाठी आचार्यांना थोडा अवधी द्यायला हवा!'

अमात्य राक्षसाकडे एक तिरका कटाक्ष टाकून धनानंद म्हणाला,

'तुम्ही कशाला बोलता त्यांच्यासाठी? त्यांना बोलू दे की!'

'ते द्रव्य आजच्या आज मला कोषागारात भरणं शक्य होणार नाही, मी हळूहळू ते द्रव्य भरून देण्याचा प्रयत्न करीन!'

धनानंद मानभावीपणानं हसून म्हणाला,

'याचा अर्थ तुम्ही आपल्या अपराधाची एक प्रकारे मान्यता देत आहात, तर!'

चाणक्यानं निर्धारानं उत्तर दिलं,

'नाही!'

'मग?'

'राजाच्या हातून कधी चूक घडत नसते, म्हणून...'

'म्हणजे? बोलण्याचा अर्थ समजला नाही, आचार्य!'

'अर्थ अगदी सोपा आहे! म्हणजे राजाच्या हातून चूक घडते; पण राजानं ती कधी मान्य करायची नसते!'

'म्हणजे तुमच्या दृष्टीनं मी अपराधी आहे, तर!'

'मी तसं म्हणत नाही; पण तसं म्हणायला मला प्रत्यवाय दिसत नाही....कारण दानांची नोंद मी नोंदवहीत स्पष्टपणानं केलेली होती. सेवकानं काही सांगण्याचा प्रश्नच नव्हता. आपली मान्यता घेतल्यानंतरच त्या नोंदवहीप्रमाणे मी दानांचं वाटप केलं.'

ते ऐकून धनानंद राजा संतापला. थरथर कापत म्हणाला,

'म्हणजे, आचार्य, तुमच्या म्हणण्याप्रमाणे मीच अपराधी आहे. करा मला शिक्षा!'

चाणक्य शांतपणानं उद्गारला,

'स्वामी, तो माझा अधिकार नाही. तो स्वामींचा अधिकार आहे. त्याप्रमाणे स्वामींनी मला शिक्षा सांगितलेलीच आहे.'

'त्या शिक्षेवर तुम्हांला काहीच म्हणायचं नाही, आचार्य?'

'अनुज्ञा असेल, तर म्हणतो!'

'अपराध्याला तशी अनुज्ञा असतेच. त्याचसाठी मी तुम्हांला इथं सभेत बोलावलं आहे. सांगा, काय सांगायचं, ते!'

चाणक्य काही क्षण थांबला आणि म्हणाला,

'स्वामी, माझ्या मनानं ते दान देताना आम्ही आपले सारे रिवाज पाळलेले आहेत. त्यांत कोणतीही चूक केलेली नाही; आणि ते दान देण्यात आमच्याकडून जरी प्रमाद घडला असला, तरी त्या दानाचं पुण्य, स्वामी, आपल्याच पदरात पडणार होतं ना?'

चाणक्याचा हा परखड युक्तिवाद बिनतोड होता आणि म्हणूनच धनानंद भडकला आणि खेकसला,

'आचार्य, या पापपुण्याच्या गोष्टी तुम्ही मला सांगू नका! तुम्ही केलेल्या पापाचं परिमार्जन करा!'

चाणक्य निर्भयपणानं म्हणाला,

'ते तर करणारच आहे!'

धनानंद म्हणाला,

'ते तर कराच! पण यापुढं दान देण्यापूर्वी तुम्ही स्वत: माझ्याकडे या आणि माझी समक्ष संमती घेऊनच दानं देत जा!'

चाणक्य म्हणाला,

'तशी प्रथा नाही या सभेची! तो दानाध्यक्षाचा अपमान ठरेल!'

धनानंदानं चाणक्याला निक्षून सांगितलं,

'आचार्य, आपल्याला हे जमत नसेल, तर दानाध्यक्षपदाची सूत्रं खाली उतरवून ठेवा!'

हे बोलताना त्याच्या नेत्रांत अंगार फुलला होता. बोलताना तो बेभान झाला होता.

चाणक्यही नकारार्थी आणि होकारार्थी मान हलवत होता. त्याच्या मनात आता संताप दाटून आला होता. आपली मान ताठ करून तो म्हणाला,

'राजवन्ही दुरूनही माझ्यासारख्याला जाळू शकतो, हे मला माहीत आहे. परंतु त्याची मला चिंता नाही! पण तू फारच उन्मत्त झालेला दिसतोस!'

धनानंद मधेच म्हणाला,

'मी कसाही असेन! मी तुमच्या जिवावर तर जगत नाही ना!...उलट, तुम्ही आमचं वाया घालवलेलं द्रव्य परत आणून द्या. म्हणजे हिशेब मिटला!'

चाणक्याचं मस्तक जोरानं हल्ल्यामुळं त्याची शेंडी सुटली होती आणि केस त्याच्या मस्तकावर भुरूभुरू उडत होते. आपल्या शेंडीचे विखुरलेले केस हातात एकत्र धरून त्यानं शपथवाणी उच्चारली,

'राजा, आपले हिशेब मिटविण्याचीच वेळ जवळ आलेली आहे. मी आता सांगतो ते ध्यान देऊन ऐक. राजा, तुला तुझ्या सिंहासनावरून खाली खेचून तुझा नि तुझ्या नंदवंशाचा उच्छेद करीन, तेव्हाच या माझ्या शेंडीला मी गाठ मारीन!'

चाणक्याची ही घोर प्रतिज्ञा ऐकून सारी राजसभा चकित झाली. निरभ्र आकाशात अकस्मात ढग जमून बिजलीचा कडकडाट व्हावा, असा भास अमात्य राक्षसाला झाला. राजाचं सिंहासन डळमळल्यासारखं वाटलं. धनानंदही काही काळ स्तिमित होऊन गेला. सारा मंत्रिगण गांगरून गेला. सेवक कावरेबावरे झाले.

कृष्णशिष्टाई विफलित झाल्यानंतर, साऱ्या कौरवसभेला विश्वरूपदर्शन दिल्यानंतर, श्रीकृष्णानं त्या सभेतून ज्याप्रमाणे निर्गमन केलं, त्याचप्रमाणे चाणक्य त्या राजसभेतून बाहेर पडला. तो केव्हा बाहेर पडला, ते कुणालाही कळलं नाही. चाणक्यानं आपल्या तेजस्वी वाणीनं साऱ्यांना मंत्रमुग्ध करून टाकलं होतं.

चाणक्यानं मगधात पाऊल ठेवल्यापासून त्याच्या नावाचा बोलबाला सुरू

झाला होता. पाटलिपुत्र राजधानीत तर त्याला सर्वत्र मान मिळत होताच. परंतु मगध राज्यातही सगळीकडे त्याचा चांगलाच जम बसला होता. राजा धनानंद आणि अमात्य राक्षस हे दोघे सोडले, तर चाणक्याच्या शब्दाबाहेर कुणीही जात नसे. धनानंदानं आपल्याला मगधात मुद्दामहून मानाच्या बहाण्यानं बोलावून घेतलेलं आहे, ते आपला अपमान करण्याच्या हेतूनंच बोलावून घेतलं असावं, असं चाणक्याला वाटायला लागलं होतं. कारण पदोपदी त्याचा अपमान करण्यात त्याचा अन्य कोणताच हेतू संभवत नव्हता. अमात्य राक्षस हा बोलूनचालून धूर्त आणि बुद्धिमान! तेव्हा त्याला चाणक्याचं वाढणारं महत्त्व कसं काय खपावं? सारांश, राजा आणि अमात्य हे दोघे त्याला पाण्यात बघत होते, या गोष्टीला वेगवेगळी कारणं असली, तरी त्याचा द्वेष हा परिणाम समानच होता. स्वतः चाणक्याला या गोष्टीची चांगलीच जाणीव झालेली होती आणि त्या दृष्टीनं तो पहिल्यापासून आपली पावलं टाकत होता. मगधातील राज्यसत्ता उखडून टाकण्याचा निर्धार त्यानं मनाशी पक्का केला होता; आणि भर, सभेत त्यानं तो स्पष्ट शब्दात बोलूनही दाखवला होता.

आता राजसभेतून तो निर्धारानं बाहेर पडलेला होता. क्रांतीची उभारणी करण्याशिवाय त्याला गत्यंतर नव्हतं. थांबून चालणार नव्हतं. वेळ वाया घालवून निभावणार नव्हतं.

त्याच दिवशी रात्री तो शकदालांच्या घरी गेला. त्यांच्या घरी ठराविक माणसं जमलेली होती. चाणक्याच्या घरी किंवा शकदालांच्या घरी अशा तऱ्हेच्या बैठकी नेहमीच होत असत. परंतु आजची बैठक फारच महत्त्वाची होती. कारण राजसभेत आज क्रांतीची ठिणगी पडली होती; आणि या बैठकीत त्याचेच पडसाद उमटणार होते.

त्या बैठकीला भागुरायण, सिद्धार्थक आणि मगधातले अन्य आचार्य उपस्थित होते.

बैठकीला प्रारंभ करतानाच चाणक्य म्हणाला,

'आजचा राजसभेतला प्रकार तुम्हांला समजलाच असेल.'

शकदाल म्हणाले,

'आपलं हेरखातं आता इतकं तत्पर झालेलं आहे, की राजसभेतल्या बातम्या सहजी कानापर्यंत येतात....आम्हांला सभेतला सारा प्रकार समजलेला आहे.'

चाणक्य गंभीरपणानं पुढील योजना सांगू लागला,

'मला आता इथं राहणं धोक्याचं झालेलं दिसतं. तेव्हा मी पाटलिपुत्र सोडून...'

सिद्धार्थक म्हणाला,

'तू आमचा नेता. तेव्हा तू तर इथंच राहायला हवंस!'

चाणक्यानं म्हटलं,

'मी नेताही नाही आणि इथं राहणंही इष्ट वाटत नाही. नेता आपल्याला शोधला पाहिजे. राजघराण्यातला नेता मिळाला, तर आपल्याला हवाच आहे. ते मी बघतो! आता झपाट्यानं हालचाली करायला हव्यात!'

शकदाल म्हणाले,

'तुझं म्हणणं बरोबर आहे. तू तर आता प्रतिज्ञा करूनच राजसभेतून आला आहेस. आता माघार घेऊन मुळीच चालणार नाही!'

चाणक्य उद्गारला,

'आता माघारीचं नावंच काढू नका...मला एक कल्पना सुचली आहे, ती सांगतो. आपण सर्वजण अध्यापक आहोत. तेव्हा पाटलिपुत्राच्या परिसरात आपण अध्यापनाच्या नावाखाली सर्वत्र हिंडून प्रचाराचं कार्य सहज करू शकतो. ही कल्पना कशी काय वाटते?'

सर्वांनी संमतिदर्शक माना डोलावल्या.

मग शकादालांनी भागुरायणाला प्रश्न केला,

'सेनापती, तुमच्यावर चाणक्यानं बातम्या काढण्याचं काम सोपवलं आहे ना? आज काही विशेष बातमी?'

'काहीतरी बातमी घेऊन माझा एक हेर बहुतेक आत्ताच येईल. मी त्याचीच वाट बघतो आहे!'

एवढ्यात दाराबाहेर लहान मुलांच्या ओरडण्याचा गलका ऐकू आला. हळूहळू तो आवाज जवळ येऊ लागला.

काय गडबड आहे, हे बघण्यासाठी भागुरायण बाहेर आला. तेव्हा एक जादूगार त्याच्याच दिशेनं येताना दिसला. त्या जादूगाराच्या मागून आरडाओरडा करत लहान मोठ्या मुलांचा घोळका येत होता.

शकदालांच्या घराजवळ तो जादूगार येऊन उभा राहिला. त्याला बघताच भागुरायणानं त्याला ओळखलं. तो त्याच्या हेरांपैकीच एक होता.

त्या जादूगार हेरानं मुलांना ओरडून सांगितलं,

'आत्ता काही मी जादूचे प्रयोग करणार नाही. उद्या देवळासमोर या. तिथं मी जादूचे प्रयोग करणार आहे. तिथं तुम्ही या!'

एवढं ऐकूनंही मुलं तिथून हालेनात, तेव्हा भागुरायण पुढं झाला आणि मुलांना मोठ्यानं दम भरून हाकलून दिलं.

मग त्या जादूगार हेराला भागुरायणानं घरात नेलं. त्या पायघोळ वेषधारी जादूगाराकडे पाहून सगळेजण संभ्रमात पडले होते.

सिद्धार्थक गमतीनं म्हणालाा,

'सेनापती, इथं आता जादूचे प्रयोग होणार आहेत का?'

भागुरायण हसत म्हणाला,
'त्याच्या जादूच्या पोतडीत काय असेल, ते आता दिसेलच!'
चाणक्यानं गंभीरपणानं त्या हेराला विचारलं,
'काही विशेष वार्ता असेल, तर झटकन सांगा!'
तो हेर सांगू लागला,
'मी मगधाच्या परिसरातच हिंडत होतो. राजाबद्दल सगळीकडे असंतोष पसरलेला दिसला.'
चाणक्यानं विचारलं,
'काय म्हणतात लोक?'
तो हेर म्हणाला,
'हा राजा राज्यरक्षण करण्याऐवजी राज्यभक्षण करतो आहे. त्याच्या राज्यकारभारामुळं प्रजा हैराण झालेली दिसली.'
हेरानं सांगितलेलं वर्तमान ऐकून साऱ्यांनाच बरं वाटलं. आपलं जागृतीचं कार्य दिवसेंदिवस सोपं होत जाईल, यांविषयी कुणालाच काही शंका राहिली नाही.
चाणक्यानं त्या हेराकडे बघून हसत म्हटलं,
'तुम्ही तर सगळीकडे जादूचीच कांडी फिरवलेली दिसते!'
चाणक्याचं बोलणं ऐकून सगळेच हसायला लागले.
काही वेळानं तो हेर म्हणाला,
'हिंडत असताना आणखी एक बातमी माझ्या कानांवर आली.'
'कोणती?'
'सिकंदर या नावाचा कुणी ग्रीक योद्धा आहे का?'
चाणक्य एकदम म्हणाला,
'हो, आहे. बरं, त्याचं काय?'
'त्यानं गांधार देशावर आक्रमण केल्याची बातमी माझ्या कानांवर आली!'
चाणक्य काळजीच्या स्वरात उद्गारला,
'बाप, रे!....कुठपर्यंत आलाय् सिकंदर? तक्षशिलेत येऊन पोहोचलाय् का तो?'
'नाही. त्यानं अजून सिंधु ओलांडलेली नाही. त्याला सिंधु ओलांडता येणार नाही, असंच तिकडे बोललं जात होतं.'
एक दीर्घ सुस्कारा सोडून चाणक्य म्हणाला,
'खरंय् ते! भारताच्या शत्रूनं अद्याप आपली सिंधु नदी ओलांडलेली नाही...पण आता...'
सिद्धार्थकानं विचारलं,

‘आता काय होणार, म्हणतोस? म्हणजे काय?’

चाणक्यानं उत्तर दिलं,

‘सध्या फार बिकट अवस्था आहे आपल्या भारताची! आपली वेगवेगळी राज्यं आपापसांत झगडत आहेत. कुणाचं तोंड पूर्वेला, तर कुणाचं पश्चिमेला! पण उत्तरेकडील शत्रूकडे कुणीच बघत नाही. जो तो पायापुरतंच बघतो!....आणि आता हा सिकंदर आपल्या भारताकडे डोळे लावून सीमेवर उभा आहे.’

एका आचार्यानं विचारलं,

‘पण, चाणक्य, हा सिकंदर आहे तरी कोण?’

मग चाणक्यानं जमलेल्या मंडळींना सिकंदराची सारी माहिती पुरवली; आणि म्हटलं,

‘हा सिकंदर अतिशय महत्त्वाकांक्षी आहे. सारं जग जिंकण्याची त्याची महत्त्वाकांक्षा आहे. तो शूर योद्धाही आहे.’

दुसऱ्या एकानं विचारलं,

‘तो सिकंदर असेलही मोठा शूर! पण आजवर सिंधू ओलांडून कुणीही परकीय शत्रू भारतात आलेला नाही ना? मग चिंता कसली?’

चाणक्यानं सांगितलं,

‘सिंधु ओलांडून कुणीही परकीय शत्रू भारतात आलेला नाही, हे खरं! परंतु स्वार्थासाठी आपल्यापैकीच कुणी त्याला आत घेतलं, तर? घरातलं वैमनस्य अशा तऱ्हेनं उगवून घेतलं, तर?... आपापसांतील वैमनस्यामुळं आपल्या वेगवेगळ्या गणराज्यांत एकीची भावना उरलेली नाही. बंधुभाव राहिलेला नाही. जो तो आ वासून दुसऱ्या भावाला गिळू बघतो आहे. घराबाहेरच्या शत्रूसमोर घरातल्या भावांची एकजूट करून त्या शत्रूचं आक्रमण परतून लावलं पाहिजे, ही भावनाच या आपल्या भूमीत उरलेली नाही!’

चाणक्य तळमळीनं बोलत होता आणि तिथली मंडळी एकाग्र मनानं त्याचं बोलणं ऐकत होती.

चाणक्य चिंतामग्न झालेला दिसत होता.

बराच वेळ कुणीच काही बोललं नाही.

मग एकदम चाणक्य मान वर करून बोलू लागला,

‘आपण आता मुळीच गप्प बसून चालणार नाही. आपापसांत एकी घडवून आणली पाहिजे! शत्रूसमोर एकसंध भारत उभा केला पाहिजे! सैन्याची अभेद्य भिंत उभी केली पाहिजे!’

सिद्धार्थक म्हणाला,

‘त्यासाठी प्रचंड सैन्यबळ हवं!’

‘आणि ते फक्त आपल्या मगधातच आहे!’

शकदालांच्या या बोलण्यावर चाणक्य मनाशी काही एक ठाम विचार करून म्हणाला,

‘त्यासाठी मगधासारख्या बलाढ्य राजानं पुढं आलं पाहिजे. मार्गातल्या गणराज्यांसाठी पुढं येऊन शत्रूला थोपवलं पाहिजे!’

भागुरायण म्हणाला,

‘आचार्य, आपलं सैन्य स्वामी दुसऱ्यासाठी कधीही देणार नाहीत!’

चाणक्य संतापून म्हणाला,

‘दुसऱ्यासाठी? कोण दुसरा? धनानंद जर हा परका भाव मनात बाळगत असेल, तर तो परका शत्रू त्याचंही राज्य खाल्ल्याशिवाय राहणार नाही!...ही गोष्ट धनानंदानं ओळखली पाहिजे आणि दुजाभाव सोडून सर्व गणराज्यं एक केली पाहिजेत! त्याशिवाय सीमेवर येऊन ठेपलेला शत्रू परत जाणार नाही, हे ध्यानात ठेवा!’

शकदाल काळजीच्या स्वरात म्हणाले,

‘हे धनानंदानं ध्यानात ठेवायला हवं!....त्याला हे कोण सांगणार?’

चाणक्य निर्धारानं म्हणाला,

‘मी त्याच्याकडे जाऊन त्याला सांगेन!’

भागुरायणानं आश्चर्यानं विचारलं,

‘आचार्य, तुम्ही?’

‘हो! का नाही?’

‘राजसभेतला प्रसंग आजच घडलेला आहे ना? म्हणून म्हटलं!’

भागुरायणाच्या या बोलण्यावर चाणक्य म्हणाला,

‘आपल्या राष्ट्राच्या हितासाठी वेळप्रसंगी शत्रूशीही संधी करावा लागतो. मग हा धनानंद तर बोलूनचालून आपलाच आहे. त्यानं माझ्यावर प्रहार केला असेल; परंतु व्यक्तीवरचा प्रहार मला सहज सहन होईल, पण त्यासाठी धनानंदानं शत्रूवर प्रहार करायला हवा! माझ्या मनावरचे व्रण तेव्हाच बुजून जातील!’

काही वेळ थांबून तो निर्धारयुक्त स्वरात म्हणाला,

‘मी उद्या धनानंदाकडे जाणार आणि त्याला शत्रूबद्दल सारी कल्पना करून देणार!’

त्याच्या या निर्धारासमोर कुणीच काही बोललं नाही.

धनानंदाच्या चाणक्य-भेटीसंबंधी जो तो तर्ककुतर्क करत बसला.

✧

चाणक्यानं घाईघाईनं राजप्रासादात प्रवेश केला, तेव्हा संगीताचे स्वर त्याच्या कानांवर पडले. ते स्वर ऐकताना चाणक्याच्या भालप्रदेशावर आठ्यांचं जाळं पसरलं. राजा धनानंद आणि त्याचं मंत्रिमंडळ नित्याप्रमाणे नाचरंगात दंग असावं.

त्या संगीतसभेत चाणक्यानं अकस्मात प्रवेश केला, तेव्हा नर्तकी संगीताच्या तालावर पदन्यास करत होती. परंतु चाणक्याचं तिकडे लक्षही गेलं नाही. प्रासादातील धूपदाण्यांमधून येणारा धूपाचा दरवळही त्याला जाणवला नाही. राज्यरक्षणाच्या विचारातच तो दंग होता.

चाणक्याकडे कुणाचंच लक्ष गेलं नाही. किंबहुना हेतुपुरस्सरच सर्वांनी त्याच्याकडे दुर्लक्ष केलं असावं. परंतु चाणक्य सरळ धनानंद राजासमोर जाऊन उभा राहिला; आणि ऐकू येणाऱ्या संगीताच्या वरताण आवाजात मोठ्यानं म्हणाला,

'राजा, शत्रू सीमेपाशी येऊन ठेपला आहे; आणि तरीही तू खुशाल नाचरंगात दंग आहेस?'

आपल्या तोंडाला मद्यचषक लावून राजा धनानंद त्याच्याकडे नुसता बघतच राहिला. चाणक्याच्या बोलण्यानं ती नृत्यांगना दचकली आणि तिची पावलं थबकली. साऱ्या मंत्रिगणानं चमकून चाणक्याकडे बघितलं.

राजा भानावर आल्यासारखं करून छद्मीपणानं म्हणाला,

'कोण? आचार्य चाणक्य होय?...आपण अजून शेंडीला गाठ मारलेली दिसत नाही! बाकी बरोबरच आहे. मी अजून राज्यावरच आहे आणि माझा वंश अजून संपलेला नाही!... मग आपण राजवाड्यात कसं काय येणं केलंत?'

राजाच्या या बोलण्यावर सारे फिदीफिदी हसले.

त्या नृत्यांगनेनंही तोंडाला पदर लावला.

चाणक्य म्हणाला,

'शेंडीला गाठ मारण्याचा दिवस उगवणारच आहे... पण आज...'

'शेंडीला गाठ मारा अगर शेंडी छाटून टाका....पण आज इथं कशाला आलात?'

राजाच्या या दरडावणीवर चाणक्य म्हणाला,

'तेच सांगतोय्.'

'लवकर सांगा... मला वेळ नाही. ही नृत्यांगना ताटकळत उभी आहे.'

चाणक्य संतापून म्हणाला,

'राजा, शत्रू सीमेपर्यंत येऊन ठेपला आहे. त्याला वेळीच थोपवलं पाहिजे. नाही तर...'

'नाही तर काय?'

'नाही तर आपल्या भारताचा सत्यानाश होईल!'

धनानंदानं उपहासानं विचारलं,

'मग मी काय करावं, असं आपलं म्हणणं आहे, आचार्य?'

'आपली सेना सीमारक्षणासाठी पाठवावी, म्हणजे शत्रूला पुढं येण्याची संधीच मिळणार नाही!'

चाणक्याच्या या बोलण्यावर धनानंद मानभावीपणानं हसला. सर्व मंडळींकडे दृष्टी फिरवून म्हणाला,

'ऐका, आमचे दानाध्यक्ष आम्हांला काय सल्ला देत आहेत, ते! म्हणे, सीमेवर सेना पाठवा!'

सर्वजण धनानंदाकडे बघून हसायला लागले.

सर्वांच्या हसण्याकडे दुर्लक्ष करून चाणक्य म्हणाला,

'आज तुम्ही मला खुशाल हसा! परंतु उद्या सारं जग तुम्हांला हसेल, हे ध्यानात ठेवा!...अजूनही वेळ गेलेली नाही. तोपर्यंत सावध व्हा! तुमच्या हिताचीच गोष्ट मी सांगतो आहे!'

या बोलण्यावर धनानंदाचं हसणं थांबलं. तो उसळून चाणक्याला म्हणाला,

'दानाध्यक्ष, आमच्या हिताच्या गोष्टी तुम्ही सांगाव्यात? आधी अपात्री दान देण्याचा उद्योग थांबवा! आणि यापूर्वी अपात्री दिलेल्या दानद्रव्याचा भरणा कोषागारात करा! तीच गोष्ट आमच्या हिताची होईल! आपला कारभार प्रथम सांभाळा! आमचा कारभार सांभाळायला आम्ही समर्थ आहोत! आम्हांला काही सांगू नका...इथून चालते व्हा आणि शेंडीला गाठ मारून परत या!'

एवढं बोलून धनानंद पिसाटासारखा हसायला लागला. त्यानं नर्तिकेकडे प्रेमानं बघितलं. तिला पुन्हा नृत्य करण्यासाठी खुणावलं; आणि चाणक्याला तिथून चालतं व्हायला सांगितलं. सेवकांकडे बघून धनानंद म्हणाला,

'दानाध्यक्षांना प्रासादाबाहेर जाण्याचा मार्ग दाखवा!'

लगेच दोन सेवक तत्परतेनं पुढं आले आणि त्यांनी चाणक्याचे हात धरले. हिसका देऊन त्यानं आपले हात सोडवून घेतले. एक क्षणभरही तिथं न थांबता चाणक्य महालाबाहेर पडला...धनानंद सिंहासनावर असेपर्यंत पुन्हा न परतण्याची प्रतिज्ञा करूनच!

या प्रसंगानंतर चाणक्याच्या मनात नव्या नेत्यासंबंधीचे विचार सारखे घोळायला लागले. राजा धनानंदाचं अधर्मी राज्य संपुष्टात आणण्यासाठी त्याला कुशल अशा सर्वगुणसंपन्न नेत्याची गरज होती. त्याचप्रमाणे त्याला राजघराण्यातला

एखादा युवक राजा म्हणून हवा होता. अशा नेत्याच्या अंगात जर राजरक्त खेळत असेल, तर प्रजेच्या मनात कोणत्याही प्रकारचा किंतु निर्माण होणार नाही, असा कयास त्यानं आपल्या मनाशी बांधला होता. असा राजकुलातला अष्टावधानी, शूर युवक आपल्याला कसा मिळेल, या विवंचनेत चाणक्य होता.

चाणक्याच्या मानेवर शेंडीचे केस रुळत होते. भर दरबारात ती प्रतिज्ञा केल्यापासून त्याचे केस मोकळेच होते. त्यानंतर दरबारात अथवा राजप्रासादात त्यानं पाऊलही टाकलेलं नव्हतं. तो आपल्या घरातच बसून असायचा. आपल्या हालचालींवर राजाची सतत दृष्टी असणार, ही कल्पना त्याला होती.

चाणक्याची ती कल्पना खरीच ठरली. त्याच्या पुढच्या संभाव्य हालचाली राजानं जाणल्या होत्या; आणि म्हणून त्याला हद्दपार करण्याची आज्ञा राजानं दिली होती. भागुरायणानं ही बातमी चाणक्याच्या कानांवर वेळीच घातली होती आणि त्याला भूमिगत होण्याचा सल्ला दिलेला होता. राजानं आपल्याला सीमापार करण्यापेक्षा आपण स्वत:हून सीमापार व्हावं, असं चाणक्यानं ठरवलं.

दिवसाचा सारा वेळ तो जंगलात लपूनछपून काढायचा. कित्येक वेळा तो रानावनांतल्या गुहांमधे ध्यान करत बसून राहायचा. ज्या वेळेला रानावनांतले मार्ग निर्मनुष्य व्हायचे, तेव्हा तो बाहेर पडायचा आणि नेत्याचा शोध घेत हिंडायचा. राजाचे हेर हे राजाप्रमाणेच निष्काळजी असल्यामुळं आपला शोध घेणं त्यांना शक्य नाही, याबद्दल तो निर्धास्त असे. कारण आपलं एवढं बलाढ्य राज्य उलथून टाकण्याची चाणक्याची बडबड बाष्कळ आहे, असंच धनानंद राजा गृहीत धरून चालला होता.

आताही चाणक्य गुहेबाहेर पडून नेत्याचा शोध घेण्यात मग्न होता. संध्याकाळ झाली होती. रस्त्यातली वर्दळ विरळ झालेली होती. काही पौरजन आपली गुरंढोरं घेऊन परतीच्या वाटेला लागले होते. रानवारा प्यायल्यामुळं गुरं हुंदडत होती. बैल डरकाळत होते. दाटीनं उभ्या असलेल्या वृक्षशाखा वनातील सुसाट वाऱ्यानं करकरत होत्या. जणू त्या वृक्षशाखा मनुष्यमात्राला परतीचा इशारा देत होत्या. लवकरच रात्र पडेल आणि वन्य श्वापदांचा उपद्रवकारक संचार सुरू होईल, असंच जणू वृक्षशाखा आपल्या वाणीनं बजावत होत्या. दिवसा रानावनांतून सांडणारं सृष्टिसौंदर्य रात्रीच्या वेळी रौद्ररूप धारण करतं, ही गोष्ट साऱ्यांनाच माहीत होती.

सायंप्रहरी त्या वनातल्या मोकळ्या मार्गावरून हिंडताना चाणक्याची पावलं अभावितपणानं गोपालांच्या एका वस्तीकडे वळली. गाईंच्या हंबरण्याचा आवाज परिसरात भरला होता. गाईंच्या आचळांना लागण्यासाठी वासरं आतुर होऊन उड्या मारताना लांबूनही दिसत होती. गाईंना लुचताना त्यांच्या घंटिकांची

किणकिण कानांवर पडत होती. सायंकाळच्या शांततेत ऐकू येणाऱ्या अनाहत ध्वनीत घंटिकांचा ध्वनी एकजीव होऊन त्या एकमेळातून एका वेगळ्याच प्रकारचं सुरेल संगीत कानांवर पडत होतं. घराघरांतून दीप प्रज्वलीत झाले होते आणि त्यांचा मंदसा प्रकाश बाहेरच्या परिसरात पडलेला होता.

या साऱ्या गोष्टींकडे चाणक्याचं मुळीच लक्ष नव्हतं. तो समोर बघून चालला होता.

चालता चालता तो एका मोकळ्या पटांगणाजवळ आला. पटांगणाच्या अवतीभोवती रान माजलं होतं. त्या पटांगणात काही मुलं खेळण्यात दंग झालेली दिसत होती. दिवस उतरल्याचंही त्यांना भान असलेलं दिसत नव्हतं. त्या मुलांपैकी एकजण राजा बनला होता. त्याच्यासमोर त्याचे बालमंत्री बसले होते. तो बालराजा अतिशय तेजस्वी आणि विलक्षण बुद्धिमान दिसत होता. त्याचे विमुक्त कुरळे केस वाऱ्यावर भुरूभुरू उडत होते. बालराजाच्या डोईवर मोरपीस रुळत होतं.

चाणक्याचा हात सहजच आपल्या मस्तकाकडे गेला. त्याच्या डोईचे केसही भुरभुरत होते. त्यानं आपल्या भल्यामोठ्या शेंडीचे केस हातांत गोळा केले.

तिथंच थबकून चाणक्य त्यांचा खेळ बघायला लागला. त्या खेळात काही मुलं शिपायाचं काम करत होती. त्यांनी एका चोराला पकडून आणलं होतं. त्या चोराला त्यांनी राजासमोर आणून उभं केलं.

त्या बालराजानं विचारलं,

'काय अपराध केला आहे यानं?'

मंत्री झालेल्या मुलांपैकी एकजण उठला आणि म्हणाला,

'महाराज, यानं एका गरिबाच्या घरी चोरी केली आहे. याला योग्य ते शासन व्हायलाच पाहिजे!'

त्या खेळातल्या चोराला राजानं विचारलं,

'तुला तुझा अपराध मान्य आहे का? बोल.'

खाली मान घालून तो बालचोर म्हणालाा,

'महाराज, मी अपराधी आहे. मला क्षमा करा. पुन्हा असा गुन्हा माझ्या हातून घडणार नाही!'

असं म्हणून त्यानं राजासमोर गुडघे टेकले. परंतु राजा बधला नाही. तो म्हणाला,

'त्या गरीब बिचाऱ्या माणसाला लुबाडताना तुला काहीच कसं वाटलं नाही? आता नुसती क्षमा मागून काय होणार आहे? तुला या गोष्टीचं शासन मिळालंच पाहिजे. खरं तर, तुला मृत्युदंडाचीच शिक्षा द्यायला हवी! पण आम्ही

तुला हद्दपारीची शिक्षा देतो. तू सुधारण्याचं आश्वासन दिलंस, तरच तुला परत येण्याची अनुज्ञा देण्यात येईल!'

असं म्हणून हातानंच त्याला जाण्याचा निर्देश राजानं केला आणि पुढच्या आरोपीला बोलावण्याची आज्ञा केली.

त्या मुलाच्या हालचालींनीच चाणक्य भारावून गेला. त्या मुलाच्या मुद्रेवरचं राजतेज त्याच्या दृष्टीत भरलं. त्या बालराजाचं मात्र चाणक्याकडे लक्ष नव्हतं. सारी मुलं आपल्याच खेळात मग्न होती. अंधार दाटत चालला, तरी त्यांचा खेळ चालूच होता.

चाणक्याचा हात पुन्हा आपल्या शेंडीच्या केसांकडे गेला. मग त्यानं डोक्यावरून फिरवला. त्या मुलाची पाठ थोपटून त्याची चौकशी करावी, या उद्देशानं चाणक्यानं आपलं पाऊल उचललं. भराभर चालताना त्याच्या पायात एकदम काटा बोचला. त्याचा जीव कासावीस झाला. तो मटकन् खाली बसला. त्याच्या नेत्रांतून टचकन् पाणी आलं; आणि तोंडातून नकळत 'आई, ग' असे शब्द बाहेर पडले.

त्या आवाजासरशी खेळणारी मुलं खेळ टाकून चाणक्याकडे धावली. राजा झालेल्या मुलानं पुढं होऊन चाणक्याचं रक्ताळलेलं पाऊल हातात घेतलं आणि एका मुलाला पाणी आणायला सांगितलं. सर्वांचं लक्ष चाणक्याच्या तळपावलांकडे होतं, पण चाणक्याचं लक्ष मात्र त्या काट्याकडे होतं.

पावलाला झालेलं दुःख तसं फारसं मोठं नव्हतं. पण ते अचानक झाल्यामुळं चाणक्याचा जीव कळवळला होता.

खेळातला तो बालराजा त्याला म्हणाला,

'आर्य, फार त्रास होतोय् का आपल्याला? आपण आमच्या घरी जाऊ या! घरी उपचार करता येतील.'

चाणक्य म्हणाला,

'पायाला काटा बोचला, याचं मला दुःख फारसं वाटत नाही. पण नकळत बोचणाऱ्या अशा काट्यांचा वेळीच नायनाट करायला हवा! उद्या सकाळीच मी इथले काटे समूळ नाहीसे करणार आहे!'

बालराजा चाणक्याच्या या बोलण्यानं गोंधळून गेला. चाणक्याची दृष्टी त्या काट्यावर खिळली होती. त्याला जणू त्या काट्याच्या ठिकाणी धनानंद राजाच दिसत होता.

चाणक्य भानावर आला आणि त्यानं बालराजाच्या खांद्यावर हात ठेवला; आणि त्याच्या खांद्याच्या आधारानं तो उठून उभा राहिलाा.

चाणक्यानं त्याला विचारलं,

'नाव काय, रे बाबा, तुझं? कुठं राहतोस तू?'

तो बालराजा म्हणाला,

'माझं नाव चंद्रगुप्त! त्या पलीकडच्या गोपालांच्या वस्तीत मी राहतो.'

त्यानं आपल्या घराच्या दिशेनं बोट केलं, चाणक्यानं त्या दिशेला बघितलं, तेव्हा अंधूक प्रकाशात गवताच्या छपरांची काही घरं त्याच्या दृष्टीला पडली.

त्यानं चंद्रगुप्ताकडे बघितलं आणि विचारलं,

'चंद्रगुप्त, घरी कोण कोण असतं तुझ्या?'

'माझी माता आणि मातुल असतात. हे घर माझ्या मामाचंच आहे!'

'तुझे पिताजी?'

यावर चंद्रगुप्तानं आपली मान नुसती खाली घातली. चाणक्याला वाटलं, याला वडील नसावेत!

मग चाणक्यानं पुढं विचारलं,

'तुझे आचार्य कोण आहेत?'

चंद्रगुप्त उत्तरला,

'मी गोपालाचा मुलगा आहे ना? म्हणून मला पाठशालेत प्रवेश मिळत नाही!'

चाणक्यानं विचारलं,

'पण तुझी शिकायची इच्छा आहे का?'

'हो! मला कुणी शिकवणारं मिळालं, तर मी अवश्य शिकेन!'

चाणक्य म्हणाला,

'तू बुद्धिमान दिसतोस! तुला शिकवायला मला आवडेल. मी होईन तुझा आचार्य!'

चंद्रगुप्ताचे नेत्र आनंदानं चमकले. आपल्याला आचार्य मिळाले, या गोष्टीचा त्याला अपरंपार आनंद झाला. हे सत्य आहे, का स्वप्न आहे, हेच त्याला समजेना. एखादं हवं असलेलं भाग्य अकस्मात आपल्या पायानं घरी चालत यावं, असा आभास त्याला व्हायला लागला.

त्यानं झटकन खाली वाकून चाणक्याला वंदन केलं; आणि पुनःपुन्हा आनंदून विचारलं,

'खरंच, आपण मला शिष्य करून घेतलं आहे का? मी एवढा भाग्यवान आहे?'

बालवयाच्या चंद्रगुप्ताला झालेला आनंद चाणक्य बघत होता; आणि त्याचे सवंगडी आळीपाळीनं चंद्रगुप्त आणि चाणक्य यांच्याकडे बघत होते.

साऱ्या मुलांकडे बघून चाणक्य म्हणाला,

'रात्र झाली आहे, तुम्ही आता आपापल्या घरी जा... आणि, चंद्रगुप्त, उद्यापासूनच आपण तुझ्या अध्ययनाला प्रारंभ करू या! उद्या सकाळी गावाबाहेरच्या

वनात मी तुझी वाट बघतो. तिथं तू ये!'

चंद्रगुप्तानं आनंदानं मान डोलावली आणि चाणक्याला वंदन करून तो घराच्या दिशेकडे वळला. ही आनंदाची वार्ता कधी एकदा आपल्या आईच्या कानांवर घालतो, असं त्याला झालं होतं. चाणक्यालाही आनंद झाला होता.

चालताना चाणक्याच्या मनात विचार चालले होते,

'हा खरंच का गुराख्याचा पोर असेल? पण त्याच्या मुखावरचं तेज तर एखाद्या राजकुमारालाही लाजवील, असं दिसत होतं! हा गुराख्याचा पोरगा नसला पाहिजे!'

वेळ येईल, तेव्हा सत्य पडताळून पाहता येईल, असं त्यानं ठरवलं.

उद्यापासून चंद्रगुप्ताच्या शिक्षणाला प्रारंभ होणार होता.

सूर्योदयापूर्वीच चाणक्यानं आपलं आन्हिक उरकलं आणि तो पायात काटा बोचलेल्या ठिकाणी गेला. भूमी उकरण्याची खणती त्यानं बरोबर घेतली होती. त्याच्या हातात एक जलकुंभही होता. त्यानं तो कुंभ त्या काट्यांवर रिता केला. त्यामुळं भूमीचा तिथला भाग मऊ, भुसभुशीत झाला. त्यामुळं तिथली काटेरी झुडपं त्याला सहज उपटून टाकता आली.

पाहाटेच्या वेळी हा प्रकार बघायला तिथं कुणीच नव्हतं. काटे उपटण्याचं काम मनाप्रमाणे झाल्यावर त्यानं गावाबाहेरचा मार्ग धरला.

आजच चंद्रगुप्ताचं शिक्षण त्या ठिकाणी सुरू होणार होतं.

साऱ्या मगधभूमीत क्रांतीचं बीजारोपण करण्यासाठी त्यानं तिथली सारी भूमी मऊ मोकळी केली होती. नव्या राजरोपाचं बीजारोपण त्याला आता करायचं होतं. चंद्रगुप्ताचं रोप लावायचं होतं. त्या रोपानं मूळ धरलं, तर मगधात त्याच्या नेतृत्वाखाली क्रांती घडवून आणायची होती. धनानंदाची उन्मत्त, भ्रष्ट सत्ता उलथून टाकायची होती. चंद्रगुप्त हा जर राजरक्तातला निघाला, तर चाणक्याच्या दृष्टीनं दुधात साखर पडणार होती.

चाणक्य जेव्हा वनात जाऊन पोहोचला, तेव्हा नुकतंच उजाडलं होतं. सूर्याची कोवळी किरणं परिसरातील वृक्षांवर पडली होती आणि वृक्षांची पानंफुलं सोन्याची झाली होती.

अशाच एका सोन्याच्या वृक्षाखाली चाणक्य चंद्रगुप्ताची वाट बघत बसला होता. परंतु तो आपल्या आधीच तिथं येऊन एका बाजूला बसला आहे, हे जेव्हा त्यानं पाहिलं, तेव्हा चाणक्याला त्याचं कौतुक वाटलं. तो किती ज्ञानातुर झालेला आहे, हे त्याला कळून आलं.

चाणक्याला बघताच चंद्रगुप्त उठला. पुढं होऊन तो चाणक्याच्या पाया पडला. चाणक्यानं आपल्या हातातला कुंभ आणि खणती खाली ठेवली. त्यानं चंद्रगुप्ताचा हात हातात घेतला. समोरच्या वृक्षाखाली दोघे जाऊन बसले.

चंद्रगुप्तानं त्या कुंभाकडे बघून विचारलं,

'हा कुंभ आणि ही खणती कशासाठी आणलीत?'

'या जलकुंभकातलं पाणी ओतून जमीन मऊ, भुसभुशीत केली आणि कालच्या ठिकाणचे काटे या खणतीनं सहज उपटून काढले.'

चाणक्याचं हे बोलणं चंद्रगुप्तानं शांतपणानं ऐकून घेतलं आणि त्यानं विचारलं,

'आचार्य, ही भूमी मऊ करून, तिथले काटे सहज उपटले. परंतु एखादा राजा जर लोकांच्या जीवनाच्या जमिनीत काटा होऊन बसला असेल, तर तो कसा काय उपटून काढायचा?'

चंद्रगुप्ताचा हा प्रश्न ऐकून चाणक्य स्तिमित झाला, त्यानं चंद्रगुप्ताकडे चमकून बघितलं.

प्रात:काळच्या सूर्याच्या कोवळ्या किरणांत तो मोठा राजबिंडा दिसत होता. त्याच्या त्या तेजस्वी कांतीकडे चाणक्य एकटक बघत होता आणि आपल्या प्रश्नावर आचार्य काय उत्तर देतात, यासाठी चंद्रगुप्त चाणक्याकडे बघत होता.

त्याचा प्रश्न ऐकल्यानंतर काही वेळानं चाणक्य उत्तरला,

'चंद्रगुप्त, क्रांती करून प्रजेची मनोभूमी तयार करायला हवी! मगच त्या राजाचा काटा त्या भूमीतून उपटून काढता येतो! पण त्या क्रांतीसाठी प्रथम जनजागृती करण्याची गरज असते. परंतु प्रत्येक क्रांतीला प्रथम नेता लागतो. त्या नेत्यानं लोकांच्या मनात शिरून त्यांची मनं जिंकली पाहिजेत!'

चाणक्याचं हे सारं बोलणं चंद्रगुप्त मन लावून ऐकत होता आणि मनात साठवून ठेवत होता.

चाणक्यानं त्याला विचारलं,

'चंद्रगुप्त, तुझ्या डोळ्यांसमोर असा कुणी मनमानी करणारा राजा आहे का?'

चंद्रगुप्तानं सरळ सांगितलं,

'आचार्य, आपल्या मगधाचा राजा धनानंद हा असाच जुलमी आहे. त्यानं आजवर आमच्यावर अनेक अन्याय केले आहेत. आम्हां गरीब लोकांकडूनही तो करवसुली करतो. पोट मारून लोकांना कर भरावे लागतात. जनतेच्या मिळकतीनुसार राजानं करआकारणी करायला हवी!'

चाणक्य म्हणाला,

'बरोबर आहे तुझं म्हणणं!'

चंद्रगुप्त म्हणाला,

‘राजा धनानंदाच्या या करांच्या ओझ्याखाली आम्ही दडपून गेलो आहोत! कुणाकडे दाद मागायची आम्ही?’

चाणक्यानं एकदम म्हटलं,

‘आपली आपणच दाद लावून घ्यायला हवी!’

मग चाणक्यानं त्याला राजानं घ्यायच्या करासंबंधी माहिती दिली.

भूमार्गावरील वाहतूक किंवा जलमार्गावरील वाहतूक यावर कर आकारला जातो. बाहेरगावांहून येणाऱ्या मालावर तर वेशीतच जकात-वसुली केली जाते. मद्यपानगृह, कत्तलखाने, कोष्टी, तेल-तूप-मीठ विकणारे व्यापारी, सुवर्णकार, मंडई, वेश्यागृहं, जुगारांचे अड्डे, प्रेक्षणीय वास्तुस्थळं, सुतार, कारागीर, यात्रेकरू, तरी, नावा, कुरणं, रस्ते, इत्यादी बाबींवर कर वसुली केली जाते. एवढंच नव्हे, तर सोनं, रुपं, हिरे, मोती, पोवळं, शंख, लोह, सैंधव, पारा धातू या वस्तूही करपात्र होत्या.

ही एवढी माहिती देऊन चाणक्य म्हणाला,

‘शेतीच्या उत्पन्नावरही राजा कर घेतो. शिवाय शेतसाराही आहेच की! व्रजवासीयांकडूनही राजाला कर मिळतो. व्रज या शब्दात काय काय येतं, माहीत आहे तुला?’

चंद्रगुप्तानं नकारार्थी मान हलवली.

चाणक्यानं सांगितलं,

‘तुम्ही गौळवाडे उभे करून त्या वस्तीत वास्तव्य करता ना? म्हणजे तुम्ही सारे व्रजवासी जन! गाई, म्हशी, शेळ्या, मेंढ्या, गाढवं, उंट, घोडे, खेचरं असले प्राणी बाळगून त्यांच्यावर तुम्हां व्रजवासीयांची उपजीविका चालते.’

‘आणि राजाची देखील! कारण राजा आमच्याकडून हवे तसे कर उकळतो. त्याला काही धरबंध राहिलेला नाही! राजाला त्याच्या चैनीसाठी द्रव्य कमी पडतं, की काय, कुणास ठाऊक!’

चंद्रगुप्ताच्या या बोलण्यावर चाणक्य म्हणाला,

‘अरे, त्याच्या करपात्र वस्तूंची आणखी यादी सांगू का? फुलं, फळं, पानमळे, भातखाचरं यांच्यावर तर तो कर आकारतोच; परंतु वनजन्य उत्पन्नावर आणि प्राण्यांवर तो कर आकारतो. वनात उत्पन्न होणारी इमारतीची लाकडं तर करपात्र ठरतातच, परंतु वनातले हत्ती आणि मृग यांच्यापासून तो उत्पन्न उकळतो. त्याला स्वत:च्या चैनीसाठी काही एक कमी पडत नाही.’

चंद्रगुप्तानं विचारलं,

‘राजाचे स्वत:चे खर्च काय असतात आणि आपल्या प्रजेसाठी त्यानं कोणते खर्च करायला हवेत?’

चाणक्य म्हणाला,

'राजा झाला, तरी तो शेवटी एक माणूसच असतो. त्याला त्याचा राजवाडा म्हणजे घर आहेच की! देवपूजा, पितृकार्य, दानधर्म, शांतिकर्म, अंतःपुर, भोजनखर्च अशा गोष्टी त्याला कराव्याच लागतात.'

'ते ठीक आहे. परंतु प्रजेसाठी त्यानं काय करायला हवं?'

'परकीय वकिलातींचा खर्च त्याला प्रजेसाठी करावाच लागतो. शिवाय नित्यासाठी आणि दुष्काळासाठी धान्यकोठार, शत्रूचा समाचार घेण्यासाठी शस्त्रागार, पदार्थसंग्रहालय, वनस्पतिसंग्रहालय, कारखाने, मजूर, पायदळ, घोडदळ, रथ, हत्ती, खिल्लार, पशुपक्ष्यांचं संग्रहालय, गवताच्या गंजी, लाकडाच्या वखारी, इत्यादी प्रजाहिताच्या खर्चाच्या गोष्टी प्रजाहितदक्ष राजानं केल्या पाहिजेत!'

चंद्रगुप्तानं विचारलं,

'धनानंद राजा या साऱ्या गोष्टी करतो का?'

यावर चाणक्य काही बोलला नाही. कारण एकदम त्याच्या मनात अनेक गोष्टींची खोगीरभरती करण्यात काही अर्थ नाही, हळूहळू त्याचं मन राजाविरुद्ध तयार केलं पाहिजे, या विचारानं चाणक्य गप्प बसून राहिला. आपल्याला हवा तसा शिष्य लाभला आहे, या विचारानं मात्र चाणक्याला परमावधीचा आनंद झाला.

निसर्गाच्या सौंदर्यशाली सान्निध्यात समर्थ गुरूनं आपल्या बुद्धिमान भावी सम्राटाला पहिला ज्ञानपाठ दिला होता.

परंतु हे नियतीचं गुपित त्या दोघांपैकी कुणालाच ज्ञात नव्हतं.

नेता गवसला

मगधातील निसर्गरम्य मुक्त विद्यापीठात चंद्रगुप्ताचं शिक्षण सुरू झालं होतं. चार भिंतींनी वेढलेल्या विद्यापीठापेक्षा माणूस निसर्गाच्या सान्निध्यात अधिक काही शिकून जातो. ह्या विमुक्त, मंत्रमुग्ध वातावरणात हा निसर्ग हा देखील त्याचा आचार्य बनतो. निसर्गातूनही विद्यार्थ्याला वस्तुपाठ मिळतात. माणूस माणसाचा चटकन् मित्र बनत नाही. पण निसर्ग मात्र त्याचा चटकन् सखासोयरा बनून जातो.

चंद्रगुप्ताचं शिक्षण अशाच मैत्रिपूर्ण निसर्गाच्या वातावरणात सुरू झालं होतं. आचार्य चाणक्य त्याला कधी एखाद्या गुहेत घेऊन बसे, तर कधी एखाद्या महावृक्षाच्या सावलीत त्याला धडे देई. कित्येक वेळा सृष्टिसौंदर्याच्या परिसरात परिभ्रमण करतानाही चाणक्य त्याला पाठ देत असे.

आताही ते असेच फिरत होते. चंद्रगुप्तानं त्याला एकदम विचारलं,

'आचार्य, पाटलिपुत्र ही या मगधाची राजधानी आहे ना?'

'होय.'

'किती मोठं आणि सुंदर आहे हे नगर! कुणी, हो, वसवलं असेल हे नगर?'

'चंद्रगुप्त, कोणतीही गोष्ट प्रथम मोठी सुंदर नसते. ती हळू हळू मोठी आणि सुंदर बनत जाते. गंगोत्री या ठिकाणी गंगेचा उगम फक्त एका छोट्या धारेनं सुरू होतो. त्यानंतर ती शतधारांनी जेव्हा सागराला जाऊन मिळते, त्या ठिकाणी तिचं सौंदर्य आणि तिची भव्यता वर्णनातीत होते. नेहमीच एखाद्या बिंदूतून सिंधू निर्माण होतो.'

'आपल्या पाटलिपुत्राचं तसंच आहे का, आचार्य!'

'आपल्या या मगध राज्याचा परिसर केवढा आहे, माहीत आहे? सातशे, मैलांच्या परिसरात हे राज्य पसरलेलं आहे. आणि पाटलिपुत्र हे राजधानीचं नगरही फार मोठं आहे. गंगा आणि शोण या दोन नद्यांच्या संगम-सान्निध्यात

कुसुमपुराजवळ पाटलिपुत्र हे शहर वसलेलं आहे.'

'कुणी वसवलं ते शहर?'

'अजातशत्रूचा नातू उदयाश्व यानं हे शहर वसवलं. नंतर त्या ठिकाणी शिशुनाग वंशाची सत्ता प्रस्थापित झाली होती. पण कालांतरानं त्या सत्तेचा उच्छेद करून नंदवंशाची सत्ता प्रस्थापित झाली. सध्याचा आपला राजा धनानंद हा त्याच वंशातला!'

चंद्रगुप्तानं एकदम म्हटलं,

'आता धनानंदाची सत्ता उलथून टाकणार?'

ते ऐकून चाणक्य एकदम चकित झाला. त्याला हवं ते घडायला लागलं होतं. परंतु फळ अद्याप पिकलं नव्हतं. कच्च्या फळातल्या रसात एकदम गोडी भरत नसते. ते फळ हळूहळू पक्व होत जातं, तसतशी त्यात मधुरता भरत जाते.

म्हणून चाणक्यानं तो विषय वाढवला नाही. तो विषय बदलण्याच्या हेतूनं चाणक्य म्हणाला,

'सूर्य ऐन माथ्यावर आलाय्, ऊन चटकायला लागलं आहे. आपण समोरच्या महावृक्षाच्या सावलीत जाऊन बसू!'

महावृक्षाच्या छायेखाली बसल्यानंतर चाणक्य म्हणाला,

'चंद्रगुप्त, एक गोष्ट तू नेहमी लक्षात ठेव. जेव्हा कुणीही व्यक्ती ऐन माध्यान्हीला तळपत असते, तेव्हा तिच्यासमोर खाली मान घालून बघायचं असतं. जेव्हा मध्यान्ह ढळून ती निस्तेज बनते, तेव्हाच आपला प्रभाव दाखवायचा असतो. सूर्य माथ्यावर असताना अशा महावृक्षाचाच आधार घ्यायचा असतो.'

चंद्रगुप्त एकदम उद्गारला,

'सध्या राजा धनानंद आपल्या सत्तेच्या मध्यान्हीला आला आहे. सध्या त्याच्याकडे मुळीच बघायचं नाही, असंच ना? खाली मान घालून बघत बसायचं!'

चंद्रगुप्त हे बोलत असताना चाणक्यानं त्याच्याकडे निरखून बघितलं.

चंद्रगुप्तानं आपल्या डोईवरचे केस काढले होते; आणि घेरा ठेवला होता. तो आता चाणक्याचा, खरा शिष्य शोभत होता. त्याची ग्रहणशक्तीही चांगली होती. त्याला आता मूळ आर्यावर्ताचं ज्ञान द्यायला कसलाही प्रत्यवाय नाही, असं चाणक्याला वाटलं. म्हणून त्यानं त्याला विचारलं,

'चंद्रगुप्त, तुला आपल्या आर्यावर्ताची कितपत ओळख आहे?'

चंद्रगुप्त म्हणाला,

'नुसती वरवरची ओळख असून काय उपयोगाची? आपण मला आपल्या आर्यावर्ताची चांगली ओळख करून दिली, तर हवीच आहे. आपल्या सभोवतालची माहिती माणसाला व्हायला पाहिजे!'

चंद्रगुप्ताचं हे शहाणपणाचं बोलणं ऐकून चाणक्याला फारच आनंद वाटला.

तो सांगायला लागला,

'मेधातिथीनं आर्यावर्ताची वर्णनात्मक व्याख्याच करून ठेवली आहे.'

चंद्रगुप्तानं मधेच विचारलं,

'आचार्य, हा मेधातिथी कोण?'

चाणक्य म्हणाला,

'हा मनूचा टीकाकार आहे. मनु तुला माहीत आहे ना?'

चंद्रगुप्तानं मान डोलावली.

चाणक्य म्हणला,

'वा! मनु तुला माहीत आहे. मग तुला आपल्या या आर्यावर्ताची माहिती करून द्यायलाच हवी!'

ती माहिती ऐकण्यासाठी चंद्रगुप्त सावरून बसला, तेव्हा चाणक्य सांगू लागला,

'या मेधातिथीच्या म्हणण्याप्रमाणे ज्या देशात सदाचारी क्षत्रिय राजा शत्रूला जिंकून त्या राज्यात सुराज्य स्थापन करतो, तो देश यज्ञकर्माला योग्य होतो. अशा देशालाच आर्यावर्त म्हणतात.'

'यज्ञापूर्वी भूमी निष्कंटक व्हायला हवी ना?'

चंद्रगुप्ताच्या या प्रश्नावर चाणक्य म्हणाला,

'होय. शत्रूला जिंकूनच नंतर यज्ञ करायचा असतो. यज्ञामुळं पृथ्वी पवित्र होते.'

'पृथ्वी अपवित्र केव्हा होते?'

'चंद्रगुप्त, मुळात पृथ्वी ही मुळीच अपवित्र नसते. अपवित्र माणसांच्या संसर्गानं पृथ्वी अपवित्र होते.'

'पण, आचार्य, माणूसही मुळात अपवित्र नसतो ना?'

'नसतो. परंतु त्याची धनलालसा आणि त्याची कृत्यं ही माणसाला अपवित्र बनवतात.'

'मग पवित्र राहण्यासाठी त्यानं काय करायला हवं?'

'कोणतीही गोष्ट अति झाली, की तिची माती होणारच! म्हणून अति सर्वत्र वर्जयेत् असं शास्त्र आहे. काम, क्रोध, मोह, लोभ, मद, मत्सर या षड्रिपूंपासून माणसानं अलिप्त राहिलं पाहिजे.'

'या बाबतीत राजाचं काही कर्तव्य असतं का?'

चंद्रगुप्ताच्या या प्रश्नामुळं चाणक्याला राजकर्तव्य कथन करायला अधिक स्फुरण चढलं.

चाणक्य सांगू लागला,

'राजानं तर या गोष्टी कटाक्षानं आपल्या आचरणात आणायला हव्यात! कारण यथा राजा, तथा प्रजा ही गोष्ट सर्वश्रुत आहे. राजानं आपल्या प्रजेसमोर

आदर्श निर्माण करायला पाहिजे! आपण सर्वशक्तिमान आहोत, ही भावना त्यानं प्रथम सोडून द्यायला हवी! राजा हा प्रजेचा धनी नसून सेवक आहे, पालक आहे, अशी वृत्ती त्याच्या मनात बाणली पाहिजे! त्यानं मुलाप्रमाणे प्रजेचा सांभाळ करायला हवा! याप्रमाणे राजा वागला तरच प्रजा त्याला देवाप्रमाणे मानते.'

चंद्रगुप्त चाणक्याकडे एकाग्र चित्तानं बघत होता. मन लावून आपल्या गुरूचं बोलणं ऐकत होता.

चाणक्य पुढं सांगत होता,

'राजाचं वर्तन कसं असायला हवं, ते तुला सांगतो. त्याच्या शत्रूनंही त्याची प्रशंसा करावी, असं त्याचं वर्तन असायला हवं.'

चंद्रगुप्तानं विचारलं,

'पण राज्यासंबंधी त्याची काही कर्तव्यं असतात, की नाही?'

'असतातच! राज्यरक्षण हे तर त्याचं प्रमुख कर्तव्य! त्यासाठी राजानं शत्रूच्या देशात जाऊन किंवा हेरांना पाठवून त्या प्रदेशाची, तिथल्या नागरिकांची खडान् खडा माहिती काढली पाहिजे. दुधात पाणी मिसळलं, म्हणजे ते वेगळं करता येतं का? त्याप्रमाणे राजाच्या हेरांनी दुसऱ्या देशाच्या नागरिकांत जाऊन मिसळलं पाहिजे. त्या हेरांना कुणी ओळखता कामा नये.'

'पण जर शत्रूचे हेर आपल्या राज्यात असतील, तर?'

चाणक्य हसून म्हणाला,

'तर हंसक्षीर न्यायानं त्यांना ओळखून काढलं पाहिजे!'

'म्हणजे कसं?'

'म्हणजे दुधात जर पाणी मिसळलं असेल, तर हंस त्या पाण्यापासून दूध वेगळं काढून घेतो, त्याप्रमाणे!'

'पण, आचार्य, सामान्य माणसांतून हेर कसा काय ओळखून काढायचा?'

'सामान्यत: हेर हे साधुसंन्यासी, भटके, गारुडी, डोंबारी अशा कितीतरी स्वरूपांत वावरत असतात. स्त्रियासुद्धा हेरांचं काम करतात, गणिका, दासी, नृत्यांगना अशा विविध रूपांत त्या वावरतात. तेव्हा अशा लोकांवर राजाच्या हेरांनी लक्ष ठेवायला हवं! जादूगार, तमासगीर, कारागीर अशा लोकांना नगरात प्रवेश करून देण्यापूर्वीच त्यांची चांगली तपासणी करावी.'

बोलताना चाणक्य काही वेळ थांबला. त्यानं चंद्रगुप्ताला विचारलं,

'हे सारं लक्षात येतंय् ना? तर पुढचं सांगतो!'

चंद्रगुप्त म्हणाला,

'आपण सांगितलेलं तोंडपाठ म्हणून दाखवू का?'

आपला हा शिष्य एकपाठी दिसतो आहे, हे पाहून चाणक्याचा आनंद

द्विगुणित झाला. चाणक्य म्हणाला,

'माझं हे हेरपुराण अजूनही संपलेलं नाही.'

चंद्रगुप्त म्हणाला,

'आपण कितीही सांगितलंत, तरी ते मला ऐकावंसं वाटतं.'

चाणक्य सांगू लागला,

'वेषांतर हे तर हेरांचं मुख्य काम! कित्येक वेळा अट्टल चोरांचाही वेष हेराला धारण करावा लागतो; आणि आपल्या साथीदारांच्या साहाय्यानं सर्वत्र संचार करावा लागतो. सगळीकडे डोळ्यांत तेल घालून बघावं लागतं. नगरातल्या मठांत, चौकात, निर्जन स्थळी, तळ्यावर, नदीवर, घाटावर, मंदिरावर, आश्रमात, अरण्यात, डोंगरदऱ्यांत अशा असंख्य ठिकाणी हेरानं आपल्या साथीदारांची पेरणी केली पाहिजे. हेरगिरीचं जाळं टाकलं पाहिजे. एखादी संशयित व्यक्ती आढळल्यास तिची चौकशी केली पाहिजे. चोर, शत्रूचे हेर, साहसी लोक, भटके असे लोक नगरात येऊन गेल्याचं कळताच त्यांच्या येण्या-जाण्याची विचारपूस कसून केली पाहिजे.'

चंद्रगुप्ताला आपण सांगत असलेल्या माहितीची गोडी लागली आहे, हे कळताच चाणक्य पुढं सांगू लागला,

'चंद्रगुप्त, हेर हे राजाचे बहिश्चर नेत्र नि प्राण आहेत, हे तू सतत ध्यानात ठेव!'

चंद्रगुप्त म्हणाला.

'हे मी ध्यानात ठेवीनच. पण, आचार्य, राजा धनानंदाचे हेर सर्वत्र पसरलेले असतीलच ना?'

चाणक्याला हा प्रश्न अनपेक्षित होता. त्याच्या मनाची चांगली मशागत झाल्यानंतरच धनानंदाच्या राज्यकारभाराविषयी चाणक्य त्याच्या मनात बीजारोपण करणार होता, परंतु या ना त्या कारणानं चंद्रगुप्त धनानंदाच्या नावाचा उल्लेख करतच होता. चाणक्याला त्या गोष्टीचं आश्चर्य वाटत होतं.

तरीदेखील चंद्रगुप्ताच्या प्रश्नावर चाणक्य म्हणाला,

'कोणताही राजा म्हटलं, की त्याचे हेर हे असणारच की!'

'मग, आचार्य, आपल्याला त्या हेरांची भीती वाटत नाही का?'

चाणक्य सहजपणानं म्हणाला,

'मला त्याच्या हेरांची भीती वाटायचं काय कारण?'

चंद्रगुप्त म्हणाला,

'आपण दानाध्यक्षाचं पद सोडून दिलंत आणि धनानंदाच्याच राज्यात क्रांतीच्या हालचाली सुरू केल्या आहेत, म्हणून राजानं तुमच्यावर नक्कीच पाळत ठेवली असेल!'

चाणक्य हसून म्हणाला,

‘चंद्रगुप्त, तू आत्तापासूनच हेरगिरी करायला लागला आहेस, वाटतं?’

चंद्रगुप्त म्हणाला,

‘आचार्य, राजधानीत घडणाऱ्या घटना मी नेहमीच समजून घेत असतो. केवळ पाटलिपुत्रातच नव्हे, तर साऱ्या मगधात तुमच्या या क्रांतिकार्याचा बोलबाला झालेला ऐकू येतो.’

चाणक्यानं कौतुकानं म्हटलं,

‘कान आणि डोळे उघडे ठेवून प्रत्येकानं असंच जागरूकतेनं वागलं पाहिजे. म्हणजे घडणाऱ्या घटनांचं ज्ञान आपोआपच होतं. आता धनानंदाच्या हेरांबद्दल सांगायचं, तर ते त्यांचं कार्य करत असतीलच; पण मी स्वत: दक्षता बाळगूनच वागतो. दिवसभर मी नगराबाहेरच असतो. रात्रीच्या वेळी मी वसतीला घरी जातो. घरी जाण्याची वेळही बदलती ठेवतो. त्यामुळं कुणाला संशय येण्याची फारशी शक्यता नाही.’

त्याला सांगावं, का नाही, या विचारानं चाणक्य काही वेळ थांबला. मग विचार करून म्हणाला,

‘चंद्रगुप्त, क्रांती करण्याची वेळ केव्हा, रे, येते? जेव्हा प्रस्थापित सत्ता प्रजेला बोचू लागते, तेव्हाच ना? राजाचा कारभार जेव्हा प्रजेला जाचक व्हायला लागतो, तेव्हा ती प्रजा असंतुष्ट होते आणि राजाविरुद्ध उठते. राज्यकारभार जसा ढिला पडत जातो, तशी हेरांची दृष्टीही फार दूरवर जात नाही. फक्त राजाभोवतीच घोटाळते. म्हणूनही मला हेरांची भीती वाटत नाही. त्यांची लघुदृष्टी माझ्यावर येऊन पोहोचणार नाही. म्हणूनही मी निर्धास्त आहे. क्रांतीची वेळ जवळ आलेली आहे, असं समज. या क्रांतीला आता फक्त नेता हवा आहे!’

असं म्हणून चाणक्यानं त्याच्याकडे रोखून बघितलं. परंतु त्याला नेतेपदाच्या जवळ नेण्याची ही वेळ नाही, असं वाटून चाणक्यानं तो विषय बदलला.

चाणक्यानं त्याला एकदम विचारलं,

‘चंद्रगुप्त, तू आपल्या घरी माझ्याबद्दल काही सांगितलं आहेस, की नाही?’

‘नाही, आचार्य! मुळीच नाही! फक्त एक विद्वान आचार्य तक्षशिलेहून मगधात आले आहेत. तेच मला शिकवत आहेत, एवढंच मी घरी सांगितलं आहे!’

हे सांगून चंद्रगुप्त काही वेळ थांबला. त्यानं चाणक्याकडे बघितलं आणि म्हटलं,

‘आचार्य, माझ्या आईला माझ्या अध्ययनाबद्दल आनंदच वाटतो. पण माझे मातुल....’

‘काय म्हणतात तुझे मामा?’

‘माझा मामा फक्त माझ्या कामापुरता आहे. गुरं चारायला नेणं, दूध काढणं, गोठा स्वच्छ करणं अशी कामं मी लहानपणापासूनच करतो आहे. परंतु आता अध्ययनामुळं त्या कामांकडे थोडं दुर्लक्ष व्हायला लागलं आहे. तरीही मी माझ्या

कामांत फारसं दुर्लक्ष करत नाही. ती सारी कामं करण्याचा मनापासून प्रयत्न करतो. पण तरीदेखील मामाचं समाधान होत नाही.'

त्याला धीर देत चाणक्य म्हणाला,

'काही दिवस तुला ही तारेवरची कसरत करावी लागेल. योग्य वेळ आली, की तुझ्या आईला आणि मामाला मी भेटायला येणारच आहे!'

चंद्रगुप्तानं कृतज्ञतेनं चाणक्याकडे बघितलं. आता यापुढं आचार्यच आपल्याला शेवटपर्यंत आधार देणार आहेत, असं त्याला वाटून गेलं.

चाणक्य आणि भागुरायण यांची नेहमीप्रमाणे चाणक्याच्या घरी गुप्त बैठक चालली होती. बाहेर दाट अंधार पसरलेला होता. सगळीकडे सामसूम झाली होती. त्यामुळं त्यांची कुजबुज बाहेरही ऐकू जाण्यासारखी होती. परंतु रात्रीच्या त्या नीरव शांततेत बाहेर कुणी असण्याची शक्यता नव्हती. तथापि, ते दोघे खालच्या आवाजात बोलत बसले होते.

माजघरात मिणमिणता दिवा जळत होता. त्या मंद प्रकाशात त्यांची मसलत मात्र रंगत चालली होती.

चाणक्य भागुरायणाला बोलता बोलता म्हणाला,

'तू सांगितलेलं जर खरं असेल, तर मला लगेचच सिद्धतेला लागलं पाहिजे!'

'हो...कारण कोणत्याही क्षणी राजाचे हेर, तुमच्या शोधार्थ इथं येतील आणि तुम्हांला घेऊन जातील!'

भागुरायणाच्या या बोलण्यावर चाणक्य म्हणाला,

'तसं पाहिलं, तर मी बरेच दिवस त्यांच्यापासून लपून राहू शकलो... आणि आता विचार केला, तर माझं इथलं कार्य पूर्ण होत आलेलं आहे. तेव्हा मला तशी काळजी राहणार नाही!'

भागुरायण म्हणाला,

'आर्य, आपण इकडची काळजी मुळीच करू नका! आम्ही सर्वजण इकडची आघाडी व्यवस्थित सांभाळू!'

चाणक्यानं म्हटलं,

'भागुरायण, तू, शकदाल, सिद्धार्थक आणि मगधात सर्वत्र संचार करणारे आचार्य या सर्वांनी माझ्या खांद्यांवरचा भार उचलला आहे. आता आपल्या एकसंध राष्ट्राचं स्वप्न सत्यात उतरेल, याबाद्दल मला आता कसलीही शंका नाही. त्यामुळं मी आता निर्धास्तपणानं मगध सोडू शकेन!'

भागुरायण एवढा सेनापती, परंतु ते ऐकून तो अतिशय भावनाविवश

झाला. चाणक्यानं अशा स्थितीत इथं राहणं धोक्याचं आहे, हे त्याला समजत होतं. परंतु हा क्रांतिद्रष्टा आचार्य आपल्यापासून दूर गेला, तर आपलं काय होईल, अशीही आशंका त्याच्या मनात निर्माण झाली होती. परंतु आपल्या मुद्रेवर त्यानं तसं दिसू दिलं नाही. कारण आचार्य चाणक्य निश्चिंत मनानं मगधातून जाणं त्याला इष्ट वाटत होतं.

त्यानं भारावलेल्या स्वरात विचारलं,

'आचार्य, आपण मगध सोडून जाणार, हे तर खरंच! पण आपण जाणार कुठं?'

थोडा विचार करून चाणक्य म्हणाला,

'मला या प्रसंगाची कल्पना होतीच. म्हणून माझा सारखा विचार चाललेलाच होता. काल संध्याकाळी मी असाच विचार करत वनात हिंडत होतो. वनातल्या एका जुनाट गुहेपाशी मी गेलो. तेव्हा माझ्यासमोर एक वृद्ध पुरुष अकस्मात उभा राहिला. मी क्षणभर बावरलो.'

'मग काय म्हणाला तो वृद्ध माणूस?'

चाणक्याच्या डोळ्यांसमोर कालचा तो प्रसंग उभा राहिला. भागुरायणाला तो त्यानं कथन केला.

त्या वृद्ध गृहस्थानं चाणक्याला विचारलं,

'आपणच आर्य चाणक्य आहात ना?'

चाणक्यानं त्या गृहस्थाकडे बघितलं.

तो वृद्ध गृहस्थ जटाधारी होता. सायंकाळच्या कातरवेळेला त्या पांढऱ्या दाढी-मिशांमध्ये तो गृहस्थ काहीसा भीतिदायक दिसत आहे, असं चाणक्याला वाटलं.

त्या वृद्धाच्या प्रश्नावर चाणक्य उत्तरला,

'होय. मीच आचार्य चाणक्य आहे.'

'तर मग तुझ्या मनात मगध सोडून जाण्यासंबंधी विचार चालू असतील, हो ना?'

'अगदी बरोबर आहे आपलं म्हणणं! आपण मला काही मार्गदर्शन करू शकाल का?'

'त्याचसाठी मी इथं आलोय्! चाणक्य, जेव्हा मगधात दुष्काळ पडला होता, तेव्हा सर्व मगधवासी तुला अंतरले होते. इतकंच काय, पण तुझे आचार्यही तुला पाठशालेत घ्यायला तयार नव्हते. तेव्हा तू तक्षशिलेला जायचा निर्णय घेतला होतास. मग तुला आत्ताच असा प्रश्न का पडावा?'

चाणक्यानं त्या गृहस्थाकडे निरखून बघितलं. त्याला त्याची मुद्रा ओळखीची वाटली. क्षणभर त्यानं आपल्या स्मृतीला ताण दिला आणि त्याच्या डोक्यात लख्ख प्रकाश पडला. चाणक्य एकदम त्याच्या पाया पडला आणि म्हणाला,

'आचार्य, आपण? किती बदल झालाय् तुमच्यांत! आणि आत्ता तुम्ही इथं कसे?'

मगधातल्या पाठशालेतले चाणक्याचे ते आचार्य होते. शिष्यानं आपल्या त्या गुरूला, जरा विलंबानं का होईना, पण ओळखलं होतं.

त्याचे आचार्य म्हणाले,

'चाणक्य, तू गेल्यानंतर मीही माझं अध्ययनाचं कार्य सोडून दिलं आणि संन्यासी बनून सगळीकडे भ्रमंती करू लागलो. पण तुला भेटायची मला फार इच्छा होती. आजवर ते जमलं नव्हतं. तुझ्यावर मी अन्याय केला आहे, याची बोचणी सतत माझ्या मनाला होत होती.'

'पण, आचार्य, त्यामुळंच मी तक्षशिलेला जाऊन उच्च शिक्षण घेऊ शकलो. नाहीतर मगधात राहून राजाच्या दुष्ट कारवायांना बळी पडलो असतो.'

आचार्य म्हणाले,

'बरं, पण आता मात्र तू लवकरात लवकर मगध सोडावंस, हे बरं! तुझ्या हातून मोठं कार्य व्हायचं आहे. तेव्हा तू सुरक्षित असलं पाहिजेस!'

आचार्यांच्या बोलण्याचं चाणक्याला फारच आश्चर्य वाटलं. आपल्याविषयी त्यांना एवढी माहिती कशी काय मिळाली, याचं नवल वाटून चाणक्यानं म्हटलं,

'आचार्य, तुम्हांला माझी माहिती कुणी दिली?'

आचार्य म्हणाले,

'तू इथं आल्याचं समजल्यापासून माझं तुझ्यावर लक्ष होतं. सगळ्या गोष्टी माझ्या कानांवर येत होत्या. पण प्रत्यक्ष तुला भेटायचा योग आज आला.'

'आचार्य, आपण माझ्यासमोर असलेला प्रश्न झटकन सोडवलात. लवकरात लवकर मी तक्षशिलेकडे प्रयाण करतो.'

थोडं थांबून चाणक्य पुढं म्हणाला,

'आचार्य, मी आपली गुरुदक्षिणा....'

आचार्य मधेच म्हणाले,

'चाणक्य,तू तक्षशिलेत अनेक विद्यार्थ्यांना अध्ययनाचं दान दिलेलं आहेस; आणि आता तर तू एक राजा निर्माण करणार आहेस. यातच मला माझी गुरुदक्षिणा मिळाली. आता इकडची काळजी न करता चंद्रगुप्ताला घेऊन ताबडतोब तक्षशिलेला जा!'

चाणक्यानं हा प्रसंग भागुरायणाला सांगितला. यावर भागुरायण म्हणाला,

'आपण कधी जाणार तक्षशिलेला?'

चाणक्य कालच्या प्रसंगातच रंगलेला होता. एकदम भानावर येऊन तो उत्तरला,

'मी आता लगेच चंद्रगुप्ताच्या घरी जातो. त्याच्या मातेची आणि मामाची अनुज्ञा घेतो. मग प्रात:काळी चंद्रगुप्ताला घेऊन तक्षशिलेला प्रयाण करतो.'

भागुरायण म्हणाला,

'आम्ही सर्वजण पहाटे गावाबाहेरच्या वनात तुमची भेट घ्यायला थांबू. सगळ्यांना मी तसा निरोप देतो.'

चाणक्य घाईघाईनं म्हणाला,

'नको, सेनापती, तसं करू नका. कारण जर धनानंदाच्या हेरांना संशय आला, तर आपण सगळेच पकडले जाऊ. आत्तापर्यंत आपलं कार्य निर्विघ्नपणानं पार पडलेलं आहे. त्यात ऐन वेळेला विघ्न यायला नको. मी लवकरच चंद्रगुप्तासह इथं परत येईन! आणि आपल्या बातम्या एकमेकांना समजतीलच की!'

भागुरायणानं मोठ्या जड अंत:करणानं मान डोलावली. शकदाल आणि सिद्धार्थक यांनाही चाणक्याच्या या आकस्मिक गमनानं वाईट वाटेल, हे भागुरायणला समजत होतं. चाणक्यालाही ते कळत का नव्हतं? परंतु त्यानं घेतलेला हा निर्णय योग्यच होता. भागुरायणानं भरल्या मनानं चाणक्याचा निरोप घेतला.

भागुरायण स्वत:च्या घरी निघाला आणि चाणक्यानं गोपालांच्या वस्तीचा मार्ग धरला.

चाणक्य गोपालांच्या वस्तीवर जाऊन पोहोचला, तेव्हा पहाट झाली होती. गाईगुरांची हालचाल कानांवर पडत होती. त्यांच्या गळ्यांतल्या घंटिकांचा ध्वनी वातावरणात भरून राहिला होता. पहाटेच्या प्रहरी ते संगीत कानाला अतिशय मधुर वाटत होतं. गौळवाड्याला हळूहळू जाग येत चालली होती. पुरती जाग यायला अजून अवकाश होता.

गौळवाड्याच्या अगदी जवळ गेल्यावर दहीदुधाचा आणि गोमयाचा दर्प चाणक्याच्या नाकात भरला. त्याला चंद्रगुप्ताचं घर शोधून काढायचं होतं. ते घर त्यानं एकदाच दुरून बघितलं होतं. परंतु कोणत्याही गोष्टीची दूरदर्शनानं ओळख थोडीच पटते? परंतु अंदाजानं तो एका घरासमोर जाऊन उभा राहिला. त्या घरातली माणसं अजून जागी झाली नव्हती. त्या घराजवळच्या गोठ्यातल्या गुरांच्या खुरांचे आवाज घंटिकांच्या आवाजांत मिसळून गेले होते.

त्या झोपडीवजा घराच्या दारावर चाणक्यानं हळूच ठोठावलं. दार उघडलं नाही. चाणक्य ताटकळत बाहेर उभा राहिला. त्यानं पुन्हा दार ठोठावलं, तेव्हा आतून एका स्त्रीचा झोपाळलेला आवाज आला. पाठोपाठ ते तकलुपी लाकडी दार उघडलं गेलं.

एका परक्या पुरुषाला दाराशी उभं असलेलं पाहून त्या स्त्रीनं प्रश्न केला,

'कोण हवंय् आपल्याला?'

ती बहुधा चंद्रगुप्ताची माता असावी, हे चाणक्यानं तेव्हाच ताडलं. त्यानं विचारलं,

'चंद्रगुप्त...'

‘झोपलाय् तो. उठेल एवढ्यात...काय काम होतं त्याच्याकडे?’

चाणक्य अजून बाहेरच उभा होता. पहाटेचं गार वारं अंगाला झोंबत होतं, चाणक्यानं या स्त्रीला विचारलं,

‘आपण चंद्रगुप्ताची...’

‘मी त्याची आई आहे!’

‘मला आपल्याशीच बोलायचं होतं. पण चंद्रगुप्ताचा मामा...’

‘तो बाहेरगावी गेलाय्...सकाळी येईल तो!’

क्षणभर थांबून ती स्त्री म्हणाली,

‘आपण चंद्रगुप्ताचे आचार्य आहात का?’

‘होय...चाणक्य माझं नाव!’

मग तिनं चाणक्याला आत बोलावलं. त्या झोपडीवजा घरात आतल्या बाजूला दोन खोल्या होत्या. आतील बाजूला पाकगृह असावं. तिथल्या एका कोपऱ्यात चंद्रगुप्त झोपला असावा. पणतीच्या मंदशा प्रकाशात तो झोपलेला दिसत होता.

चाणक्य बाहेरच्या खोलीतल्या दर्भासनावर बसला. चंद्रगुप्ताची आई बाजूला आदरानं उभी राहिली.

चाणक्य म्हणाला,

‘आई, आपण बसा की! मलाही तुमच्याशी बरंच बोलयचंय्.’

खाली बसून ती म्हणाली,

‘मलाही आपल्याशी काही बोलायचंय्.’

मनात शब्दांची जुळणी करून चाणक्य म्हणाला,

‘तुमच्या मुलाला नेण्यासाठी मी आलोय्.’

चंद्रगुप्ताच्या मातेनं गोंधाळून विचारलं,

‘कुठं नेणार आहात आपण माझ्या मुलाला?’

‘उच्च शिक्षणासाठी त्याला तक्षशिलेला घेऊन जाण्याच्या विचारात आहे मी! अर्थात तुमची संमती असेल, तरच!’

ती खिन्न स्वरात म्हणाली,

‘खरं तर मला तेच हवंय्...तेव्हा माझ्या संमतीचा प्रश्नच नाही! पण माझ्या दादानं संमती द्यायला हवी! माझ्या या थोरल्या भावानं संमती दिली, तर माझ्या चंद्रगुप्ताचं कल्याणच होईल! त्याच्या कल्याणासाठी मी त्याचा वियोग आनंदानं सहन करीन. पण दादा अनुज्ञा देणार नाही.’

चाणक्यानं एकदम म्हटलं,

‘मी मिळवीन त्यांची अनुज्ञा! मग तर झालं?’

चंद्रगुप्ताच्या आईनं होकारार्थी मान हलवली. पुत्रवियोगाच्या दुःखाची छाया

त्या क्षणापासून तिच्या मुद्रेवर पडलेली दिसत होती.

एका गोष्टीचं निरसन झाल्यानंतर चाणक्यानं तिची माहिती विचारून घेतली. त्यानं विचारलं,

'चंद्रगुप्ताचे पिताजी...'

चाणक्याच्या या प्रश्नावर ती सावरून बसली. त्या प्रश्नामुळं तिच्या नेत्रांत क्रोधाची झाक दिसायला लागली.

ती म्हणाली,

'मला त्याचसंबंधी आपल्याला काही सांगायचं होतं.'

'अवश्य सांगा...मन मोकळं करून सांगा!'

चंद्रगुप्ताची माता म्हणाली,

'चंद्रगुप्त आणि त्याचे पिताजी यांच्याविषयी काही जाणून घ्यायचं असेल, तर माझीही थोडी-फार माहिती तुम्हांला समजून घ्यावी लागेल!'

तिनं आपली कुळकथाच चाणक्याला निवेदन केली. चाणक्य विचारपूर्वक तिचं ते कुळकथाकथन ऐकत होता.

चंद्रगुप्ताची माता मुरा ही एका मौर्य नामक जंगली जमातीच्या नेत्याची कन्या! एका टोळीयुद्धात तिच्या पित्याचा वध झाला. त्यामुळं मुरा आणि तिचा थोरला भाऊ हे दोघे उघडे पडले. चरितार्थाचं साधन शोधण्यासाठी या पाटलिपुत्रात आले.

मुरा दिसायला अतिशय सुंदर होती. सौंदर्य हे जसं वरदान ठरतं, तसा, तो शापही ठरतो. सौंदर्यावर पापी दृष्टी पडली, म्हणजे ते सौंदर्य मातीमोल होऊन जातं. तसाच प्रकार घडला. राजा धनानंदाची पापी दृष्टी मुराच्या सौंदर्यावर पडली. तिला त्यानं आपल्या अंत:पुरात प्रवेश दिला. मुरा तिथं दासी म्हणून काम करू लागली.

कालांतरानं धनानंद मुराच्या सौंदर्यावर लुब्ध झाला, हळूहळू त्यानं तिच्यापुढं मायाजाल पसरलं. तिच्या सौंदर्याच्या भोवती आपल्या मनाचे पापी पाश आवळले आणि तिच्याशी लग्न लावलं. राणीवशात आणखी एका सुंदर युवतीची भर पडली.

मुरेनं यथावकाश एका सुंदर मुलाला जन्म दिला. तोच हा चंद्रगुप्त! चंद्रगुप्त हा बालपणापासूनच राजबिंडा होता. जसं त्याचं वय वाढू लागलं, तसेच त्याचे गुणही सर्वांना दिसू लागले. तेजस्वी, तरतरीत, बुद्धिमान आणि महत्त्वाकांक्षी अशा चंद्रगुप्ताचं राजप्रासादात सर्वत्र कौतुक व्हायचं. मुलाचे पाय पाळण्यात दिसावेत, त्याप्रमाणे या दासीपुत्राचे पायही पाळण्यात दिसायला लागले होते. साध्या खेळण्या-वागण्यातही तो जणू राजाच बनून जायचा.

धनानंदाला त्याच्या या बाललीलांचं कौतुक वाटायचं, पण काळजीही वाटायची. कारण हा दासीपुत्र असूनही राजपुत्राप्रमाणे आपला अधिकार गाजवत असे.

मगधातलं वातावरण हळूहळू धनानंदाच्या विरुद्ध होत चाललं होतं. त्याच्या

विरुद्ध एक प्रबळ फळी उभी राहत होती. तो प्रभावी झालेला विरोधी गट या आपल्या दासीपुत्राला हाताशी धरून आपल्या सिंहासनाला सुरुंग लावील, अशी भीती त्याच्या मनात स्थिर झाली... या त्याच्या भीतीला एक कारणही होतं.

मगधात मूळ शिशुनाग राजवंशाची सत्ता होती. ती सत्ता उखडून नंदवंशाच्या मूळ पुरुषानं ते राज्य बळकावलं होतं. जेव्हा एखादा राजा दुसऱ्याचं राज्य बळकावतो, तेव्हा आपलंही राज्य कुणीतरी बळकावेल, अशी भीती त्या राजाच्या मनात उभी राहत असते. धनानंदाचंही तसंच झालं. आपला हा दासीपुत्र एक ना एक दिवस आपलं राज्य असंच बळकावून घेईल आणि मगधाचा सम्राट बनेल, या भीतीनं धनानंदानं मुरा या आपल्या राणीला आणि चंद्रगुप्ताला सीमापार केलं. धनानंदाच्या राजवाड्यात दासी म्हणून प्रवेश केलेली मुरा ही राणी झाली आणि पुत्र जन्मानंतर ती पुन्हा उघड्यावर आली.

मुरेची ही कथा ऐकून चाणक्य जणू भविष्यात डोकावून एकदम म्हणाला,

'नंदराजाची भीती काही अनाठायी ठरणार नाही, असं दिसतंय्!'

मुरेनं आश्चर्यानं विचारलं,

'म्हणजे? काय म्हणायचंय् आपल्याला?'

चाणक्य उत्तरला,

'त्याचसाठी तर मी चंद्रगुप्ताला हाताशी धरलं आहे. अर्थात तो राजपुत्र आहे, हे मात्र मला माहीत नव्हतं. परंतु त्याच्या तेजस्वी व्यक्तिमत्त्वानं मी भारावून गेलो; आणि भावी राजा म्हणून त्याची निवड केली. परंतु केवळ योगायोगानंच तो राजपुत्र निघाला.'

मग जणू स्वतःशीच बोलावं, त्याप्रमाणे चाणक्य म्हणाला,

'वाऱ्यामुळं अग्नीवरची राख उडून जाते आणि पुन्हा धगधगीत अग्नी डोकं वर काढतो, त्याप्रमाणे हा प्रकार झालाय्. परिस्थितीमुळंच या चंद्रगुप्ताचं तेज आता बाहेर पडणार आहे!'

आपल्या मुलाला शिकवून आचार्य त्याला पंडित बनवणार आहेत, अशीच मुरेची आतापर्यंत समजूत होती, परंतु प्रत्यक्षात वेगळाच प्रकार निघाला होता. चंद्रगुप्ताला राजा बनविण्यासाठी आचार्य त्याला आपल्या बरोबर घेऊन जाणार होते. मुरेला मनातून तेच हवं होतं. आपला मुलगा धनानंदाच्या सिंहासनावर बसलेला तिला बघायचा होता. त्यात तिला एकप्रकारचं सूडाचं समाधान लाभणार होतं. परंतु वरकरणी तसं न दाखवता ती म्हणाली,

'पण, आचार्य, प्रत्यक्ष मुलगा आपल्या पित्याविरुद्ध...'

चाणक्य तिला मधेच थांबवून म्हणाला,

'यात चंद्रगुप्ताचा किंवा माझा कोणताच वैयक्तिक स्वार्थ दडलेला नाही. या

स्वार्थी, उन्मत्त राजाचं दमन करून आम्हांला मगधात धर्मराज्य प्रस्थापित करायचं आहे. राष्ट्र एकसंध करायचं आहे. त्यासाठी मला तुझा पुत्र हवा आहे. अन्यायी राजाचं राज्य उलथून पाडण्यासाठी राजाचाच पुत्र त्या कामी योग्य ठरेल!'

अजूनही मुरा संभ्रमात पडलेली होती. चाणक्य तिला समजावण्याच्या स्वरात म्हणाला,

'आणि, आर्ये, विचार करून पाहा! जेव्हा चंद्रगुप्त सम्राट होईल, तेव्हा तो आपल्या पापी पित्याचं नाव लावणार नाही. तो मुरामातेचंच नाव लावील. त्यामुळं सगळीकडे तुझंच नाव होईल. संपूर्ण भारतवर्षात तुझं नाव अजरामर होईल.'

चंद्रगुप्ताची माता स्वत:च्या नावापेक्षा आपल्या पुत्राच्या कल्याणाचा विचार करत होती. धर्मरक्षणासाठी, सुराज्य आणि एकसंध भारताच्या निर्मितीसाठी आपला पुत्र चाणक्याच्या स्वाधीन करायला सिद्ध झाली. आता फक्त चंद्रगुप्ताचा मामा येण्याची वाट बघायची होती.

बाहेर चांगलंच उजाडलं होतं. चंद्रगुप्ताचा पूर्वेतिहास समजून घेण्याच्या भरात सूर्योदय झाल्याचंही चाणक्याला कळलं नाही. त्या घरातून बाहेर पडताना त्याला आता चांगलीच सावधगिरी घ्यायला लागणार होती.

चंद्रगुप्ताच्या मामाशी कशा तऱ्हेनं संवाद साधावा, याचा विचार चाणक्य करत होता. तेवढ्यात बाहेरचं दार उघडलं. एक उंचापुरा आणि धष्टपुष्ट माणूस आता आला.

त्याला पाहून मुरा जागेवरून उठली तिनं प्रथम दिवा मालवला.

चंद्रगुप्ताच्या मामानं विचारलं,

'मुरे, कोण आलंय् आपल्याकडे? ओळखीचे वाटत नाहीत.'

तिनं चाणक्याची ओळख करून दिली आणि म्हटलं,

'दादा, हे चंद्रगुप्ताला घेऊन जाण्यासाठी आले आहेत. तुझ्या अनुज्ञेसाठी थांबले आहेत.'

चंद्रगुप्ताचा मामा आत येऊन समोरच्या आसनावर बसला. मुरा मधल्या दाराशी उभी राहून भावाच्या उत्तराची प्रतीक्षा करत होती.

मामानं एकदा चाणक्याकडे न्याहाळून बघितलं. मग विचारलं,

'चंद्रगुप्त हवाय् का तुम्हांला?'

त्याचा अंदाज घेत चाणक्य म्हणाला,

'हो, हवाय्....पण माझ्या स्वार्थासाठी नाही, तर आपल्या राष्ट्रासाठी! भारताच्या एकसंधतेसाठी!'

मामा म्हणाला,

'त्याला घेऊन जा....पण...'

'पण काय?'

‘माझी एक अट आहे.’

‘सांगा ना...’

‘चंद्रगुप्ताच्या आजवरच्या उदरनिर्वाहासाठी जो खर्च मी केला आहे, तो मला आधी मिळाला पाहिजे. मग तुम्ही चंद्रगुप्ताला खुशाल घेऊन जा!’

त्याच्या बोलण्याचं चाणक्याला आश्चर्य वाटलं. शेवटी माणसं स्वत:च्या टीचभर पोटासाठी राष्ट्राचं विशाल पोट जाळायला निघतात, याबद्दल चाणक्याला विषाद वाटला.

स्तिमित होऊन तो म्हणाला,

‘आपल्या देशासाठी मी स्वत:चं घरदार सोडून आलो आहे. राजसभेतल्या उच्च पदाचा मी त्याग केला आहे. माझ्याजवळ आपल्याला देण्यासाठी एक कार्षापणही नाही.’

चंद्रगुप्ताचा मामा चाणक्याच्या या बोलण्याला बधला नाही. तो आपल्याच अटीवर अडून बसला होता.

चाणक्य त्याला समजावण्याच्या उद्देशानं म्हणाला,

‘ग्रामार्थं कुटुंबम् त्यज्येत्। जनपदार्थं ग्रामं त्यजेत्। हे वचन आपल्याला माहीत आहे ना? गावासाठी एका कुटुंबाचा त्याग करावा, आणि देशासाठी गावाचा त्याग करावा, असं आपल्या धार्मिक ग्रंथांतून सांगितलेलं आहे.’

चाणक्य हे बोलत असतानाच चंद्रगुप्त बाहेर आला. त्यानं आचार्यांना वंदन केलं आणि निर्धारपूर्वक म्हटलं,

‘आचार्य, मी मगध सोडायला सिद्ध आहे! मी तुमचं सारं बोलणं ऐकलं आहे आणि राष्ट्रकार्यासाठी मी माझं जीवन समर्पित करायला तयार आहे!’

चंद्रगुप्ताची तेजस्वी मुद्रा आणि आवेश पाहून सगळे अवाक् झाले. परंतु आपला हटवादीपणा आणि स्वार्थ न सोडता मामा म्हणाला,

‘चंद्रगुप्त, तुझ्या जाण्याला माझा मुळीच विरोध नाही. मी सांगितल्याप्रमाणे जर मूल्य चुकतं केलं गेलं, तर मी तुला मुळीच अडवणार नाही.’

आणि चाणक्याकडे बघत तो म्हणाला,

‘तुझ्या या विद्वान आचार्यांना माझं मूल्य चुकतं करणं अवघड का आहे?’

मनाशी काहीएक विचार करून चाणक्य म्हणाला,

‘मातुल, चंद्रगुप्ताचं किती मूल्य तुम्ही ठरवलं आहे?’

मामानं परखड शब्दांत सांगितलं,

‘पाच सहस्त्र कार्षापण.’

एवढा आकडा ऐकून चाणक्यासमोर प्रश्न उभा राहिला. आपल्याजवळ एवढी रक्कम नाही, हे जसं चाणक्याला माहीत होतं, तसंच ते चंद्रगुप्तालाही माहीत होतं. म्हणून तोही काळजीत पडला. चिंतातुर मुद्रेनं त्यानं आपल्या आचार्यांकडे बघितलं, तेव्हा त्याच्या डोळ्यांत अश्रू तरारले होते. ते अश्रू

विषादानं ओथंबले होते, हे चाणक्याला सहज समजत होतं.

मनाशी निर्धार करून चाणक्य म्हणाला,

'ठीक आहे. कुठूनतरी मी पाच सहस्त्र कार्षापणांची व्यवस्था करतो आणि मग चंद्रगुप्ताला घेऊन जातो.'

मामा उद्गारला,

'एका हातानं मुद्रा द्यायच्या आणि दुसऱ्या हातानं चंद्रगुप्ताला घेऊन जायचं!...'

चाणक्यानं संमतिदर्शक मान हलवली आणि तो वेगानं दाराबाहेर पडला. चंद्रगुप्तही त्याच्या मागोमाग घराबाहेर पडला.

आपल्या मामाला आचार्य एवढं द्रव्य कसं काय देणार, या विवंचनेत चंद्रगुप्त बाहेर पडला. गावाबाहेरच्या अरण्यात चंद्रगुप्ताच्या समोर बसून चाणक्यही त्याच गोष्टीचा विचार करत होता. दुपारचं कडक ऊन त्या निबिड अरण्यात कोवळं वाटत होतं. सगळीकडे नीरव शांतता पसरली होती. चंद्रगुप्त आणि चाणक्य हे दोघेसुद्धा एखाद्या पुतळ्याप्रमाणे निःस्तब्ध बसले होते.

शांततेचा भंग करत चंद्रगुप्त विषादानं म्हणाला,

'आचार्य, माझ्या मामाच्या द्रव्यलोभानं आपल्याला या संकटात टाकलेलं आहे. मला वाटतं, मी तक्षशिलेला जाण्याचा विचार सोडून द्यावा.'

त्याला धीर देत चाणक्य म्हणाला,

'चंद्रगुप्त, यातून निश्चितच काहीतरी मार्ग निघेल. तू असा खचून जाऊ नकोस... आणि तुझ्या मामानं माझ्याकडे द्रव्य मागितलं, त्यात त्याचा तरी काय दोष? तो एक व्यवहार झाला. तुझा मामा साधा संसारी गृहस्थ असल्यामुळं त्याची मनोवृत्ती अशीच असणार?'

खाली मान घालून चंद्रगुप्त सारं ऐकत होता. एक क्षणभर थांबून चाणक्य पुढं म्हणाला

'आणि, चंद्रगुप्त, तू एक गोष्ट विसरतोस. एकदा का तुझ्या मामाला द्रव्य दिलं, की तुझ्यावर माझा संपूर्ण अधिकार राहील. तुझा मामा मग आपल्या ध्येयाच्या आड येऊ शकणार नाही.'

चंद्रगुप्ताला हळू हळू चाणक्याचं म्हणणं पटायला लागलं होतं. तो म्हणाला,

'आचार्य, माझं जीवन तुमच्या स्वाधीन केलेलंच आहे. त्यामुळं आपण म्हणाल, तसंच मी वागेन!'

'पण, चंद्रगुप्त, तू हे पूर्ण विचारान्तीच बोलतो आहेस ना?'

चंद्रगुप्तानं चटकन् वाकून चाणक्याचे पाय धरले आणि मंतरलेल्या स्वरात

तो म्हणाला,

'आचार्य, आपण पुन्हा अशी शंका मनात सुद्धा आणू नका!'

चंद्रगुप्ताच्या गुरुभक्तीनं चाणक्य भारावला. चंद्रगुप्ताला उठवत तो म्हणाला,

'ऊठ, चंद्रगुप्त, परत मी तुला असा प्रश्न विचारणार नाही.'

चंद्रगुप्त सावरून बसला. चाणक्यानं आपल्या जवळच्या पडशीला हात घातला. आतून त्यानं एक ग्रंथ बाहेर काढला. चंद्रगुप्तासमोर तो ग्रंथ धरून तो म्हणाला,

'हा ग्रंथ घे आणि नगरात जा.'

चंद्रगुप्तानं हात पुढं करून तो ग्रंथ हातात घेतला आणि म्हटलं,

'कुणाला द्यायचा आहे हा ग्रंथ? कसला ग्रंथ आहे?'

चाणक्य म्हणाला,

'हा राज्यशास्त्रावरचा एक मौलिक ग्रंथ आहे. आणि जो कुणी याच्या बदल्यात पाच सहस्र कार्षापण देईल, त्याला हा ग्रंथ दे.'

'पण, आचार्य, कुणी लिहिला आहे हा ग्रंथ? फार जुना दिसतो आहे!'

विषादानं हसत चाणक्य उत्तरला,

'हा ग्रंथ आमचा पिढीजात ग्रंथ आहे. माझ्या पिताजींनी तो मला दिला. या ग्रंथाचा असा उपयोग होईल, असं त्या वेळी तरी मला वाटलं नव्हतं. आता तू लवकर नगरात जा. या ग्रंथाच्या बदल्यात कुणीही जाणकार तुला तू मागशील, तेवढं द्रव्य देईल!'

'पण, आचार्य...'

'आता बोलण्यात वेळ घालवू नकोस. ग्रंथ विकल्यावर लगेच परत ये. माझं नाव मात्र कुणाला सांगू नकोस.'

चंद्रगुप्तानं मान डोलावली आणि नगराच्या दिशेनं तो चालू लागला.

चंद्रगुप्त एका पाठशालेच्या बाहेर उभा होता. पाठशालेतून मंत्रपठणाचे स्वर कानांवर पडत होते. पायऱ्या चढून त्यानं ओसरीवर प्रवेश केला. तीन-चार विद्यार्थ्यांना आचार्य शिकविण्यात मग्न होते. बराच वेळ चंद्रगुप्तानं त्यांचं लक्ष वेधून घेण्याचा प्रयत्न केला; परंतु त्यांनी पाहून न पाहिल्यासारखं केलं. चंद्रगुप्तानं तिथून पाय काढला.

तिथून थोड्याच अंतरावर दुसरी एक पाठशाला दिसली. त्या पाठशालेत दोनच विद्यार्थ्यांना आचार्य शिकवत होते. या छोट्या पाठशालेत हा मोठा ग्रंथ विकला जाणार नाही, या कल्पनेनं त्यानं रस्ता बदलला. दुपारपर्यंत त्याचं हेच कार्य चाललं होतं, पाटलिपुत्रातल्या बहुतेक पाठशालांतून तो हिंडून आला होता. बराच वेळ हिंडल्यामुळं तो चांगलाच दमला होता. सूर्य माथ्यावर आला होता. क्षणभर विसावा घेण्याच्या उद्देशानं एका वृक्षाच्या सावलीत तो विसावला. त्याच्या मनात एकच विचार घोळत होता. कुणी जर हा ग्रंथ घेतला नाही, तर

आपल्याला तक्षशिलेला जायला मिळणार नाही, या विचारानं त्याचं मन भरून आलं. कोणत्याही परिस्थितीत पाच सहस्त्र कार्षापण आपल्याला मिळवलेच पाहिजेत, या विचारानं तो एकदम उठला आणि चालायला लागला. विचारांनी त्याच्या मनाला आणि तहानेनं घशाला कोरड पडली होती. जवळच्याच पाणपोईवर जाऊन त्यानं आपली तहान भागवली आणि ग्रंथ विकण्यासाठी आपली भ्रमंती सुरू केली.

अशाच एका पाठशालेच्या आवारात त्यानं प्रवेश केला. आता इथं तरी आपल्या परिश्रमांचं फळ मिळेल, की नाही, या आशंकेनं त्यानं त्या पाठशालेत प्रवेश केला.

त्याच्या हातातून तो ग्रंथ घेऊन त्या गुरुशालेच्या आचार्यांनी तो ग्रंथ न्याहाळला. त्यांचे डोळे विस्फारले. ते म्हणाले,

'हा अतिशय अनमोल ग्रंथ आहे. या ग्रंथाचं मोलच मी करू शकणार नाही.'

असंच उत्तर चंद्रगुप्ताला बऱ्याच ठिकाणी मिळालं होतं. म्हणून चंद्रगुप्त त्या आचार्यांना म्हणाला,

'आचार्य, या ग्रंथाचं योग्य मोल कोणी करू शकणारच नाही का? आपण मला काही मार्गदर्शन करू शकाल का?'

क्षणभर विचार करून ते आचार्य म्हणाले,

'अशी एक व्यक्ती आहे. पण त्या व्यक्तीचं वास्तव्य नेहमी मगधात नसतं. बाहेरगावी जाऊन ते अध्ययनाचं काम करतात. मी तुला त्यांचं इथलं ठिकाण सांगतो. ते जर आज पाटलिपुत्रात असतील, तर तुला भेटतील.'

असं म्हणून त्या आचार्यांनी त्या व्यक्तीचं ठिकाण सांगितलं.

त्यांनी सांगितलेल्या पत्त्यावर चंद्रगुप्त जाऊन पोहोचला. आत सारं सामसूम होतं. चंद्रगुप्त काहीशा शंकित मनानंच त्या घरात गेला. समोर एक ब्राह्मण ग्रंथ वाचण्यात मग्न होता. दोन-तीन ग्रंथ त्याच्या समोरच्या व्यासपीठावर ठेवलेले होते. शेजारी लिखाणाचं साहित्यही ठेवलेलं होतं.

चंद्रगुप्तानं त्यांच्यासमोर जाऊन गुडघे टेकून त्यांना वंदन केलं. त्याबरोबर त्या ब्राह्मणानं मान वर उचलली आणि म्हटलं,

'आयुष्मान भव! काय हवंय् तुला?'

'आचार्य, मी एका संकटात पडलो आहे. त्यासाठी मला द्रव्याची गरज आहे.'

'पण मी सावकार नाही. धनासाठी तुला सावकाराकडे जायला हवं.'

यावर चंद्रगुप्त म्हणाला,

'आचार्य, मला कर्ज नको आहे. माझ्याजवळ एक अनमोल ग्रंथ आहे. त्याच्या बदल्यातच तुम्ही मला द्रव्य द्या.'

असं म्हणून चंद्रगुप्तानं आपल्याजवळचा ग्रंथ त्या ब्राह्मणाला दाखवला आणि म्हटलं,

‘या ग्रंथाचं मोल आपणच करू शकाल, असं सांगण्यात आलं, म्हणून मी इथं आलो आहे.’

तो ग्रंथ पाहताक्षणी आचार्यांनी तो त्याच्यापासून हिसकावूनच घेतला, आणि करड्या स्वरात चंद्रगुप्ताला विचारलं,

‘हा ग्रंथ कुठून आणलास तू? कुणी दिला तुला? सांग....लवकर सांग...’

आचार्यांच्या प्रश्नांनी चंद्रगुप्त एकदम गोंधळून गेला. तो म्हणाला,

‘माझ्या आचार्यांनी हा ग्रंथ मला दिला आहे.’

‘कोण आहेत तुझे आचार्य?’

‘ते मी सांगू शकत नाही. माझ्या गुरूंची तशी आज्ञा आहे.’

‘आणि ते कळल्याशिवाय मी याचं मूल्य तुला देणार नाही!’

‘आपल्याला द्रव्य द्यायचं नसेल, तर देऊ नका. मला तो ग्रंथ परत करा. पण कोणत्याही परिस्थितीत मी माझ्या गुरूचं नाव तुम्हांला सांगणार नाही!’

चंद्रगुप्ताचं हे परखड बोलणं ऐकून आचार्यांचा स्वर खाली आला. त्यांनी विचारलं,

‘किती द्रव्य हवं आहे तुला?’

चंद्रगुप्त म्हणाला,

‘पाच सहस्र कार्षापण.’

‘फक्त पाच सहस्र कार्षापण? या ग्रंथाचं मूल्य तुला माहीत नसावं, म्हणून तू इतकं थोडं द्रव्य मागतो आहेस. मी तुला त्यापेक्षा अधिक द्रव्य देईन, परंतु तू मला तुझ्या आचार्यांचं नाव सांग!’

चंद्रगुप्त पुन्हा ठासून म्हणाला,

‘नाही...ते शक्य नाही!’

आता अधिक ताणण्यात अर्थ नाही, असं पाहून आचार्य म्हणाले,

‘ठीक आहे. मी पाच सहस्र कार्षापण देतो; पण तू तुझ्या आचार्यांना सांग, की हा ग्रंथ ज्यांनी घेतला आहे, तो तुमचा स्नेही आहे!’

असं म्हणून त्यांनी पाच सहस्र कार्षापण चंद्रगुप्ताच्या हातावर ठेवले. म्हणाले,

‘सांभाळून घेऊन जा हे द्रव्य.’

चंद्रगुप्त ते द्रव्य घेऊन तडक गावाबाहेरच्या वनाकडे गेला.

चाणक्य त्याची वाटच बघत होता. त्याला विलंब झाल्यामुळं चाणक्याला काळजी वाटत होती. चंद्रगुप्ताला पाहून त्यानं घाईघाईनं विचारलं,

‘चंद्रगुप्त, एवढा विलंब का झाला रे, तुला?’

चंद्रगुप्तानं वृक्षाखाली बसून चाणक्याला सर्व वृत्तान्त थोडक्यात सांगितला.

तो ऐकून चाणक्य विचार करू लागला. कुणी घेतला असेल आपला ग्रंथ? चांगल्याच व्यक्तीनं घेतला असेल ना?

एवढ्यात बाजूच्या झाडीतून एक व्यक्ती बाहेर आली. चाणक्य आणि चंद्रगुप्त यांनी चमकून त्या व्यक्तीकडे बघितलं. त्या व्यक्तीला पाहून चंद्रगुप्त म्हणाला,

'आचार्य, यांनीच तुमचा ग्रंथ घेतला.'

ते आचार्य चंद्रगुप्ताच्या पाठोपाठच आले होते. पण ते त्याला समजलं नव्हतं.

चाणक्यानं शांतपणानं विचारलं,

'काय हवंय् आपल्याला?'

ते आचार्य म्हणाले,

'हा ग्रंथ कुणाचा आहे?'

चाणक्य म्हणाला,

'माझी वडिलोपार्जित ठेव आहे ही!'

'खरं सांगताय् हे तुम्ही? हा ग्रंथ कुणाचा आहे, हे मला माहीत आहे. हा ग्रंथ माझ्या मित्राचा आहे. तेव्हा तुम्ही हा ग्रंथ कुठून मिळवलात, ते सांगा. अन्यथा तुमच्यावर चोरीचा आरोप ठेवावा लागेल.'

चाणक्यानं एकदम अजय म्हणून त्याला मिठी मारली.

अजयनंही ओळख पटून म्हटलं,

'चाणक्य, नेहमीच्या सवयीनुसार तू आम्हाला न भेटताच निघून जाणार होतास. पण मी मात्र तुला वेळेवर पकडलं.'

दोघेही हसले.

चंद्रगुप्त अवाक् होऊन त्यांच्याकडे बघत होता.

चाणक्य म्हणाला,

'अजय, तुमच्या भेटीचा योगच आला नव्हता. तुमच्याबद्दल मात्र मला सारं समजत होतं.'

'मलाही तुझ्याबद्दल कळत होतं. वरुणालाही तुझी नेहमीच आठवण होते.'

'या वेळेस त्याची भेट घेणं शक्य नाही.'

अजयनं चाणक्याच्या हातात तो ग्रंथ ठेवला. चाणक्य काही बोलणार, एवढ्यात तोच म्हणाला,

'ज्याची ठेव त्याच्याजवळ असलेली बरी!'

'पण तू दिलेले पाच सहस्त्र कार्षापण...'

'राष्ट्रसंघटनेकरता माझी ही छोटीशी भेट समज. तुझ्या या रामराज्यनिर्मितीत माझी ही खारोटीची भेट!'

दोघेही बराच वेळ भारावून जाऊन एकमेकांबद्दल बोलत होते.

त्या दोन मित्रांची ही भेट चंद्रगुप्त जवळून बघत होता.

अदृष्टातील भाकीत

चंद्रगुप्ताला बरोबर घेऊन चाणक्य शिवशंकरांच्या घरी जायला निघाला होता. मगधाहून तक्षशिलेला येताना चाणक्यानं तिथली सारी माहिती चंद्रगुप्ताला करून दिली होती. त्या प्रदीर्घ प्रवासात चाणक्यानं शिवशंकरांना हरतऱ्हेचे प्रश्न विचारले होते. तसेच चंद्रगुप्तानं चाणक्याला विचारले होते. त्या वेळी चाणक्यानं त्याला शिवशंकरांची सारी माहिती करून दिली होती. आताही त्यांच्याविषयी बोलताना चाणक्य त्याला म्हणाला,

'तुला मी सांगितल्याप्रमाणे शिवशंकर हे अतिशय बहुश्रुत गृहस्थ आहेत. व्यापारात ते कितीही गढलेले असोत, त्यांच्या मनात नेहमी आपल्या मायभूमीचा विचार चालतो. बघशीलच आता तू!'

एवढ्यात समोरून गंगादास येताना दिसला.

जवळ आल्याबरोबर गंगादासानं चाणक्याला विचारलं,

'केव्हा आलास? आम्ही तुझीच वाट बघतो आहोत! माईंना तर तुला केव्हा बघेन, असं झालंय्!'

चाणक्य म्हणाला,

'आता त्यांच्याकडेच निघालोय्.'

गंगादास म्हणाला,

'मी तिकडेच जाऊन आलो. दोघेही घरी नाहीत!'

'कुठं गेलेत?'

'माई देवदर्शनाला गेल्या आणि श्रेष्ठी परगावी गेलेत.'

'केव्हा येणार आहेत?'

'आठ-पंधरा दिवस तरी लागतील!'

‘आम्ही आजच आलो!’

‘पण तुझ्या येण्याची बातमी मला केव्हाच कळलीय्. तिकडला सारा प्रकारही समजला. चंद्रगुप्त नावाच्या मुलाला शिक्षणासाठी तू बरोबर घेऊन येणार आहेस, हेही श्रेष्ठींनी सांगितलं. हाच का तो चंद्रगुप्त?’

यावर चाणक्य काही बोलणार, एवढ्यात चंद्रगुप्तानं गंगादासला खाली वाकून नमस्कार केला.

चाणक्य म्हणाला,

‘चंद्रगुप्त, हा गंगादास माझा सहाध्यायी आहे, बरं का! इथल्या विद्यापीठात आम्ही बरोबरच अध्ययन केलं.’

चंद्रगुप्तानं गंगादासाकडे मोठ्या आदरानं बघितलं.

गंगादास चंद्रगुप्ताला म्हणाला,

‘तू मोठा भाग्यवान आहेस! तुला चाणक्यसारखा गुरू लाभला.’

चाणक्यानं चटकन म्हटलं,

‘मलाही तू भाग्यवान म्हणायला हवंस. कारण चंद्रगुप्तासारखा शिष्य मला लाभला, म्हणून!’

गंगादास हसत म्हणाला,

‘दोघांचंही अहोभाग्य आहे, म्हणायचं!’

चाणक्यांनी विचारलं,

‘ते जाऊ दे! भाग्याचा हिशेब आपण नंतर मांडू! पण एक गोष्ट मला सांग, की इथं आल्यापासून तक्षशिला पार बदलून गेलेली दिसते आहे मला! झालंय् तरी काय?’

शिवशंकर घरी नसल्यामुळं ते तिघे आता वसतिगृहाकडे परत जायला निघाले. चालताना गंगादास म्हणाला,

‘तुझं म्हणणं बरोबर आहे. तक्षशिलेचा चेहरामोहराच पार बदलून गेला आहे. शत्रूच्या भीतीनं विवर्ण होऊन गेला आहे.’

चाणक्यानं आश्चर्यानं विचारलं,

‘शत्रू? म्हणजे सिकंदर म्हणतोस, होय? अरे, तो तर अजून गांधारातच आहे ना?’

‘होय ना! पण त्याच्याबद्दलच्या अफवा इथं पसरलेल्या आहेत ना? कुणी म्हणतं, त्यानं अजून सिंधु ओलांडलेलीच नाही. कुणी म्हणतं, त्यानं केव्हाच सिंधू पार केली आहे. काही लोक छातीला हात लावून सांगतात, की तो तक्षशिलेकडे यायला निघालेला आहे. त्याचं सैन्य, म्हणे, सागराला झाकून टाकील, एवढं मोठं आहे!’

चाणक्य मधेच म्हणाला,

‘आपल्या विशाल भारताला झाकून टाकील, एवढं नाही ना?’

गंगादास म्हणाला,

‘तुला खोटं वाटेल. पण इथले लोक तसंही बोलायला कमी करणार नाहीत! सारे लोक धास्तावले आहेत. फारसे बाहेरही पडत नाहीत.’

‘हे नेहमी गजबजलेले रस्ते आता ओस पडले आहेत. त्यावरून दिसतंच आहे ते!’

मग चंद्रगुप्ताकडे बघून चाणक्य पुढं म्हणाला,

‘मगधात तुला मी हेरांची कामगिरी सांगितलीच आहे!... अशा तऱ्हेच्या अफवा उठवून, शत्रूचे हे हेर प्रथम घबराट निर्माण करून देतात. अशा वेळी लोकांचं नीतिधैर्य वाढवायचं असतं. हे काम राजाच्या लोकांनीच करायचं असतं! इथला राजा अंबुजकुमार काय करतो आहे, कुणास ठाऊक!’

गंगादास एकदम म्हणाला,

‘त्याचं नेहमीचं लुटालुटीचं काम!’

चाणक्यानं उद्वेगानं विचारलं,

‘अरे, हा राजा आहे, का लुटारू?’

गंगादास एकदम म्हणाला,

‘दोन्ही! राजा आणि लुटारू! शिवाय कल्याणीवर मोहजालाचे प्रयोग चाललेच आहेत!’

‘काय करावं या राजेलोकांना! साऱ्यांच्या तऱ्हा सारख्याच! तिकडे आमचा धनानंद आणि इकडे हा अंबुजकुमार! आपापल्या देशाविषयी कसलंही प्रेम नाही. व्यक्तिगत सुखोपभोगासाठी स्वार्थाचा बाजार आणि लोकांची लूट! वाटतं, की या साऱ्यांना समुद्रात नेऊन बुडवावं! म्हणजे त्यांच्याबरोबर त्यांचे अनाचारही बुडून जातील!’

यावर गंगादास म्हणाला,

‘छे, छे! अनाचार कुठले बुडून जायला? तिथंही स्वार्थासाठी हे आपापसांत झगडतील आणि शेवटी सारेच बुडून मरतील!’

चाणक्यानं जणू स्वत:शीच म्हटलं,

‘प्रजा मरण्यापेक्षा हे अघोरी स्वार्थी राजे मेलेले बरे!’

‘त्याचसाठी श्रेष्ठी तुझी सारखी वाट बघत होते.’

‘आता आपल्याला काही दिवस वाट बघावी लागेल. तरी पण उद्या-परवा आम्ही त्यांच्या घरी जाऊन येऊ! आईंना भेटायला हवं ना?’

मग चंद्रगुप्ताकडे वळून चाणक्य म्हणाला,

'तुला आता हळूहळू इथली परिस्थिती लक्षात घ्यायला हवी! गुरुकुलात मी तुला पाठ देईनच! पण आपण जिथं जिथं हिंडतो, ते मुक्त गुरुकुलच आहे, असं समज. प्रत्येक ठिकाणी तुला पाठ मिळतील! गुरुकुलाच्या भिंतीबाहेरच तुला खरंखुरं शिक्षण मिळणार आहे!'

गंगादास म्हणाला,

'चाणक्य, आपण वास्तविक ब्राह्मण! आपल्याला या क्षत्रियांच्या गोष्टींशी काय कर्तव्य आहे? पण परिस्थितीच तशी आलेली दिसते!'

'गंगादास, म्हणूनच या राजवंशातील क्षत्रियाला बरोबर घेऊन आलोय्. याला मी वेदवेदान्त शिकवणार नाही. तत्त्वज्ञान अथवा स्थापत्यशास्त्र शिकवणार नाही. याला मी फक्त युद्धविद्या आणि राजनीती या गोष्टींचंच प्रामुख्यानं ज्ञान देणार आहे. बाकीचं ब्रह्मकर्म आपणच जन्मभर करत बसणार आहोत! ब्राह्मण मंडळी राज्यं थोडीच चालवतात? राजांना राजनीतीचा फक्त उपदेश करायचा, म्हणजे झालं!'

चंद्रगुप्त म्हणाला,

'आचार्य सांगतील, त्याच्या बाहेर मी एक अक्षरही जाणार नाही!'

गंगादासानं चंद्रगुप्ताकडे बघून हसून म्हटलं,

'आणि तुझे आचार्य तुला एक अवाक्षरही वावगं सांगणार नाहीत!'

गुरुकुलात प्रत्यक्ष पाऊल ठेवण्यापूर्वीच चंद्रगुप्ताच्या मुक्तांगणातील अध्ययनाला प्रारंभही झाला होता.

आचार्य चाणक्यांबद्दल चंद्रगुप्ताला परमावधीचा आदर वाटत असे. आपल्या आचार्यांप्रमाणेच त्याची बुद्धिमत्ता चौफेर असली, तरी तो त्यांच्याकडून मुख्यत: युद्धशास्त्र आणि राजनीतिशास्त्र या विषयांचेच धडे घेत असे.

एकदा चाणक्य त्याला म्हणाला,

'चंद्रगुप्त, मी तुला युद्धशास्त्राचे आणि राजनीतिशास्त्राचे धडे देत आहे, परंतु तुला सभोवतालच्या परिस्थितीतूनही प्रात्यक्षिक धडे मिळणार आहेत. म्हणून तू चौफेर दृष्टी ठेवत जा!'

यावर चंद्रगुप्त म्हणाला,

'म्हणूनच मला या सिंकदराविषयी जाणून घ्यायची फार इच्छा आहे.'

चाणक्यानं त्याला सांगितलं,

'सिकंदर हा महत्त्वाकांक्षी योद्धा सारं जग जिंकण्याच्या हेतूनं एवढ्या दूरवरून आलेला आहे. त्यावरून तुला या जिद्दी आणि शूर ग्रीक योद्ध्याची सहज

कल्पना करता येईल. हळूहळू तुला त्याची माहिती आणि महती मी सांगणारच आहे.'

'पण, आचार्य, सगळीकडचे राजे मात्र थंडच दिसतात. त्याच्या आक्रमणाची त्यांना भीती वाटत नाही का?'

'चंद्रगुप्त, माणसाला भीती केव्हा वाटते? आपल्याजवळ जे काय असेल, ते कोणीतरी येऊन घेऊन जाईल, म्हणून भीती वाटते. या राजांना आक्रमणाची भीती वाटत नाही. कारण त्यांचं आपल्या राज्यावर आणि प्रजेवर प्रेम नाही. त्यांना प्रजेपेक्षा आणि साऱ्या देशापेक्षा आपला स्वार्थ मोठा वाटतो. म्हणून आपलं हे प्राचीन भारतवर्ष शत्रूनं जिंकून घेतलं, तरी त्याची त्यांना पर्वा नाही. लाज नाही. आपल्या स्वार्थासाठी आणि चैनीसाठी हे राजेलोक राष्ट्राच्या नरडीचा घोट घ्यायला कमी करणार नाहीत. म्हणून...'

त्यांचं बोलणं पुरतं व्हायच्या आतच गंगादास तिथं आला. आल्याबरोबर म्हणाला,

'तुमच्या पाठात व्यत्यय आणला ना? म्हणून इथंपर्यंत तुमचा पाठ आला होता. तेव्हा आता पुढं काय म्हणायचं असेल, ते म्हणा!'

चाणक्य हसून चंद्रगुप्ताकडे बघत म्हणाला,

'म्हणून मी तुला इथं आणलं आहे. तुझ्या हातून मी ही सारी परिस्थिती बदलून घेणार आहे. म्हणून मी तुला सतत माझ्याबरोबर ठेवत आहे.'

गंगादासही हसला आणि म्हणाला,

'विद्यापीठातले सारेच लोक म्हणतात, की, चंद्रगुप्तासाठीच चाणक्यानं हे आचार्यपद पुन्हा स्वीकारलं आहे आणि चंद्रगुप्त चाणक्याबरोबर सावलीसारखा वावरतो आहे!'

चाणक्यानं लगेच म्हटलं,

'दुसऱ्याची अनिष्ट सावली त्याच्यावर पडू नये, म्हणून!'

'मग, आचार्य चाणक्य, ही सावली आपल्याबरोबर घेऊन चला! लगेच...'

'अरे, पण कुठं?'

'शिवशंकर श्रेष्ठींकडे!'

'पण ते गावाला गेलेत ना?'

'ते परत आलेत, हेच सांगण्यासाठी मी धावत इथं आलोय्!'

'अचानक कसे परत आले शिवशंकर?'

'तेच आता काय ते सांगतील! या तुमच्या सावलीला मात्र बरोबर घ्या! त्याची तिथं फार गरज आहे श्रेष्ठींना!'

ते तिघेजण शिवशंकरांच्या घरी जायला निघाले. शिवशंकरांविषयीच त्यांचं बोलणं चाललं होतं.

चाणक्य सांगत होता,

‘चंद्रगुप्त, मी प्रथम विद्यार्थी म्हणून तक्षशिलेला शिकायला आलो, तेव्हा, तुझ्यापेक्षा लहान होतो; आणि एकटा होतो. मला त्या वेळी भयंकर परिस्थितीनं इथं आणलं होतं. त्याचप्रमाणे तुला इथं बिकट परिस्थितीनंच आणलेलं आहे. त्या वेळी या शिवशंकर श्रेष्ठींनी मला पित्याप्रमाणे आधार दिला. त्यांची पत्नी माई हिनं मला आईप्रमाणे प्रेम दिलं.’

गंगादास मधेच म्हणाला,

‘आता इतक्या दिवसांनी तुला पाहून माईंना किती आनंद होईल, हे सांगता येणार नाही! हा तुझा चेला तर त्यांना फारच आवडेल!’

आणि त्याचा अंदाज खराच ठरला. त्या गुरुशिष्यांना पाहून त्या दोघांना कोण आनंद झाला! ते तिघेही त्या दोघांच्या पाया पडले. त्या दोघांना तो राजबिंडा चंद्रगुप्त भारीच आवडला.

त्या तिघांनी माईंनी दिलेलं दूध घेतल्यानंतर शिवशंकर गमतीनं म्हणाले,

‘चंद्रगुप्त, तुलाही आता इथल्या दुधाची सवय होईल!’

गोरस घेतल्यानंतर शिवशंकर चंद्रगुप्ताला म्हणाले,

‘तुला तुझ्या गुरुजींसारखी शंका विचारण्याची सवय नाही ना? कारण दोघांच्या शंकांचं निरसन करताना माझा जीव टांगणीला यायचा!’

चाणक्य हसला आणि म्हणाला,

‘म्हणजे माझ्या शंकांचं निरसन करताना तुम्हाला त्रास होत होता, तर!’

शिवशंकरही हसत उद्गारले,

‘तसं नाही, रे! उलट, मला स्वत:ला काय आणि किती येतं, याचा मला शोध लागतो.’

चंद्रगुप्त हे बोलणं मन लावून ऐकत होता. शिवशंकर त्याला म्हणाले,

‘तू मला हवं ते विचारत जा....मी मला माहीत आहे, ते सांगत जाईन!’

मग शिवशंकर चाणक्याला म्हणाले,

‘मीच तुला आता प्रश्न विचारतो.’

‘विचारा! येईल त्या प्रश्नांची उत्तरं मी देतो!’

सगळे मनापासून हसले.

शिवशंकरांनी विचारलं,

‘तुमचा धनानंद राजा काय म्हणतो?’

‘लोकांसाठी म्हणायला त्याच्याजवळ काय आहे? स्वत:च्या चैनीसाठी करायला मात्र सारं काही आहे!’

यावर साऱ्यांचं हसणं ओसरल्यानंतर चाणक्यानं त्यांना मगधातली सारी कर्मकथा ऐकवली. धनानंद राजानं त्याचे केलेले अपमान आणि त्याच्या

राज्यकारभारामुळं त्रस्त झालेली प्रजा ही सारी हकीगत त्यांच्या कानांवर घातली. भर राजसभेत शेंडीला गाठ न मारण्याची त्यानं केलेली प्रतिज्ञाही सांगितली.

शिवशंकर म्हणाले.

'तरीच तुझ्या मोकळ्या शेंडीचे केस तुझ्या मस्तकावर रुळताहेत. मी विचारणारच होतो तुला त्याबद्दल!'

चाणक्य म्हणाला,

'साऱ्या गोष्टी असह्य झाल्या, तेव्हाच मला ती प्रतिज्ञा करावी लागली. नाहीतर राजाचा अनाचार आणि शेंडी यांची गाठ मी मारली नसती.'

शिवशंकर हसले आणि म्हणाले,

'लोकांच्या भल्यासाठी अशा गाठीभेटी घालाव्याच लागतात!'

'या माझ्या प्रतिज्ञेतून एक चांगली गोष्ट निघाली. सागरमंथनातून अमृत निघावं, याप्रमाणे!...हा चंद्रगुप्त मला सापडला. हे खरं तर राजवंशातलं रत्न आहे. त्याला आता त्याचं राज्य आणि त्याचा राजवंश मिळवून द्यायला हवा!'

एवढं बोलून चाणक्यानं त्यांना चंद्रगुप्ताची सविस्तर ओळख करून दिली आणि म्हटलं,

'आता हा चंद्रगुप्त आपला आहे. पुढं-मागं राजा झाला, तरी तो साऱ्या प्रजेचा लोकप्रिय राजा होईल. तुम्हांला हे सारं केव्हा सांगेन, असं मला होऊन गेलं होतं. पण तुम्ही लवकर परत आलात, हे बरं झालं!'

शिवशंकर म्हणाले,

'न येऊन काय करतो! यावंच लागलं मला!... व्यापाराला चांगलाच फटका बसला आहे. फार मंदावला आहे व्यापार!'

चाणक्यानं विचारलं,

'का बरं?'

चाणक्यानं हा प्रश्न विचारला शिवशंकरांना; पण त्या प्रश्नाचं उत्तर दिलं गंगादासानं,

'तुला हे माहीत आहे ना, चाणक्य? सिकंदरानं गांधारवर आक्रमण केलं, आणि सध्या तो तिथंच तळ ठोकून बसला आहे! त्यामुळं आपला विदेशी व्यापार मंदावला आहे.'

सिकंदराचं नाव निघताच चाणक्य आणि चंद्रगुप्त हे दोघे सावरून बसले आणि जिवाचा कान करून ऐकू लागले.

गंगादासाचं बोलणं ऐकून चाणक्य शिवशंकरांना म्हणाला,

'तुमची तर फारच हानी झाली असेल! किती दिवस ही परिस्थिती राहणार आहे, कुणास ठाऊक!'

शिवशंकर म्हणाले,

‘मला या आर्थिक हानीबद्दल काहीच वाटत नाही, रे! पण या परकीय आक्रमणामुळं आपल्या देशाची आणि प्रजेची किती हानी होत असेल! त्याविषयी मला फार चिंता वाटते!’

गंगादास म्हणाला,

‘खरंय् श्रेष्ठींचं म्हणणं! त्या सिकंदराच्या सैन्याला पोसण्यासाठी आपल्या लोकांना अर्धपोटी राहावं लागतं आहे!’

शिवशंकर म्हणाले,

‘गांधारची दुर्दशा मी प्रत्यक्ष बघितली आहे. गांधारची अमाप हानी झालेली आहे. तिथल्या शूर सैनिकांनी प्राणपणानं शत्रूशी लढा दिला. पण....’

चाणक्य उद्वेगानं म्हणाला,

‘सिकंदराच्या प्रचंड मुसंडीसमोर त्यांचं काहीच चाललं नसेल ना?’

शिवशंकर उत्तरले,

‘केवळ तेच कारण नाही. आपली फुटीर वृत्ती...’

चाणक्यानं उद्वेगानं म्हटलं,

‘म्हणून मी म्हणतो, की साऱ्या गणराज्यांनी एक व्हायला हवं! पण कुणीच ते मनावर घेत नाही! जो तो स्वत:च्या स्वार्थात दंग आहे!’

संतापानं लाल झालेली चाणक्याची मुद्रा चंद्रगुप्त न्याहाळून बघत होता.

त्यानं प्रथमच कुतूहलानं विचारलं,

‘शत्रूनं सिंधु पार केली आहे का?’

चंद्रगुप्ताच्या राजसी मुद्रेकडे बघत शिवशंकर उत्तरले,

‘सिकंदरानं सिंधूवर साकव बांधायला प्रारंभ केला आहे. मी तिथं होतो, तेव्हा साकव निम्मा बांधून झाला होता. आता पुराही झाला असेल!’

चाणक्य उद्गारला,

‘म्हणजे कोणत्याही क्षणी सिकंदर तक्षशिलेत येऊ शकेल!’

शिवशंकर विषादानं पुढं म्हणाले,

‘आणि खेदाची गोष्ट, म्हणजे तो पूल बांधायला आपले कारागीर आणि कामगार त्याला साहाय्य करत होते.’

यावर चंद्रगुप्त त्वेषानं उद्गारला,

‘शत्रूला अशा तऱ्हेनं मदत करायची? त्यापेक्षा त्याच नदीत उडी टाकून मी प्राण दिला असता. पण मायदेशाशी कृतघ्नपणा केला नसता!’

चंद्रगुप्ताच्या या तडफदार बोलण्यावर सर्वांनी त्याच्याकडे चमकून बघितलं. या शत्रूशी दोन हात करण्यासाठी त्याचे बाहू जणू स्फुरण पावत होते.

गंगादास खेदानं म्हणाला,

‘स्वत:चं पोट जाळण्यासाठी माणूस मायभूमीच्या नरडीचा घोट घ्यायलाही कमी करत नाही!’

चाणक्य हे सारं बोलणं ऐकत होता आणि मनात त्या परिस्थितीबद्दल गंभीरपणानं विचार करत होता. साऱ्या प्रजासत्ताकांना ऐनवेळी एकत्र करून शत्रूशी लढा देण्याची वेळ निघून गेली होती. सध्या तरी त्या दृष्टीनं हालचाल करणं शक्य नव्हतं. आता त्याच्या मनात फक्त चंद्रगुप्ताबद्दलच विचार चालले होते. चंद्रगुप्तानं आपल्याभोवती काही जिवाभावाचे सहाध्यायी गोळा केले होते. त्यांत अक्षय हा त्याचा प्रमुख सहाध्यायी होता. या आणीबाणीच्या वेळी आपल्याला त्यांचा उपयोग करून घेता येईल, या विचारानं चाणक्यानं चंद्रगुप्ताकडे बघितलं आणि त्याला त्याच्या प्रश्नाचं उत्तर सापडलं! चंद्रगुप्त, अक्षय आणि त्यांच्या अन्य साथीदारांच्या साहाय्यानं शत्रूची बित्तंबातमी काढायची, असं त्यानं मनाशी योजलं. सिकंदर आता सिंधु पार करून भारतात घुसणार, ही गोष्ट आता जवळजवळ निश्चित झाली होती! तसं झालं, तर चंद्रगुप्ताला त्याच्यावर हेरगिरी करण्यासाठी पाठवायचं, असा बेत त्यानं आखला. त्यामुळं चंद्रगुप्ताला युद्धनीतीचा आणि राजनीतीचा प्रत्यक्ष पाठच मिळणार होता, अशी योजना चाणक्यानं मनाशी पक्की केली.

मनातल्या मनात चाणक्य अशा प्रकारची योजना आखत होता, ही गोष्ट खरी! परंतु वरकरणी त्यानं तसं दर्शवलं नाही. तो फक्त एवढंच म्हणाला,

‘आता गप्प बसून चालणार नाही. योग्य ती हालचाल आपल्याला करायलाच हवी!’ असं म्हणून चाणक्य उठला. त्यानं शिवशंकर आणि माई या दोघांचा निरोप घेतला आणि ते तिघेही बाहेर पडले. पुढील हालचाली आता त्वरेनं करायला हव्या होत्या!

युद्धशालेत चंद्रगुप्ताचा ढाल-तलवारीचा सराव चालला होता. त्याचं ते प्रात्यक्षिक बघत चाणक्य बाजूला उभा होता. चंद्रगुप्तानं आता खूपच प्रगती केलेली दिसत होती. मगधात असताना मुक्तपणानं त्याच्या कुमारक्रीडा चालायच्या. त्या वेळी त्याच्या शिरावर कसलंही ओझं नसायचं. राजा झाला काय किंवा सेनापती झाला काय, तो सारा लुटूपुटीचा खेळ असे. बालराजानं पड म्हटलं, की समोरच्या बालशत्रूला पडावं लागे. परंतु तक्षशिलेला आल्यापासून त्याच्यावर दायित्व येऊन पडलं होतं. कोणतीही जबाबदारी अंगावर येऊन पडली, म्हणजे बघता बघता मुलाचा मोठा माणूस बनतो. चंद्रगुप्ताचंही तसंच झालं असावं!

काही हेतू मनाशी धरूनच चाणक्यानं चंद्रगुप्ताला तक्षशिलेत आणलं होतं. चंद्रगुप्ताबद्दलची आपली अपेक्षापूर्ती होत चाललेली आहे, असं चाणक्याला वाटायला लागलं होतं. चंद्रगुप्ताचा उत्साह दिवसेंदिवस वाढत चाललेला होता. परिस्थित्यनुरूप माणसाच्या अंगातले गुण फुलत जातात, तसे त्याच्या अंगातले गुण फुलत चालले होते.

आता त्याची ढाल-तलवारीची प्रात्यक्षिकं चाणक्य बारकाईनं बघत होता. आपला हा शिष्य आपल्या कल्पनेपेक्षाही प्रत्येक बाबतीत अधिकाधिक पारंगत होत चालला आहे, हे पाहून चाणक्याला अतिशय समाधान वाटलं.

त्याच वेळी चंद्रगुप्त प्रतिस्पर्ध्यावर तलवारीचा वार करत होता, तेव्हा त्याचा प्रतिस्पर्धी गडबडून गेलेला दिसला. आपली चौकोनी ढाल पुढं करून त्याच्या प्रतिस्पर्ध्यानं चंद्रगुप्ताचा प्रहार कसबसा परतवला.

त्याच वेळी चंद्रगुप्तानं चाणक्याकडे कटाक्ष टाकला. चाणक्यानं मान हलवली आणि तो कौतुकानं हसला.

चाणक्य मनाशी म्हणाला,

'हा सर्व गोष्टींत पारंगत तर झाला आहेच. परंतु हा कुशाग्र बुद्धीचा मुलगा आज्ञाधारक आहे, हे विशेष!'

एवढ्यात युद्धशालेच्या दाराशी एक शिष्य येऊन उभा राहिला आणि चाणक्याला वंदन करून म्हणाला,

'आचार्य, एक व्यापारी आपल्याकडे आला आहे. पाठवू त्याला आत?'

चाणक्य मान हलवून म्हणाला,

'पाठव त्याला आत!'

तो शिष्य गेला त्याच दिशेनं एक माणूस आत आला. त्याच्या पाठीवर गाठोडं होतं. सर्वांनी त्याच्याकडे आश्चर्यानं बघितलं. युद्धशालेत व्यापारी आलेला बघून सर्वांनाच आश्चर्य वाटलं.

चाणक्यानं मात्र त्या हेराला लगेच ओळखलं. तो निपुणक या नावाचा त्याचा हेर होता.

त्याला बाजूला नेऊन चाणक्यानं विचारलं,

'काय बातमी आणली आहेस?'

चंद्रगुप्तही त्यांच्याजवळ येऊन उभा राहिला होता. त्याच्याकडे बघून निपुणक म्हणाला,

'आचार्य, शत्रूनं सिंधुनदी ओलांडली आहे! सिंधूच्या तीरावरील एका गावात त्यानं तळ ठोकला आहे!'

चाणक्यानं विचारलं,

'त्याच्या पुढच्या हालचालींविषयी काही माहिती मिळाली का?'

निपुणकानं सांगितलं,

'शत्रू आता तक्षशिलेत येणार हे, निश्चित!'

'कशावरून म्हणतोस?'

यावर निपुणकानं काही न बोलता फक्त खाली मान घातली.

चंद्रगुप्तानं मधेच विचारलं,

'मग अंबुजराजानं युद्धाची सिद्धता केली आहे का?'

निपुणकानं काहीच उत्तर दिलं नाही, तेव्हा चाणक्य त्याला म्हणाला,

'निपुणका, जे काय तुला समजलं असेल, ते स्पष्ट सांग! हेरानं असं भिऊन चालत नाही!'

निपुणक म्हणाला,

'आचार्य, शत्रू तक्षशिलेवर चालून येणार नाही. अंबुजकुमारानं शत्रूला निमंत्रण दिलं आहे!'

चाणक्य ओरडून म्हणाला,

'काय, सांगतोस काय? असलं नीच कृत्य करताना त्याला लाज कशी वाटली नाही? अंबुजकुमार एवढा भ्याड आहे? केकयराज पौरववर धाड घालून त्याची लूट करणारे त्याचे सैनिक सिकंदरावर सहज तुटून पडले असते!'

चाणक्याचा हा आवेश बघून दोघे अवाक् झाले.

निपुणक म्हणाला,

'अंबुजकुमाराकडे सिकंदराचे वकील येऊन मसलत करून गेले, असंही मला समजलं आहे!'

'पण यात अंबुजानं कुठला स्वार्थ साधला असावा?'

चंद्रगुप्ताच्या या प्रश्नावर चाणक्य म्हणाला,

'केकयराज पौरवावर स्वारी करून तो प्रदेश जिंकावा, असं अंबुजराजाचं स्वप्न आहे. त्यासाठी सिकंदर आपल्याला साहाय्य करील, अशी त्याची अपेक्षा असावी! परंतु सिकंदर इतका दूधखुळा नाही.'

चंद्रगुप्त उद्गारला,

'अरेरे! परक्या शत्रूची मदत स्वकीयांविरुद्ध घ्यायची? केवढा घरभेदेपणा म्हणायचा हा?'

चाणक्य विषादानं म्हणाला,

'स्वार्थासाठी या अंबुजानं आपलं सारं राष्ट्र पणाला लावलं आहे! पौरव राजाची मदत सिकंदराविरुद्ध घ्यायची सोडून त्यानं सिकंदराचीच मदत त्याच्याविरुद्ध घेतली आहे! काय म्हणायचं या कर्माला?'

निपुणकानं आणखी माहिती पुरवली.

'आपली सेना घेऊन सिकंदर आता कोणत्याही क्षणी इथं येईल! स्वत: अंबुजकुमार त्याच्या स्वागतासाठी सिंधूकडे गेलेला आहे!'

चंद्रगुप्ताला अंबुजकुमाराच्या या वर्तनाची मनस्वी चीड आली. तो म्हणाला,

'आचार्य, प्रजेचं हित पाहण्याऐवजी हा फक्त स्वत:चंच हित बघतो आहे. अशा वेळी आपण आपल्या या प्रजेसाठी काही करायला नको का?'

चाणक्य म्हणाला,

'बरोबर आहे तुझं म्हणणं! जेव्हा राजा आपल्या प्रजेसाठी काही करत नाही, तेव्हा प्रजेनंच राजासाठी काही तरी करायला हवं! काय करायचं, ते नीट विचाार करून ठरवलं पाहिजे.'

निपुणकाकडे बघून चाणक्य म्हणाला,

'बरं, तू आता तुझ्या कामगिरीवर जा!...आणि वेळच्या वेळी योग्य बातम्या देत जा!'

चाणक्याला वंदन करून निपुणक निघून गेला.

चाणक्यानं चंद्रगुप्ताकडे बघितलं. तो विचारात गढून गेलेला दिसला.

चाणक्य त्याला म्हणाला,

'चंद्रगुप्त, सिकंदर तक्षशिलेत येणार, हे आता पक्कं झालं आहे. तेव्हा या संधीचा आपण लाभ उठवला पाहिजे.'

चंद्रगुप्तानं प्रश्नार्थक मुद्रेनं विचारलं,

'तो कसा काय?'

'सिकंदराच्या छावणीत कोणत्याही मार्गानं प्रवेश करून घेतला पाहिजे. त्याच्या सैन्याबद्दलची माहिती काढली पाहिजे, त्याच्या पुढल्या साऱ्याच हालचालींची बित्तंबातमी काढायला हवी!'

चंद्रगुप्त चटकन म्हणाला,

'मी स्वत: सिकंदराच्या छावणीत जायला तयार आहे. कधी जायचं, ते सांगा, आचार्य!'

चाणक्य हसून म्हणाला,

'असा उतावळेपणा करू नकोस. ती शत्रूची छावणी आहे, हे विसरू नकोस! त्या कामासाठी तुझ्याशिवाय दुसरा कुणीही माझ्या डोळ्यांसमोर नाही. परंतु त्यासाठी तू तुझं मन प्रथम तयार केलं पाहिजेस!'

अधिक गंभीर मुद्रा करून चाणक्य पुढं म्हणाला,

'शत्रूच्या शिबिरात तुला अतिशय दक्षतेनं वावरावं लागेल. आपल्या हेतूचा सुगावा शत्रूला लागता कामा नये!'

चंद्रगुप्ताचे बाहू स्फुरण पावत होते. तो म्हणाला,

'आचार्य, आपण मुळीच चिंता करू नका! येणाऱ्या कोणत्याही प्रसंगाला तोंड द्यायची माझी तयारी आहे. आपण फक्त आज्ञा करा आणि मला शुभाशीर्वाद द्या!'

चाणक्य संतोषानं म्हणाला,

'ठीक आहे. योग्य वेळ येईल, तेव्हा तुला जायला सांगेन. मात्र त्याच्या छावणीत तुला लपूनछपून प्रवेश करावा लागेल, याचाही विचार करून ठेव!'

क्षणभर विचार करून चंद्रगुप्त म्हणाला,

'आचार्य, शत्रूचं स्वत:चं सैन्य असलं, तरी भारतात पाय टाकल्यावर त्याला इथल्याही सैन्याचा वापर करावा लागेलच की!'

'हो...ते खरंय्! पण त्याचं काय?'

चंद्रगुप्त उत्साहानं सांगू लागला,

'मी माझ्या काहीं साथीदारांसह सिकंदराच्या सैन्यात प्रवेश मिळवीन. त्यामुळं कुणालाच आमचा संशय येणार नाही. द्रव्यलोभानंच आम्ही त्याच्या सैन्यात प्रवेश केला आहे, असंच सर्वांना वाटेल.'

चाणक्य कौतुकानं त्याच्याकडे बघत म्हणाला,

'अगदी योग्य विचार केला आहेस तू! यातून तुला खूप काही शिकायला मिळेल, आणि तुझ्या ज्ञानाचा उपयोग आपल्याला आपल्या ध्येयपूर्तीसाठी होईल!'

चंद्रगुप्तही अशाच विचारांनी हरवून गेला होता. गुरू-शिष्य बराच वेळ भविष्याचा वेध घेत बसले होते. नियती जणू त्यांना साद घालत होती.

अपेक्षेप्रमाणे सिकंदरानं ससैन्य तक्षशिलेत प्रवेश केला होता. हे वृत्त सांगण्यासाठी निपुणक चाणक्याच्या दालनात आला होता. चंद्रगुप्त आणि अक्षय हे दोघेही त्याच्या पाठोपाठ आले. आचार्यांना वंदन करून ते निपुणकाचं बोलणं ऐकत उभे राहिले.

निपुणक सिकंदराच्या नगरप्रवेशाचा प्रसंग वर्णन करून सांगत होता. तो म्हणाला,

'सिंकदराच्या स्वागतासाठी तक्षशिलेचं प्रवेशद्वार पुष्पमालांनी शृंगारलं होतं. नगरातल्या मार्गांवर सडासंमार्जन करून त्या ठिकाणी रंगावल्या रेखल्या होत्या.'

अक्षय मधेच म्हणाला,

'आणि त्या शत्रूच्या स्वागतासाठी स्वत: अंबुजकुमार तिथं उपस्थित होता. मंजुळ वाद्यवादनही चाललं होतं. नृत्यांगनाही नटूनथटून तिथं आलेल्या होत्या. दरबारात त्या सौंदर्यवती नर्तिकांचं नाचगाणं व्हायचं होतं. शत्रूला भुलविण्यासाठी या सुरेख स्त्रिया प्रथमदर्शनी दिसायला नकोत का?'

हे सारं सांगताना अक्षयच्या मुद्रेवर संताप दिसत होता. तो चाणक्याच्या सूक्ष्म दृष्टीतून सुटणं शक्य नव्हतं. अक्षय हा चंद्रगुप्ताचा सहाध्यायी होता. तक्षशिलेत पाऊल टाकल्यापासून चंद्रगुप्ताची आणि अक्षयची हार्दिक मैत्री जडली होती. दोघेही तल्लख

आणि तडफदार असल्यामुळं त्या दोघांच्यावरही चाणक्याचा विश्वास जडला होता.

अक्षयच्या पाणीदार नेत्रांकडे बघून चाणक्य उद्वेगानं म्हणाला,

'खरं तर, शत्रूचं स्वागत पुष्पमालांनी करण्यापेक्षा खड्गाच्या अग्निपुष्पांनी करायला हवं होतं...आणि संगीताच्या सुरांपेक्षा धनुष्याच्या टणत्कारानं शत्रूचे कान रिझवायला हवे होते.'

इतका वेळ गप्प बसलेला चंद्रगुप्त म्हणाला,

'गावाबाहेरच्या मोकळ्या, विस्तीर्ण पटांगणात शत्रूच्या सर्व सैन्याच्या निवासाची सोय केलेली आहे आणि सिकंदरासाठी नगरात मोठा राजप्रासाद सज्ज करून ठेवलेला आहे!'

निपुणक म्हणाला,

'खरंय् ते! गावाबाहेरच्या पटांगणात त्याच्या सैनिकांनी तंबू ठोकले आहेत. शत्रूच्या या आगमनामुळं तक्षशिलेतली शांती संपली आहे आणि सर्वत्र भीतीचं वातावरण निर्माण झालं आहे!'

अक्षय म्हणाला,

'ते सैन्य पाहून लोक भयचकित झाले आहेत. ते सैन्य नगरात आलं, तेव्हा कुणालाच काही कल्पना नव्हती. एखाद्या जुनाट महावृक्षावर मधमाश्यांचं मोहोळ येऊन बसावं, तसा प्रकार घडला!'

चंद्रगुप्तानं माहिती सांगितली,

'आणि त्या सिकंदराच्या सन्मानार्थ स्पर्धा आयोजित केल्या जाणार आहेत.'

'कसल्या स्पर्धा?'

चाणक्याच्या या प्रश्नावर चंद्रगुप्त म्हणाला,

'कसरतीच्या आणि घोडेस्वारांच्या स्पर्धा होणार आहेत. त्यासाठी पटांगणात प्रेक्षकांसाठी बैठक सजवली आहे. व्यासपीठावर सिकंदर, अंबुज, आदी प्रमुख व्यक्ती स्थानापन्न होणार आहेत.'

'पटांगणाच्या मध्यभागी ओळीनं काही खांब उभे केले आहेत.'

अक्षयनं विचारलं,

'ते कशासाठी?'

'त्या खांबाच्या भोवताली एकसारखं फिरत राहायचंय. जो जास्त काळ फिरेल, त्याला बक्षीस देण्यात येणार आहे. अशी ती स्पर्धा आहे.'

चंद्रगुप्त म्हणाला,

'या स्पर्धेसाठी तक्षशिला आणि आजूबाजूची गावं इथून स्पर्धक येणार आहेत. पुष्कळ स्पर्धक आलेलेही आहेत.'

चाणक्यानं विचारलं,

‘त्या स्पर्धेतला एखादा घोडेस्वार भोवळ येऊन पडला, तर?’

निपुणक म्हणाला,

‘पडला, तर अंबुजकुमाराला मजाच वाटेल! आपल्या पित्याच्या मृत्यूचंही ज्याला दुःख झालं नाही, त्याला सामान्य सैनिकाच्या मृत्यूचं थोडंच दुःख होणार आहे? तो घोडेस्वार पडून मेला, तर मेला! किडामुंगी नाही का मरत! त्यांच्या मरणाचा हिशेब कुणी ठेवतं का? तसंच!’

चाणक्यानं आश्चर्यानं निपुणकाला विचारलं,

‘म्हणजे अंबुराजा....’

‘मरून गेला बिचारा! शत्रू घरात आला. मुलगा नामर्द निघाला. मुलानंच शत्रू घरात घेतला. तेव्हा राजा त्वेषानं हातात तलवार घेऊन निघाला होता. परंतु मुलानंच बापाला बंदिवान बनवलं. पिता पुत्राच्या बंदीत पडला.’

‘कंसाचाच अवतार असावा हा अंबुजकुमार!’

अक्षयच्या या बोलण्यावर निपुणक म्हणाला,

‘पण कंसाच्या त्या अपकृत्यामुळं त्याचाच मृत्यू पुढं ओढवून आला. परंतु इथं उलटंच घडलं! बंदीत पडल्यानंतर अंबुराजा हतबल झाला. आपण आपल्या मातृभूमीचं संरक्षण करण्यास असमर्थ आहोत, हे शल्य राजाच्या मनाला डाचत राहिलं. मुलापुढं त्याचं काही चाललं नाही, तेव्हा शत्रूसाठी सज्ज केलेली ती तलवार त्यानं आपल्याच पोटात खुपसून घेऊन प्राणत्याग केला.’

‘अरेरे! पित्यानं प्राणत्याग केला, तरी पुत्राचे डोळे उघडले नाहीत!’

चंद्रगुप्त उद्वेगपूर्ण स्वरात उद्गारला,

‘उघडले की! पण ते शत्रूचं उघड्या डोळ्यांनी स्वागत करण्यासाठी! शत्रूला खूश करण्यासाठी आता तिकडे मेजवान्या झडत असतील! नाचरंगाला जोश चढला असेल...’

चाणक्यानं विचारलं,

‘राजाचे अंत्यसंस्कार तरी रीतसर पार पडले का?’

निपुणक म्हणाला,

‘कुणास ठाऊक! अंबुजकुमाराला असल्या निरर्थक गोष्टींसाठी वेळ कुठं आहे?’

अंबुराजाच्या मृत्यूच्या वार्तेनं सर्वजण सुन्न झाले होते. आता अंबुजकुमारच तक्षशिलेचा सर्वेसर्वा झाला होता. त्याला त्याच्या कृत्यांचा जाब विचारायला कुणी उरलं नव्हतं!

मगधाचा धनानंद आणि तक्षशिलेचा अंबुजकुमार यांची काळी कृत्यं एकाच ताजव्यात मापली जाणार होती. प्रबळ शत्रू घरात शिरला होता. परंतु त्या

दोघांनाही त्याची क्षिती नव्हती.

या सर्व बिकट परिस्थितीची जाणीव होती फक्त चाणक्य आणि चंद्रगुप्त या दोघांनाच! नियती त्या दोघांसाठी एक वेगळंच महावस्त्र विणत होती.

तक्षशिलेतले रस्ते निर्मनुष्य दिसत होते. क्वचित एखादं-दुसरी व्यक्ती मार्गानं जाताना दृष्टीस पडत होती. सिकंदर सिंधुनदीच्या पलीकडे असताना नुसत्या अफवांनी तक्षशिलेतले नागरिक घाबरून गेले होते. आता तर सिकंदर प्रत्यक्ष तक्षशिलेत आला होता. त्यामुळं रस्ते ओस पडणं अगदी स्वाभाविक होतं.

चाणक्य आणि चंद्रगुप्त नदीवरून वसतिगृहाकडे परत जात होते. वेळ, खरं तर, बाजारहाटाची होती. तरी रस्ते रिकामे पाहून चाणक्य म्हणाला,

'खरंच, त्या एका सिकंदरानं तक्षशिलेची काय अवस्था करून टाकली आहे!'

'या सर्वांच्या मुळाशी अंबुजकुमार आहे. त्याच्या वागण्याला काही ताळतंत्रच उरलेला नाही.'

'विद्यार्थीही गुरुकुलात जायला घाबरत आहेत. विदेशी विद्यार्थी तक्षशिलेत येणं तर पुरतंच बंद झालं आहे. विद्यापीठाचं अस्तित्वच धोक्यात आलेलं दिसतंय्!'

चंद्रगुप्त चटकन म्हणाला,

'आचार्य, आपल्यासारखे निर्भय अध्यापक तक्षशिला गुरुकुलाला लाभले आहेत. मग गुरुकुल धोक्यात कसं येईल? तुम्ही असताना कसली काळजी आहे?'

चाणक्य म्हणाला,

'चंद्रगुप्त, तू हे तुझ्या गुरूच्या प्रेमापोटी बोलतो आहेस. गुरुकुलाच्या वास्तूला कसलाही धोका नाही, हे मला माहीत आहे. परंतु जर विद्यार्थीच नसतील, तर गुरुकुलाच्या अस्तित्वाला काहीच अर्थ उरणार नाही. आणि महत्त्वाची गोष्ट, म्हणजे संस्कृत भाषेवर गदा येण्याची शक्यता आहे.'

'ती कशी काय?'

'सिकंदर हा ग्रीक आहे. त्याची भाषा ग्रीक. आपली भाषा त्याला अवगत नसल्यामुळं त्या भाषेचं महत्त्व त्याला वाटणार नाही. तो जर भारतविजेता झाला, तर आपल्या भाषेचा प्रचार केल्याशिवाय तो कसा राहील?'

'खरंय्, आचार्य, आपलं म्हणणं! पण यासाठी काय करायला हवं?'

चाणक्य क्षणभर थांबला. विचार करून तो पुढं म्हणाला,

'चंद्रगुप्त, त्यासाठी आपण सर्व विद्यार्थ्यांना जागरूक केलं पाहिजे. आपल्या मातृभूमीच्या अस्तित्वरक्षणासाठी, धर्मरक्षणासाठी, त्यांच्यांतला स्वाभिमान चेतवला पाहिजे!'

चाणक्याचं आवेशपूर्ण बोलणं चंद्रगुप्त मन लावून ऐकत होता.

चाणक्य म्हणाला,

'राजसत्ता जर मूग गिळून गप्प असेल, तर शिक्षकांनी पुढं झालं पाहिजे. शिक्षक हा निर्माता असतो. त्यानं नवीन पिढी निर्माण करायला हवी! ते त्याचं कर्तव्य ठरेल. शिक्षक आणि विद्यार्थी यांनी एकत्र येऊन आपलं राष्ट्र शत्रूच्या मगरमिठीतून सोडवायला हवं!'

चंद्रगुप्त भारावून म्हणाला,

'आचार्य, आपण फक्त आज्ञा करा, अक्षय, शार्ङ्गरव, मी आणि माझे इतर सहाध्यायी मिळून आपल्या राष्ट्रासाठी काहीही करायला सिद्ध आहोत!'

चाणक्यानं संतोषानं चंद्रगुप्ताच्या खांद्यावर थोपटलं. मग तो म्हणाला,

'चंद्रगुप्त, सिकंदराच्या छावणीत तुला जायचं आहे. ती वेळ आता जवळ आली आहे. त्यासाठी तू प्रथम सिकंदराच्या विश्वासाला पात्र व्हायला हवं! मात्र तू स्वत:हून त्याच्या सैन्यात जाऊ नकोस. सिकंदराच्या एखाद्या सैनिकी अधिकाऱ्याच्यातर्फे ते काम झालं, तर जास्त चांगलं!'

यावर चंद्रगुप्त म्हणाला,

'त्याबाबतीत मी एक योजना आखली आहे, ती सांगतो. सिकंदराला साधुसंतांची आणि यतिमहंतांची भेट घेण्याची फार आवड आहे. त्यांच्याशी तात्त्विक चर्चा करायलाही त्याला आवडतं.'

चाणक्य गमतीनं म्हणाला,

'साधूचा वेष धारण करायचा तर तुझा विचार नाही ना? केस राखले आहेस, म्हणून विचारतो!'

'नाही....नाही! केस राखण्यामागे माझा दुसराच हेतू आहे. तो मी तुम्हाला सांगणारच आहे. पण त्याच्याआधी मी या साधूंच्याबद्दल सांगतो.'

'ठीक आहे, सांग.'

चंद्रगुप्तानं सांगितलं,

'सिकंदराचा सेनापती ऑनसाइक्रिटरा हा अशा साधुसंतांच्या शोधात रानावनांतून हिंडत असतो. अशा तऱ्हेनं तो हिंडत असताना आमच्यापैकी काही लोक त्याच्यावर हल्ला करतील आणि त्या वेळी आम्ही त्याचं रक्षण करू. त्यामुळं आमच्याबद्दल त्याला आपुलकी निर्माण होईल आणि रक्षणकर्ता म्हणून तो

आम्हाला छावणीत घेऊन जाईल. मग उपकाराची फेड करण्यासाठी तो आम्हाला त्याच्या सैन्यात प्रवेश देईल!'

चंद्रगुप्ताची ही योजना ऐकून चाणक्य चांगला प्रभावित झाला. मुळातच राजतेज अंगात असलेला चंद्रगुप्त राजनीतिनिपुण होत चालला होता, हे पाहून चाणक्याला समाधान वाटलं.

चाणक्यानं कौतुकानं त्याच्याकडे बघितलं.

चंद्रगुप्ताचे कुरळे कुंतल वाऱ्यावर भुरूभुरू उडत होते. चंद्रगुप्ताच्या त्या राजरूपाकडे बघून चाणक्याला मगधातला चंद्रगुप्त आठवला. त्याच्यात कितीतरी बदल झाला होता! चाणक्याला तो प्रकर्षानं जाणवला.

चंद्रगुप्ताचं त्याला कौतुक वाटलं. परंतु त्याहीपेक्षा अभिमान अधिक वाटला. आपल्या परिश्रमाचं चीज होतं आहे, हे पाहून त्याला अतिशय समाधान वाटलं. जे कार्य आपण हाती घेतलेलं आहे, ते तडीला जाणार, याविषयी त्याच्या मनात कसलीही शंका उरली नाही.

चाणक्य त्याला कौतुकानं म्हणाला,

'चंद्रगुप्त, तू बरीच माहिती गोळा केली आहेस की! पण हे केस वाढवण्याचं कारण नाही सांगितलंस?'

चंद्रगुप्तानं आपल्या केसांवरून अभावितपणानं हात फिरवला आणि म्हटलं,

'एक सैनिक म्हणून मी शत्रूच्या छावणीत प्रवेश करणार आहे. तेव्हा सामान्य सैनिकाप्रमाणे माझी वेशभूषा, केशभूषा असायला नको का? म्हणून...'

चाणक्यानं मधेच विचारलं,

'सिकंदराला साधुसंन्याशांच्या भेटीगाठीची आवड आहे, हे तुला कसं काय समजलं?'

चंद्रगुप्त म्हणाला,

'मी माझ्या साथीदारांबरोबर तलवारीचा सराव करण्यासाठी अरण्यात जातो ना?'

'मग तिथं कसं काय कळलं तुला?'

चंद्रगुप्तानं ते सारं सांगितलं.

चंद्रगुप्त आणि त्याचे साथीदार एकदा तलवारीचा सराव करत होते. त्यांचा सराव चालला असताना त्यांचे प्रहार-प्रतिप्रहार चालले होते. ढाल-तलवारींच्या आघातांचे आवाज आसमंतात उठत होते. प्रतिध्वनींचा आवाजही आसमंतात घुमत होता. बाकी त्या अरण्यात सर्वत्र शांतता नांदत होती.

त्या अरण्याच्या अंतर्भागात कित्येक साधुसंन्यासी आणि यतीतापसी ध्यानमग्न असतात, ही गोष्ट चंद्रगुप्ताला आणि त्याच्या साथीदारांना चांगली माहीत होती.

त्यामुळं त्यांचा ध्यानभंग होऊ नये, याची ते काळजी घेत असत.

त्या दिवशी त्यांचा सराव चालला असताना काही माणसांच्या बोलण्याचा आवाज त्यांच्या कानांवर आला. त्यासरशी सराव करणारे त्यांचे हात एकदम थबकले. झटकन चंद्रगुप्त एका महावृक्षाच्या आड लपला. त्याचे साथीदार दुसऱ्या एका महावृक्षावर चढून मुकाट्यानं टेहळणी करू लागले.

दोन भारतीय सैनिकांच्या सोबतीनं ग्रीकांचा सेनापती ऑनसाइक्रिटरा हा तिथं आला होता. त्यानं बरोबर दुभाष्याही आणला होता. कारण दुभाष्याशिवाय त्या साधुसंन्याशांशी संवाद साधणं शक्य नव्हतं.

त्या अरण्यात काही साधू पद्मासन घालून ध्यान करत होते. ध्यान करताना एका संन्याशाच्या जटा भूमीपर्यंत रुळत होत्या. एक साधू एका पायावर उभं राहून ध्यान करत होता, तर दुसऱ्या साधूचं ध्यान वृक्षाला उलटं टांगून चाललेलं होतं. अशा वेगवेगळ्या अवस्थांमधे तिथले साधुसंन्यासी दिसत होते.

त्याच अरण्यात महर्षी दांड्यायन नावाचे एक वयोवृद्ध संन्यस्त ब्राह्मण वस्त्रविहीन अवस्थेत वावरत होते. त्यांच्या नावाची कीर्ती सिकंदरापर्यंत जाऊन पोहोचली होती. त्यांची भेट घेण्याची त्याला इच्छा झालेली होती. त्या महर्षींना तशी विनंती करण्यासाठी सेनापती अरण्यात आला होता.

महर्षी दांड्यायन दिसल्यावर ग्रीक सेनापतीनं त्यांना अशी विनंती केली. तो म्हणाला,

'महर्षी, सध्या तक्षशिलेत जगज्जितेच्छू सिकंदर यांचं वास्तव्य आहे. आपल्यासारख्या तत्त्वचिंतक योग्याशी चार शब्द बोलण्याची सिकंदराची इच्छा आहे. ते स्वत: तत्त्वज्ञ ॲरिस्टॉटलचे शिष्य आहेत. त्यांचे सेनापती आपल्याला सिकंदराच्या भेटीसाठी घेऊन जायला आले आहेत.'

त्या दुभाष्यानं सांगितलेलं सेनापतीचं बोलणं ऐकून महर्षी दांड्यायन उत्तरले,

'मला कुणालाच भेटण्याची किंवा चर्चा करण्याची इच्छा नाही.'

असं म्हणून महर्षी उल्लिंगावस्थेत एक महावृक्षाखाली पहुडले.

सिकंदराकडे येण्याबद्दल सेनापतीनं त्यांना पुन: पुन्हा विनवण्या केल्या. आमिषं दाखवली. परंतु काही केल्या महर्षी बधले नाहीत.

शेवटी सेनापती चिडला आणि म्हणाला,

'जे साक्षात् झ्यूज देवतेचे पुत्र आहेत, त्या सम्राट सिकंदरानं तुला मोठ्या मानानं बोलावलं आहे. जर तू येण्यास पुन्हा नकार दिलास, तर तुझा आत्ताच्या आत्ता शिरच्छेद केला जाईल!'

सेनापतीची ती धमकावणी ऐकून महर्षी दांड्यायन खदखदून हसले. त्याच्या हसण्यानं सेनापती दचकला. वृक्षावरचे पक्षीही पंखांची फडफड करून घाबरून उडाले.

मग आपलं हसणं आवरून महर्षी दांड्यायन उत्तरले,

'सिकंदर हा जसा आणि ज्या अर्थी इऱ्यूज देवतेचा पुत्र आहे, तसा आणि त्या अर्थी मीही त्या द्युःचाच पुत्र आहे. सिकंदराची जगज्जेतेपणाची बढाई ही व्यर्थ आहे. त्यानं व्यास नदीचं पैलतीरही अजून पाहिलेलं नाही. यापुढं ज्या शूर भारतीयांची राज्यं आहेत आणि त्यांच्याही पुढं मगधाचं जे प्रबळ साम्राज्य आहे, त्यांच्याशी तोंड दिल्यानंतर जर सिकंदर उरला, तर तो जगज्जेता आहे, की नाही, हे ठरेल! आता निष्कारण व्यर्थ बडबड करून काय उपयोग?'

काही वेळ महर्षी दांड्यायन बोलायचे थांबले. मग त्यांनी मंद हास्य केलं. मग म्हणाले,

'सिकंदर मला भूमिदान, धनदान देऊ इच्छितो होय? त्याला जाऊन सांग, की अशा भूमिधन दानाला आम्ही संन्यस्त ब्राह्मण तुच्छ लेखतो. मल जे जे हवं आहे, ते ते माझी मायभूमी मला मातेच्या ममतेनं भरभरून देते. मग तुझं दान हवं आहे कशाला?...मला तुम्ही शिरच्छेदाची धमकी देता, नाही का? तुम्ही माझा जरी शिरच्छेद केलात, तरी माझा आत्मा तुम्हाला छाटता थोडाच येणार आहे? तो अच्छेद्य आणि अमरच राहील!'

शेवटी सेनापतीकडे तुच्छतेनं बघत महर्षी म्हणाले,

'जे सत्तेचे आणि सुवर्णाचे दास असतील आणि जे मृत्यूला भीत असतील, त्यांना अशा धमक्या दे, म्हणावं! आमच्या समोर धमक्या पांगळ्या बनून जातात! सिकंदर हा चारचौघांसारखाच मर्त्य माणूस आहे. मर्त्य माणसाप्रमाणे तो त्याच्या महत्त्वाकांक्षेबरोबरच एक ना एक दिवस मरून जाणार आहे....आमच्या समोर त्याच्या धमक्याही मरून गेल्या आहेत...मी येत नाही जा, असं त्याला खुशाल सांग!'

महर्षी दांड्यायनांचं ते बाणेदार परखड उत्तर ऐकून सेनापतीसह सर्वजण अवाक् झाले. मुकाट्यानं त्यांनी तिथून पाय काढला.

जणू काहीच घडलं नाही, अशा तऱ्हेनं महर्षी पुन्हा ध्यानमग्न झाले.

चंद्रगुप्तानं हा सारा प्रसंग चाणक्याला कथन केला. मग तो म्हणाला,

'आचार्य, महर्षींचं ते उत्तर ऐकून आम्हांला केवढी धन्यता वाटली! असे तत्त्वचिंतक योगी भारतवर्षात आहेत, ही खरंच भाग्याची गोष्ट आहे.'

चाणक्य म्हणाला,

'खरंय् तुझं म्हणणं! भारतात जन्म घ्यायला खरोखरच भाग्य लागतं!... चंद्रगुप्त, या भाग्याचंच आता आपल्याला संरक्षण करायचं आहे!'

भारताच्या भाग्याच्या हा अमोल ठेवा कसा जतन करायचा, याचं चिंतन करतच ते दोघे वसतिगृहात जाऊन पोहोचले.

✧

वसतिगृहातील चाणक्याच्या कक्षात चंद्रगुप्तानं प्रवेश केला. त्या वेळी अक्षय तिथंच बसला होता. चंद्रगुप्ताला पाहून चाणक्य म्हणाला,

'ये...अगदी वेळेवर आलास! हा अक्षय काय सांगतोय्, ते ऐक!'

चंद्रगुप्त बसल्यानंतर अक्षय त्याच्याकडे बघून म्हणाला,

'सिकंदराच्या प्रासादासमोर आज सकाळी घडलेला प्रकार सांगतोय्.'

चंद्रगुप्त म्हणाला,

'व्वा! मी अगदी वेळेवर आलो, म्हणायचा!'

तो प्रसंग सांगताना अक्षयला हसू आवरत नव्हतं. हसताहसताच तो सांगायला लागला,

'कल्याणस्वामी प्रासादाबाहेरच्या पायऱ्यांवर ठाण मांडून बसले होते. प्रासादात जायला त्यांनी स्पष्ट नकार दिला होता. हातवारे करून त्यांची स्वत:शीच बडबड चालली होती.'

चंद्रगुप्तानं आश्चर्यानं विचारलं,

'कसली बडबड?'

कल्याणस्वामी ओरडून सांगत होते,

'मला सिकंदराला मुळीच भेटायचं नाही! तुम्ही मला कशासाठी धरून आणलं आहे? त्याला जर मला भेटायचं असेल, तर त्यानं बाहेर यावं! मी नाही आत येणार!'

चाणक्यानं विचारलं,

'कल्याणस्वामींना धरून कशासाठी आणलं होतं तिथं?'

अक्षय म्हणाला,

'आचार्य, तुम्हांला माहीतच आहे, की सिकंदराला साधुसंताशी, योगीपुरुषांशी बोलायची, त्यांच्याशी चर्चा करायची हौस आहे. त्यासाठी कल्याणस्वामींना पकडून आणलं होतं त्याच्या दूतांनी!'

चंद्रगुप्तानं विचारलं,

'मग कल्याणस्वामी आत गेले, का सिकंदर बाहेर आला?'

कल्याणस्वामींच्या हट्टाप्रमाणे सिकंदर आपल्या दुभाष्याला घेऊन प्रासादाबाहेर आला.

सिकंदरानं कल्याणस्वामींना विचारलं,

'स्वामी, माझ्या या दिग्विजयाच्या कार्याला यश येईल, का नाही?'

उत्तरादाखल स्वामींनी वातड झालेलं एक मोठं चामडं आणायला सांगितलं.

सेवकानं धनुष्याकृती चामडं आणून दिलं.

कल्याणस्वामींनी खुणेनंच ते वातड चामडं सरळ करून दाखवायला सांगितलं.

सिकंदरानं एका अधिकाऱ्याला बोलावलं आणि ते चामडं सपाट करून त्याच्यावर त्याला बसायला सांगितलं.

ते वातड झालेलं चामडं सपाट करण्याचा त्या अधिकाऱ्यानं खूप प्रयत्न केला. परंतु एक टोक सपाट केलं, तर त्या चामड्याचं दुसरं टोक खाडकन् उभं राहायचं! दुसरं टोक खाली करून तो त्याच्यावर बसायला गेला. तर पहिलं टोक सपकन् उभं राहायचं! त्या अधिकाऱ्यानं कितीही प्रयत्न केला, तरी ते कातडं सपाट होईना आणि त्या कातड्यावर त्याला मधोमध बसता येईना.

सिकंदर त्या साऱ्या प्रकाराकडे बघत होताच. कल्याणस्वामी त्याला म्हणाले,

'तुझ्या भारतावरील स्वारीची अशीच गत होईल! तू एका बाजूला पुढं पुढं जिंकत जाशील, तर तू जिंकलेली मागची राज्यं तुझ्याविरुद्ध उठाव करतील! तू मागे त्यांचा समाचार घेण्यासाठी वळशील, तर तुझी पुढची जिंकलेली राज्यं तुझं जोखड फेकून देतील! तुला भारताचं सम्राटपद कधीही प्राप्त करून घेता येणार नाही!'

सिकंदर तिथून उठला आणि मोठ्यांदा ओरडला,

'हाकलून द्या या वेड्याला इथून! माझं असलं घाणेरडं भविष्य सांगतो काय?'

त्या वेळी कल्याणस्वामी आपल्या जागेवरून उठले होते आणि सिकंदराकडे रागानं बघून म्हणत होते,

'कुणी बोलावलं होतं या वेड्याला इथं? त्याला बोलवणारा वेडा, का इथं येणारा वेडा? मी वेडा असेन, पण माझं भविष्य वेडं नाही! ते खरंच ठरणार आहे! नाही मिळणार तुला भारताचं सम्राटपद! मग जगज्जेता होण्याची वेडीखुळी कल्पनाच सोडून दे! म्हणे, जगज्जेता होणार! भारतविजेता होऊन दाखव!'

सिकंदर लगबगीनं राजप्रासादात गेला आणि कल्याणस्वामी याप्रमाणे आरडाओरडा करत त्या मार्गावरून निघून गेले.

सिकंदराचा परिवार आणि मार्गावरील पौरजन तो सारा प्रकार पाहून थक्क होऊन गेले.

अक्षयच्या तोंडून हा प्रकार ऐकल्यानंतर चंद्रगुप्त म्हणाला.

'खरंच ठरणार आहे कल्याणस्वामींचं भाकीत! शेवटी राज्यांतील प्रजाच या शत्रूविरुद्ध उठाव करणार आहे; आणि आपल्या आचार्यांसारखा मार्गदर्शक पाठीशी असल्यावर आपली पावलं योग्य मार्गावरूनच पडतील!'

शिष्याची ती स्तुती ऐकायला गुरूला आता मुळीच वेळ नव्हता. चाणक्य म्हणाला,

'चंद्रगुप्त, तुम्हाला तुमच्या कामागिरीवर जायचं आहे ना? नुसते संकल्प करून सिद्धी प्राप्त होत नसते! संकल्पाबरोबरच प्रयत्न करायला नकोत का?'

आपल्या आचार्यांनी विषय बदलला आहे, हे चंद्रगुप्तानं तेव्हाच ओळखलं. तो म्हणाला,

'तेवढ्याचसाठी मी आलो होतो. आमच्या कार्यासाठी आपला आशीर्वाद आम्हांला हवाच आहे!'

असं म्हणून चंद्रगुप्त चाणक्याच्या पाया पडला. नेत्रांत जमा झालेले अश्रू आवरून तो म्हणाला,

'आता आपली भेट सिकंदर भारताबाहेर गेल्यानंतरच होईल!'

त्याला समजावणीच्या स्वरात चाणक्य म्हणाला,

'चंद्रगुप्त, तू मुळीच चिंता करू नकोस! आपल्या भेटीचा योग लवकरच येणार आहे. कारण सिकंदर भारतात फार काळ राहूच शकणार नाही! कल्याणस्वामींसारख्या तपस्व्याचं बोलणं कधी खोटं होणार नाही!'

चाणक्याच्या या आश्वासक बोलण्यानं चंद्रगुप्त भारावला आणि अक्षयचा निरोप घेऊन तो आपल्या कामगिरीवर निघून गेला.

भाकीत आणि प्रयत्न यांची सांगड जोडण्याचा काळ केव्हा येणार होता? अदृष्टात जे होणार होतं, ते टळणार थोडंच होतं?

सदाचाराचे संस्कार

चंद्रगुप्त आणि त्याचे साथीदार यांच्यासमोर आता एक धर्मसंकट येऊन उभं राहिलं होतं. त्या संकटातून कसं पार पडायचं, याविषयी त्यांच्यांत विचारविनिमय चालला होता. शाङ्‌र्गरव आणि त्याचा एक साथीदार हे चंद्रगुप्ताच्याच राहुटीत बसून प्राप्त प्रसंगाबद्दल चर्चा करत होते.

शत्रूसैन्याला त्या तिघांचा संशय येण्याचं काहीच कारण नव्हतं. ठरल्याप्रमाणे सिकंदराचा सेनापती ऑनसाइक्रिटरा याला संकटातून सोडवलं होतं. त्यामुळं सिकंदराच्या सैन्यात त्यांना राजरोस प्रवेश मिळाला होता. शत्रूच्या गोटात शिरण्याची संधी त्यांना सहजी लाभली होती. आता शत्रूचं पोट फोडून त्यांना तिथून बाहेर पडायचं होतं. परंतु त्यामुळंच ते आता पेचात सापडले होते; आणि त्यातून कसं काय बाहेर पडायचं, याचा विचार करत ते बसले होते,

चंद्रगुप्त म्हणाला,

'मित्रांनो! आपल्या कटाप्रमाणे आपण सेनापतीला संकटातून सोडवलं आणि सिकंदराच्या सैन्यात प्रवेश मिळवला, हे खरं! परंतु त्या वेळी एक गोष्ट आपल्या लक्षात यायला हवी होती. सिकंदर आपल्या देशबांधवांविरुद्ध उठला आहे. त्याच्याबरोबर आपल्यालाही आता आपल्याच देशबांधवांविरुद्ध शस्त्र उचलावं लागेल!'

शाङ्‌र्गरव म्हणाला,

'चंद्रगुप्त, तोही आता आपल्या कटाचाच एक भाग बनणार नाही का?'

'ते खरं, रे! सिकंदराच्या सैनिकांसारखं आपल्याला आपल्या बांधवांविरुद्ध खरंखुरं थोडंच लढता येणार आहे? अशा वेळी आपली लढण्यातली कुचराई शत्रूच्या ध्यानात आली, तर सारंच भांडं फुटायचं! आपला लढण्याचा देखावा

बेमालूम वठला पाहिजे!'

यावर साथीदार म्हणाला,

'खरंच, आपल्याला तारेवरची कसरत करावी लागणार आहे!'

चंद्रगुप्त म्हणाला,

'तक्षशिलेच्या भोवतालच्या सर्व गणराज्यांना शरण येण्याची आज्ञा सिकंदरानं केलेली आहे. त्याप्रमाणे सर्व छोटी छोटी गणराज्यं शरण आलेली आहेत. पण केकय हे राज्य बलाढ्य आहे. त्यामुळं पौरवानं सिकंदराची आज्ञा धुडकावून लावली आहे. तेव्हा पौरवाशी युद्धाचा प्रसंग अटळ आहे!'

यावर शाङ्र्गरव विषादानं म्हणाला,

'पौरवाविषयी खरोखर अभिमान वाटतो! सिकंदराची आज्ञा त्यानं सरळ धुडकावून लावली! नाहीतर आपल्या तक्षशिलेचा हा अंबुजराज! त्यानं शत्रूला आपल्या घरी येण्याचं निमंत्रण दिलं! सिकंदराचं आधिपत्य मान्य केलं. आपल्या मित्रांपेक्षा त्याला शत्रू जवळचा वाटला!'

'तुझं म्हणणं खरं आहे. अंबुजराजानं सिकंदराला पौरवराजाच्या राज्याचा मार्ग दाखवून आपल्या दुष्कृत्यांमधे भरच घातली आहे. अंबुजराज ही क्षात्रधर्माला लागलेली कीड आहे. क्षात्रधर्माला लागलेला तो कलंक आहे!'

चंद्रगुप्ताच्या या बोलण्यावर शाङ्र्गरव उद्गारला,

'पण पौरवराजा तो कलंक धुवून काढण्याचा आपल्या परीनं प्रयत्न करतो आहे!'

'आणि त्यांच्या विरुद्धच हत्यार चालवण्याचा नको तो प्रसंग आपल्यावर आलेला आहे!'

'पण, चंद्रगुप्त, आपण त्याच्याशी खरी लढाई थोडीच करणार आहोत?'

'ते खरं आहे, रे शाङ्र्गरव! पण त्याच्याशी ही खोटी लढाईही करण्याचा प्रसंग यायला नको होता! तो या अंबुजानं आणला! या गोष्टीची फार खंत वाटते!'

चंद्रगुप्ताच्या या बोलण्यावर कुणीच काही बोललं नाही.

मधेच चंद्रगुप्त उठला आणि तंबूच्या दाराबाहेर डोकावला. तंबूच्या आसपास कुणीच नव्हतं. सगळ्या राहुट्यांमधून उत्साहाचं वातावरण पसरलेलं दिसत होतं. पौरवाबरोबर युद्ध करण्याची सिद्धता चाललेली होती. बऱ्याच कालावधीनंतर सिकंदराच्या सैन्याला युद्धाची संधी मिळणार होती. म्हणून त्याचे सैनिक लढाई करण्यासाठी उतावीळ झालेले दिसत होते. सिकंदराच्या तळावर उत्साहाचं वातावरण पसरलेलं स्पष्ट जाणवत होतं. त्यामुळं चंद्रगुप्ताच्या तंबूकडे फिरकायला कुणालाच सवड नव्हती.

चंद्रगुप्तानं आत येऊन हलक्या आवाजात विचारलं,

'शाङ्र्गरव, आचार्य चाणक्यांना रोजच्या रोज सारा वृत्तान्त पाठवला जातो

आहे ना? त्यांच्याकडूनही आपल्याला काही मार्गदर्शन होत आहे ना?'

शाङ्र्गरव उत्तरला,

'सारी व्यवस्था चोख ठेवली आहे. मी स्वत: रोज नदीवर जातो आणि तिथं आलेल्या एका साधूबरोबर आचार्यांना संदेश पाठवतो. माध्यान्हीला तो साधू उलट संदेश घेऊन येतो!'

चंद्रगुप्त म्हणाला,

'ठीक आहे. तुम्ही आता आपापल्या तंबूत जा. युद्धासाठी आपणही आतुर झालो आहोत, असा आभास आपल्याला निर्माण करायला हवा! जा, सिद्धतेला लागा!'

शाङ्र्गरव आणि साथीदार चोरपावलांनी चंद्रगुप्ताच्या तंबूतून बाहेर पडले. आजूबाजूचा कानोसा घेतच ते आपापल्या तंबूत परतले. पौरवराजाबरोबर युद्ध करण्यासाठी कोणत्याही क्षणी त्यांना पाचारण करण्यात येणार होतं.

साधुसंन्यासी, उदीमव्यापारी, गारुडी, जादूगार अशा अनेक मंडळींचा राबता चाणक्याच्या कक्षात नित्याचाच होऊन बसला होता.

आत्ताही त्याच्या कक्षात एक छाटीधारी संन्यासी आला आणि 'जय राम' असं त्याला अभिवादन केलं.

त्या वेळी चाणक्य ग्रंथपठणात मग्न होता. त्या संन्याशाचा शब्द ऐकून त्यानं मान वर केली आणि संन्याशाकडे बघितलं.

संन्याशानं चाणक्याला वंदन केलं आणि तो समोरच्या आसनावर जाऊन बसला. चाणक्याकडे बघत म्हणाला,

'छावणीतून संदेश मिळाला. तो घेऊन आलोय्.'

'काय संदेश आहे चंद्रगुप्ताचा?'

'सिकंदर केकयावर चालून निघाला आहे!'

'पौरवराजाकडे सिकंदराचे दूत गेले होते, एवढं मला समजलं होतं. पण पौरवाचं उत्तर कळलं नव्हतं!'

त्या संन्याशानं सांगितलं,

'सिकंदराच्या दूतांबरोबर तक्षशिलेतली काही प्रतिष्ठित मंडळीही गेली होती. त्या स्वकीयांना पाहून पौरव अतिशय संतापला. अंबुजराजानं सिकंदराचं मांडलिकत्व पत्करलं असलं, तरी आपण त्याची गुलामगिरी मुळीच मानणार नाही, असं त्यानं निक्षून सांगितलं.'

'म्हणजे त्यानं सिकंदराची शरणागतीची आज्ञा पार मोडून काढली, म्हणायची!'

'होय. त्यामुळं सिकंदर स्वत: केकयावर चालून जात आहे!'

‘मग चंद्रगुप्त आणि साथीदार...’

‘काळजीत पडले होते. आपल्याच बांधवांवर कसं काय चालून जायचं, अशा विवंचनेत ते पडले होते.’

‘त्यांना जाऊन सांगा, की तुम्ही निश्चिंतपणानं लढा. परंतु कोणा स्वकीयाची हत्या होणार नाही, याची काळजी घ्या! आम्हीही इकडे तक्षशिलेतल्या विद्यार्थ्यांना हाताशी धरून क्रांती घडवून आणतो आहोत, असं त्यांना सांगा! म्हणजे दोन्ही बाजूंनी उठाव करता येईल आणि शत्रूला कात्रीत पकडता येईल! आपलं पाऊल आता सतत पुढंच पडणार आहे!’

संन्याशानं मान डोलावली.

चाणक्यानं त्याला विचारलं,

‘शत्रूच्या छावणीतली आणखी काही वार्ता? त्याचं सैन्य, शस्त्रबळ यांबद्दलची काही माहिती?’

‘हो...सिकंदराचं सैन्य अगदी ताज्या दमाचं आहे; आणि त्याचं शस्त्रागार कोऱ्या करकरीत शस्त्रांनी सुसज्ज आहे. त्याच्या सैन्यात एक लक्ष वीस सहस्त्र पायदळ आहे. त्याचं घोडदळ पंधरा सहस्त्र आहे.’

‘सिकंदर कसा काय आहे?’

‘सिकंदर अतिशय उमदा आणि भरदार छातीचा तरुण आहे! त्याची महासेना त्याला साक्षात दैवीपुरुष मानते!’

‘सिकंदराचे पुढचे बेत काय आहेत?’

‘संपूर्ण भारत पादाक्रांत करायची त्याची दुर्दम्य महत्त्वाकांक्षा आहे. एकेक प्रदेश जिंकत तो पुढं पुढं जाणार आहे. केकयाकडे जातानासुद्धा वाटेतली छोटी छोटी गणराज्यं जिंकून तो पुढं पाऊल टाकणार आहे.’

चाणक्याच्या कानांवर ही सारी माहिती घालून तो संन्यासी निघून गेला आणि अक्षय आत आला.

आल्याबरोबर अक्षयनं विचारलं,

‘आचार्य, काय म्हणत होता तो संन्यासी?’

चाणक्यानं त्याला सारं सांगितलं. नंतर त्यानं अक्षयला विचारलं,

‘अक्षय, आज गुरुकुलातील साऱ्या विद्यार्थ्यांना मोकळ्या पटांगणात जमायला सांगितलेलं आहे. या सिकंदराविरुद्ध उठाव करण्याचं आवाहन मी त्यांना करणार आहे.’

‘होय, आचार्य. सगळ्या छात्रांना मी तशी सूचना दिलेली आहे. इतर आचार्यही उपस्थित राहणार आहेत. तेच सांगण्यासाठी मी आलो होतो.’

क्षणभर थांबून अक्षयनं भीत भीत विचारलं,

‘आचार्य, चंद्रगुप्ताचे...’

‘कुशल आहे त्याचं! त्याची मुळीच काळजी करू नकोस! तो चांगल्या कार्यासाठी गेला आहे. नक्कीच काम पूर्ण करून तो येईल!’

आपल्या मित्राची काळजी अक्षयला वाटणं साहजिकच होतं...परंतु चाणक्याच्या धीराच्या शब्दांनी त्याची काळजी थोडी दूर झाली.

मग बोलत बोलत ते दोघे सभास्थानी आले.

त्या विस्तीर्ण सभास्थानी आचार्य आणि छात्रगण यांचा मेळावाच जमला होता. आचार्य चाणक्यांनी आपल्याला कशासाठी एकत्र जमवलं आहे, या गोष्टीचा सर्वजण अंदाज घेत होते. सगळीकडे शांतता पसलेली होती. परंतु सगळ्यांच्या मनांवर एक प्रकारचं अनामिक दडपण आलेलं भासत होतं.

चाणक्य आपल्या आसनावर स्थानापन्न झाला. समोरच्या छात्रगणांवर दृष्टीक्षेप टाकून तो बोलायला लागला.

अक्षय छात्रगणांमधे जाऊन बसला.

चाणक्यानं भाषण सुरू करताना म्हटलं,

‘तुम्ही सर्वजण दडपणाखाली वावरत आहात, असं मला स्पष्ट जाणवतं आहे. सिकंदराच्या भयानं तुम्ही घराबाहेरही पडेनासे झाला आहात! खरं तर, शत्रूनं आपल्याला घाबरायला हवं! तुम्ही त्याला मुळीच घाबरता कामा नये! शत्रू आपल्या घरात घुसला आहे. आपण काही त्याच्यावर आक्रमण केलेलं नाही! त्यानंच आपल्यावर चढाई केलेली आहे. शत्रूच्या शस्त्राला आपण शस्त्रानंच प्रत्युत्तर दिलं पाहिजे! आज आपल्यांत एकी नसल्यामुळंच शत्रू आपल्यावर आक्रमण करायला धजला आहे. आपण सर्वजण जर एक असतो, तर हा प्रसंग आपल्यावर आलाच नसता!’

चाणक्याचं बोलणं सर्वजण मन लावून ऐकत होते. सुई पडल्याचाही आवाज होईल, एवढी शांतता पसरलेली होती. एखाद्या वनात सिंहगर्जना व्हावी आणि नंतर सर्वत्र भीषण शांतता पसरावी, तसं झालं होतं.

चाणक्य पुढं बोलतच होता:

‘आपल्या मायभूमीवर आलेल्या या संकटसमयी तुमच्यासारख्या तरुणांनी पुढं येऊन राष्ट्र संकटमुक्त केलं पाहिजे. आपल्या ज्येष्ठांना त्या कार्यात साहाय्य केलं पाहिजे. अशा संकटप्रसंगी घरात बसून काय होणार आहे? शत्रूचं संकट घराघरांत शिरल्याशिवाय थोडंच राहणार आहे? म्हणून त्या संकटाशी दोन हात करण्यासाठी तुम्ही घरातून बाहेर पडलं पाहिजे आणि आपल्या घरात शिरलेले संकट बाहेर पिटाळून लावलं पाहिजे. म्हणून तुम्ही घरातून बाहेर पडा आणि घरोघरी जाऊन क्रांतीचं जागरण निर्माण करा. प्रज्वलित झालेल्या क्रांतीच्या

ज्वालांचा उपशम कधी होऊ देऊ नका! क्रांतीचा विजय झाला, म्हणजेच क्रांतीच्या भडकलेल्या ज्वाला शमत असतात, शांत होत असतात!'

मग शिक्षकांना उद्देशून चाणक्य म्हणाला,

'शिक्षकांनीही पुढाकार घेऊन राष्ट्रसंघटनेसाठी प्रयत्न करायला हवेत! राजा जरी शत्रूचा दास झाला, तरी शिक्षकानं कुणाचाही दास होता कामा नये. ज्ञान हे नेहमीच स्वातंत्र्यात रुजतं, फुलतं, आणि फळतं! आज आपण सर्वांनी भारताच्या ऐक्याची प्रतिज्ञा घेऊ या! आपल्या भारतवर्षाच्या आद्यदेवतेचा आपण जयजयकार करू या! बोला, 'हर हर महादेव!' '

चाणक्याच्या आवेशपूर्ण भाषणानं सर्व सभेच्या अंगावर रोमांच उभे राहिले. तिथं जमलेल्या सर्वांनी आरोळी ठोकली: 'हर हर महादेव!' या घोषणेनं गुरुकुलाची ती वास्तू थरारली. ती घोषणा आसमंतात दुमदुमली.

त्या गुरुकुलाच्या वास्तूनं आजवर असा उत्कट प्रसंग कधीच अनुभवला नव्हता. ते गुरुकुल थरकापून क्रांतीच्या पायांशी उभं राहिलं होतं.

गांधार, पुष्कलावती, उतखंड, राणीगत अशी राज्यं जिंकत सिकंदर तक्षशिलेपर्यंत आलेला होता. त्यानं तोच उपक्रम पुढं सुरू ठेवला होता. आता तो केकय गणराज्याकडे निघाला होता.

मार्गात केकयाच्या सीमेवरचं मस्कावती हे एक छोटंसं गणराज्य होतं. त्या गणराज्यावर सिकंदरानं स्वारी केली. त्याला वाटलं होतं, की ते राज्य आपण बघता बघता जिंकू. परंतु त्या ठिकाणी कडोविकडीचा संग्राम उभा राहिला. त्या छोट्याशा गणराज्यानं सिकंदराच्या प्रचंड सैन्याशी प्राणपणानं लढा दिला.

चंद्रगुप्त आणि साथीदार सिकंदराच्या सैनिकांबरोबर त्याचं युद्धकौशल्य बघत होते. चंद्रगुप्ताला मस्कावतीच्या त्या संग्रामाबद्दल फार अभिमान वाटत होता.

मस्कावतीच्या घनघोर संग्रामात त्या गणराज्याचा नेता ठार झाला. तेव्हा त्याची पत्नी स्वत: समरांगणात उतरली आणि रणमर्दिनी बनून तिनं शत्रूसैन्याला जेरीस आणलं.

प्रत्येक घरातून शत्रूला प्रतिकार होत होता. पण घरांच्या गवाक्षांतून आणि सौधतलांवरून दगडधोंड्याचा मारा केला जात होता. पण त्या मागचे हात दिसत नव्हते.

परंतु सिकंदराच्या नव्या दमाच्या बलाढ्य सैन्यापुढं मस्कावतीच्या सैन्याचा फार काळ टिकाव लागला नाही. लढाईचं चित्र लवकरच पालटलं. बाजू उलटली. धनुष्यबाण आणि तलवारी या शस्त्रांबरोबरच सिकंदराच्या सैन्याकडे काही अद्ययावत

अस्त्रंही होती. त्यांच्या जोरावर ग्रीकांनी मस्कावतीवर विजय मिळविला. पराभूत झालेली मस्कावतीची राणी आपल्या महालात विषण्णावस्थेत परतली; आणि तिनं आपल्या महामंत्र्याला पुढल्या वाटाघाटींसाठी सिकंदराच्या छावणीत पाठवलं.

मस्कावतीचा महामंत्री खाली मान घालून सिकंदरासमोर उभा राहिला.

सिकंदरानं सारं मस्कावतीनगर मुक्त करून द्यायला महामंत्र्याला सांगितलं.

महामंत्री म्हणाला,

'आम्ही आमचं नगर सोडून कुठं जायचं?'

'हे नगर आता तुमचं नसून, आमचं झालं आहे. त्यामुळं तुम्हांला इथून जावंच लागेल! कुठं जायचं, हा तुमचा प्रश्न आहे!'

जेत्या सिकंदराच्या आज्ञेसमोर जित महामंत्र्याचं काहीच चाललं नाही. नगर सोडून जाण्यासाठी त्यानं सिकंदराकडे अवधी मागितला. परंतु त्यालाही सिकंदरानं नकार दिला.

सिकंदर म्हणाला,

'लवकरात लवकर तुम्ही हे नगर सोडून गेलात, तर ठीक, नाहीतर...'

महामंत्री गयावया करून म्हणाला,

'आम्ही लवकरात लवकर इथून बाहेर पडण्याचा प्रयत्न करतो. परंतु सुरक्षितपणाने आम्हांला इथून बाहेर पडता यावं, एवढीच विनंती!'

सिकंदरानं यावर मान डोलावली.

व्यथित अंतःकरणानं महामंत्री तिथून निघून गेला.

हा सारा प्रकार चंद्रगुप्त उदासवाण्या दृष्टीनं बघत होता. पराभवाची बोच फार मोठी असते, ही गोष्ट त्याला कळून आली. मस्कावतीचा पराभव हा त्याला स्वतःचाच पराभव वाटत होता. या पराभवाचा सूड घेण्याची भावना त्याच्या मनात पक्की रुजली. सिकंदराच्या मगरमिठीतून आपला देश सोडवणं हेच त्याचं अंतिम लक्ष्य बनलं. उन्मत्तपणानं आज्ञा सोडणाऱ्या गौरकाय सिकंदराकडे त्यानं एक जळजळीत कटाक्ष टाकला. असा कटाक्ष टाकण्याशिवाय आत्ता तरी त्याच्या हाती काहीच नव्हतं.

त्या वेळी सिकंदर ग्रीक भाषेत आपल्या सैनिकांना काही आज्ञा देत होता. परंतु चंद्रगुप्ताला त्यांचा अर्थ कळत नव्हता. आता तिथं थांबण्यात काही अर्थ नव्हता. म्हणून चंद्रगुप्तानं तिथून काढता पाय घेतला.

चंद्रगुप्त आपल्या छावणीत विचारमग्न अवस्थेत बसला होता. एव्हाना मस्कावती मधील नागरिक नगर सोडून निघून गेले असतील, असा विचार

त्याच्या मनात चालला होता.

एवढ्यात शाङ्र्गरव घाईघाईनं आत आला. त्याला दम लागला होता. थोडा दम खाऊन तो म्हणाला,

'चंद्रगुप्त, मस्कावतीचे नागरिक...'

चंद्रगुप्त म्हणाला,

'नगर सोडून गेले ना? मग त्यात एवढं घाईघाईनं येऊन सांगण्यासारखं काय आहे?'

शाङ्र्गरव आता सावरला होता. तो म्हणाला,

'ते नगर सोडून जाणारच होते. पण वाटेत सिकंदरानं...'

'काय केलं सिकंदरानं?'

'मस्कावतीचे नागरिक जड अंतःकरणानं आपलं गाव सोडून निघाले होते. जेवढं जमेल तेवढं सामान त्यांनी आपल्याबरोबर घेतलं होतं.'

'बरोबरच होतं त्यांचं! दुसरीकडे जाऊन वसती करायची, म्हणजे सामानसुमान हे लागणारच! मग गेले का ते सुखरूप?'

'तेच तर सांगतोय्... मस्कावतीचे नागरिक नगराबाहेर गेले. माळरानावर त्यांनी आपला तळ टाकला. तंबू ठोकून ते स्थिरस्थावर झाले. एक दिवस तिथंच वस्तीला थांबून ते पुढं जाणार होते. पण...'

'पण काय?'

'सिकंदरानं दिलेला शब्द पाळला नाही. मस्कावतीचे नागरिक विमनस्क अवस्थेत आपल्या दिनचर्येला सुरुवात करणार, एवढ्यात टोळधाडीप्राणे सिकंदराचे सैनिक अकस्मात तिथं आले. मस्कावतीच्या नागरिकांना काय होतयं, हे कळायच्या आतच सैनिकांनी कापाकापी करायली सुरुवात केली. त्या ठिकाणी करुण किंकाळ्यांचा हलकल्लोळ माजला.'

चंद्रगुप्त दुःखातिशयानं उद्गारला,

'हा माणूस आहे, का सैतान!'

चंद्रगुप्ताला पुढं बोलवेना. त्याचा कंठ दाटून आला. त्याच्या मनात सिकंदराविषयी संताप भरभरून आला. तो मनाशी म्हणाला,

'म्हणे, हा जग जिंकायला निघाला आहे! माणसांच्या माना कापून कुणाला कधीच मनं जिंकता येत नाहीत! माणसं मरून जग जिंकलं, तरी राज्य करायला तिथं माणसं उरत नाहीत! हे त्याचं नीच कृत्य कधीच जयाला जाणार नाही!'

तो उघड रीतीनं शाङ्र्गरवाला म्हणाला,

'या सिकंदराचा जर आपण सूड घेतला नाही, तर माणूस म्हणून जगण्याचा आपल्याला कसलाही अधिकार उरणार नाही. सूड घेतला पाहिजे आपण! या परकीय

ग्रीक सम्राटाला आपण नरकाचा मार्ग दाखवला पाहिजे! मला नाही, रे, सहन होत हे!'

शाङ्‌र्गरव पुढं सांगतच होता,

'लहान मुलं आणि स्त्रियासुद्धा त्याच्या त्या कत्तलीतून सुटल्या नाहीत. हा भयंकर प्रकार एवढा अकल्पित घडला, की नागरिकांना आपली शस्त्रं बाहेर काढण्याचा अवसरही मिळाला नाही. परंतु त्या अवधीत स्त्रियांनीदेखील पराक्रम गाजवला. आणि शत्रूला प्रतिकार केला. पण शत्रूच्या प्राबल्यापुढं त्या स्त्रियांचा पराक्रम तरी किती टिकणार? शत्रूचा हस्तस्पर्श होण्याच्या आतच त्या स्त्रियांनी आपले डोळे मिटले!'

चंद्रगुप्त उद्गारला,

'आपल्या भारतवर्षात स्त्रियाही बांगड्या सरसावून रणांगणात उतरतात; पण अंबुजराजासारखे मर्द मात्र हातांत बांगड्या भरून शत्रूचे दास बनतात.'

शाङ्‌र्गरव म्हणाला,

'खरं आहे तुझं म्हणणं! शत्रूला घरात घेऊन अंबुजराजा आता कृतकृत्य झाला आहे. शत्रू इकडे त्याचा देश लुटतो आहे. पण तो मात्र तिकडे राजप्रासादात मजा लुटतो आहे!'

चंद्रगुप्ताला अंबुजराजाच्या नामर्दपणाची चीड येत होती. सिकंदराच्या क्रूर वर्तनाचा त्याला संताप येत होता. त्याच विचारात तो गढला होता. त्या दिवशीचा वृत्तान्त आचार्य चाणक्यांना सांगण्यासाठी शाङ्‌र्गरव कधी बाहेर पडला, हे त्याला कळलंही नाही.

वितस्ता नदीच्या ऐलतीरावर सिकंदराची प्रबळ सेना युद्धाच्या प्रतीक्षेत उभी होती. समोर विस्तता नदी दुथडी भरून वेगानं वाहत होती. त्यांतच मुसळधार पाऊस कोसळत होता. त्या वादळी पावसाच्या जोडीला वादळी वाराही सुटला होता. संततधार पाऊस कमी होण्याचं चिन्ह मुळीच दिसत नव्हतं.

ग्रीक सैनिकांनी निसर्गाचं असं रौद्रस्वरूप कधीच बघितलेलं नव्हतं. भयचकित झालेली ग्रीक सेना पाऊस थांबण्याची वाट बघत थांबली होती. नदीतीरावरील सैनिकांचे तंबू पर्जन्यानं ओलेचिंब झाले होते. परंतु काकडलेले सैनिक त्या गळत्या तंबूंतच बसून होते. केव्हा एकदा पाऊस थांबतो आणि शत्रूवर आपण तुटून पडतो, असं त्यांना होऊन गेलं होतं.

परंतु त्यांचा सेनानी सम्राट सिकंदर हा मात्र त्या कोसळणाऱ्या पावसाची तमा न बाळगता वितस्ता नदीकडे पाहत उभा होता. त्याचे सुवर्णरंगी केस पावसाच्या पाण्यानं निथळत होते. तो स्वतः ओलाचिंब झाला होता. पण त्याची

त्याला पर्वा नव्हती. पैलतीरी कसं जावं, याच विचारात तो गढून गेला होता.

चंद्रगुप्त, शाङ्र्गरव आणि साथीदार हे तिघे तंबूत बसून सिकंदराकडेच बघत होते. सिकंदराची युद्धाची जिद्द बघून चंद्रगुप्त भारावून गेला होता. सैनिकानं आपल्या शत्रूच्या गुणाचंही कौतुक करायला हवं, ही युद्धनीती चाणक्यानं त्याला शिकविली होती.

शाङ्र्गरवाला तो म्हणाला,

‘सिकंदराची जिद्द खरोखर वाखाणण्याजोगी आहे. त्याची महत्त्वाकांक्षा त्याला कधी स्वस्थ बसू देत नाही.’

‘खरंय् तुझं म्हणणं! आपल्या सैनिकांच्या बरोबरीनं तो रणांगणात लढत असतो. नुसत्या आज्ञा सोडून तो तंबूत कधी बसत नाही.’

शाङ्र्गरवाच्या या बोलण्यावर साथीदार म्हणाला,

‘त्याच्या सैनिकांची त्याच्यावर किती श्रद्धा आहे! ते त्याला देवासमान मानतात!’

चंद्रगुप्त विषादानं म्हणाला,

‘ते जरी खरं असलं, तरी त्याचे दुर्गुणही आपल्याला विसरता येत नाहीत. महत्त्वाकांक्षा, जिद्द, पराक्रम हे त्याचे गुण मानले, तरी त्यालाही काही मर्यादा असायला हवी! राक्षसी महत्त्वाकांक्षा ही माणसाला नेहमीच रसातळाला नेते.’

हे बोलताना चंद्रगुप्ताचा संताप उफाळून बाहेर पडत होता. त्याचा प्रत्येक शब्द संतापानं भिजलेला होता.

चंद्रगुप्त पुढं म्हणत होता,

‘जे दुसऱ्याचं आहे, ते बळजबरीनं हिरावून घेण्यात कोणता आला आहे पुरुषार्थ? जे आपलं आहे, त्याचं रक्षण करणं आणि सन्मार्गानं त्याचा विस्तार करणं हेच राजाचं खरं कर्तव्य असतं!’

यावर शाङ्र्गरव म्हणाला,

‘चंद्रगुप्त, आपण केकयाकडे येत असताना सिकंदरानं मार्गात किती अत्याचार केले!’

साथीदार बोलला,

‘वाटेतली सारी गावं सिकंदराच्या सैन्यानं बेचिराख केली. शेतांची नासधूस केली. स्त्रियांच्यावर अनन्वित अत्याचार केले. आपल्या सैनिकांचं हे राक्षसी वर्तन पाहून सिकंदर गप्पच बसला होता.’

‘सेनानीचा आपल्या सैन्यावर वचक पाहिजे! निरपराध आबालवृद्धांची हत्या कधी धर्मयुद्धात बसत नाही! मस्कावतीच्या निष्पाप नागरिकांची त्यानं केलेली हत्या कोणत्या धर्मयुद्धात बसते? सिकंदराचे सैनिक त्याला देव मानतात ना?

मग त्यांचा हा देव दानवासारखी करणी का करतो? का त्याला सैतानी देव मानायचं? देवातला सैतान मानायचा, का सैतानातला देव मानायचा? सांग...सांग की!'

एखाद्या अज्ञात न्यायी शक्तीला उद्देशून बोलावं, त्याप्रमाणे चंद्रगुप्त हे सारं बोलत होता आणि शाङ्‌र्गरव आणि साथीदार हे सारं बोलणं मन लावून ऐकत होते.

शाङ्‌र्गरव उद्गारला,

'हे कुठलं धर्मयुद्ध? सिकंदराचं हे अधर्मयुद्धच मानावं लागेल!'

एखाद्या गोष्टीबद्दलचं भाकीत वर्तवावं, त्याप्रमाणे चंद्रगुप्तानं म्हटलं,

'पण सिकंदराचं हे अधर्मयुद्ध फार काळ टिकणार नाही! आपला देश सोडून त्याला लवकरच इथून निघून जावं लागेल!'

चंद्रगुप्ताचं हे भाकीत खरंच ठरणार होतं. सैन्यबळावर प्रस्थापित केलेली कोणतीही अन्यायी सत्ता ही एक ना एक दिवस कोलमडून पडतेच पडते!

गेले कित्येक दिवस धुवांधार पर्जन्यवृष्टी सुरूच होती. त्या पर्जन्यवृष्टीत खंड पडण्याची लक्षणं दिसत नव्हती. वितस्ता नदीचं पाणी क्षणोक्षणी वाढतच होतं.

नदीला उतार शोधण्यासाठी सिकंदरानं आपली माणसं पाठवली होती. ती अद्याप परतली नव्हती. त्यामुळं सिकंदर विवंचनेत पडला होता आणि ग्रीक सैन्य पर्जन्यवृष्टी थांबण्याची मार्गप्रतीक्षा करत बसलं होतं. अनिश्चित गोष्टीची मार्गप्रतीक्षा करणं माणसाला नेहमीच कष्टाचं वाटतं. इथं तर निसर्गाशी गाठ होती. माणसाशी मुकाबला थोडाच होता! पैलतीरावर पौरव राजाचं सैन्यही पाऊस ओसरण्याची वाट बघत बसलं होतं. शत्रू समोर दिसत होता. पण त्या शत्रूशी दोन हात करण्याऐवजी त्या सैन्याला हात बांधूनच बसावं लागलं होतं.

लढाईला होणाऱ्या या दिरंगाईमुळं शत्रूचा रणोत्साह कमी होईल, असं उभयपक्षी वाटत होतं. तथापि, नदीचा पूर ओसरून या लढाईचा सोक्षमोक्ष लवकरात लवकर लागावा, अशीही धारणा उभयपक्षी निर्माण झाली होती. त्यासाठी नदीच्या दोन्ही तीरांवर प्रार्थना चालली होती. प्रार्थनेला जर फळ मिळालं नाही, तर मग ती प्रार्थना कसली?

प्रार्थनेच्या वेळेलाच सिकंदराचा दूत घोड्यावरून दौडत आला. घोड्यावरून उतरून धावतच त्यानं सिकंदराच्या छावणीत प्रवेश केला. नदीच्या वरच्या बाजूला उतार सापडल्याची सुवार्ता त्यानं सिकंदराला सांगितली.

सिकंदरानं खूश होऊन झ्यूझसमोर मस्तक झुकवलं. दूताला आपल्या गळ्यातला

कंठा बक्षीस दिला. मग छावणीबाहेर येऊन त्यानं ती वार्ता सैनिकांना ओरडून सांगितली.

सगळ्या सैन्यात उत्साहाचं वातावरण पसरलं. ती छावणी चैतन्यमय आनंदानं न्हाऊन निघाली.

पाऊस हळूहळू ओसरत चालला होता. त्यामुळं सारे सैनिक आपापल्या तंबूबाहेर पडले होते. आजूबाजूला चिखल झाला होता. खूप दलदल माजली होती. परंतु त्या चिखलाच्या रबडीत सिकंदराचे सैनिक बेहोशपणानं नाचत होते. घोड्यापर्यंतचे त्यांचे पाय त्या रबडीत लडबडत होते. परंतु आनंदाच्या बेहोशीत त्यांना त्या गोष्टीची पर्वा नव्हती.

ग्रीक सैनिकांचा हा दांडगा उत्साह पाहून चंद्रगुप्त चकित झाला.

सिकंदरानं ओरडून नदीपार होण्याची आज्ञा सैनिकांना सोडली.

पैलतीरी केकयाला शत्रूच्या या हालचालीची कसलीही कल्पना आली नाही. पुरामुळं पौरव सैनिक निर्धास्त राहिले होते.

सिकंदर जेव्हा समोर येऊन उभा ठाकला, तेव्हा पौरवाच्या सैन्यात एकदम गोंधळ माजला. शत्रूनं अचानक पाठीमागून हल्ला केला होता. सिकंदराच्या रणनिष्णात घोडदळानं केकयाच्या मागच्या बाजूनं चाल केली होती. नदी पार करून सिकंदराचं सैन्य आपल्यावर येऊन केव्हा धडकलं, हेही पौरव सैन्याला समजलं नाही. या आकस्मिक हल्ल्यामुळं पौरव राजानं रचलेला सेनाव्यूह पुरता ढासळून पडला.

या अकल्पित हल्ल्यामुळं केकयाचे सैनिक सैरावैरा पळू लागले. केकयराजा पौरव हा आपल्या हत्तीवर बसलेला होता. आपल्या सैन्याची उडालेली दाणादाण पाहून तो ओरडून म्हणाला,

'सैनिकांनो! धीर सोडू नका! शत्रूनं पाठीमागून वार केला आहे. हे नामर्दपणाचं लक्षण आहे. तेव्हा तुम्ही घाबरू नका! नामर्द शत्रूवर तुटून पडा!'

पौरवराजा घसा फोडून ओरडत होता. परंतु त्या गदारोळात त्याचं बोलणं सैनिकांच्या कानांपर्यंत जाऊन मुळीच पोहोचत नव्हतं. तरीही पौरवराजा पुनः पुन्हा ओरडून रणांगणातून पळणाऱ्या सैनिकांना मागे फिरायला सांगत होता.

पौरवाचा सेनापती इंद्रदत्त हादेखील सैन्याला सावरत होता.

भीतीचा पहिला भर ओसरल्यावर पौरवाच्या सैनिकांनी सिकंदराच्या सैन्याशी लढण्यासाठी पावलं उचलली. तलवारी एकमेकांना भिडू लागल्या. खणखणाट सुरू झाला. सैनिकांच्या मुखांतून 'हर हर महादेव'च्या गर्जना बाहेर पडू लागल्या.

पौरवराजाही 'हर हर महादेव'च्या घोषणा देऊन सैनिकांना चेतावणी देत होता. या आवाजात हत्तींचा चीत्कार आणि घोड्यांचं खिंकाळणं मिसळून सारं आकाश दुमदुमून गेलं होतं. साऱ्या आसमंतात ध्वनिप्रतिध्वनी यांचा कल्लोळ माजला होता. सर्वत्र भीषण रणधुमाळी चालली होती.

पौरवराजाचे सैनिक त्वेषानं शत्रूवर तुटून पडत होते. प्राणांची बाजी लावून ते लढत होते. त्यांच्या हल्ल्यानं ग्रीक सैनिक घायाळ होत होते. केकयाचं सैन्य तसंच घायाळ होत होतं. हळूहळू केकयाचा एकेक सैनिक धारातीर्थी पडत होता आणि रक्तमांसाच्या चिखलात मिळून जात होता. रक्तमांसाच्या त्या चिखलात केकयाचे हत्ती रुतत होते. त्या चिखलात रथांची चाकंही गिळंकृत होत होती. त्यामुळं साहजिकच केकयाच्या सैन्याला जलद हालचाल करता येत नव्हती.

सिकंदराच्या सैन्याचा जोश मात्र वाढत चालला होता. सिकंदराचा मुख्य भर आपल्या रणनिष्णात घोडदळावर होता. तो स्वतः आपल्या आवडत्या बुकेफाला या घोड्यावर बसून आपल्या सैनिकांना आदेश देत होता. त्यामुळं ग्रीक सैन्याची हालचाल वेगानं होत होती. घोडदळाच्या आक्रमक माऱ्यासमोर पौरवराजाचे निकामी झालेले रथ आणि बोजड हत्ती यांचा टिकाव लागणं शक्यच नव्हतं. त्यामुळं युद्ध लवकरच सिकंदराच्या आटोक्यात आलं.

ही सारी रणधुमाळी चालू असताना पौरवराजा त्वेषानं लढतच होता. पण सिकंदराच्या एका सैनिकाच्या हातून त्याला बाण लागला आणि तो घायाळ झाला. तो घायाळ झाल्याची वार्ता साऱ्या सैन्यात वाऱ्यासारखी पसरली. हातांतली शस्त्रं टाकून केकयाचे सैनिक रणांगणातून पळ काढू लागले.

त्या अवस्थेतही केकयराज पौरव जिवाच्या आकान्तानं ओरडून त्या सैनिकांना म्हणत होता,

'मागे फिरा! मी अजून जिवंत आहे! रणांगणातून असा पळ काढू नका! नामर्द बनून शत्रूला पाठ दाखवू नका! धीर सोडू नका! मागे फिरा... मागे फिरा!'

परंतु त्याचं हे ओरडणं अरण्यरुदनच ठरलं. सगळे सैनिक रणांगण सोडून जीव घेऊन पळू लागले, पळता पळता कित्येक सैनिक चिखलात पडत होते. उठत होते. पुन्हा पळत होते. काही शत्रूच्या माऱ्याला बळी पडत होते आणि भूमीवर कायमचे विसावत होते.

या रणधुमाळीत सिकंदराचा लाडका घोडा बुकेफाला बाण लागून कोसळला आणि गतप्राण झाला. आपल्या आवडत्या घोड्याच्या मरणानं सिकंदराला अतिशय दुःख झालं. पण ते दुःख दाखवायला त्याला सवडच कुठं होती?

सिकंदरानं सैन्याला आज्ञा दिली,

'पौरव राजाला बंदी करा आणि माझ्यासमोर हजर करा.'

ग्रीक सैनिकांनी सिकंदराच्या आज्ञेचं तात्काळ पालन केलं. पौरवराजा ग्रीकांचा बंदी बनला. रक्तमांसाच्या दलदलीतून वाट काढत ग्रीक सैनिक पौरवराजाला घेऊन सिकंदराच्या छावणीकडे गेले.

निपुणक चाणक्याला युद्धाची हकीगत सांगत होता. अक्षयही तिथं बसला होता. ती युद्धवार्ता ऐकताना दोघेही अतिशय कष्टी झाले होते. पौरवराजाचा पराभव होऊन त्याला सिकंदरानं बंदी बनवलं, हे ऐकल्यानंतर अक्षयनं विचारलं,

'सिकंदर पौरवराजाशी कसा वागला? त्याला नुसतं बंदी बनवलं का?

यावर निपुणक म्हणाला,

'तो प्रसंगही ऐकण्यासारखा आहे.'

'मग सांग की!'

चाणक्याच्या या बोलण्यावर निपुणक सांगू लागला.

'पौरवराजाला सैनिकांनी बंदी केलं आणि सिकंदरासमोर हजर केलं.'

त्याच्याकडे बघून सिकंदरानं विचारलं,

'मी तुला कसं वागवावं, ते सांग!'

पौरवराजानं यावर उत्तर दिलं,

'मी राजा आहे. मला राजासारखं वागवलं जावं!'

'त्याच्या या उत्तराबद्दल सिकंदराला कौतुक वाटलं. लगेच त्यानं पौरवराजाला मुक्त केलं आणि केकय राज्यावर क्षत्रप म्हणून त्याची नियुक्ती केली.'

हा प्रसंग ऐकल्यानंतर अक्षय म्हणाला,

'पौरवराजाला मुक्त करण्यात आणि त्याला क्षत्रप म्हणून नेमण्यात सिकंदराचा काही तरी कावा असला पाहिजे!'

'तुझं म्हणणं खरं दिसतंय्. सिकंदरानं ही राजकीय खेळी खेळलेली आहेसं वाटतं.'

चाणक्याच्या या बोलण्यावर अक्षयनं विचारलं,

'ही खेळी खेळण्यात त्याचा काय हेतू असला पाहिजे?'

'सिकंदराचा पुढचा मार्ग सुलभ नाही का होणार?'

'तो कसा?'

चाणक्यानं सांगितलं,

'मगध हे सिकंदराचं खरं लक्ष्य आहे. अनेक शत्रूंशी लढा देऊन त्याला ते ठिकाण गाठायचं आहे. त्याच्या ग्रीक सैन्याच्या बळावर एवढा पल्ला गाठणं त्याला कधीच शक्य होणार नाही!'

‘म्हणून त्यानं पौरवराजाला जीवदान दिलं का?’

‘होय. त्यानं जर पौरवराजाला ठार केलं असतं, तर काय घडलं असतं? केकयामधले प्रजाजन त्याच्याविरुद्ध खवळून उठले असते. त्यानं जर तिथं एखादा ग्रीक क्षत्रप नेमला असता, तर त्यांनी त्याला टिकू दिला नसता. म्हणून सिकंदरानं हा राजकीय डाव टाकला आहे, हे उघड आहे!’

यावर निपुणकानं सांगितलं,

‘सिकंदर पौरवराजाची नुसती मुक्तता करूनच थांबला नाही, तर त्यानं आजूबाजूची जिंकलेली छोटी छोटी संस्थानंही केकय राज्यात समाविष्ट करून टाकली.’

‘पण पौरवराजानं शत्रूची दया का स्वीकारली? त्याला ही गोष्ट अपमानास्पद वाटली नाही का?’

अक्षयच्या या प्रश्नावर चाणक्यानं म्हटलं,

‘पौरवराजानं जे केलं, ते योग्यच केलं आहे! त्यानं क्षात्रधर्मही पाळला आणि तो शत्रूबरोबरही लढला. तावत् कालं प्रतीक्षेताम्, हा एक राजनीतीचा दंडकच आहे ना! माणसाला सुयोग्य, अनुकूल कालाची प्रतीक्षा ही करावीच लागते!’

‘म्हणजे त्यानं नावापुरतं सिकंदराचं आधिपत्य मान्य केलं आणि आपलं राज्य वाचवलं, असाच याचा अर्थ आहे ना?’

‘अगदी बरोबर! योग्य वेळी संधी मिळताच हा क्षत्रप सिकंदराचा डाव उलथून टाकील, हे लक्षात ठेव! अंबुजराजाप्रमाणे पौरवराजालाही सिकंदरानं दिखाऊ दयेनं जिंकलेलं आहे, हे नक्की!’

चाणक्य काही वेळ थांबला. मग विचार करून त्यानं म्हटलं,

‘पण अंबुजराजासारखा पौरवराजा हा देशद्रोही नसल्यामुळं तो एक ना एक दिवस या अपमानाचा सूड घेईलच घेईल!’

निपुणक आणि अक्षय हे दोघेही चाणक्याचं बोलणं ऐकून मंत्रमुग्ध झाले होते. चाणक्याच्या मुखातून जणू भविष्यवाणीच बोलली जात आहे, असा स्पष्ट भास त्यांना झाला.

त्या मंतरलेल्या अवस्थेतून चाणक्यानं त्यांना जागं केलं. त्यानं निपुणकाला विचारलं,

‘बरं, आणखी काही वार्ता? चंद्रगुप्त, शाङ्र्गरव आणि साथीदार हे ठीक आहेत ना?’

निपुणकानं सांगितलं,

‘हो, ठीक आहेत. आता त्यांच्यावर सध्या युद्धाचा ताण नाही. केकय राज्याची घडी बसेपर्यंत सिकंदर पुढं पाऊल टाकणार नाही. सध्या तो यज्ञयाग

करण्यात गुंतलेला आहे.'

अक्षयनं विचारलं,

'ग्रीक लोक यज्ञयागही करतात?'

'हो, आपल्याप्रमाणेच ते यज्ञयाग करतात.'

अक्षयनं विचारलं,

'त्याच्या हाताशी बराच वेळ दिसतोय्!'

निपुणकानं सांगितलं,

'तो आता तिथंच ठाण मांडून बसला आहे ना! तो आता तिथं एक नगरही बसवतो आहे.'

'नगर?'

निपुणक हसून म्हणाला,

'हो, नगर! त्याचा घोडा बुकेफाला रणात पडला ना! त्याच्या स्मृतीप्रीत्यर्थ तो तिथं त्याच नावाचं नगर वसवणार आहे. त्याच्यावर त्याची देखरेखही चाललेली आहे.'

अक्षयनं विचरलं,

'आणखी काही उद्योग चालले आहेत का त्याचे?'

निपुणक म्हणाला,

'अशाच प्रकारचं अलेक्झांड्रिया नावाचं नगर त्यानं वसवलं आहे.'

'कुठं?'

'हिंदुकुश पर्वताच्या पायथ्याशी!'

'आपल्या देशात अशा तऱ्हेनं परकीय गावं वसवली जाणार आहेत, असं दिसतंय!'

चाणक्य म्हणाला,

'ते स्वाभाविकच आहे. जेते लोक जित राष्ट्रात अशा बुद्धिपुरस्पर खुणा निर्माण करून ठेवतात!'

निपुणक मधेच म्हणाला,

'एक महत्त्वाची गोष्ट सांगायची राहिलीच की!'

'ती कोणती?'

'सिकंदरानं जसे पौरवराजावर उपकार केले, तसे अंबुजराजावरही करून ठेवले आहेत.'

'कसले उपकार?'

'पौरवराजाची मुक्तता करताना सिकंदरानं त्याला एक अट घातली. अंबुजराजानं केकयाचा मार्ग सिकंदराला दाखवला होता. त्या उपकाराची फेड करण्यासाठी

सिकंदरानं पौरवराजाला ही अट घातली. पौरवराजाची कन्या कल्याणी हिची लग्नगाठ अंबुजराजाशी बांधावी, असं सिकंदरानं पौरवाला फर्मावलं.'

अक्षय उद्गारला,

'अखेर अंबुजराजाची इच्छा पुरी झाली, म्हणायची! बहुधा त्यानंच सिकंदराला ही अट घालायला सांगितलं असावं!'

निपुणक म्हणाला,

'खरंय् तुझं म्हणणं! पौरवराजाची मात्र तशी इच्छा नव्हती. त्याच्या पराभवामुळं त्याला ही नको असलेली अट मान्य करावी लागली!'

चाणक्य म्हणाला,

'राजकारणाचा हा दुसरा बळी पडला!'

'पहिला बळी कोणता?'

'केकयराज पौरव हा पहिला बळी आणि त्याची पुत्री हा दुसरा बळी!'

अक्षयनं निपुणकाला विचारलं,

'पण हा विवाह केव्हा होणार आहे?'

'लवकरच होईल! केकयामधे विवाहसोहळा पार पडणार आहे. त्यासाठी अंबुजराज तिकडे जायला निघालाही असेल. सिकंदर तिथंच आहे. तो या विवाहसोहळ्याला उपस्थित राहीलच!'

अक्षयनं निपुणकाला विचारलं,

'तू या सोहळ्याला जाणार असशीलच. तिकडून आल्यानंतर आम्हांला सारं वर्णन सांग.'

'ते तर सांगेनच. पण त्याच्या आधी आणखी एक गोष्ट तुमच्या कानांवर घालायची आहे.'

चाणक्य हसून म्हणाला,

'आज तुझ्याजवळ गोष्टींचा बराच खजिना साठलेला दिसतोय्! सांग लवकर. आम्हांला विद्यार्थ्यांच्या सभेला जायचंय्.'

निपुणक म्हणाला,

'त्याच संदर्भात सांगायचं होतं. आपण विद्यार्थ्यांना हाताशी धरून तक्षशिलेत क्रांती करत आहात, ही गोष्ट अंबुजराजानं सिकंदराला सांगितली आहे. त्यामुळं एकटादुकटा ब्राह्मण विद्यार्थी दिसला, म्हणजे त्याला फासावर चढविण्याची आज्ञा सिकंदरानं केली आहे.'

अक्षय म्हणाला,

'अरे बाप, रे! ब्राह्मणांना फाशी देण्यापर्यंत त्याची मजल गेली आहे, तर! म्हणजे सिकंदराला ब्रह्महत्येचं पाप लागणार!'

यावर चाणक्यानं म्हटलं,

‘तो कसला पापपुण्याचा विचार करणार? जो पुण्य करतो, तोच फक्त पापाचा विचार करू शकतो!’

निपुणक म्हणाला,

‘सिकंदर एवढ्यावरच थांबलेला नाही. त्यानं साधुसंतांनाही फाशी द्यायला प्रारंभ केलेला आहे!’

अक्षयनं विचारलं,

‘पण या हत्याकांडामागचा त्याचा हेतू तरी काय असावा?’

निपुणकानं सांगितलं,

‘त्याचा हेतू उघड आहे. या संन्याशांचा आणि साधुसंतांचा सगळीकडे मुक्त संचार चाललेला असतो. ते निर्भयपणानं समाजात आपली सदाचारी मतं मांडत असतात. जनमानसावरच नव्हे, तर राज्यकर्त्यांवरही त्या मतांचा परिणाम घडत असतो... या साऱ्या गोष्टी सिकंदराच्या ध्यानात आलेल्या आहेत.’

चाणक्य म्हणाला,

‘सिकंदराचं निरीक्षण अगदी अचूक आहे. आपल्या क्षत्रियांच्या खड्गाच्या धारेइतकीच या सामान्य ब्राह्मणांच्या आणि साधुसंतांच्या जिभेची धारही तीक्ष्ण आहे, ही गोष्ट सिकंदराला सहज समजली.’

अक्षय म्हणाला,

‘कल्याणस्वामींकडून सिकंदराला या गोष्टीचा प्रत्यय आलाच होता. पण म्हणून त्यांची हत्या करायची?’

निपुणक एकदम उद्गारला,

‘दुसरं काय करणार? हे साधुसंत आपल्याविरुद्ध प्रचार करत आहेत, ग्रीकांच्या अन्याय्य आक्रमणाचा प्रतिकार करत आहेत, प्रक्षोभ निर्माण करत आहेत. या गोष्टी ध्यानात येताच त्यानं अनेक साधूंची हत्या केली. सुक्याबरोबर मग ओलंही जळून गेलं. साऱ्यांचीच त्यानं सरसहा हत्या केली.’

चाणक्य उद्वेगानं उद्गारला,

‘अरेरे! आमच्याच देशात आमच्या साधुसंतांची हत्या होते आहे! अशा वेळी अंबुजराजासारखे राजे लग्न लावण्यात दंग आहेत, तर धनानंदासारखे राजे सुखोपभोगात मग्न आहेत! किती लाजविणारी गोष्ट आहे!’

अक्षय भारावून म्हणाला,

‘खरं तर, या निःस्पृह साधुसंतांचा आदर्श या राजेलोकांनी आपल्या समोर ठेवायला, हवा! साधुसंतच काय, पण गुरुकुलातील आचार्यही देशासाठी रात्रंदिवस कष्ट घेत आहेत. याची तरी या राजेलोकांना लाज वाटायला हवी!’

निपुणकानं या साधु लोकांच्या निर्भयपणाची आणखी एक गोष्ट सांगितली, तो म्हणाला

'या निर्भय साधुसंतांच्या नखाचीही सर या राजेलोकांना कधी येणार नाही. परवाचीच एक गोष्ट सांगतो. एका ब्राह्मणाचा शिरच्छेद करण्यासाठी त्याला पकडून आणलं. त्याला ठार करण्यापूर्वी सिकंदरानं त्याला विचारलं, की तू आमच्याविरुद्ध लोकांना भडकून देण्याचं कार्य करतो आहेस ना?'

'काय उत्तर दिलं त्यानं?'

तो ब्राह्मण निर्भयपणानं ठासून म्हणाला,

'सिकंदर, माझं असं ब्रीद आहे, की जगायचं असेल, तर ते मानानं! अन्यथा मानानंच मरायचं!'

'साक्षात मरणासमोर त्यानं ही भाषा उच्चारली! केवढी महानता आहे ही!'

चाणक्य म्हणाला,

'अक्षय, आपला भारत अशाच असंख्य महान पुरुषांनी पावन झालेला आहे! पण आपल्याला अशा महापुरुषांची पुरती माहितीही नसते. या साधुसंतांची पुण्याई, त्यांचा त्याग आणि त्यांचे आशीर्वाद कधीच निष्फळ ठरणार नाहीत, हे लक्षात ठेव!'

याच विश्वासाच्या बळावर चाणक्याचं क्रांतिकार्य चाललं होतं. त्या देवदत्त कार्यात त्याची स्वयंप्रज्ञा आणि पुरुषप्रयत्न हे तर होतेच, पण अशा साधुसंतांच्या आशीर्वादाचं पाठीराखेपणही होतं.

लग्नमंडप पुष्पमालांनी सजवलेला होता. ठिकठिकाणी फुलांच्या रंगावल्या रेखल्या होत्या. लग्नमंडपातून सुरेल संगीताचे स्वर वातावरणात निनादत होते. आसमंतात होमहवनाचा धूम्र भरून राहिला होता. वैदिक मंत्रपठणाच्या स्वरांनी वातावरण मंत्रमुग्ध झालं होतं. मंगलमय बनलं होतं.

यज्ञवेदीसमोर सौंदर्यशालिनी कल्याणी आणि उतावळा घोडनवरा अंबुजराज हे दोघे वधूवर बसले होते. त्या वधूवेशात कल्याणीचं मूळचंच सुंदर रूप अधिक खुलून दिसत होतं. आपले लांबसडक कुंतल तिनं प्रवेणीबद्ध केले होते; आणि त्यावर खालपर्यंत मौक्तिकमाला सोडल्या होत्या. तिनं अल्पशी जरी हालचाल केली, तरी तिची कर्णपत्रं हलत होती. जणू वाटत होतं, की ती कर्णपत्रं तिच्याशी कानगोष्टी करत आहेत! तिच्या कंठात तिनं एकशेआठ सरांचा देवच्छंद मौक्तिकहार घातला होता. रत्नजडित सुवर्णाचे केयूर तिनं दंडांत परिधान केले होते. त्यांचे गोंडे दंडांत मागच्या बाजूंना रुळत होते. दंडांबरोबर होणारी त्या गोंड्यांची हालचाल डोळ्यांत भरत होती. कनकवलय, कंकण यांसारखे अलंकार

तिनं आपल्या हातांत घातले होते. मेखला आणि कमरपट्टा यांत तिनं आपलं पायघोळ अधोवस्त्र बद्ध केलं होतं. तिच्या पायांत नूपुर होते. अशा प्रकारानं नखशिखांत अलंकारांनी मढलेली कल्याणी होमाजवळ बसलेली होती. तिचे नेत्र अश्रूंनी भरले होते. होमाच्या धुरामुळं तिच्या नेत्रांत पाणी उभं राहिलं होतं, का पित्याच्या होणाऱ्या विरहाच्या कल्पनेनं ते पाणी तिच्या नेत्रांत तरारलं होतं, हे समजायला मार्ग नव्हता. आपल्या रेशमी जरतारी उत्तरीयानं ती आपले नेत्र सारखे पुसत होती.

एका उच्चासनावर बसून पौरवराजा आपल्या लाडक्या पुत्रीकडे डोळे भरून पाहत होता. त्याचे डोळेही भरून आले होते. त्याची दृष्टी धूसर झाली होती.

पौरवराजाच्या शेजारीच पायघोळ पोशाख परिधान करून सिकंदर मोठ्या ऐटीत बसला होता. समोर साजरा होणारा सोहळा त्याला सर्वस्वी अनोखा होता. अनिमिष नेत्रांनी तो सगळ्या गोष्टी न्याहाळत होता.

लग्नमंडप माणसांनी फुलून गेला होता. देशोदेशीची मान्यवर मंडळी या समारंभाला उपस्थित राहिली होती. त्यांत केकयाचे नागरिकही होते. त्यांच्या घरचाच तो सोहळा होता. त्यामुळे विविध प्रकारची कामं करण्यात ते गुंतलेले होते. सिकंदराचे सैनिकही या विवाहसमारंभाला आवर्जून उपस्थित होते.

चंद्रगुप्त, शाङ्र्गरव आणि साथीदारही त्या जमलेल्या पाहुण्यांमधे बसलेले दिसत होते. भिरभिरत्या दृष्टीनं चंद्रगुप्त सभोवताली बघत होता. त्याची दृष्टी सारखी अंबुजराजाकडे जात होती. त्या वेळी अंबुजराजा सारखा कल्याणीकडे बघत असलेला दिसत होता. त्यानंही रेशमी वस्त्रं आणि बहुविध अलंकार धारण केले होते. कल्याणीशिवाय त्याचं आता कुठंही लक्ष नव्हतं. कित्येक वर्षे तो ज्या सौंदर्यवतीच्या प्राप्तीसाठी मार्गप्रतीक्षा करत बसला होता, ती सौंदर्यशालिनी कल्याणी आता त्याच्याजवळ बसली होती, हे त्याला खरंही वाटत नव्हतं. हे सत्य आहे, का स्वप्न आहे, असा संभ्रम त्याला पडलेला दिसत होता.

पुरोहिताच्या बोलण्यानं अंबुजराज भानावर आला.

पुरोहित सांगत होते,

'वधुवरांनी परस्परांच्या मस्तकांवर आर्द्राक्षता टाकाव्यात.'

दोघांनी परस्परांच्या मस्तकांवर अक्षता टाकल्या.

पुरोहितांनी कल्याणीला सांगितलं,

'भगो मे कामः समृध्यताम्...'

कल्याणीनं मधुर स्वरात तो मंत्र जसाच्या तसा उच्चारला.

अंबुजराजाकडे पाहून पुरोहित म्हणाले,

'आता आपण म्हणा, *यज्ञो मे कामः समृध्यताम्...'*

पुरोहितांनी सांगितल्याप्रमाणे नंतर कल्याणीनं पुन्हा म्हटलं,

'श्रियो मे कामः समृध्यताम्...'

तिच्या पाठोपाठ अंबुज म्हणाला,

'धर्मो मे कामः समृध्यताम्...'

पुरोहिताच्या सांगण्यानुसार वधूनं म्हटलं,

'यशो मे कामः समृध्यताम्...'

मंत्रांचा अर्थ समजावून न घेताच अंबुजराज ते मंत्र म्हणत होता. त्याचं सारं लक्ष फक्त कल्याणीवरच केंद्रित झालेलं होतं.

कल्याणी मात्र मनापासून मंत्रोच्चारण करत होती. अधोवदनानं ती पुरोहितांच्या आज्ञेनुसार विधिवत मंत्रपठण करत होती.

या मंत्रपठणानं सिकंदर मात्र गोंधळून गेला होता. असं एकसुरी मंत्रपठण ऐकण्याची त्याला सवय नसावी. तिथं बसून निर्विकार मनानं त्याचं ते पठणश्रवण चाललं होतं. त्या वेळी त्याच्या मनात पुढल्या स्वारीचे बेत चालले होते. एकाचं लग्न लागत होतं, तर दुसऱ्याचे विघटनाचे बेत चालले होते. एकाचं मीलन होत होतं, तर दुसरा वियोगाचं कट-कारस्थान रचण्यात मग्न होता.

या सगळ्या गडबडीत चंद्रगुप्ताच्या मनात विचारांचं वेगळंच काहूर माजलं होतं. अंबुजराजाच्या वागण्याचा त्याला संताप येत होता.

अभावितपणानं चंद्रगुप्ताच्या तोंडून शब्द बाहेर पडले,

'म्हणे, धर्मो मे कामः समृध्यताम्। याला आपली धर्मेच्छा पूर्ण व्हायला हवी आहे! पण हा धर्मानं वागतो आहे का? यज्ञ करण्याची आणि कीर्ती मिळविण्याची इच्छा पूर्ण व्हावी, हा त्या मंत्राचा अर्थ त्याला समजतो तरी आहे का?'

शाङ्र्गरव त्याला भानावर आणताना म्हणाला,

'चंद्रगुप्ता, अरे, काय बडबडतो आहेस? कुणाला समजत नाही अर्थ? कसला? काय बोललास तू?'

चंद्रगुप्त भानावर आला. परंतु आतल्या आत त्याचा संताप धुमसतच होता. तो म्हणाला,

'शाङ्र्गरव, गोष्टी आता सहनशक्तीच्या बाहेर चालल्या आहेत, रे! इथं समोर शत्रू बसला आहे आणि इथंच अंबुजराजाचा विवाहसोहळा चालला आहे. सारं नको ते घडतं आहे आणि ते बघण्याचं दुर्दैव आपल्यावर ओढवलं आहे!'

शाङ्र्गरव आजूबाजूला बघत म्हणाला,

'चंद्रगुप्त, जरा हळू बोल! आजूबाजूला ग्रीक सैनिक बसले आहेत, म्हणून ठीक आहे. त्यांना तुझं बोलणं समजत नाही, हे खरं! परंतु आपण दक्षता घेतलेली बरी, नाही का? जरा शांतपणानं घे!'

चंद्रगुप्त उद्वेगानं म्हणाला,

'कसा शांत राहू मी? आचार्यांना अंबुजराजाच्या या उधळेपणाबद्दल आणि स्वार्थी वागण्याबद्दल लवकरात लवकर जाऊन कळवा! नुसतं पाहत राहणं आम्हांला आता असह्य झालं आहे. आचार्यांना म्हणावं, या स्थितीत आम्हांस मार्गदर्शन तरी करा, नाही तर तुम्ही स्वतः तरी इकडे या!'

समजावणीच्या स्वरात शाङ्‌र्गरव त्याला म्हणाला,

'अरे, आपले आचार्य चाणक्यही क्रांतीच्या कार्यातच गुंतले आहेत ना? आपण जर असा उतावळेपणा केला, तर त्यांच्या क्रांतीकार्यात विघ्न येइल. खंड पडेल त्यांच्या कार्यात! तू जरा धीर धर! मी बघतो, काय करायचं, ते!'

असं म्हणून शाङ्‌र्गरव साथीदाराच्या कानाला लागला आणि म्हणाला,

'आचार्यांकडे चंद्रगुप्ताचा संदेश पाठवून दे!'

साथीदार निघून गेल्यानंतर शाङ्‌र्गरव समोरच्या यज्ञवेदीकडे शून्य दृष्टीनं बघायला लागला. चंद्रगुप्तही यज्ञवेदीकडेच बघत होता. अंबुजराजाची लाजलज्जा आणि स्वाभिमान त्या यज्ञीय ज्वालांत जळून गेली आहे; आणि त्या अग्निशिखेतून त्याच्या स्वार्थाची मूर्ती प्रगट झालेली आहे, असा भास त्याला होत राहिला.

मनातले हे विचार दडपून टाकण्यासाठी चंद्रगुप्त शाङ्‌र्गरवाला म्हणाला,

'मला अंबुजराजाच्या वागण्याचं फार आश्चर्य वाटतं. आपल्या शत्रूच्या मदतीनं त्यानं इच्छित वधू प्राप्त करून घेतली... सारी लाज तो कोळून प्यायला!'

शाङ्‌र्गरव म्हणाला,

'ही कुटिल मंडळी आपापला स्वार्थ साधण्यात मोठी निष्णात असतात. त्यांना स्वार्थाशिवाय जगात काही दिसत नाही. स्वार्थ साधताना ते कुणाला पुसत नाहीत, की कुणाची पर्वा करत नाहीत! स्वार्थाचा राक्षसच फक्त त्यांच्यासमोर उभा असतो! स्वार्थत्यागाचा देव त्या वेळी कुठंतरी दडून बसलेला असतो.'

शाङ्‌र्गरवाचं हे बोलणं अंबुजराज आणि सिकंदर यांनाच अनुलक्षून होतं. पण त्या दोघांना असल्या सदाचारी विचारांची कसलीही गरज नव्हती. सदाचारी संस्कारच त्यांनी आपल्या मनावर कधी करून घेतले नव्हते.

सिकंदराला जगज्जेता व्हायचं होतं. त्याची त्याच दिशेनं पावलं पडत होती. अंबुजराजाला इच्छित वधू हवी होती. ती त्याला मिळाली होती. त्या दोघांचे स्वार्थ पदरात पडले होते.

चंद्रगुप्ताला स्वतःचा स्वार्थ नव्हता. त्याला स्वार्थ होता, तो आपल्या राष्ट्राचा! आणि चाणक्यासारख्या निःस्वार्थी गुरूचं त्याला त्या कार्यात साहाय्य आणि मार्गदर्शन होणार होतं.

आचार्य चाणक्याच्या मार्गदर्शनाची तो प्रतीक्षा करत राहिला.

माघारीची घोषणा

तक्षशिलेतील एका मंदिराच्या भव्य सभामंडपात ती सभा भरली होती. अशा तऱ्हेची सभा या राजधानीत पहिल्याप्रथमच होत होती. ज्या प्रसंगानं ही सभा होत होती, तो प्रसंगही पहिल्याप्रथमच घडत होता.

व्यास नदीच्या दिशेनं जाताना सिकंदरानं अक्षरशः धुमाकूळ घातला होता. मार्गातील राज्य पायांखाली तुडवत तो वेगानं पुढं चालला होता. वितस्ता त्यानं ओलांडलीच होती. आता वाटेत त्याला चंद्रभागा नदी आडवी येणार होती.

मार्गातल्या छोट्या गणराज्यांकडून त्याला कडवा प्रतिकार होत होता. ती गणराज्यं सहजासहजी जिंकता येत नव्हती. आपल्या मायभूमीच्या प्रेमाखातर तिथले लोक प्राणपणानं प्रतिकार करतात, ही गोष्ट सिकंदराच्या ध्यानात आली होती.

परंतु काही झालं, तरी सिकंदराची सेना प्रचंड होती. त्या प्रबळ सेनेसमोर गणराज्याचा टिकाव किती लागणार होता? त्याच्या सैन्याला कडवा प्रतिकार करताना या गणराज्यांतील असंख्य वीर धारातीर्थी पडत होते. उरलेल्या स्त्रियामुलांची सिकंदरानं निर्घृणपणानं कत्तल सुरू केली होती. गावच्या गावं बेचिराख करत तो चालला होता. उभी शेतं तो जाळत होता. शेतमजुरांना ठार करत होता. देशप्रेमाचं दर्शन घडताना तो चकितही होत होता. परंतु भारतीयांच्या पराक्रमापुढं नतमस्तक होण्याऐवजी त्या पराक्रमाला पायदळी तुडविण्याचा कडोविकडीचा प्रयत्न करत होता.

सिकंदराच्या राक्षसी मगरमिठीतून सुटलेले असंख्य पौरजन आश्रयासाठी गांधार, तक्षशिला, केकय या भागांकडे जात होते. सर्वस्व गमावून आलेल्या या देशबांधवांना आश्रय द्यायला हवाच होता. निरपराध निर्वासितांचा हा लोंढा थोपवणं शक्य नव्हतं. इष्टही नव्हतं. भारतीयांची अतिथिशील परंपरा फार पुरातन आहे. परकीयांचं आतिथ्य

त्यांनी केलेलं आहे, तिथं स्वकीयांची काय कथा? आणि त्यातही हे लोक परकीय थोडेच होते? आपलं बेचिराख झालेलं एक घर सोडून ते आपल्या दुसऱ्या घरात येत होते. म्हणून त्यांना निर्वासित किंवा निराश्रित म्हणणंही योग्य नव्हतं. त्यांचं स्वागतच करायला हवं होतं!

परंतु ही जाणीव अंबुजराजाला मुळीच नव्हती. ज्यानं हे सारे अत्याचार केले, त्या सिकंदराच्या पदरात त्यानं खुशाल आपलं राज्य टाकून दिलं होतं आणि तो त्याचा मांडलीक बनला होता. कल्याणीबरोबरच्या संगसंगतीत दंग होता. सुखोपभोगांत लडबडलेला होता. आपल्या प्रजेच्या सुखसोयींकडे बघायला त्याला सवड नव्हती. किंबहुना राजा आणि प्रजा हे नातंही आता उरलं नव्हतं. सिकंदरानं ते नातं पुसून टाकलं होतं. ते नातं होतं, तेव्हा तरी त्यानं प्रजेसाठी काय केलं होतं?

जेव्हा राजा प्रजेच्या कल्याणासाठी उदासीन बनतो, तेव्हा प्रजेला स्वकल्याणासाठी उत्साहानं पुढं यावं लागतं. त्याचसाठी नागरिकांची ही सभा आयोजित केली होती. नगरातले व्यापारी, शिक्षक, प्रतिष्ठित अधिकारी आणि अन्य मान्यवर मंडळी सभास्थानी उपस्थित होती.

सारी मंडळी जमल्यावर सभापतींनी आजच्या सभेचं प्रयोजन समजावून सांगितलं.

सभापती म्हणाले.

'आसपासच्या छोट्या छोट्या राज्यांतील लोकांचा सिकंदरानं पराभव केला. ते पराभूत झालेले नागरिक आसपासच्या गणराज्यांतून आश्रयासाठी तक्षशिलेकडे येऊ लागले आहेत. या निर्वासितांच्या लोंढ्याला तक्षशिलेत प्रवेश द्यायचा, की नाही, हा आजच्या सभेचा मुख्य प्रश्न आहे.'

सभापतींनी हा प्रस्ताव मांडल्यानंतर एकेकजण उठून आपलं मत मांडू लागला. अल्पावधीत त्या सभेला चर्चासत्राचं स्वरूप आलं.

सभापतींच्या या प्रस्तावावर एक व्यापारी उठला आणि म्हणाला,

'आपण या निर्वासितांना आपल्या राज्यात आश्रय द्यायला हवा!'

सभापतींनी विचारलं,

'का?'

त्या व्यापाऱ्यानं सांगितलं,

'त्या लोकांच्या येण्यामुळं आपल्या व्यापाराला चालना मिळेल. गरजेच्या वस्तूंमुळं मालाची मागणी वाढेल. मागणी वाढली, की व्यापार वाढेल. अन्नधान्य, कपडालत्ता अशा गरजेच्या वस्तूंच्या व्यापाराला अर्थातच तेजी येईल!'

त्या ठिकाणी एक अर्थतज्ज्ञही उपस्थित होते. ते म्हणाले,

'त्यांच्याकडून आपल्याला करही मिळेल. म्हणजे राजकोषातही भर पडेल!'

एका श्रोत्यानं शंका काढली,

‘पण मागणीनुसार पुरवठाही करता आला पाहिजे! तो करताना तक्षशिलेच्या गरजांमधे कपात होणार नाही, याचीही काळजी घ्यायला हवी!’

दुसऱ्यानं दुसरीच शंका काढली,

‘या निर्वासितांच्या राहण्याच्या जागेचा प्रश्न निर्माण होईल. त्यांची जर नीट व्यवस्था केली गेली नाही, तर नगरातलं जनजीवन विस्कळीत होईल!’

एका आचार्यानं काळजी व्यक्त केली,

‘तमासगीर, जादूगार, भटकेभुरटे यांचा बुजबुजाट वाढेल. त्यामुळं तक्षशिलेच्या लहान मुलांचं लक्ष अध्ययनातून उडेल. तेव्हा सर्व बाजूंनी नीट विचार करूनच निर्णय करावा लागेल!’

आणखी एकजण म्हणाला,

‘दुसऱ्या एका महत्त्वाच्या गोष्टीचा विचार करावा लागेल, आपलं राज्य सिकंदराच्या ताब्यात आहे. तेव्हा त्यानं पराभूत केलेल्या लोकांना आपण आश्रय देणं कितपत बरोबर ठरेल?’

बराच वेळ अशीच चर्चा चालू होती. परंतु त्या चर्चेतून काहीच निष्पन्न होत नव्हतं.

चाणक्य, अक्षय आणि शिवशंकर एका बाजूला बसून ती चर्चा ऐकत होते आणि आपापसांत कुजबुजत होते.

चाणक्य शिवशंकरांना हलक्या आवाजात म्हणाला,

‘श्रेष्ठी, आपलं मत त्या व्यापाऱ्याच्याच बाजूचं असेल ना?’

यावर शिवशंकर नुसतेच हसले. परंतु लगेच गंभीर होऊन म्हणाले,

‘नाही, मी व्यापारापेक्षा माणसाला अधिक मानतो. माणूस जर जाग्यावर नसेल, तर व्यापाराला विचारतो कोण?’

त्यावेळी सभेतला तो मघाचा माणूस म्हणत होता,

‘आपण जर निर्वासितांना आसरा दिला, तर अंबुजराजाला सिकंदरापाशी त्या गोष्टीचं समर्थन करावं लागेल. त्यामुळं आपल्या राजाला कमीपणा नाही का येणार?’

त्याच्या तोंडचं ते बोलणं ऐकताच चाणक्य संतापला. हा बोलणारा माणूस अंबुजराजाचा हस्तक असावा, हे त्यानं तेव्हाच ओळखलं. इतका वेळ तो शांतपणानं सभेत बसला होता; पण आता त्याचा धीर संपला होता. ताडकन तो आपल्या जागेवर उठून उभा राहिला.

अक्षय आणि शिवशंकर त्याच्याकडे चकित होऊन बघत राहिले.

खांद्यावर आलेले शेंडीचे मोकळे केस मागे झटकून चाणक्य त्वेषानं म्हणाला,

‘कुणाला कमीपणा येईल? आपल्या राजाला? ज्यानं स्वतःचं राष्ट्र आपणहून शत्रूच्या घशात घातलं, त्या राजाला कमीपणा येईल? उलट, आपल्याला त्यानं

कमीपणा आणलेला आहे. आपल्या या नीच कृत्यानं साऱ्या राष्ट्राला कलंक लावला आहे, काळिमा फासला आहे. त्यानं प्रजेच्या कल्याणाचा विचार केला नाही. प्रजेनं तरी त्याचा विचार करायचं काय कारण?'

चाणक्याच्या त्या आवेशपूर्ण बोलण्यानं सारी सभा गांगरून गेली. त्याला असं बोलू द्यावं, का त्याचं बोलणं थांबवावं, अशा संभ्रमात सभापती पडले.

परंतु चाणक्य बोलतच होता,

'राजानं जरी प्रजेचा विचार केला नाही, तरी आचार्याला साऱ्या गोष्टींचा विचार करावा लागतो. राजा जरी मानवताधर्म विसरला असला, तरी समान्य लोकांनी त्या धर्माचं सतत स्मरण ठेवलं पाहिजे!'

सभा चित्रासारखी स्तब्ध बसली होती. चाणक्याच्या बोलण्याला धार चढत चालली होती. त्याच मंतरलेल्या स्वरात चाणक्य बोलत होता आणि सभा मंत्रमुग्ध होऊन ऐकत होती. चाणक्य म्हणत होता,

'कुणाला तुम्ही निर्वासित म्हणता? हा सारा देश वेगवेगळ्या गणराज्यांतून विभागला असला, तरी तो देश एक आहे, ज्याप्रमाणे सप्तरंगी इंद्रधनुष्यातून एकतेचा साक्षात्कार होतो, त्याचप्रमाणे भारताच्या विविधतेतून एकताच निर्माण झालेली आहे. आपला भारत हे एक सनातन राष्ट्र आहे. कोट्यवधी देवदेवतांतून शेवटी एकच देवत्व जसं दृग्गोचर होतं, त्याचप्रमाणे अनेक गणराज्यांतून विभागलेला आपला हा देश एक आहे. म्हणून देशाच्या दुसऱ्या भागातून आलेल्या आपत्तिग्रस्त बांधवांना आपण परकं मानायचं का? त्यांना निर्वासित म्हणायचं का? आणि त्यांना प्रवेश नाकारायचा का? उलट, परक्या शत्रूला घरात घ्यायचं का? आणि त्याला आपलं म्हणायचं का? ते न्यायनीतीत बसतं का?'

चाणक्याच्या या बिनतोड बोलण्यावर कुणाला काहीच बोलणं शक्य नव्हतं.

चाणक्य पुढं ठासून सांगत होता,

'घरभेद्यांच्या विश्वासघातामुळं घरात शिरलेल्या शत्रूला तुम्ही जेता म्हणणार आहात का? तसं असेल, तर हा जेत्यांना जिंकणारा पराभव आहे आणि तो आपल्या सर्वांचाच पराभव झालेला आहे. म्हणून आपल्यापैकी कुणीही निर्वासित नाही किंवा कुणीही आश्रयदाता नाही. ही अल्पावधीची अवस्था आहे. अशा अवस्थेत इथं येणाऱ्या आपल्याच देशबांधवांच्या तोंडी आपण आपल्या अन्नातला अर्धा घास घातला पाहिजे आणि घरादाराच्या वळचणीखाली त्यांना आश्रय दिला पाहिजे!...आज ना उद्या आपला शत्रू सिकंदर इथून निघून जाईल. बऱ्या बोलानं गेला नाही, तर आपण त्याला हुसकून देऊ! त्याला निर्वासित बनवू आणि आपापल्या घरोघरी आपण सुखानं नांदायला जाऊ! या परकीय, उपऱ्या सिकंदराची भीती कशासाठी बाळगता? स्वत:च्या घरी परक्याची भीती काय कामाची?'

चाणक्याच्या मंत्रमुग्ध करून टाकणाऱ्या भाषणामुळं सारी सभा गुंगून गेली होती. चाणक्याचं भाषण केव्हा संपलं, तेही लोकांना समजलं नाही. जेव्हा सभा भानावर आली, तेव्हा लोकांनी टाळ्यांचा गजर केला.

सभेचा सारा नूरच पालटून गेला होता. वक्त्यांच्या मतांचं परिवर्तन तर झालं होतंच; परंतु सभापतींचंही मत पालटलं होतं. सभापतींनी निर्वासितांना नगरात घेण्याची मान्यता दिली होती.

अक्षयनं आदरानं आणि शिवशंकरांनी कौतुकानं चाणक्याकडे बघितलं.

अंबुजराजाचा हस्तक मात्र रुष्ट होऊन चाणक्याकडे बघत होता.

गुरुकुलातील छात्रांसमोर चाणक्य भाषण देत होता. त्यांना भारतीयांच्या त्यागाची सनातन परंपरा समजावून सांगत होता. त्या सनातन संस्कृतीबद्दल बोलताना चाणक्य म्हणाला,

'आपली भारतीय संस्कृती भोगापेक्षा त्यागावर आधारलेली आहे. आपल्या भारतीय साधुसंतांनी या त्यागाची महती नेहमीच विशद करून सांगितलेली आहे. केवळ त्यागाचं वर्णन करूनच आपले प्राचीन ऋषिमुनी थांबले नाहीत, तर त्यांनी तो त्याग प्रत्यक्ष आचरणात आणलेला आहे. आपल्या नि:स्वार्थी, नि:संग आणि निर्भय अशा भारतीय साधुसंतांची म्हणूनच सिकंदराला भीती वाटू लागली आहे. म्हणून तो त्यांची हत्या करत सुटला आहे.'

छात्रगण त्यांचं भाषण मन लावून ऐकत होता. मनावर ठसवून घेत होता.

चाणक्य पुढं बोलत होता,

'अशा या त्यागी आणि नि:स्पृह साधुसंन्याशांचा आदर्श आपणांसमोर ठेवला पाहिजे. त्यांची वृत्ती अंगी बाणवली पाहिजे. आपल्या देशासाठी वेळप्रसंगी त्यांच्याप्रमाणे सर्वस्वाचा त्यागही करायला मागंपुढं पाहता कामा नये.'

आपल्या आवाजाला धार आणून चाणक्य शेवटी म्हणाला,

'आज शत्रू आपल्या घरात घुसला आहे आणि तो घरधनी बनला आहे. आपण त्याला हुसकून लावलं पाहिजे. त्यासाठी घरोघरी क्रांतीचं लोण नेऊन पोहोचवलं पाहिजे. शत्रूविरुद्ध जनतेला उठवलं पाहिजे. हे कार्य तुमच्याशिवाय कोण करणार आहे? आपल्या या क्रांतीच्या भीतीनं शत्रू स्वत:हून इथून पाय काढील! न होऊन आपण त्याला आपलं राष्ट्र सोडायला भाग पाडू! यासाठी आपण सारेजण क्रांतिमय बनून जाऊ या! आपल्या या क्रांतीचं मूळ त्यागभावनेत आहे. भगवा रंग हे त्या त्यागाचं प्रतीक आहे. म्हणून हा भगवा ध्वज आपण हाती घेऊन क्रांतीच्या मार्गानं पुढं जाऊ या!'

सर्व छात्रांनी भगव्या ध्वजाचा जयजयकार केला.

अशा तऱ्हेनं तक्षशिलेच्या परिसरात चाणक्य आपल्या क्रांतीचा आणि भगव्या ध्वजाचा प्रचार धूमधडाक्यानं करत होता. अक्षयही त्याच मार्गानं गुरुकुलातून क्रांतीचा प्रचार करण्यात गुंतला होता. चाणक्याच्या या क्रांतिप्रचारामुळं कित्येकजण संतुष्ट झाले होते, तर काहीजण रुष्ट झाले होते.

चाणक्याच्या क्रांतिकार्यानं आता चांगलंच मूळ धरलं होतं. भगवा क्रांतिध्वज सगळीकडे फडकत होता. 'हर हर महादेव' ही क्रांतिघोषणा सर्वत्र निनादत होती. क्रांतीचं अग्निकुंड चांगलंच धडाडलं होतं आणि क्रांतीच्या ज्वाळा इतस्ततः पसरल्या होत्या.

या क्रांतीला सर्वांचाच हातभार लागला होता. राज्यातले लोक तर या क्रांतीत सहभागी होत होतेच; परंतु अन्य राज्यांतून आलेले विस्थापित लोकही या क्रांतीला येऊन मिळत होते. त्या बाहेरून आलेल्या लोकांना घरंदारं पुरविण्यात येत होती. त्यांच्या भरणपोषणाचा प्रश्नही श्रेष्ठींकडून सोडविला जात होता. सारी मंडळी एकोप्यानं क्रांतीला हातभार लावत होती.

या सर्वांत महत्त्वाची घटना, म्हणजे चाणक्याच्या या क्रांतीमुळं कल्याणी अतिशय प्रभावित झाली होती. तक्षशिलेत पदार्पण केल्यापासून तिला त्या क्रांतीचं जवळून दर्शन घडायला लागलं होतं. त्याचबरोबर अंबुजराजाचं चाणक्यविषयीचं मतही तिला समजलं होतं. आपला पती त्या महाज्ञानी पुरुषाचा किमपि आदर करत नाही, ही गोष्ट तिला चांगली माहीत झाली होती. त्या गोष्टीचा तिला विषाद वाटत होता. आपल्या पतीनं आचार्य चाणक्याच्याभोवती हेरांचं जाळं पसरलं होतं. तीही गोष्ट कल्याणीला आवडली नव्हती.

या साऱ्या गोष्टी तिला चाणक्याच्या कानांवर घालायच्या होत्या.

एके दिवशी ती राजप्रासादातून बाहेर पडली आणि तडक चाणक्याकडे गेली. तिच्या आगमनानं चाणक्याला कौतुकमिश्रित आश्चर्य वाटलं. त्यानं तिचं मन:पूर्वक स्वागत केलं.

कल्याणीनं चाणक्याला वंदन केलं. चाणक्यानं तिला आसन ग्रहण करायला सांगितलं.

कल्याणी मर्यादेनं दर्भासनावर बसली; आणि म्हणाली,

'आचार्य, मी आपल्याला सावध करायला आले आहे.'

चाणक्यानं आश्चर्यानं विचारलं,

'सावध...'

'होय. महाराजांनी आपल्या पाळतीवर हेर नेमलेले आहेत.'

'कल्पना आहे मला त्याची! माझेही हेर सगळीकडे आहेत!'

थोडं थांबून चाणक्य म्हणाला,

'हेच सांगण्यासाठी आपण इथं येण्याचा त्रास घेतलात का?'

कल्याणी अधोवदन बसली होती. ती म्हणाली,

'नाही...आचार्य, आपल्या क्रांतिकार्याबद्दल मला प्रथमपासूनच आस्था वाटत आलेली आहे. आपली भेट घेण्याचं बऱ्याच दिवसांपासून मनात योजलं होतं. पण...'

'पण काय?'

'तक्षशिलाधीशांची पत्नी म्हणून काही मर्यादांचं पालन हे करावंच लागतं...परंतु आज मनाचा निर्धार करूनच मी बाहेर पडले.'

हे बोलताना तिचे नेत्र चमकले. कल्याणी केवळ सौंदर्यवती नव्हती. ती बुद्धिमानही होती, हे तिच्या तेजस्वी नेत्रांमधून प्रतीत होत होतं.

काही वेळ थांबून ती म्हणाली,

'आचार्य, माझ्या पतीनंच शत्रूला घरात येण्याचा मार्ग दाखवला. माझे पती शत्रूच्या पूर्णपणानं अंकित झालेले आहेत. मी त्यांना अनेकदा त्याबद्दल सांगून बघितलं. परंतु...'

चाणक्यानं विचारलं,

'परंतु काय?'

सांगावं किंवा न सांगावं, अशा संभ्रमात ती म्हणाली,

'सिकंदराबद्दल त्यांच्या मनात भीती निर्माण झाली आहे. आपण त्याच्याविरुद्ध थोडी जरी हालचाल केली, तरी आपलं सिंहासन धोक्यात येईल, असं त्यांना वाटतं.'

यावर चाणक्य म्हणाला,

'सिकंदर असा कोण लागून गेला आहे? तो काही आकाशातून पडलेला नाही. फक्त त्याच्या अंगात जिद्द आहे. मनात महत्त्वाकांक्षा आहे. तो आपल्यासारखाच सामान्य माणूस आहे. मग कशासाठी त्याला भ्यायचं?'

'म्हणूनच मी त्यांना सांगत होते की, सिकंदराची भीती मनातून पुरती काढून टाका!'

'बरोबर होतं तुझं सांगणं! आणि कल्याणी, एक गोष्ट तू लक्षात ठेव. आपल्या देशातली छोटी छोटी गणराज्यं सिकंदराशी प्राणपणानं लढा देत आहेत. त्याचं सैन्य प्रचंड असलं, तरी प्रत्येक राज्यात त्याला ताज्या दमाच्या सैन्याशी लढावं लागत आहे. त्यामुळं सिकंदराचा पराभव झाल्याशिवाय राहणार नाही.'

भारावून जाऊन कल्याणी चाणक्याचं बोलणं ऐकत होती. आपल्या पतीनं चाणक्याचं हे बोलणं जर ऐकलं, तर तो लगेच खचित रणांगणात उतरेल, असा

विचार तिच्या मनात आल्यावाचून राहिला नाही.

कल्याणीनं शंका काढली,

'पण, आचार्य, सिकंदर भारतातून निघून गेला, तरी त्याचे क्षपत्र...'

चाणक्यानं हसत म्हटलं,

'त्यांचाही बंदोबस्त होईलच!'

'मग गणराज्यांची स्थिती काय होईल?'

अंबुजराजाच्या काळजीनं कल्याणीनं हा प्रश्न विचारलेला आहे, हे चाणक्यानं तेव्हाच ताडलं.

तिच्या प्रश्नावर चाणक्यानं उत्तर दिलं,

'गणराज्यांची स्थिती काय होईल, हे शेवटी काळच ठरवील! पण साऱ्या गणराज्यांत एकी होऊन हे राष्ट्र जर एकसंध झालं, तर सिकंदरासारख्या परकीय शत्रूचं आक्रमण पुन्हा कधी होणार नाही!'

आता मात्र कल्याणी म्हणाली,

'पण, आचार्य, मला स्वामींची काळजी वाटते. खरं तर, त्यांच्यामधे परिवर्तन व्हायला हवं! पण मी तरी काय करणार? मी असमर्थ आहे!'

तिला समजावणीच्या स्वरात चाणक्य म्हणाला,

'कल्याणी, आर्य स्त्री जर स्वत:ला असमर्थ समजायला लागली, तर साऱ्या राष्ट्राचं सामर्थ्यच नष्ट होईल! आपल्या आर्यावर्तात स्त्रीला आदिशक्ती मानलं जातं. स्त्री ही सदैव पुरुषाची प्रेरणा असते. स्त्रीमधे निर्मितीचं सामर्थ्य सामावलेलं असतं. तेव्हा, कल्याणी, तू स्वत:ला कधीही असमर्थ समजू नकोस!'

कल्याणीला जणू नवीन जन्म झाल्यासारखं वाटू लागलं. तिच्या मनातल्या साऱ्या शंकाकुशंका फिटल्या होत्या.

कल्याणीचं धैर्य वृद्धिंगत करण्यासाठी चाणक्य म्हणाला,

'आपल्या पतीला सन्मार्गावर आणण्याचं सामर्थ्य तुझ्याजवळ निश्चित आहे. योग्य वेळी तुझ्या पतीला सुबुद्धी होईल आणि तो निश्चितच सन्मार्गाला लागेल!'

कल्याणीनं वाकून चाणक्याला नमस्कार केला. मग उठून ती म्हणाली,

'आपले आशीर्वाद असल्यावर कोणती गोष्ट साध्य होणार नाही?'

चाणक्य म्हणाला,

'माझे आशीर्वाद सदैव तुझ्या पाठीशी राहतील!'

तिथून जायच्या आधी कल्याणीनं एक थैली चाणक्याच्या हातात दिली.

चाणक्यानं विचारलं,

'हे काय?'

'आपल्या मोठ्या कार्यासाठी ही छोटी भेट!'

'पण तुझ्या पतीला...'

कल्याणीनं सांगितलं,

'हे माझं स्त्रीधन आहे. इकडे येताना माझ्या पित्यानं मला काही अनमोल रत्नं, मोती दिले होते. या धनावर फक्त माझाच अधिकार आहे. आपण कुठलाही संकोच न बाळगता या थैलीचा स्वीकार करावा!'

कल्याणीनं ती थैली चाणक्याला अर्पण केली; आणि पुन्हा एकदा वंदन करून ती जायला उठली.

बाहेर येऊन तिनं लाल रंगाची जरतारी पादत्राणं पायांत चढवली आणि तिनं राजमहालाचा मार्ग धरला.

कल्याणीनं चाणक्याला रत्नमाणकांची भेट दिली होती आणि लाख मोलाचं धैर्य आपल्याबरोबर घेऊन ती तिथून स्वगृही निघून गेली होती.

आपल्या क्रांतिकार्याच्या धूमधडाक्यानं चाणक्य आपल्या शत्रूला हतबल करत होता. त्याचबरोबर भारतातली छोटी छोटी गणराज्यं सिकंदराला त्रस्त करत होती. सौभूती आणि कठ या छोट्या गणराज्यांनीही सिकंदराशी कडोविकडीचा लढा दिला होता.

आपल्या छावणीत बसून चंद्रगुप्त शाङ्‌र्गरव आणि साथीदार या तिघांची त्या लढ्याबद्दलच बोलणी चालली होती.

साथीदार म्हणाला,

'जिवावर उदार होऊनच सौभूतीच्या प्रजेनं सिकंदराच्या सेनेशी लढा दिला.'

'हो ना! कठ गणराज्यानंसुद्धा शरणागती पत्करली नाही. कठ आणि सौभूती या दोन्ही गणराज्यांची सारी प्रजाच रणांगणात उतरल्यासारखी दिसत होती.'

शाङ्‌र्गरवाच्या बोलण्यावर साथीदार म्हणाला,

'सौभूती आणि कठमधले सगळेच नागरिक धष्टपुष्ट आणि बलसंपन्न दिसत होते.'

चंद्रगुप्तानं सांगितलं,

'त्यासाठी ते विशेष दक्षता घेतात!'

'ती कोणती?'

'आपली प्रजा अधिकाधिक बलसंपन्न आणि सुंदर निपजावी, यासाठी ते प्रयत्न करतात. प्रजनन हे एक राष्ट्रीय कर्तव्य आहे, असं ते समजतात. राजसत्तेचं त्यावर नियंत्रण असतं.'

साथीदारानं गोंधळून विचारलं,

'म्हणजे कसं?'

त्याला ते समजावून सांगताना चंद्रगुप्त म्हणाला,

'प्रजनन ही व्यक्तिगत बाब मानली जात नाही. म्हणून विवाहापूर्वीच त्यांची शारीरिक तपासणी केली जाते. निकोप आणि बलवान संतती निर्माण करण्याच्या दृष्टीनं त्यांचं शरीरसौष्ठव तपासलं जातं.'

'आणि ते तसं नसेल, तर?'

'तर त्या वधूवरांचं लग्न होत नाही!'

शाङ्‌र्गरवानं शंका काढली,

'पण अशा तपासणीनंतरही एखादं दुबळं मूल जन्माला आलं, तर?'

'तर राजाज्ञेनं त्याला निर्दयपणानं ठार मारलं जातं!'

'अरेरे!...'

'त्यासाठी मुलाच्या जन्मानंतर तीन महिन्यांच्या आत राज्यातील अधिकाऱ्यांकडून त्या मुलाची शारीरिक तपासणी केली जाते आणि त्या मुलात जर काही विकृती आढळली, तर त्याला मारलं जातं!'

साथीदार उद्गारला,

'इतक्या कठोर वृत्तीचे आहेत हे लोक?'

चंद्रगुप्त म्हणाला,

'सगळ्याच बाबतींत त्यांचे नियम कठोर आहेत. गणराज्यांचे नेते निवडताना शरीरसौष्ठव आणि बळ या गुणांचा विचार केला जातो.'

थोडं थांबून चंद्रगुप्त पुढं म्हणाला,

'इथली राज्यव्यवस्था आणि निर्बंध हे अत्यंत हितकारक आणि प्रशंसनीय आहेत. ही दोन्ही राज्य नियमांच्या बाबतीत काटेकोर आहेत. तशीच ती सौंदर्याची भोक्ती आहेत.'

शाङ्‌र्गरव म्हणाला,

'पूर्वी वृष्णिगणातही त्यांचे धुरंधर पुरुष बलिष्ठ आणि देखणे असावेत, असा कटाक्ष होता. अर्थात एवढ्या काटेकोरपणानं त्याचं पालन व्हायचं नाही!'

चंद्रगुप्त म्हणाला,

'बरोबर आहे तुझं म्हणणं. श्रीकृष्णही त्याच वृष्णिगणांचा नेता...'

'तो तर आपल्या सौंदर्यानं अजरामर झाला!'

मूळ विषयावर येत चंद्रगुप्त म्हणाला,

'सौभूती आणि कठ या गणराज्यांच्या पराक्रमामुळं सिकंदराची लक्षसेनाही थक्क होऊन गेली होती.'

'रणांगणात सौभूती आणि कठ या गणराज्यांचे प्रजाजन ज्या चापल्यानं संचार करत होते, ते पाहून स्वत: सिकंदरही आश्चर्यचकित झाला होता.'

साथीदाराच्या या बोलण्यावर शाङ्‌र्गरव म्हणाला,

'त्यांच्या सौंदर्यापुढं ग्रीकाचं सौंदर्यही फिकं पडत होतं.'

एखाद्या गोष्टीचं सारं सांगावं, अशा थाटात शाङ्‌र्गरव म्हणाला,

'परंतु ग्रीकांच्या पराक्रमापुढं त्या गणराज्यांच्या सौंदर्याला हार खावी लागली. या गोष्टीची त्या गणराज्यांना पुरेपूर कल्पना असावी.'

यावर चंद्रगुप्त म्हणाला,

'काही असलं, तरी त्या राज्यांनी रणांगणावर पराक्रम गाजवला, ही गोष्ट मान्य करावीच लागेल. आपल्या आचार्यांनाही त्याबद्दल समाधान वाटल्याशिवाय राहणार नाही.'

शाङ्‌र्गरव उत्तरला,

'दूत रवाना झाला आहे आचार्यांकडे! उद्यापर्यंत तो तिथं पोहोचेल.'

पंचनदातील सिंधु, वितस्ता आणि चंद्रभागा या नद्या ओलांडून सिकंदराचं सैन्य लढत व्यास नदीच्या तीरापर्यंत आलं होतं.

या पंचनद प्रदेशातील सगळी गणराज्यं आयुधजीवी होती. त्यांच्याशी लढा देताना सिकंदर टेकीला आला.

या आयुधजीवी गणराज्यांमधे यौधेय हे गणराज्य अतिशय पराक्रमी मानलं जात होतं. हे गणराज्य व्यास नदीच्या पैलतीरावर वसलेलं होतं. सिकंदराशी लढा देण्याची ते वाटच बघत होतं. हे समजल्यानंतर सिकंदराच्या सैन्यात घाबरगुंडी उडाली; आणि त्या सैन्यानं पुढं जायला नकार दिला.

हे वृत्त सांगण्यासाठी निपुणक आचार्य चाणक्याच्या कक्षात आला होता. त्या वेळी शिवशंकर श्रेष्ठी आणि अक्षय तिथंच बसलेले होते.

आचार्य चाणक्याला वंदन करून निपुणक खाली बसला. थोडा दम खाऊन तो म्हणाला,

'आचार्य, फार महत्त्वाची वार्ता आणली आहे आज!'

चाणक्यानं एकदम विचारलं,

'सिकंदराचा पराभव झाला, की काय?'

'नाही. अजून पराभव झालेला नाही. पण होण्याच्या मार्गावर मात्र आहे.'

'काय सांगतो आहेस? नीट सारं सांग!'

'तेच तर सांगण्यासाठी आलोय्.'

शिवशंकर आणि अक्षय नीट लक्ष देऊन निपुणकाचं बोलणं ऐकायला लागले.

निपुणक सांगू लागला :

‘सिकंदर आपल्या सैन्यासह व्यास नदीच्या तीरापर्यंत जाऊन ठेपला आहे. पण त्याच्या सैन्यानं व्यास नदी ओलांडायला चक्क नकार दिला.’

‘का बरं?’

अक्षयच्या या प्रश्नावर निपुणक म्हणाला,

‘याला कारण यौधेय गणराज्य!’

‘काय केलं यौधेयानं?’

‘व्यास नदीपाशी येताच सिकंदरानं आसपासच्या सगळ्या गणराज्यांना शरण यायला सांगितलं. त्याचं ते आवाहन यौधेय गणराज्यानं धुडकावून लावलं. यौधेयानं युद्धाची जय्यत सिद्धता सुरू केली आहे. त्यासाठी कुणाचंही साहाय्य घेतलेलं नाही. स्वत:ला सम्राट म्हणवून घेणारे धनानंदमहाराज स्वत:च्याच धुंदीत गप्प बसून राहिले आहेत. धनानंदानं यौधेयाला युद्धाच्या दृष्टीनं कसलंही साहाय्य केलेलं नाही.’

त्यावर चिडून चाणक्य म्हणाला,

‘त्या भेकडाकडून दुसरी कुठली अपेक्षा करणार?’

अक्षयनं पुन्हा मधेच प्रश्न केला,

‘पण सिकंदराच्या सैन्यानं व्यास नदी ओलांडून जायला नकार का दिला, हे सांगितलं नाहीस!’

निपुणकाऐवजी शिवशंकर म्हणाले,

‘अक्षय, यौधेय हे गणराज्य आयुधजीवी आहे. त्यामुळं सिकंदराची सेना घाबरत असावी!’

निपुणक म्हणाला,

‘खरंय् तुमचं म्हणणं!’

अक्षयनं विचारलं,

‘पण आयुधजीवी म्हणजे काय?’

त्याची माहिती शिवशंकर यांनी दिली. ते म्हणाले,

‘यौधेय गणराज्यातली प्रत्येक व्यक्ती शस्त्रसज्ज असते. स्त्रियांनाही सैनिकी शिक्षण अनिवार्य असतं. अठरा ते एकवीस वयाच्या प्रत्येक तरुणतरुणीला युद्धशिक्षण घ्यावंच लागतं. तसा निर्बंधच आहे तिथं!’

शिवशंकर बोलायचे थांबले आणि चाणक्य बोलायला लागला.

चाणक्य म्हणाला,

‘जिवावर उदार होऊन लढण्याबद्दल या राज्याची ख्याती सर्वत्र पसरलेली आहे. पंचनद प्रदेशातील व्यास नदीच्या खालच्या परिसरात या राज्याचे पाय पसरलेले आहेत. हा सारा प्रदेश अतिशय सुपीक आणि समृद्ध आहे. त्यामुळं

इथले लोक सुदृढ आणि सशक्त आहेत.'

अक्षय म्हणाला,

'यौधेय गणराज्य असेलही सुदृढ आणि समृद्ध! परंतु सिकंदराच्या प्रचंड सेनेनं त्याला एवढं घाबरायचं काय कारण?'

निपुणक म्हणाला,

'सिकंदराचं सैन्य केवळ यौधेय सैन्यालाच घाबरलं नाही, तर यौधेयाच्या पुढं गंगा तीरावरची मोठमोठी राज्यं लढण्यासाठी सिद्ध असल्याची वार्ता सिकंदराच्या सैनिकांच्या कानांवर आली. त्यामुळं...'

क्षणभर थांबून, निपुणक पुढं सांगू लागला,

'ग्रीक सैन्यानं पंचनद प्रदेशातील अनेक गणराज्यांशी लढा दिला होता. त्यामुळं सिकंदराचं सैन्य पुरतं थकून गेलं होतं. व्यास नदी ओलांडून जायचं त्यांच्या अंगात त्राणही उरलं नव्हतं.'

चाणक्य उद्गारला,

'थकून गेले असतीलही! परंतु नदी ओलांडून भारतीय गणराज्यांशी दोन हात करण्याची त्यांची प्राज्ञाही झाली नसावी!'

निपुणक म्हणाला,

'होय, तसंच घडलंय्! ग्रीक सैनिकांचा धीर आता खचत चालला आहे! परंतु त्यांच्या त्या धैर्यमेरू समजल्या जाणाऱ्या सिकंदराची युद्धाची खुमखुमी अजूनही शमलेली दिसत नाही!'

अक्षयनं आश्चर्यानं विचारलं,

'म्हणजे सैन्य अडलं, तरी सिकंदर व्यास नदी ओलांडणार, की काय?'

'हो. त्याचा तसाच विचार होता. त्यानं तशी घोषणाही केली होती. यौधेय जिंकून थेट मगधापर्यंत मुसंडी मारण्याची आज्ञा त्यानं सैन्याला सोडली होती.'

'मग सैनिकांनी आपल्या सेनानी देवाची आज्ञा मानलीच असेल.'

'नाही ना! सैनिक लढाईला कंटाळलेले होते. त्यामुळं त्याच्या निवडक सैन्यातही असंतोष माजला. गुप्तपणानं सैनिक सिकंदराच्या विरोधात उठले.'

शिवशंकर उद्गारले,

'प्रत्यक्ष देवपुत्राला विरोध?'

चाणक्य म्हणाला,

'सिकंदर हा देवपुत्र तर नाहीच नाही! पण तो मानवपुत्रही नाही! त्याला दानवपुत्र म्हणायचं असेल, तर म्हणा!'

'खरंय् आचार्यांचं म्हणणं! आपल्या राज्यतृष्णेची राक्षसी महत्त्वाकांक्षा भागवण्यासाठी सिकंदरानं एक निराळाच डाव टाकला.'

'तो कोणता?'

'आपल्या सैन्यात पसरलेल्या असंतोषाची त्याला जाणीव झाली होती, म्हणून सैन्याला उत्तेजित करण्यासाठी त्यानं सैनिकांना उद्देशून एक भाषण केलं.'

मग निपुणकानं तो भाषणाचा प्रसंग कथन केला.

आपल्या सैनिकांना उद्देशून सिकंदर म्हणाला होता :

'ग्रीक सैन्य अजिंक्य आहे, अशी तुमची कीर्ती जगभर पसरली आहे. त्या तुमच्या कीर्तीला काळोखी फासू नका! भारतात प्रवेश केल्यानंतर तुम्ही आजवर ज्या लढाया केल्यात आणि जय मिळविलेत, ते लहानसहान शत्रूंबरोबरचे होते. आता यापुढं मोठ मोठ्या शत्रूंना तोंड द्यायचं आहे. या व्यास नदीच्या पलीकडे हे एक आयुधजीवी गणराज्य दंड थोपटून उभं आहे. त्या गणराज्याची खोडकी मोडून आपल्याला गंगेच्या तीरापर्यंत पोहोचायचं आहे. तिथल्या सुपीक, समृद्ध राज्यांना जिंकून आपल्या ग्रीकदिग्विजयाचा डंका साऱ्या जगभर वाजवायचा आहे!'

निपुणकाच्या तोंडून सिकंदरानं केलेलं भाषण ऐकून शिवशंकर म्हणाले,

'त्याचं भाषण ऐकून सैनिकांना अगदी त्वेष आला असेल!'

निपुणकानं सांगितलं,

'छे, छे! त्याच्या भाषणाचा अगदी उलटा परिणाम झाला. सिकंदरानं आपल्या भाषणात पुढच्या भीषण संग्रामाची कल्पना करून दिली होती. त्यामुळं सैनिकांच्या अंगात उलट धडकीच भरली.'

'बरं मग?'

'सैनिकांनी लढायला स्पष्ट नकार दिला. त्यामुळं सिकंदर भडकला. परंतु बोलून चालून तो जसा शूर, तसा मुत्सुद्दीही असल्यामुळं तो मुकाट्यानं आपल्या तंबूत परतला.'

शिवशंकरांनी विचारलं,

'तंबूत परतून त्यानं काय केलं? का नुसता विचारच करत बसला? काही कट-कारस्थान तर रचलं नाही?'

निपुणकानं सांगितलं,

'तसं काही एक त्यानं केलं नाही. तीन दिवसांनी तो तंबूबाहेर आला आणि सैनिकांना उद्देशून त्यानं भाषण केलं. तो म्हणाला, की व्यास नदी उतरून पुढं जाण्याचा बेत मी सोडून दिला आहे. आता आपण ग्रीसला परत जाऊ या! सिकंदराचं ते बोलणं ऐकून ग्रीक सैन्यात एकदम आनंद पसरला. मग सिकंदरानं परत कसं जायचं, ते सैनिकांना सांगितलं.'

आल्या मार्गानं परत फिरणं त्याला शक्य नव्हतं. कारण तशा तऱ्हेनं

परतलं, तर त्यानं जिंकलेली राज्यं बंड करून उठली असती. सिकंदर घाबरून परत चालला आहे, अशी त्यांची समजूत झाली असती. तेव्हा सिंधू पार करून समुद्रमार्गानं पारसीक साम्राज्यात परत जाण्याचा बेत त्यानं ठरवला. सैन्याला तसं सांगितलं. नंतर पुन्हा भारतात येऊन गंगाकाठची राज्यं जिंकण्याचं त्यानं ठरवलं. अशा तऱ्हेनं आपला भारत-दिग्विजय तो पुरा करणार होता.

निपुणकानं सांगितलेला हा सारा वृत्तांत चाणक्यानं ऐकला आणि हेटाळणीच्या स्वरात तो म्हणाला,

'म्हणे, हा भारताचा दिग्विजय पुरा करणार! आधी जिंकलेली राज्य सांभाळा! पोकळ वल्गना कशासाठी करायच्या?'

सिकंदरानं आता सपशेल माघार घेतली होती. त्यामुळं चाणक्याच्या अंगात अधिकच जोर संचारला होता. आता आपल्या क्रांतिकार्याला सुयोग्य वळण लागेल, याबद्दल त्याच्या मनात मुळीच शंका उरली नव्हती.

शिवशंकर, अक्षय आणि निपुणक यांच्याशी तो पुढील हालचालींबद्दल चर्चा करू लागला, सिकंदराच्या माघारीच्या वृत्तामुळं सगळीकडेच उत्साहाचं वातावरण पसरलं होतं.

परंतु त्या वेळी सिकंदराचे मात्र वेगळेच बेत चालू होते. मायदेशी परत जाताना मार्ग बदलून जाण्याचा बेत त्यानं आपल्या सैनिकांना सांगितला होता खरा! परंतु परत जाताना वाटेतली गणराज्यं जिंकत जाण्याची कल्पना मात्र त्यानं मनातच ठेवलेली होती.

जेत्यांना जिंकणारा पराभव

सैन्यानं पुढं जाण्यास नकार दिल्यामुळं व्यास नदीच्या तीरापासून माघार घेण्याचं सिकंदरानं ठरवलं. त्यांच्या पीछेहाटीला प्रारंभ झाला. सिंधु नदी ओलांडून परत मायदेशी जाण्याचा बेत सिकंदरानं आखला होता. त्यासाठी पाच-सहाशे नौकाही त्यानं तयार करून घेतल्या होत्या. परतीच्या मार्गावर भेटणाऱ्या गणराज्यांशी दोन हात करूनच त्याला मायदेशी परतावं लागणार होतं. परंतु त्याच्याबरोबरचे सैनिक आता दमले होते. कंटाळले होते. त्यांना कुमक हवी होती. म्हणून सिकंदरानं बाबिलोनियाहून नव्या दमाची सेना मागवून घेतली होती. त्याप्रमाणे तिकडून दोन सैन्य-तुकड्याही त्याच्या सैन्याला येऊन मिळाल्या होत्या.

एवढी सारी सिद्धता झाल्यानंतर सिकंदर आपला सेनासंभार घेऊन परतीच्या मार्गाला लागला. सिंधुतीरावरील राज्यं त्याला जिंकायची होती. परंतु ते काम तेवढं सोपं नव्हतं. त्याच्या पीछेहाटीची वार्ता भारतभर सर्वत्र वाऱ्यासारखी पसरली होती. त्यामुळं सर्वत्र त्याच्याविरुद्ध हालचालींना जोर चढला होता. उठावाचं वातावरण निर्माण झालं होतं. गांधारपासून व्यास नदीपर्यंतच्या परिसरात त्याच्या विरुद्ध मुकाबला करण्यासाठी सारी राज्यं सज्ज होऊन बसली होती. अर्थात जो तो स्वतंत्र मोर्चे बांधून उभा ठाकला होता. त्या सर्वांच्यामध्ये एकीची भावना अद्याप निर्माण झालेली नव्हती. सिकंदराला या बेकीचाच लाभ उठविता येण्यासारखा होता. त्याला त्या गोष्टीची पुरेपूर जाणीव होती.

मालव आणि शूद्रक या सिंधुतीरावरील दोन गणराज्यांनी मात्र या बेकीची एकी करायचं ठरवलं होतं. सिकंदराला ज्याप्रमाणे अन्य गणराज्यांच्या बेकीची कल्पना होती, त्याचप्रमाणे या दोन गणराज्यांना सिकंदराच्या शक्तीची कल्पना होती. मालव आणि शुद्रक ही दोन्ही गणराज्यं बलसंपन्न आणि स्वाभिमानी होती.

मालव हे राज्य तर प्राचीन कालापासून पराक्रमाबद्दल महशूर होतं. याच राज्यानं पुढाकार घेऊन दोन राज्यांचं एकीकरण घडवून आणण्यासाठी एक सभा भरवली.

या सभेला प्रारंभ करताना मालवाधिपतीनं म्हटलं,

'सिकंदराचं बलाढ्य सैन्य आता आपल्या मायदेशी परतणार आहे. त्याचा परतण्याचा मार्ग आपल्या राज्यावरून जातो आहे; आणि मार्गातली गणराज्यं जिंकत जाण्याची त्यानं घोषणा केली आहे. तो आपल्याही राज्यावर आक्रमण करणार, ही गोष्ट उघड आहे. तेव्हा या आक्रमणाचा प्रतिकार कसा काय करायचा, हा आपल्यासमोर प्रश्न आहे.'

शूद्रक राज्याधिपती समोरच्याच आसनावर बसला होता. तो म्हणाला,

'मालवाधिपतींचं म्हणणं योग्य आहे. आतापर्यंत भारतातल्या सगळ्या गणराज्यांनी स्वतंत्रपणे सिकंदराच्या सैन्याला प्रतिकार केला आहे; आणि म्हणूनच त्यांचा पराभव झालेला आहे, ही गोष्ट उघड आहे. अशा कामात एकांडे शिलेदाराचा पराभव हा ठेवलेलाच असतो, ही गोष्ट त्यांच्या ध्यानात आली नाही. एकीचं बळ त्यांनी जाणलं नाही. त्या गणराज्यांची ही राष्ट्रघातक भूल ध्यानात घेऊनच आपण एकीचा प्रयत्न करायला हवा! त्यासाठी मालव आणि शूद्रक यांनी तरी एक होऊन सिकंदराशी लढा द्यावा!'

मालवच्या एका राजकारणी मुत्सद्द्यानं संमतिदर्शक मान डोलवली.

शूद्रकमधील एक राजकारणी म्हणाला,

'शूद्रक-मालवांची एकजूट झाली, तर एक प्रचंड सैन्यबळ निर्माण होईल; आणि ते सैन्यबळ सिकंदराच्या सैन्याला वरचढ ठरेल!'

मालवांचा एक नेता म्हणाला,

'तक्षशिलेत आचार्य चाणक्यांच्या नेतृत्वाखाली अशाच तऱ्हेची क्रांती कार्यान्वित आहे, असं आमाच्या कानांवर आलं आहे.'

शूद्रकाधिपतींनी विचारलं,

'कसली क्रांती?'

यावर मालवच्या त्या अधिकारी नेत्यानं आचार्य चाणक्याच्या क्रांतिकार्याची थोडक्यात माहिती दिली.

ती माहिती ऐकून सारी सभा भारावून गेली.

मालवाधिपती म्हणाले,

'म्हणजे आपण योग्य दिशेनंच विचार करतो आहोत! तक्षशिलेच्या गुरुकुलाचे आशीर्वाद आपल्या पाठीशी आहेत, म्हणायचे!'

शुद्रकाधिपती म्हणाले.

'खरंय् आपलं म्हणणं! आपण साऱ्यांनी आपली जुनी वैरं विसरून एक

झालं पाहिजे! शूद्रकगणाच्या वतीनं जुनी तेढ विसरून जाण्याचा शब्द मी देतो!'

मालवगणामधूनही याला लगेच प्रतिसाद मिळाला नाही. मालव गणराज्य हे शूद्रक गणराज्यापेक्षा वरचढ होतं. त्यामुळं लगेचच आपण एकतेच्या प्रस्तावाला मान्यता दिली, तर शूद्रकगण त्याचा वेगळाच अर्थ काढतील, असं त्यांना वाटलं असावं. काही वेळ त्यांनी आपापसांत चर्चा केली.

आपापसांत चर्चा करून मालवगणप्रमुख म्हणाले,

'जुनी तेढ विसरायला आम्हीही सिद्ध आहोत. आपल्यांतील वैरभावना नष्ट व्हावी, अशीच आमचीही इच्छा आहे. पण...'

'पण काय?'

'शत्रूशी लढताना कुणाचं आधिपत्य राहणार? शूद्रकांचं, का मालवांचं, ते आत्ताच स्पष्ट झालेलं बरं! उगाच मागून वाद नको!'

मालव गणांचं हे म्हणणं अगदी बरोबर होतं. त्याबद्दल मग शूद्रकांनी आपापसांत चर्चा केली.

या चर्चेनंतर शूद्रक गणाधिपतीनं मनमोकळेपणानं मान्य केलं:

'मालव गणराज्य आमच्यापेक्षा नक्कीच बलिष्ठ आहे. तेव्हा त्यांचा नेता, तोच आमचा नेता असेल!'

मालवप्रमुखांना शूद्रकांच्या मनाचा मोठेपणा जाणवला.

दोघेही आपापल्या जागेवरून उठले आणि त्यांनी परस्परांना मिठी मारली.

या प्रसंगानं तिथं जमलेली सारी मंडळी हेलावली. सर्वांनाच फार समाधान वाटलं.

पण त्याच वेळी मालवप्रमुखानं एक प्रस्ताव मांडला. तो प्रस्ताव मांडताना ते म्हणाले,

'आपलं राजकीय आणि सामाजिक जीवन, खरं तर, एक व्हायला हवं! त्यासाठी आंतरजातीय आणि आंतरराज्यीय विवाह घडवून आणले पाहिजेत. या गोष्टीचा अवश्य विचार व्हावा!'

या प्रस्तावावर सगळीकडे शांतता पसरली. यावर काय बोलावं, ते शूद्रकांना कळलं नाही. परंतु काही क्षणांनंतरच त्यांनी या प्रस्तावाला मान्यतादर्शक टाळ्या वाजवून संमती दर्शविली.

शूद्रकांनी तिथंच घोषणा केली,

'उद्याच्या उद्या सामुदायिक विवाहांचा हा प्रस्ताव आपण कार्यवाहीत आणू. त्यासाठी आपण पुढील सिद्धतेला लागू या!'

दुसऱ्याच दिवशी हे विवाहसोहळे आनंदात आणि उत्साहात पार पडले. उभयपक्षी प्रचंड जनसमुदाय या मंगलसमयी उपस्थित होता. त्या वेळी एक सहस्त्र विवाह पार पडले. शूद्रक गणांच्या काही मुली मालवांच्या मुलांना दिल्या

गेल्या, तर मालवांच्या काही मुली शूद्रकांच्या मुलांना दिल्या गेल्या. या विवाहात देण्याघेण्याच्या व्यवहारापेक्षा वधूवरांची सुदृढता आणि शरीरसौष्ठव बघितलं जात होतं आणि बघितली जात होती, ती एकात्मतेची भावना!

मालव आणि शूद्रक गणांमधलं वैर आता कायमचं संपलं होतं. दोन्ही राज्यांचं मीलन झालं होतं. ती राज्यं एकरूप बनून गेली होती. आता त्यांच्या ठायी कुठलाही दुजाभाव उरला नव्हता. पिढ्यान् पिढ्या त्यांच्यांत चालत आलेलं वैर अल्पावधीतच मिटलं होतं! आणि त्याला कारण होतं सिकंदर!

हा सामुदायिक विवाहसोहळा चालू असतानाच एक घोडेस्वार, तक्षशिलेच्या गुरुकुलाकडे निघून गेला, ही गोष्ट कुणालाही कळली नाही.

मालव-शूद्रक यांच्या सैन्याशी सिकंदराचा तुंबळ संग्राम सुरू झाला होता. त्या दोन गणराज्यांचं संयुक्त बळ चांगलंच वाढलं होतं. दोघांच्या एकीमुळं बळकट संयुक्त फळी निर्माण झाली होती. त्यामुळं सिकंदराच्या सैन्याला त्यांच्याशी लढा द्यायला जड जात होतं. त्या संघटित सैन्याच्या जोरदार माऱ्यामुळं सिकंदराचं सैन्य जेरीस आलं होतं.

हा तुंबळ संग्राम चालू असताना सिकंदरानं त्यांच्या एका नगराला वेढा घातला. त्या ठिकाणी शर्थीचा संग्राम झडला. उभय सैन्यांच्या जोरदार माऱ्यामुळं सिकंदराच्या सैन्याला नगराचा तट ओलांडता येईना. तटबंदीच्या आतून सिकंदराच्या सैन्यावर प्रखर शरवृष्टी केली जात होती. त्या शरवृष्टीमुळं सिकंदराचे सैनिक पटापट घायाळ होत होते. असंख्य सैनिक धारातीर्थी पडत होते. पण मालव व शूद्रक यांच्या सैन्याला फारशी इजा पोहोचत नव्हती. कारण त्यांच्या सभोवती चांगलीच बळकट तटबंदी होती. ग्रीक सैनिक कडोविकडीनं लढतच होते. परंतु तटबंदीचा भेद करून नगरात प्रवेश करणं त्यांना शक्य झालं नाही.

या साऱ्या प्रकारामुळं सिकंदर अतिशय अस्वस्थ झाला. त्याला झटपट विजय हवा होता. एका छोट्या नगरानं आपल्या एवढ्या प्रचंड सेनेशी झुंज द्यावी, याबद्दल त्याला आश्चर्य वाटत होतं. पण आश्चर्यापेक्षाही त्याला संताप अधिक वाटत होता. सिकंदर संतापला होता खरा; पण त्याची सेना मात्र कंटाळली होती. भारतात प्रवेश केल्यापासून त्याच्या सैन्यानं लढण्याशिवाय दुसरं काहीच केलं नव्हतं. सिकंदरानं आपल्या सैन्याला मायदेशी नेण्याचं आश्वासन दिलं होतं. पण मायदेशाच्या मार्गातच हे संग्राम अकल्पित रीतीनं त्याच्यासमोर येऊन उभे ठाकले होते. सिकंदरानं सैन्याला दिलेलं आश्वासन पाळलं नव्हतं. हा आश्वासनभंग सैन्याला सहन होत नव्हता. सिकंदराची राज्यतृष्णा एका बाजूनं

वाढतच होती. त्यानं जर आपलं आक्रमक धोरण असंच पुढं चालू ठेवलं, तर यापुढंही आपल्याला लढण्याशिवाय गत्यंतर उरणार नाही, या गोष्टीची त्याच्या सैन्याला जाणीव झालेली होती. वस्तुत: मालव-शूद्रक यांच्या सैन्याच्या पराक्रमाबद्दल सिकंदराच्या सैन्याला यापूर्वीच कल्पना येऊन चुकलेली होती. सिकंदरानं आपला आश्वासनभंग केलेला आहे, हेही त्यांना तिथंच समजलं होतं. परंतु सिकंदराच्या आज्ञेपुढं ते सैनिक काहीच करू शकले नव्हते.

या घडलेल्या प्रकारामुळं ग्रीक सैन्यात असंतोषाची आग भडकली होती. परंतु सिकंदराला मात्र आपल्या सैन्याच्या असंतोषाची मुळीच पर्वा नव्हती. त्याला फक्त समोर उभी असलेली त्या नगराची तटबंदी दिसत होती.

त्या तटबंदीकडे बघत असतानाच सिकंदरानं आपल्या सैन्याला आज्ञा केली,

'ताबडतोब तटाला शिड्या लावा आणि पटापट आत उड्या मारा! शत्रूच्या माऱ्याची पर्वा करू नका. हा तट आपल्याला ओलांडलाच पाहिजे! हे नगर आपल्याला जिंकायलाच हवं! मुळीच भिऊ नका. लावा शिड्या तटाला!'

सिकंदराची ही धाडसी आज्ञा ऐकताच ग्रीक सैन्य अवाक् झालं. ही आज्ञा आपल्याला समजलीच नाही, असा बहाणा सैन्यानं करून बघितला. परंतु सिकंदरानं आपल्या सैनिकांचा हा कावा ओळखला. आपलं सैन्य हे साहस करायला कचरतं आहे, हे त्याला कळून चुकलं. तो स्वत:च पुढं झाला. त्यानं स्वत: तटाला शिडी लावली आणि त्या शिडीवरून चढायला लागला. आपला सेनापती स्वत: शिडीवरून चढून जात आहे, हे दृश्य बघून त्याच्या सैन्याला पश्चाताप वाटायला लागला. आपला सेनानी प्राणांची मुळीच पर्वा न करता शत्रूच्या गोटात प्रवेश करतो आहे, हे पाहून ग्रीक सैन्याचं चित्रच पालटलं. सगळ्या सैन्यात उत्साहाचं वातावरण पसरलं. शौर्याचा संचार झाला. त्यातच ते शिड्यांवरून भराभर तटावर चढू लागले. आतून प्रखर मारा चालूच होता. पण कसलीही पर्वा न करता अखेरीस सिकंदर तट चढून गेलाच. त्यानं क्षणभर सभोवताली बघितलं आणि एकदम तटावरून खाली उडी मारली. मग ग्रीक सैन्यानंही आपल्या सेनानीच्या पाठोपाठ पटापट उड्या मारल्या. मग त्या ठिकाणी एकच रणधुमाळी माजली. शत्रुमित्र कळेनासा झाला. आरोळ्यांनी आणि किंचाळ्यांनी रणभूमी दणाणून गेली. त्या घनघोर संग्रामात उभय सैनिक प्राणपणानं लढत होते, पडत होते, उठत होते आणि धारातीर्थी पडतही होते.

या धुमश्चक्रीत एक भारतीय वीर सिकंदरावर दृष्टी रोखून होता. सिकंदर ऐन रणावेशात असताना त्या वीरानं एक विषारी बाण आपल्या भात्यातून काढला आणि सिकंदरावर सोडला. तो बाण सिकंदराच्या वक्षस्थळी घुसला. सिकंदर तसाच खाली कोसळला आणि मूर्च्छित झाला.

एका ग्रीक सैनिकानं ते दृश्य बघितलं. त्यानं चटकन आपली ढाल पुढं केली आणि आपल्या सेनानीला त्या ढालीखाली झाकून टाकलं. इतर सैनिकांना या गोष्टीची कल्पना आलेली नव्हती. ग्रीक सैन्य लढण्यातच दंग होतं.

परंतु अल्पावधीतच ग्रीक सैनिकांच्या कानांवर तो प्रकार पडला आणि सगळीकडे हाहाकार उडाला. कालवा माजला. ग्रीक सैन्याचा धीरच खचून गेला. लढाई अर्ध्यावरच टाकून ते सैनिक आपल्या सेनानीकडे धावले. रक्ताच्या थारोळ्यात पडलेल्या आपल्या सेनानीला त्यांनी मोठ्या मेटाकुटीनं रणातून बाहेर काढलं आणि शिबिरात नेलं.

शिबिरात नेल्यानंतर त्यांनी सिकंदराच्या छातीत घुसलेला बाण काढायला सुरुवात केली. सिकंदराच्या छातीत घुसलेला तो बाण बाहेर काढायला फारच प्रयास पडले.

बाण बाहेर काढल्यानंतर सिकंदर शुद्धीवर येऊ लागला. तो शुद्धीवर आल्यानंतर ग्रीक सैनिकांच्या जिवात जीव आला.

सिकंदर जरी शुद्धीवर आला, तरी त्याची जखम खोलवर गेलेली होती. तो घाव भरून यायला दीर्घकाल लागेल, असं सैन्यातील वैद्यानं सांगितलं. त्याची जखम भरेपर्यंत त्याला अर्थात अंथरुणावरच पडून राहावं लागणार होतं.

सिकंदराच्या शरीरावरचा हा घाव कधी ना कधीतरी भरून येणार होता; परंतु त्याच्या महत्त्वाकांक्षेवर भारतीयांनी केलेला घाव मात्र कदापि भरून येणार नव्हता!

लढाईत बाण लागून सिकंदर ठार झाला, अशी बातमी बाबिलोन आणि ग्रीस या प्रदेशापर्यंत पसरली. पारसीक साम्राज्य आणि गांधार या ठिकाणी त्या वार्तेमुळं बंडंही उफाळली. मालव आणि शूद्रक या गणराज्यांना धन्यता वाटली.

सिकंदरानं जेव्हा पौरवराजाला घायाळ केलं होतं, तेव्हा त्याला कोण धन्यता वाटली होती. त्या प्रसंगाच्या प्रीत्यर्थ सिकंदरानं स्वत:च्या ठशाचं एक नाणंही त्या वेळी पाडून घेतलं होतं. त्या भारतीय अपमानाचं उट्टं आता मालव-शूद्रक या गणराज्यांनी काढलं होतं. त्याबद्दल त्यांना सिकंदराप्रमाणे मुळीच अभिमान वाटला नव्हता. भारताच्या ऋणातून आपण अंशत: मुक्त होत आहोत, अशीच त्यांची भावना होती. त्यांच्या देशभक्तीला ते अनुसरूनच होतं.

परंतु सिकंदराच्या मृत्यूची बातमी खरी ठरली नाही. तो बरा झाल्याची बातमीही पाठोपाठ सर्वत्र पसरली. आता सिकंदर पुढं कोणती पावलं उचलतो आहे, इकडे साऱ्यांचंच लक्ष लागलं होतं.

चंद्रगुप्त आपल्या छावणीत बसून त्या गोष्टीचाच विचार करत होता.

तेवढ्यात शाङ्र्गरव आणि साथीदार या दोघांनी छावणीत प्रवेश केला.

शाङ्‌र्गरव म्हणाला,

‘चंद्रगुप्त, सिकंदरानं मालव-शूद्रक यांच्याशी शस्त्रसंधी करायचं ठरवलं आहे.’

‘काय? सांगतोस काय? सिकंदर आणि शस्त्रसंधी?’

‘हो ना! खरं तर, तो शस्त्रसंधी करणारा सेनानी मुळीच नाही. शत्रू तावडीत आला, की कापून काढायचा, हाच त्याचा धर्म आहे!’

यावर चंद्रगुप्त म्हणाला,

‘परंतु शत्रू वरचढ झाला, म्हणजे त्याच्याशी संधी करायचा, ही अशा लोकांची राजनीतीच असते!’

साथीदार मधेच म्हणाला,

‘मग सिकंदराला धूर्त राजकारणीच मानावं लागेल!’

‘खरंय् तुझं म्हणणं! आपली प्रकृती सुधारताच त्यानं मालव-शूद्रकांशी संधीची बोलणी सुरू केली, हा सुद्धा त्याचा राजकीय डावच म्हणावा लागेल!’

‘कुठं होणार आहे हा संधी? कोण कोण येणार आहेत त्यासाठी?’

चंद्रगुप्ताच्या या बोलण्यावर शाङ्‌र्गरव उत्तरला,

‘मालव-शूद्रक या गणांचे शंभर प्रतिनिधी या संधीच्या वेळी उपस्थित राहणार आहेत. ग्रीकांच्या शिबिरातच हा सोहळा संपन्न होणार आहे.’

साथीदारानं सांगितलं,

‘तसं निमंत्रण त्या निवडक प्रतिनिधींना गेलेलंच आहे.’

‘आणि त्या प्रतिनिधींच्या स्वागताची जय्यत सिद्धताही झालेली आहे!’

चंद्रगुप्त म्हणाला,

‘सिकंदराला आपल्या राजवैभवाचं प्रदर्शन करायचं आहे, असं दिसतंय्!’

‘प्रत्यक्ष समारंभाच्या वेळी आपल्याला ते कळेलच. पण कितीतरी दिवसांपासून एक गोष्ट तुझ्या कानांवर घालायची आहे.’

‘कोणती?’

शाङ्‌र्गरव सांगू लागला,

‘मध्यंतरी मी आणि साथीदार आपल्या सैन्यातून हिंडत होतो. तेव्हा सूर्यपाणि आणि चक्रपाणि या दोन सैनिकांचं बोलणं आम्ही आडून ऐकलं.’

असं म्हणून शाङ्‌र्गरवानं तो संभाषणाचा प्रसंग जसाच्या तसा सांगितला.

वेळ रात्रीची होती. शाङ्‌र्गरव आणि साथीदार भारतीय योद्ध्यांमधे जाऊन मिसळले होते. भारतीय सैन्याचा कल कोणाच्या बाजूनं आहे, याचा कानोसा ते घेत होते. फिरत फिरत ते एका तंबूशी येऊन थांबले, तेव्हा दोन सैनिकांचं बोलणं त्यांच्या कानांवर पडलं. दोघेही तंबूबाहेरच्या अंधारात थांबून त्यांचं

बोलणं ऐकायला लागले.

पहिला सैनिक दुसऱ्याला म्हणत होता.

‘सूर्यपाणि, सिकंदराचं सैन्य आता परतीच्या वाटेला लागलं आहे. लवकरच ते सैन्य आपल्या मायभूमीला परत जाईल. तेव्हा आपलं भवितव्य काय होणार?’

चक्रपाणीच्या बोलण्यावर सूर्यपाणि म्हणाला,

‘आपलं भवितव्य स्पष्ट आहे. सिकंदरानं जिंकलेल्या भागांवर त्यानं त्याचे क्षत्रप नेमले आहेत. त्यांच्या दिमतीला आपली नेमणूक केली जाईल!’

‘पण असं किती दिवस चालणार? आपण जन्मभर परक्या शत्रूचीच चाकरी करणार आहोत का? आणि ते सुद्धा आपल्या देशबांधवांच्या विरुद्ध?’

यावर सूर्यपाणि म्हणाला,

‘जोपर्यंत परका शत्रू आपल्या देशात आहे, तोपर्यंत आपल्याला त्याची चाकरी करावीच लागणार!’

‘सूर्यपाणि, सिकंदराच्या पाठीमागे भारतात त्याची सत्ता फार काळ टिकणार नाही, अशी लक्षणं दिसू लागली आहेत. सिकंदराची सत्ता भारतातून नष्ट झाली, तर त्या स्वतंत्र भारतात आपली स्थिती काय असेल?’

सूर्यपाणि उद्गारला,

‘ते काळच ठरवील! पण चक्रपाणि, सिकंदराची सत्ता टिकणार नाही, हे तुला कसं कळलं?’

‘सगळ्याच भारतीय सैन्यात तसं बोललं जातं. गांधारपासून व्यास नदीपर्यंत सिकंदरानं जो भाग जिंकला आहे, त्या भागामध्ये क्रांतीला तोंड पडलं आहे!’

सूर्यपाणीनं विचारलं,

‘कोण घडवून आणतो आहे ही क्रांती?’

‘तक्षशिलेच्या गुरुकुलातून या क्रांतीचा उगम झालेला आहे. आचार्य चाणक्य हे या क्रांतीचे सूत्रधार आहेत, असं सगळीकडे बोललं जातं!’

सूर्यपाणीनं विचारलं,

‘पण सिकंदरानं त्यांचा बंदोबस्त...’

‘ते काम त्याच्या हाताबाहेर गेलेलं आहे. आत्तापर्यंत त्यानं अनेक ब्राह्मणांची हत्या केलेली आहे. पण...’

‘पण काय?’

‘पण आचार्य चाणक्यांच्या केसालाही धक्का लावण्याची त्याची छाती नाही. आचार्यांच्या पाठीमागे लक्षावधी विद्यार्थी उभे आहेत!’

‘अरे बाप, रे! म्हणजे सिकंदराची जुलमी राजवट आपल्या देशातून उखडल्याशिवाय राहणार नाही!’

चक्रपाणी म्हणाला,

'तेच तर मी सांगत होतो. आपलं भवितव्य आता आचार्य चाणक्यांच्या हातांत आहे.'

काही क्षण विचार करून सूर्यपाणि म्हणाला,

'वेळ येईल तेव्हा आपण सरळ आचार्य चाणक्यांना शरण जाऊ या. ते नक्कीच आपल्याला आश्रय देतील.'

हा सारा प्रसंग शाङ्‌र्गरवानं ऐकवला.

साथीदारानं सांगितलं,

'सैन्यात सगळीकडे अशीच मतं कानांवर पडतात.'

चंद्रगुप्तानं हे सारं मन लावून ऐकलं होतं. तो म्हणाला,

'म्हणजे या भारतीय सैनिकांना आपल्याच स्वातंत्र्य-सेनेत समाविष्ट करून घेता येईल!'

शाङ्‌र्गरव म्हणाला,

'अगदी बरोबर! आणि जे अजूनही सिकंदराच्या बाजूचे आहेत, ते वेळ आली म्हणजे बरोबर ताळ्यावर येतील!'

चंद्रगुप्तानं मधेच विचारलं,

'पण आचार्यांकडली काही वार्ता?'

शाङ्‌र्गरव म्हणाला,

'गांधारपासून व्यास नदीपर्यंत त्यांचा सतत संचार चाललेला आहे. त्यांच्या बरोबर अक्षय असतो. त्यांचं क्रांतिकार्य रात्रंदिवस चाललेलं आहे. आपल्याला त्याचा पडताळा येईलच!'

चंद्रगुप्तानं विचारलं,

'किती रे, काळ झाला आचार्यांना सोडून?'

शाङ्‌र्गरवाने सांगितलं,

'खूप काळ उलटून गेलाय्! त्यांची गणती करायला आपल्याला सवड तरी आहे का?' चंद्रगुप्त म्हणाला,

'खरंच काळ कसा गेला, हे कळंलही नाही! काळ कुणासाठी थांबत नसतो, हेच खरं!'

शाङ्‌र्गरव म्हणाला,

'सध्या काळाचा कशाला विचार हवाय? सध्या तरी शस्त्रसंधीच्या समारंभाचा विचारच आपल्याला करावा लागेल!'

चंद्रगुप्त म्हणाला,

'खरंय् तुझं म्हणणं! तुम्ही दोघं पुढं व्हा. मी येतोच तुमच्या पाठोपाठ!'

दोघेही जायला निघाले, तेव्हा चंद्रगुप्त म्हणाला,

'शाङ्‌र्गरव, या शस्त्रसंधीबद्दल आचार्यांना सविस्तर वृत्तांत कळवायला विसरू नकोस!'

शाङ्‌र्गरवानं संमतिदर्शक मान हलवली.

मग ते दोघे झपाझप पावलं टाकत मार्गाला लागले.

सिकंदराचा शस्त्रसंधी, आचार्यांची क्रांती आणि भारतातील गणराज्यं यांच्याविषयी चंद्रगुप्त बराच काळ विचार करत बसला.

भारताच्या इतिहासात सुवर्णाक्षरांनी आजचा सुप्रसंग लिहिला जाणार होता. अवघं जग जिंकायला निघालेला सिंकदर अर्ध्या वाटेवरूनच आपल्या मायदेशी परत चालला होता. परत जाण्यापूर्वी मालव आणि शूद्रक यांच्याशी तो शस्त्रसंधी करणार होता. शस्त्रसंधीचा हा सोहळा ग्रीकांच्या शिबिरात आज होणार होता. पराभवाचा अपमान विसरून सिकंदर या सोहळ्यात सहभागी होणार होता. त्याचा पराभव करणारे शूर भारतीय योद्धे या शस्त्रसंधीसाठी उपस्थित राहणार होते.

मालव-शूद्रकांचे एकेक मान्यवर प्रतिनिधी शिबिरात येऊ लागले. सिकंदर आणि त्याचे प्रतिनिधी या भारतीय मान्यवरांचं स्वागत करण्यासाठी सज्ज होते. ग्रीकांच्या किरकोळ शरीरयष्टीपुढं भारतीय योद्ध्यांचं शरीरसौष्ठव उठून दिसत होतं. ग्रीकांनाही असाधारण वाटावी, अशी या योद्ध्यांची उंची होती. या धष्टपुष्ट आणि डौलदार भारतीय योद्ध्यांनी आपल्या अंगांवर उंची वस्त्रं चढवली होती. भरजरी मूल्यवान वेष धारण करून ते सजले नटले होते. रत्नमोत्यांचे अलंकार त्यांनी अंगावर घातले होते. रणांगणावर शर्थीनं लढणारे ते शूर, राकट योद्धे ते हेच का, असा संभ्रम ग्रीकांना पडला होता. त्या शूर भारतीयांकडे ते न्याहाळून बघत होते.

मालव-शूद्रकांचे हे शंभर प्रतिनिधी रथात बसून आलेले होते. त्यांच्याबरोबर त्यांनी साजशृंगार चढवलेले उत्तमोत्तम हत्तीही आणले होते. ग्रीकांना त्या विशालकाय हत्तींचं भारी आकर्षण वाटत होतं.

सिकंदरानंही या समारंभात आपल्या राजवैभवाचं चांगलं प्रदर्शन केलं होतं. परंतु या शंभर भारतीय प्रतिनिधींचा उत्तम मान राखला होता. भोजनसमयी सर्वत्र सुवर्णपात्रांचा आणि सुवर्णपीठांचा लखलखाट दिसत होता. उंची मद्यांची आणि पक्वान्नांची रेलचेल उडाली होती. भोजनोत्तर वेगवेगळ्या प्रकारचे क्रीडोत्सव आणि गायनवादनाचे कार्यक्रम यांची धमाल उडाली.

मनोरंजनाच्या या कार्यक्रमांनंतर दोन्ही पक्षांचे प्रतिनिधी संधीसाठी एकत्र बसले. दुभाषेही सज्ज होऊन बसले.

भारत आणि ग्रीस यांच्या दरम्यान चाललेलं युद्ध संपुष्टात आणण्याचं उभयपक्षी ठरलं. सिंधुनदीतून मायदेशी परत जाताना सिकंदराच्या नौदलाला कोणत्याही प्रकारचा उपद्रव देऊ नये, हे संयुक्त गणराज्यांनी मान्य केलं.

हा सगळा समारंभ चंद्रगुप्त आपल्या सहकाऱ्यांसमवेत बघत होता.

समारंभ संपल्यानंतर आपल्या शिबिराकडे परत जाताना शाङ्र्गरव म्हणाला,

'अखेर सिकंदराचं गर्वाचं घर खाली झालं, म्हणायचं!'

चंद्रगुप्त उद्वेगानं उद्गारला,

'पण असल्या नीच, आक्रमक शत्रूशी शस्त्रसंधी करायचं काहीच कारण नव्हतं. त्याला कायमचं नेस्तनाबूत करायला हवं होतं. सिकंदराला अशा तऱ्हेनं मोकळं सोडल्यामुळं परत जाताना तो आपल्या वाटेतल्या गणराज्यांना उपद्रव दिल्याशिवाय मुळीच राहणार नाही!'

साथीदारानं सांगितलं,

'तुझं म्हणणं खरं आहे. पण आता शस्त्रसंधी तर पार पडला. आता पुढं काय घडतं, ते फक्त बघत बसायचं! आपल्याजवळ सध्या दुसरं काय आहे?'

शाङ्र्गरव म्हणाला,

'एकदा सिकंदर भारताबाहेर पडला, म्हणजे सगळा भारत क्रांतीसाठी आपल्यासमोर उभा ठाकेल!'

शाङ्र्गरवाचं हे म्हणणं चंद्रगुप्ताला पटलं होतं; परंतु सिकंदर भारताबाहेर पडेपर्यंत त्याला मुळीच चैन पडणार नव्हतं.

चंद्रगुप्ताचं म्हणणं खरं ठरलं होतं. आपल्या बलाढ्य नौदलावर सिकंदरानं सहस्त्रावधी ग्रीक सैन्य चढवलं होतं, ते सारं सैन्य शस्त्रसज्ज होतं. अशा या शस्त्रसज्ज सैन्यासह तो मायभूमीकडे परत जायला निघाला होता.

सिंधुनदीतून सिकंदर सिंधुसागराकडे जायला लागला होता. मासागा या ठिकाणी सात सहस्त्र भारतीयांची एक सशस्त्र टोळी त्याच्या तावडीत सापडली. त्या टोळीत अनेक स्त्रिया होत्या. लहान मुलंही होती.

सिकंदरानं त्या सर्वांना आपल्यासमोर आणून उभं केलं.

त्या टोळीच्या प्रमुखाला सिकंदर म्हणाला,

'तुम्ही शूर योद्धे दिसता. तुम्ही जर माझ्या सैन्यात भरती झालात, तर ते आपल्या दोघांच्या दृष्टीनं फायद्याचं ठरेल.'

त्या टोळीतल्या एका पुढाऱ्यानं विचारलं,

'आपल्या सैन्यात आपण आम्हांला कोणती कामं देणार?'

सिकंदर म्हणाला,

'आमच्या भारतीय शत्रूंशी तुम्हांला लढावं लागेल. हे तुम्ही मान्य केलंत, तर ठीक आहे, नाहीतर तुम्हा सर्वांचा मी शिरच्छेद करीन! किंवा तुम्हांला दासदासी बनवीन.'

सिकंदराच्या या वक्तव्यावर त्या टोळीतल्या पुढाऱ्यांनी आपापसांत नेत्रपल्लवी केली. नंतर टोळीप्रमुख म्हणाला,

'ठीक आहे, आम्ही आपली अट मान्य करतो. पण...'

'पण काय?'

'आमच्या सगळ्या टोळीचं एकमत व्हायला हवं. त्यासाठी आम्हांला विचारविनिमय करावा लागेल. म्हणून आम्हांला एका रात्रीचा अवधी द्यावा.'

सिकंदरानं एक क्षणभर विचार केला आणि त्या गोष्टीला मान्यता दिली.

ग्रीकांच्या शिबिरासमोर काही अंतरावर एक टेकडी होती. त्या टेकडीवर त्या टोळीची वस्ती होती. रात्रभर त्या टेकडीवर त्यांचा विचारविनिमय चालणार होता. टोळीचा सरदार टेकडीवर पोहोचल्यानंतर म्हणाला,

'सिकंदराच्या तावडीतून सुटण्यासाठी मी हा अवधी मागून घेतला आहे. कोणत्याही परिस्थितीत आपल्या भारतीय बांधवांविरुद्ध आपण लढणार नाही. ते पापी कृत्य करायला मी कधीच अनुज्ञा देणार नाही. माझ्या या विचाराशी तुम्ही सगळे सहमत असालच!'

सरदाराच्या या बोलण्यावर सर्वांनी एकमुखानं मान्यता दर्शवली.

मग सरदार म्हणाला,

'शत्रू आता झोपला असेल. आपणही काही काल विश्रांती घेऊ या. पहाटे शत्रूचा डोळा चुकवून इकडच्या इकडेच आपण निसटून जाऊ या.'

हा विचार सगळ्या टोळीला मान्य झाला.

शत्रूला शह देण्याच्या आनंदात सगळेजण झोपले. रात्र बरीच झाली होती. पहाटे उठून सगळ्यांनाच तिथून निसटायचं होतं. ते गाढ झोपी गेले.

मध्यरात्री टेकडीवर कसलीतरी गडबड उडाली. प्रथम त्या टोळीवाल्यांना काहीच समजलं नाही. पण जेव्हा त्यांना पूर्ण जाग आली, तेव्हा समोर ग्रीक योद्धे यमदूतासारखे उभे असलेले दिसले.

त्यांच्या त्या गुप्त कटाची वार्ता सिकंदराला तात्काळ कळली असावी. त्यानं ताबडतोब ग्रीक सैन्य त्या टोळीवाल्यांच्या समाचारासाठी पाठवलं होतं.

त्या निद्रिस्त भारतीयांवर त्यांनी अचानक छापा घातला होता. कापाकापीला

प्रारंभही केला होता.

या आकस्मिक हल्ल्यामुळं त्या टोळीत हाहाकार उडाला. परंतु सावध होऊन त्यांनी शस्त्रं उपसली. लगोलग एक पोकळ गोलाकार व्यूह रचला. त्या पोकळीत स्त्रिया आणि मुलं ठेवली आणि ते शत्रूवर तुटून पडले.

अनेक स्त्रिया बेभान होऊन ग्रीकांशी झुंज देऊ लागल्या. त्या रणमर्दिनींच्या आवेशापुढं ग्रीक सैन्य हतबल बनून गेलं. परंतु त्यांचं सैन्य अफाट होतं. त्या सैन्यापुढं त्या तुटपुंज्या भारतीय सैन्याचा टिकाव लागणं शक्य नव्हतं. परंतु आपल्या मायभूमीच्या स्वातंत्र्यासाठी ते सैनिक शत्रूला मारता मारता प्राणपणानं लढतच होते. सात सहस्र शूर यौद्धे शेवटी धारातीर्थी पतन पावले. त्या सर्वांनी आपल्या मायभूमीची मान उंचावली.

मासागा येथील हे भीषण हत्याकांड पार पाडल्यानंतर सिकंदराचं नौसैन्य सिंधु नदीतून परत जाऊ लागलं.

मार्गात त्यांना अग्रश्रेणी नावाचं एक सुंदर नगर लागलं. सिकंदरानं त्यांच्यावर स्वारी केली. ग्रीकांचा हल्ला परतवून लावण्यासाठी अग्रश्रेणी येथील लोकांनी जागोजागी अडथळे उभारले होते आणि माऱ्याची ठिकाणं निर्माण केली होती. सिकंदराला त्या भागात कडोविकडीचा लढा द्यावा लागला. या रणधुमाळीत त्याचे अनेक सैनिक मारले गेले. दीर्घकाळ हा संग्राम चालला होता.

आपला पराभव अटळ आहे, हे समजून आल्यानंतर अग्रश्रेणी नगरातले लोक अस्वस्थ झाले. शत्रू आपल्याशी कसा काय वागेल? तो आपल्याला ठार करील, का जीवदान देईल, का आपल्या साऱ्यांना दास बनवील? स्त्रियामुलांचं काय करेल? आपल्या सर्वांना जुलमानं धर्मांतर करावं लागेल का? अशा कितीतरी विचारांनी तिथले लढवय्ये वीर अस्वस्थ झाले होते.

सेनापतीनं आपल्या मनाशी काहीतरी निर्धार पक्का केला आणि आपल्या घरादारांना आग लावून देण्याची आज्ञा सोडली.

'जय हर' अशी गर्जना करत त्या सेनापतीनं स्वत: हातात पेटती मशाल घेतली आणि साऱ्या घरांना आग लावून दिली.

थोड्याच वेळात सारं अग्रश्रेणी नगर अग्निज्वालांनी लपेटून गेलं. आणि त्या शूरांच्या वीरांगनांनी आपल्या मुलाबाळांसह त्या अग्निकल्लोळात उड्या घेतल्या. त्या उड्या घेताना त्या स्त्रिया तोंडानं 'जय हर' ची गर्जना करत होत्या. त्यांचा तो जोहार पाहून शत्रूदेखील थक्क होऊन गेला.

स्वधर्म, स्वराष्ट्र, स्वत्व यांच्या सन्मानरक्षणासाठी अग्रश्रेणींनी त्या अग्निकुंडाला

स्वत:चा बळी अर्पण केला होता.

सिकंदरचं सैन्य जेव्हा पुढं पुढं यायला लागलं, तेव्हा संपूर्ण अग्रश्रेणी अग्निज्वालांनी वेढलेलं दिसलं. त्या अग्निजिव्हा गगनाला जाऊन भिडलेल्या होत्या. समोर अग्निज्वालांचं नग्ननर्तन चाललेलं भासत होतं. सिकंदराचं सैन्य त्या ज्वालांकडे स्तिमित होऊन बघत होतं. त्या सांघिक अग्निप्रवेशाच्या अद्‌भुत दृश्याकडे स्वत: सिकंदर थक्क होऊन बघत होता. तो हतबल, हताश आणि हिरमुसला झालेला दिसत होता.

सिंधुनदी ज्या ठिकाणी समुद्राला जाऊन मिळते, त्या सिंधुसागराच्या संगमापर्यंत सिकंदराचं नौसैन्य पोहोचलं होतं.

सिकंदर आपल्या छावणीत बसला होता. त्याच्यासमोर त्याचे सेनानायक बसले होते. त्यांना उद्देशून सिकंदर म्हणाला,

'आपल्या सेनेचे दोन विभाग करू या. म्हणजे इथून परतायला आपल्याला सोयीचं होईल.'

ऑनसाइक्रिटरा या आपल्या सेनानायकाकडे बघून सिकंदर म्हणाला,

'तू त्यातल्या एका तुकडीचं नेतृत्व कर. तो सेनाभाग घेऊन तू बलुचिस्तानच्या बाजूनं भूमार्गानं परत जा.'

आपल्या या सेनानायकाची प्रतिक्रिया बघण्याकडे सिकंदर काही काळ थांबला. ऑनसाइक्रिटरानं संमतिदर्शक मान डोलावली.

सिकंदर पुढं म्हणाला,

'आणि मी स्वत: सैन्याची दुसरी तुकडी घेऊन समुद्रमार्गानं बाबिलोनकडे जाईन.'

पारसीक साम्राज्य आता सिकंदराच्याच साम्राज्यात समाविष्ट झालेलं होतं. त्यामुळं तो आपल्या या नवीन राजधानीकडे जाणार होता.

इतर सेनानींकडे बघून तो म्हणाला,

'तुम्ही मात्र भारतातल्या आपल्या नगरांच्या रक्षणार्थ इथंच थांबायचं आहे. फिलिप्पस आणि निकियान या दोघांनी सिंधु-वितस्ता संगमापासून सिंधुसागरापर्यंतचा महत्त्वाचा प्रांत सांभाळायचा आहे. त्या प्रांतावर क्षत्रप म्हणून मी या दोघांची नियुक्ती करतो.'

सेनानी क्लायटरकसकडे बघून सिकंदरानं पुढं सांगितलं,

'क्लायटरकस, तुला भारतातल्या फिरत्या ग्रीक सैन्याचं नेतृत्व करायचं आहे. संपूर्ण भारतात पसरलेल्या आपल्या प्रदेशाचं संरक्षण करण्याचं दायित्व तुला पार पाडावं लागणार आहे.'

फिलिप्पसनं मधेच विचारलं,

'पण, सम्राट, हिंदुकुश आणि पंचनद या प्रांतांवर आपण क्षत्रप म्हणून कुणाची नेमणूक करणार आहात?'

सिकंदर म्हणाला,

'ती योजना मी आधीच करून ठेवलेली आहे. तक्षशिलेचा भारतीय राजा अंबुज याला हिंदुकुश भागाचा क्षत्रप म्हणून नियुक्त केलं आहे. पौरवराजा पंचनदाचा क्षत्रप होणार आहे. त्या भागात भारतीय क्षत्रप असणंच इष्ट आहे. अर्थात त्यांच्यावर वचक ठेवणं हे तुमचं काम राहील.'

सिकंदरानं आपल्या साऱ्या सेनानींना सगळी योजना नीट समजावून सांगितली आणि बैठक संपल्याची खूण केली. मग त्याला मानवंदना करून सारे सेनानी निघून गेले.

सिकंदर आता आपल्या शिबिरात एकटाच बसला होता. तो काहीसा थकलेला दिसत होता.

भारतातल्या या स्वारीमधले अनेक प्रसंग त्याच्या डोळ्यांसमोर येत होते. या दोन सवंत्सरांच्या कालावधीत त्यानं कितीतरी वेगवेगळे अनुभव घेतले होते.

भारतातल्या वेगवेगळ्या गणराज्यांची वेगवेगळी जीवनपद्धती त्यानं जवळून बघितली होती. आयुधजीवी यौधेयादिक गणराज्यं, सुंदर आणि बलवान सौभूती नि कठ गणराज्य, लढण्यासाठी एकत्र आलेले मालव आणि शूद्रक, मासागामधे भेटलेले भारतीय शूरवीर, अग्रश्रेणीतला अग्निसंग्राम आणि शिडीवरून तटपार होताना त्याला स्वत:ला आलेला अनुभव या साऱ्या गोष्टी त्याला आठवत होत्या.

पुढील दोन प्रसंगही त्याला आठवत होते. पट्टनप्रस्थ हे छोटंसं स्वायत्त राज्य. परंतु त्या छोट्या राज्याला आपलं स्वातंत्र्य प्रिय होतं. सिकंदराशी लढा देणं त्या राज्याला शक्य नव्हतं. परंतु शरणागती पत्करण्याचीही त्या राज्याची सिद्धता नव्हती. या शृंगापत्तीतून त्यांनी वेगळाच मार्ग काढला होता. सामुदायिक देशत्याग करून ते आपल्या राज्यातून बाहेर पडले. घरदार, मालमत्ता, मातृभूमी या सर्वांचा जड अंत:करणानं त्यांनी त्याग केला आणि या स्वातंत्र्यप्रिय लोकांनी देशांतर करून दुसरीकडे वसती केली.

सिंधुनदीच्या मुखापाशी ब्राह्मणक या छोट्याशा राज्यानं स्वराष्ट्राच्या स्वातंत्र्यासाठी बाणेदारपणानं लढा दिला, ही गोष्टदेखील सिकंदराला आठवली.

या दोन संवत्सरांच्या कालावधीत सिकंदरानं अनेक ब्राह्मणांशी चर्चा केली, साधुसंतांच्या गाठीभेटी घेतल्या, त्यांत कल्याणस्वामी, दांड्यायन असे कितीतरी निर्भय साधुसंन्यासी त्याला आठवत होते. त्यांची सडेतोड वागणूक कधीही विसरणं त्याला शक्य नव्हतं.

अशाच भेटीगाठीत एका ब्राह्मणानं त्याला सांगितलं होतं,

'माणसाला उभं राहण्यासाठी जितकी भूमी लागते, तितकीच त्याच्या मालकीची असते. माणसानं कितीही म्हटलं, की मी जगाचा स्वामी आहे, ही सारी पृथ्वी माझी आहे, तरी शेवटी आपल्याला हे जमवलेलं सारं ऐहिक ऐश्वर्य या जगातच सोडून एकट्यानं जावं लागतं. ज्या अवस्थेत आपण जन्मतो, त्याच अवस्थेत आपण मरतो. रिकामे येतो आणि रिकामेच आपण निघून जातो. फक्त आपलं पापपुण्य हेच आपल्याला जन्मोजन्मी साथ देत असतं.'

सिंधुसागरापाशी आपल्या राहुटीत सिकंदर बसला होता. सगळ्याच आघाड्यांवर मनोभंग झालेला हा सेनापती सिकंदर दोन सवंत्सरांत घडलेल्या घटनांचा मागोवा घेत होता.

सम्राट होण्याच्या इच्छेनं आणि जग जिंकण्याच्या दुर्दम्य महत्त्वाकांक्षेनं सिकंदर भारतात आला होता. परंतु अर्ध्या भारतालाही तो जिंकू शकला नव्हता. सेनापती म्हणून त्यानं भारतात पाऊल टाकलं होतं आणि सेनापती म्हणूनच त्याचं पाऊल भारताबाहेर पडलं होतं.

सम्राटपदाकडे वाटचाल

आज जवळजवळ दोन सवंत्सरांनी चंद्रगुप्त आणि शाङ्‌र्गरव तक्षशिलेत परतणार होते. त्यांच्या स्वागताची सारी सिद्धता झालेली होती. गुरुकुलात आचार्य चाणक्य, अक्षय, शिवशंकर, गंगादास ही सगळी मंडळी त्या दोघांच्या आगमनाची प्रतीक्षा करत बसलेली होती.

चंद्रगुप्त आणि शाङ्‌र्गरव यांच्याकडून सगळी हकीगत ऐकायला ते उत्सुक झाले होते. चंद्रगुप्त आणि शाङ्‌र्गरवही त्या सर्वांच्या भेटीसाठी अधीर झाले होते. आचार्य चाणक्यांच्या भेटीची तर चंद्रगुप्ताला मनस्वी ओढ लागली होती.

त्याच अनिवार ओढीनं चंद्रगुप्तानं गुरुकुलाच्या प्रांगणात प्रवेश केला. तो सारा पवित्र परिसर त्यानं डोळे भरून बघितला. दोन संवत्सरं त्याला अनेक अपवित्र गोष्टींचं दर्शन घडलं होतं. गुरुकुलाच्या पावन वास्तूच्या दर्शनानं त्या अपवित्र गोष्टी जणू धुतल्या गेल्या आहेत, असा भास त्याला झाला.

घोड्यावरून खाली उतरून त्यानं धावतच आचार्य चाणक्यांच्या कक्षात प्रवेश केला. शाङ्‌र्गरवही त्याच्या पाठोपाठ धावला.

त्यांना बघताच आचार्य चाणक्य पुढं आला. चंद्रगुप्तानं झटकन् वाकून त्यांच्या पायावर डोकं ठेवलं.

चंद्रगुप्ताचे नेत्र आनंदाश्रूंनी काठोकाठ भरले होते. त्या अश्रूंनी चाणक्याचे पाय धुतले गेले. चाणक्यानं त्याला आपल्या हातांनी धरून उठवलं. चंद्रगुप्ताचे डोळे चाणक्यानं पुसले, तेव्हा त्याचे स्वत:चे डोळेही डबडबले होते.

दोघांनाही एकमेकांची मुद्रा त्या अश्रुपटलामुळं अंधूक दिसत होती. चाणक्यानं झपकन चंद्रगुप्ताला आपल्या कवेत घेतलं.

अवतीभवतीची मंडळी या गुरुशिष्य-भेटीकडे अनिमिष नेत्रांनी बघत होती.

चंद्रगुप्त भानावर आला. जवळच उभ्या असलेल्या अक्षयला त्यानं मिठी मारली.

नंतर तो शिवशंकर श्रेष्ठी आणि गंगादास यांच्याजवळ गेला. त्या दोघांनाही त्यानं वंदन केलं.

शाङ्र्गरवानंही त्याचं अनुकरण केलं.

एकमेकांचं कुशलमंगल जाणून घेतल्यानंतर सगळ्यांनी आसन ग्रहण केलं.

एका शिष्यानं चंद्रगुप्त आणि शाङ्र्गरव यांना पाणी प्यायला आणून दिलं.

त्यांचं जलपान झाल्यानंतर चाणक्यानं विचारलं,

'चंद्रगुप्त, सिंधुसागर संगमापर्यंत सिकंदर पोहोचल्याची वार्ता आम्हांला कळली आहे. त्याचे क्षत्रप आणि फिरतं ग्रीक सैन्य केकयाकडे रवाना झालं आहे, हेही समजलं. पण तुम्ही दोघं त्या सैन्याच्या आधी कसे काय आलात? आणि तुमचा तिसरा साथीदार कुठं आहे?'

दीर्घ प्रवासानंतरही चंद्रगुप्ताला प्रवासाचा शीण जाणवत नव्हता. आपल्या आचार्यांना सर्व वृत्तांत कथन करण्याचा उत्साह त्याच्या मुद्रेवर स्पष्ट दिसत होता. तो म्हणाला,

'आम्ही त्याच सैन्याबरोबर आलो असतो. परंतु एक विचित्र घटना घडली. त्यामुळं आम्हांला आमच्या योजनेत बदल करावा लागला.'

अक्षयनं विचारलं,

'कसली घटना?'

यावर शाङ्र्गरव उत्तरला,

'चंद्रगुप्त ग्रीकांच्या सैन्याची, शस्त्रागाराची खडान् खडा माहिती मिळवण्यासाठी हिंडायचा. सिकंदर आता मायदेशी परतणार, म्हणून एकदा शेवटची पाहणी चंद्रगुप्ताला करायची होती. म्हणून तो त्या रात्री शस्त्रागारात गेला होता.'

एवढं बोलून शाङ्र्गरव थांबला, तेव्हा चंद्रगुप्तानं घडलेली घटना सगळ्यांना सांगितली.

पहारेकऱ्याची दृष्टी चुकवून चंद्रगुप्त ग्रीकांच्या छावणीतून लपत छपत टेहळणी करत होता. ग्रीकांच्या शस्त्रागारातील वैशिष्ट्यं एकदा शेवटची डोळ्यांखालून घालायचा त्याचा बेत होता. सर्वत्र सामसूम होतं. त्यामुळं चंद्रगुप्ताच्या या टेहळणीबद्दल अशा मध्यरात्री कुणाला सुगावा लागणं शक्यच नव्हतं. शाङ्र्गरव आणि साथीदार यांना मात्र या गोष्टीची कल्पना होती. ते दोघं आपल्या तंबूत बसून त्याच्याचसंबंधी विचार करत होते. चंद्रगुप्ताच्या अशा धोक्याच्या कामाबद्दल त्यांना नेहमीच काळजी वाटायची.

चंद्रगुप्त स्वत: अतिशय निर्भय वृत्तीचा होता. त्यामुळं असली धोक्याची

कामं तो आवडीनं करायचा.

त्या वेळीही योग्य ती दक्षता घेऊन तो निर्भयपणानं सिकंदराच्या शस्त्रागारात वावरत होता. दारावरच्या निद्रिस्त पहारेकऱ्याला या गोष्टीची गंधवार्ताही नव्हती.

शस्त्रागाराच्या दाराच्या तोंडाशी मशाली जळत होत्या. त्या अंधूक उजेडात चंद्रगुप्ताची पाहणी चालली होती.

एवढ्यात अंधारात त्याचा पाय जवळच असेलल्या एका धनुष्याच्या प्रत्यंचेत अडकला. धनुष्य खाली पडलं. त्याचबरोबर जवळपासची सगळी शस्त्रं खाली कोसळू लागली.

त्या आवाजानं बाहेरचा निद्रिस्त पहारेकरी खडबडून जागा झाला. धावतच तो आत गेला. आतून चंद्रगुप्तही पळत बाहेर येत होता. ते दोघं एकमेकांवर धडकले.

पहारेकरी खाली पडला. चंद्रगुप्त कोलमडल्यासारखा झाला. पण तो सावध असल्यामुळं त्यानं पळायचा प्रयत्न केला.

परंतु झालेल्या गडगबड-गोंधळामुळं इतर ग्रीक पहारेकरी शस्त्रागाराकडे धावले. त्यांनी पळणाऱ्या चंद्रगुप्ताला पकडलं. त्याला बंदी करून सिकंदराकडे घेऊन गेले.

चंद्रगुप्ताला परतायला विलंब झाल्यामुळं शाङ्र्गरव त्याला बघण्यासाठी बाहेर पडला. तेव्हा चाललेला प्रकार त्याच्या दृष्टीस पडला.

शाङ्र्गरव धावत आपल्या तंबूत गेला. साथीदाराला तो म्हणाला,

'चंद्रगुप्ताला त्यांनी पकडलं आहे!'

साथीदार म्हणाला,

'अरे बाप, रे! आता काय करायचं?'

शाङ्र्गरव म्हणाला,

'मी त्याच्या सुटकेसाठी काहीतरी प्रयत्न करतो. वेळ आली आणि संधी मिळाली, तर आम्ही दोघे तक्षशिलेला जाऊ. तू मात्र इथंच थांब.'

साथीदार म्हणाला,

'ठीक आहे. तुम्ही माझी काळजी करू नका. फिरत्या ग्रीक सैन्याबरोबर मी परत येईन. इथलं आपलं राहिलेलं काम मी पुरं करीनच!'

साथीदाराचा भरल्या मनानं निरोप घेऊन शाङ्र्गरव सिकंदराच्या छावणीकडे गेला. जाताना दोन अश्व त्यानं आडोशाला उभे करून ठेवले होते.

सिकंदराच्या छावणीत बंदी करून नेलेला चंद्रगुप्त उभा होता.

सम्राट सिकंदराकडे पाहताना चंद्रगुप्ताला आचार्य चाणक्याचे बोल आठवत होते.

सूर्य मध्यान्ही असताना त्याच्याकडे दृष्टी वर करून बघायचं नसतं. पण सूर्य मावळतीकडे झुकायला लागला, म्हणजे त्याच्याकडे डोळा वर करून बघायचं असतं.

पण आता समोरचा सूर्य मावळतीकडे झुकायला लागला होता. त्याची चंद्रगुप्ताला जाणीव झाली होती. त्यामुळं सिकंदराच्या दृष्टीला दृष्टी भिडवून तो निर्भयपणानं उभा होता.

चंद्रगुप्त आणि सिकंदर यांची ही भेट शाङ्र्गरव राहुटीच्या बाहेरच उभा राहून बघत होता.

एक उगवता सूर्य जणू दुसऱ्या मावळत्या सूर्याकडे पाहत उभा आहे, असा भास त्याला होत होता.

सिकंदरानं ग्रीक भाषेत चंद्रगुप्ताला प्रश्न केला. दुभाष्यानं तो त्याला समजावून सांगितला

'तू आमच्या भारतीय सैन्यापैकी आहेस का?'

चंद्रगुप्तानं ताठ मानेनं उत्तर दिलं,

'होय.'

'आमच्या शस्त्रागारात तू काय करत होतास?'

'पाहणी करत होतो.'

'कुणाच्या आज्ञेवरून?'

'अशी आज्ञा मला कुणीच केली नव्हती.'

'कुठून आला आहेस तू?'

'मगधाहून.'

सिकंदरानं मधेच थांबून चंद्रगुप्ताकडे रोखून बघितलं. त्याचं राजतेज सिकंदराच्या डोळ्यांत भरलं. हा कुणी सामान्य सैनिक नसावा, असा विचार त्याच्या मनात आल्यावाचून राहिला नाही. हा मगधाहून आला आहे, म्हणजे मगधराजानंच याला पाठवलं असलं पाहिजे!

म्हणून सिकंदरानं त्याला विचारलं,

'मगधराजाच्या आज्ञेवरून तू इथं आला आहेस ना? काय ते सांग.'

चंद्रगुप्त म्हणाला,

'मगधराजा धनानंद असल्या आज्ञा देण्याच्या फंदात पडणार नाहीत. मी स्वतःच आलो आहे.'

'तू एकटाच आला आहेस, का तुझे साथीदारही तुझ्याबरोबर आहेत?'

या प्रश्नाचं उत्तर तो काय देईल, असा विचार शाङ्र्गरव करत असतानाच चंद्रगुप्त उत्तरला,

‘आत्ता तरी मी एकटाच आहे. पण सारा भारत एक ना एक दिवस माझ्या पाठीशी उभा असेल. आम्ही सगळे एक होऊ. तुमची सत्ता झुगारून देऊ!’

चंद्रगुप्ताच्या या उत्तराचं सिकंदराला हसू आलं, हा सडाफटिंग आपलं काय वाकडं करू शकणार आहे, असा विचार सिकंदराच्या मनात आला. त्याला चंद्रगुप्ताचं मुळीच महत्त्व वाटलं नाही. त्यामुळं त्याला सोडून देण्याचा आदेश सिकंदरानं दिला.

चंद्रगुप्त सिकंदराच्या छावणीतून बाहेर आला. शाङ्र्गरव त्याची वाटच बघत होता. जवळच उभ्या असलेल्या घोड्यांवरून ते दोघं तिथून पसार झाले.

चंद्रगुप्ताला घालवून दिल्यावर काही वेळानं सिकंदर भानावर आला. आत्तापर्यंत तो आपल्याच विचारात मग्न होता. त्यामुळं अधिक विचार न करता त्यानं चंद्रगुप्ताला सोडून दिलं होतं.

त्या युवकाला सोडून देण्यात आपण चूक केली, हे नंतर त्याच्या ध्यानात आलं. त्यानं लगेच सैनिकांना त्याच्या मागावर पाठवलं.

या वेळेपर्यंत चंद्रगुप्त आणि शाङ्र्गरव या दोघांनी बराच दूरवरचा पल्ला गाठला होता. त्यामुळं सैनिकांच्या हाती तो लागणं शक्य नव्हतं.

चंद्रगुप्ताच्या तोंडून ही कथा ऐकून सगळ्यांचेच नेत्र विस्फारले होते. शिवशंकर म्हणाले,

‘तू वाघाच्या गुहेतून परतला आहेस, म्हण की!’

शाङ्र्गरव यावर म्हणाला,

‘चंद्रगुप्ताला त्या वेळी सिकंदरासमोर उभा राहिलेला पाहून मी घाबरून गेलो होतो. पण त्याला मात्र कसलीच भीती वाटत नव्हती.’

चाणक्यालाही चंद्रगुप्ताच्या धाडसाचं कौतुक वाटत होतं. परंतु तरीही विषय बदलून चाणक्यानं विचारलं,

‘त्या शस्त्रागारात तुला काय दिसलं? काही नवीन आयुधं बघायला सापडली का?’

या प्रश्नावर चंद्रगुप्तानं ग्रीकांच्या शस्त्रागाराची सारी माहिती दिली. ती माहिती देऊन चंद्रगुप्त म्हणाला,

‘त्यांच्या शस्त्रागारात खूपच अद्ययावत शस्त्रं दिसली. ती नेहमी वापरली जातातच, असं नाही. वेळप्रसंगी ती बाहेर काढली जातात.’

सिकंदराच्या शस्त्रागारात चंद्रगुप्ताला अनेक विध्वंसक शस्त्रास्त्रं दिसली होती. काही यंत्रंही त्यानं तिथं बघितली. शत्रूवर खालून जर वरच्या बाजूला दगडांचा वर्षाव करावयाचा असेल, तर त्यासाठी तिथं एक यंत्र होतं. त्या यंत्रातून दगडामागून दगड शत्रूवर मारण्याची सोय होती. अर्थात ग्रीकांचा भर तलवारी आणि धनुष्यबाण

यांच्यावरच प्रामुख्यानं होता. त्याचप्रमाणे स्वसंरक्षण करण्यासाठी त्यांच्याजवळ धातूंपासून बनवलेली हस्तत्राणं, पादत्राणं, वक्षत्राणं आणि शिरस्त्राणं ही देखील होती. ढालींचेही विविध प्रकार होते.

चंद्रगुप्तानं पुढं सांगितलं,

'आणि सिकंदराच्या शस्त्रागारात एक वैशिष्ट्यपूर्ण वस्तू होती.'

'ती कोणती?'

'तटबंदीवरून वर चढण्यासाठी त्यांच्याजवळ शिड्या होत्या. त्या शिड्या शकटांना जोडलेल्या असल्यामुळं त्याची हालचाल सुलभ होत असे.'

'मालव-शूद्रक गणांशी लढताना सिकंदरानं त्या शिड्यांचाच उपयोग केला होता.'

शार्ङ्गरवाच्या या बोलण्यावर चाणक्य म्हणाला,

'ही हकीगत आम्हांला समजली होतीच. पण सिकंदराच्या शस्त्रांबद्दलची आता आपल्याला खूपच माहिती मिळालेली आहे. तेव्हा आपणही सर्वप्रथम आपलं शस्त्रबळ आणि सैन्यबळ वाढवलं पाहिजे. त्या बळावरच आपण पुढं जाऊ शकू!'

चंद्रगुप्त म्हणाला,

'सिकंदराच्या सैन्यातले भारतीय सैनिक आपल्याच बाजूचे होतील. कारण ते आता देशबांधवांविरुद्ध लढायला कंटाळले आहेत.'

शार्ङ्गरव म्हणाला,

'आमचा साथीदार त्याचसाठी त्यांच्यात मिसळून गेला आहे. योग्य वेळी ते सैन्यबळ आपल्याला येऊन मिळेल.'

चाणक्य म्हणाला,

'ठीक आहे. तो तिकडचं सैन्य एकत्र करू शकेल. आपण तक्षशिलेच्या आसपास सैन्य जमवू या. ते सैन्य कसं काय जमवायचं, याची योजना मी लवकरच सांगेन. आता मात्र तुम्ही विश्रांती घ्या.'

असं म्हणून चाणक्यानं त्यांना तिथून जाण्याची अनुज्ञा दिली.

आता चाणक्याच्या डोक्यात सैन्य जमवण्याचे विचार चालू झाले होते. त्यासाठी एखाद्या माहीतगार व्यक्तीची आवश्यकता होती.

तक्षशिलेचा माजी सेनापती सिंहरण हा आचार्य चाणक्याला भेटायला आला होता.

आचार्य चाणक्य भारत एकसंध आणि स्वतंत्र करण्यासाठी प्रयत्नशील होता.

त्यासाठी चंद्रगुप्ताच्या नेतृत्वाखाली तो एक स्वातंत्र्यसेना उभी करण्याच्या विचारात होता हे सारं सिंहरणाला माहीत होतं. त्याच संदर्भात तो चाणक्याला भेटायला आला होता.

चाणक्यालाही अशाच एका व्यक्तीची गरज होती. त्यामुळं चाणक्यानं सिंहरणाचं हार्दिक स्वागत केलं.

सिंहरणानं आचार्य चाणक्याला वंदन केलं. आपल्या येण्याचं प्रयोजन सांगितलं. तो म्हणाला,

'आचार्य, माझं पूर्वायुष्य एका दुबळ्या राजाची सेवाचाकरी करण्यात गेलं. त्याच्याचमुळं मला नंतर माझं सेनापतिपद गमवावं लागलं.'

चाणक्याला हे सारं माहीत होतं. पण त्यानं तसं दर्शवलं नाही. सिंहरणाचं पुढचं बोलणं तो ऐकायला लागला.

सिंहरण सांगत होता,

'उरलेल्या आयुष्यात हातून काहीतरी चांगलं घडावं, अशी इच्छा आहे. म्हणून मी आपणांकडे आलो आहे.'

चाणक्यानं सहेतुक जवळच बसलेल्या चंद्रगुप्ताकडे बघितलं.

चंद्रगुप्त सिंहरणाचं निरीक्षण करतच होता.

सिंहरणाकडे बघून चाणक्य म्हणाला,

'सेनापती, तक्षशिलेच्या आसपासची आपल्याला माहिती असणारच.'

चाणक्याचा हेतू जाणून सिंहरण म्हणाला,

'आचार्य, तक्षशिलेपासून केकयापर्यंतची मला चांगली माहिती आहे. सैन्य जमविण्याच्या कामात त्या दृष्टीनं माझा उपयोग नक्कीच होईल.'

'सेनापती...'

'आचार्य, आपण मला सेनापती म्हणू नका. मी सेनापती होतो, पण आता एक सामान्य सैनिक म्हणून मला वावरायचं आहे.'

चाणक्याला हीच गोष्ट जाणून घ्यायची होती. सिंहरणाला अजून नेतृत्वाची आस आहे का, हे त्याला समजून घ्यायचं होतं. कारण नवीन सेना चंद्रगुप्ताच्याच आधिपत्याखाली त्याला राहायला हवी होती.

हे जाणून घेतल्यावर चाणक्य म्हणाला,

'सिंहरण, आपल्यासारख्या जाणकारांचे हात या कार्याला लागले, तर लवकरच आपण आपलं राष्ट्र ग्रीकांच्या तावडीतून मुक्त करू शकू. त्याचबरोबर राष्ट्र एकसंधही करू शकू.'

'त्यासाठी काहीही करायची माझी तयारी आहे.'

चाणक्य संतोषानं म्हणाला,

‘ठीक आहे! आपण चंद्रगुप्त आणि अक्षय यांना बरोबर घ्या. आसपासच्या गावांमधून सैन्य जमवायला त्यांना साहाय्य करा.’

चंद्रगुप्ताकडे बघून चाणक्यानं सांगितलं,

‘चंद्रगुप्त, तू अक्षयला बोलावून आण. ताबडतोब तुम्हांला आर्य सिंहरण यांच्याबरोबर जायचं आहे.’

चंद्रगुप्त लगेच तिथून निघाला.

✧

तक्षशिलेच्या जवळच्या एक छोट्याशा गावात चंद्रगुप्त आणि अक्षय आलेले होते. सिंहरण त्यांना मार्गदर्शन करत होता. मार्गात चंद्रगुप्तानं विचारलं,

‘आर्य सिंहरण् या गावाचा पुढारी कोण आहे?’

सिंहरण उत्तरला,

‘कौडुंभ हा इथला प्रमुख आहे. माझ्या चांगल्या परिचयाचा आहे तो!’

अक्षयनं विचारलं,

‘आपल्या या क्रांतिकार्यात तो आपल्याला मदत करू शकेल का?’

सिंहरण हसत म्हणाला,

‘आपण त्याला क्रांतीचं महत्त्व पटवून दिलं पाहिजे. म्हणजे आपल्याला त्याची नक्कीच मदत होईल.’

चंद्रगुप्त यावर म्हणाला,

‘त्यासाठी आपण प्रयत्न करायलाच हवेत.’

चंद्रगुप्त हे बोलत असतानाच कौडुंभाचं घर आलं.

सिंहरणानं त्यांना थांबायला सांगितलं.

चंद्रगुप्त आणि अक्षय घोड्यांवरून खाली उतरले.

घोड्यांच्या टापांचा आवाज ऐकून आतून एक मुलगी बाहेर आली. दाराशी सेनापतीला पाहून ती मागे वळून ओरडली,

‘तात, सेनापती सिंहरण आले आहेत.’

आतून एक वयस्कर माणूस बाहेर आला. त्यानं सिंहरणाचं स्वागत केलं आणि तो त्या तिघांना आत घेऊन गेला.

सिंहरण, चंद्रगुप्त आणि अक्षय हे तिघेही आसनांवर बसले.

कौडुंभ सिंहरणाला म्हणाला,

‘सेनापती, आज अचानक येण्याचं प्रयोजन...’

सिंहरणानं सांगितलं,

‘आज मी तुमच्याकडे तक्षशिलेचा सेनापती म्हणून आलो नाही...’

'मग?'

'एक क्रांतिकारक म्हणून मी तुमच्याकडे आलो आहे.'

मग त्यानं चंद्रगुप्त आणि अक्षय यांची ओळख करून दिली.

त्यानंतर सिंहरण म्हणाला,

'हे दोघेही आमच्या कार्यात सहभागी आहेत.'

कौडुंभानं विचारलं,

'क्रांती? आणि ती कुणाच्या विरुद्ध?'

सिंहरणानं त्याला क्रांतीविषयी थोडक्यात माहिती दिली.

ती ऐकून कौडुंभानं विचारलं,

'पण त्यासाठी मी काय साहाय्य करणार?'

आता संभाषणाची सूत्रं आपल्या हाती घेत चंद्रगुप्त म्हणाला,

'आपण सर्वांनी एकत्र येऊन ग्रीक सत्तेविरुद्ध उठाव केला पाहिजे. त्यासाठी सैन्यबळाची आवश्यकता आहे.'

'बरं मग?'

'आपण या गावचे प्रमुख आहात. इथले योद्धे आपल्या शब्दाबाहेर नाहीत. तेव्हा त्या सर्वांना आपण क्रांतीचं महत्त्व पटवून द्यावं. आपल्या या क्रांतिसेनेत त्यांनी सहभागी व्हायला हवं! आपण एवढं साहाय्य आम्हांला करावं!'

चंद्रगुप्ताच्या या बोलण्यावर सिंहरण मधेच म्हणाला,

'कौडुंभ, हे काम आपल्याशिवाय कोण करणार?'

कौडुंभाला आता क्रांती म्हणजे काय, ते कळलं होतं. त्या क्रांतीचं महत्त्वही पटलं होतं.

तो म्हणाला,

'मी तुम्हांला अवश्य सैन्य मिळवून देईन...तुम्ही निश्चिंत राहा!'

सिंहरण संतोषानं म्हणाला,

'तुमच्या मुलांनाही या कार्यात सहभागी करून घ्या!'

मुलांचं नाव निघताच कौडुंभाच्या नेत्रांत एकदम अश्रू तरारले.

सिंहरणानं आश्चर्यानं विचारलं,

'म्हणजे?'

कौडुंभानं सांगितलं,

'सिकंदराच्या सैन्यात माझी मुलं भरती झाली होती. आपल्याच बांधवांविरुद्ध लढताना ती कामी आली. शत्रुसैन्यात जाऊ नका, असं मी त्यांना परोपरीनं बजावलं होतं. पण त्यांनी ते ऐकलं नाही.'

कौडुंभ आपलं दु:ख मोकळं करत होता. सिंहरण, चंद्रगुप्त आणि अक्षय

जड मनानं त्याचं बोलणं ऐकत होते.

कौडुंभ सांगत होता :

'त्यांच्या मृत्यूचं मला दुःख नाही वाटलं! परंतु आपल्या मातृभूमीशी त्यांनी द्रोह केला, या गोष्टीचं फार दुःख वाटतं. शत्रूसाठी ते लढले. आपल्याच मायभूमीच्या रक्षणार्थ ते लढले असते आणि धारातीर्थी पडले असते, तर मला अभिमानच वाटला असता. दुःख होतं, ते त्यांच्या कृतघ्नपणाचं!'

स्वतःला सावरून कौडुंभ पुढं म्हणाला,

'त्यांनी केलेल्या त्या पापाचं प्रायश्चित्त मला घेतलं पाहिजे. तशी संधी माझ्यासमोर चालून आलेली आहे. म्हणून मी आणि माझी मुलगी या तुमच्या क्रांतिकार्यात नक्कीच सहभागी होऊ! सगळा गाव तुमच्या पाठीशी उभा करू! तुम्ही मुळीच काळजी करू नका!'

कौडुंभानं दिलेल्या विश्वासानं तिघेही भारावले. त्यांनी कौडुंभाला धन्यवाद दिले आणि आपल्या कार्यासाठी ते पुढल्या गावी निघून गेले.

सिंहरणाच्या साहाय्यानं चंद्रगुप्त आणि अक्षय हे दोघे सैन्याची जमवाजमव करत होते. त्याचबरोबर गुरुकुलातले शाङ्र्गरव आणि अन्य छात्रगण घरोघरी जाऊन लोकांचं मनोबल वाढवत होते.

तक्षशिलेच्या आसपासच्या गावांतून शाङ्र्गरव संचार करत होता. घरोघरी जाऊन तो स्त्रियांनाही भेटत होता. त्यांना क्रांतीचं महत्त्व पटवून देत होता. त्यांचं साहाय्य मागत होता.

हातात भगवा ध्वज घेऊन शाङ्र्गरव अशाच एका घरासमोर उभा होता. त्यानं त्या घराचं दार वाजवलं.

दार उघडून एक स्त्री बाहेर आली. शाङ्र्गरवाला ती भिक्षूच समजली. भिक्षा आणायला ती आत जायला निघाली.

तिला आत जाताना पाहून शाङ्र्गरव म्हणाला,

'माई, मला नेहमीची भिक्षा नको आहे. वेगळीच भिक्षा हवी आहे!'

ती स्त्री थबकली तिनं विचारलं,

'मग कसली भिक्षा हवी आहे?'

शाङ्र्गरवानं सांगितलं,

'आमच्या क्रांतिकार्यासाठी आपल्या मदतीची भिक्षा मला हवी आहे!'

'कसली क्रांती?...आणि मी कसली मदत करणार?'

'ग्रीकांनी आपल्या राष्ट्रावर अतिक्रमण केलं आहे. त्यांचं आक्रमण आपल्याला

परतवून लावायचं आहे.'

'पण मी तर एक सामान्य स्त्री! माझ्यामधे कुठलं आलंय् सामर्थ्य?'

शाङ्र्गरव म्हणाला,

'माई, तुम्हांला तुमच्या सामर्थ्याची कल्पना नाही. आमचे आचार्य आम्हांला नेहमी त्याबद्दल सांगतात.'

'काय सांगतात?'

'स्त्री ही आदिशक्ती आहे. साहस, सामर्थ्य आणि शक्ती यांचा उगम स्त्रीपासून होतो. स्त्री ही निर्माती आहे. नवनिर्माण करणारी आहे! स्त्रीच्या अंगी जर सामर्थ्य नसेल, तर ते मुलांच्यामधे कुठून येणार?'

शाङ्र्गरवाचं बोलणं ती स्त्री एकचित्तानं ऐकत होती. त्याचं म्हणणं मनात पडताळून पाहत होती.

शाङ्र्गरव बोलायचा थांबला, तेव्हा त्या स्त्रीनं विचारलं,

'खरंच का असं सांगतात तुमचे आचार्य?'

'हो. ते नेहमी म्हणतात, की, स्त्री-पुरुषांनी बरोबरीनं या शत्रूशी लढा दिला पाहिजे. स्त्री जर बरोबर नसेल, तर पुरुषाची शक्ती अपुरी राहते.'

शाङ्र्गरवाचं हे बोलणं ऐकून ती स्त्री हरखून गेली.

तिनं विचारलं,

'कोण आहेत तुझे आचार्य? मला त्या थोर पुरुषाचं दर्शन घ्यायचं आहे. भेटतील का ते मला?'

शाङ्र्गरवानं सांगितलं,

'आचार्य चाणक्य हे माझे गुरू आहेत. ते या क्रांतीचे सूत्रधार आहेत आणि गुरुकुलात त्यांची भेट होऊ शकेल.'

ती स्त्री आपणहून पुढं म्हणाली,

'मी माझ्या मुलाला घेऊन आजच त्यांच्या भेटीला जाईन.'

शाङ्र्गरवानं संतोषानं त्या स्त्रीला वंदन केलं आणि तो पुढल्या घराकडे वळला.

निपुणक चाणक्याच्या कक्षात बसला होता. चंद्रगुप्ताच्या सैन्यसंघटनेच्या कार्यासंबंधी तो माहिती देत होता.

ही माहिती देताना तो म्हणाला,

'चंद्रगुप्त, अक्षय आणि सिंहरण गावागावांमधून हिंडत आहेत. योद्ध्यांच्या प्रमुखांना ते भेटत आहेत.'

चाणक्यानं विचारलं,

'त्यांच्याकडून आपल्या स्वातंत्र्यसेनेला कसा काय प्रतिसाद मिळतो आहे?'

निपुणक उत्तरला,

'चांगलाच प्रतिसाद मिळतो आहे. सगळेजण ग्रीक क्षत्रपांच्या जुलमी राजवटीला कंटाळले आहेत. त्यामुळं स्वातंत्र्यसेनेच्या कल्पनेचं ते सक्रिय स्वागत करत आहेत. एकेक योद्धा सेनेत भरती होतो आहे. सेनासागर वाढतो आहे.'

निपुणकाच्या तोंडून स्वांतत्र्यसेनेची प्रगती ऐकून चाणक्याला संतोष झाला. तो म्हणाला,

'त्या सेनासागरासहित चंद्रगुप्ताला लवकरच रणांगणात उतरण्याचा प्रसंग येणार आहे. बरं, पण चंद्रगुप्त काय म्हणतो आहे?'

निपुणकानं सांगितलं.

'तो एखाद्या सेनानीसारखा सर्वत्र संचार करतो आहे. त्याच्या राजबिंड्या रूपानं सगळे दिपून जात आहेत. स्वातंत्र्यसेनेतले योद्धे त्याला आपला सेनापती मानू लागले आहेत.'

चाणक्यानं म्हटलं,

'ही हकीगत कळली. पण सिकंदराच्या क्षत्रपांची काय वार्ता आहे? आणि त्यांच्या सेनेतील भारतीय सैनिक?'

निपुणकानं सांगितलं,

'क्षत्रपांना आपल्या क्रांतिकार्याचा सुगाव लागला आहे. त्या त्या भागातला उठाव ते आटोक्यात आणण्याचा प्रयत्न करत आहेत. त्यासाठी फिरत्या ग्रीक सेनेची आणि भारतीय सैन्याची ते मदत घेत आहेत. परंतु...'

'परंतु काय?'

'ग्रीक सैन्यही आता परक्या देशात राहायला कंटाळलं आहे.'

चाणक्य उद्गारला,

'बरोबरच आहे ते! आपल्या बायकामुलांची त्यांना आठवण येत असेल!'

निपुणक म्हणाला,

'हो ना! त्यामुळंच ते मायदेशाला जायला उत्सुक असावेत. त्यातच भारतीय सैनिकही आपल्याच देशबांधवांविरुद्ध लढायला उत्सुक दिसत नाहीत. या प्रतिकूल परिस्थितीत आपण इथं राहायचं कसं, असा प्रश्न क्षत्रपांना पडला आहे.'

चाणक्य उत्साहानं म्हणाला,

'आपण या संधीचा लाभ उठवला पाहिजे. त्या भ्रतक योद्ध्यांना आपलंसं केलं पाहिजे.'

निपुणकानं विचारलं,

'भ्रतक योद्धे म्हणजे...'

'भ्रतक योद्धे, म्हणजे ग्रीक सैन्यातले भारतीय सैनिक!'

'मग ते कार्य चंद्रगुप्ताचा साथीदार करतोच आहे. तो त्या भ्रतक योद्धयांमधे मिळून मिसळून राहतो आहे. क्षत्रपांविरुद्ध त्यांना भडकवतो आहे; आणि त्याच्या त्या प्रयत्नांना यशही येत चाललं आहे.'

'ते कसं काय?'

'आपल्याच देशाविरुद्ध लढायला ते सरळ नकार देऊ लागले आहेत.'

हे सगळं ऐकून चाणक्य संतोषानं म्हणाला,

'म्हणजे सगळ्या आघाड्यांवर क्रांतीची जोरदार सिद्धता चाललेली दिसते. आता फक्त...'

चाणक्य हे बोलत असतानाच एक दूत घाईघाईनं आत आला.

चाणक्याला वंदन करून तो उत्साहानं म्हणाला,

'आचार्य, सम्राट सिकंदर...'

'काय झालं? सिकंदर परत येतोय् का?'

'नाही...नाही! सम्राट सेनानी सिकंदर बाबिलोनला मरण पावला.'

चाणक्य आपल्या जागेवरून ताडकन उठला. दूताजवळ जात म्हणाला,

'काय...सांगतो आहेस काय? कसा गेला सम्राट? कुणी मारलं त्याला? सगळं सविस्तर सांग!'

हे बोलताना चाणक्यानं अभावितपणानं त्या दूताचे खांदे घट्ट पकडले होते. आपल्या बलाढ्य शत्रूचा अंत झाला आहे, हे त्याला खरंच वाटेना.

भानावर आल्यावर त्यानं दुताच्या खांद्यावरचे हात काढले आणि तो त्याचं कथन ऐकायला लागला.

दूत सांगत होता :

'भारतात झालेल्या दगदगीमुळं सम्राट थकलेला होता. त्यातच आपण सगळा भारत पादाक्रांत करू शकलो नाही, हे शल्य त्याच्या मनाला डाचत होतंच. त्यामुळं त्यानं मद्यपान करायला प्रारंभ केला. ते व्यसन बळावत गेलं. त्यातच त्याचा अंत झाला.'

चाणक्य उद्गारला,

'अरेरे! एका सम्राटाचा असा व्यसनापायी अंत व्हावा! खरंच, खेदाची गोष्ट आहे! त्या शूराचा शेवट, खरं तर रणांगणातच व्हायला हवा होता!'

एक उसासा टाकून निपुणक म्हणाला,

'त्याच्या पापाचं प्रायश्चित्त त्याला मिळालं! असा अकाली अंत...'

'खरंय्! अकालीच अंत म्हटला पाहिजे!'

दूताकडे बघून चाणक्यानं विचारलं,

'कुठं आला त्याला मृत्यू?'

दूतानं सांगितलं,

'बाबिलोनच्या राजधानीतच सिकंदर गेला. मृत्यूनंतर त्याची अंत्ययात्रा काढण्यात आली.'

'अंत्ययात्रेच्या वेळी प्रचंड जनसमुदाय जमला असेल? ग्रीकांनी खूप शोक केला असेल?'

निपुणकाच्या या प्रश्नांवर दूतानं सांगितलं,

'शोक तर केलाच. पण सगळ्यांना त्या वेळी फार आश्चर्य वाटत होतं.'

'ते का?'

'कारण अंत्ययात्रेच्या वेळी सिकंदराचे हात उघडे ठेवलेले होते.'

'हात उघडे?'

'हो. मृत्यूपूर्वी त्यानं तशीच इच्छा प्रदर्शित केली होती. त्यानं सांगितलं होतं, की मी आता मरणार आहे. मृत्यूनंतर अथेन्समधून माझी अंत्ययात्रा काढा. त्या वेळी माझे हात उघडे ठेवा. सिकंदर मोकळा आला आणि मोकळाच गेला, हे लोकांना समजलं पाहिजे.'

चाणक्य म्हणाला,

'शेवटी तरी त्याला हे कळलं, म्हणायचं!'

चाणक्याचं बोलणं झाल्यावर काही क्षण ते तिघेही स्तब्ध झाले. शत्रूचा जरी शेवट झाला, तरी त्या मृत्यूनं ते सुन्न झाले होते.

भानावर आल्यावर चाणक्यानं सांगितलं,

'ही वार्ता आता ताबडतोब सगळीकडे पसरली पाहिजे. सिकंदराचा मृत्यू ही आपल्या क्रांतिकार्यासाठी एक सुवर्णसंधीच चालून आलेली आहे. या बातमीमुळं उठावाला जोर येईल!'

दूताकडे वळून चाणक्य म्हणाला,

'तू त्वरित चंद्रगुप्ताकडे जा आणि त्याला ही वार्ता कळव. उघडउघड क्षत्रपांशी दोन हात करण्याची आता वेळ आलेली आहे. आता थांबण्याचं कारण नाही, असंही चंद्रगुप्ताला सांग आणि मार्गातल्या सगळ्या गणराज्यांच्या कानांवर ही वार्ता घाल.'

आचार्यांना वंदन करून दूत निघून गेला. तो निघून गेल्यावर चाणक्य निपुणकाला म्हणाला,

'आपला शत्रू आता खलास झाला आहे. तेव्हा या संधीचा आपण लाभ उठवला पाहिजे. त्यानं जिंकलेली गणराज्यं आपण परत जिंकून घेतली पाहिजेत.'

'खरंय् आपलं म्हणणं. त्यासाठी मला काय आज्ञा आहे?'

'तू लगेचच भ्रतक योद्ध्यांमधे ही बातमी पसरवून दे. आघाडीवरही उठाव करायला हवा. साथीदाराला तशी सूचना दे.'

निपुणक लगोलग तिकडे जायला निघाला.

चाणक्याला या अनपेक्षित घटनेचं आश्चर्य वाटत होतं. सिकंदराच्या अकाली अंतानं त्याच्या क्रांतीला चालना मिळणार होती. दैव आपल्याला अनुकूल आहे, याची जाणीव त्याला झाली.

सिकंदराच्या मृत्यूची बातमी वाऱ्यासारखी सगळ्या भारतभर पसरली. या बातमीनं सगळीकडे उत्साहाचं वातावरण पसरलं.

सगळ्या भारतीय गणराज्यांतून उठावाला जोरदार प्रारंभ झाला.

चंद्रगुप्ताला ही वार्ता समजली. त्या वेळी तो एका रानात आपल्या स्वातंत्र्यसेनेसह वास्तव्य करून होता.

ही वार्ता कळताच सगळे आनंदानं बेहोश झाले.

चंद्रगुप्तानं सांगितलं,

'आता आपल्या चढाईला प्रारंभ केलाच पाहिजे. सिकंदरानं वसवलेल्या नगरांमधे या वार्तेनं दुःखाचं वातावरण पसरलं असेल. तेव्हा आपण निकी, ॲलेक्झांड्रिया, बुकेफाला या ग्रीकांच्या वसाहतींवर हल्ले केले पाहिजेत.'

सिंहरण उत्साहानं उद्गारला,

'एकही ग्रीक आता भारतात जिवंत राहता कामा नये. ग्रीकांना आपण कायमचा धडा शिकवायला हवा!'

चंद्रगुप्त म्हणाला,

'भ्रतक योद्ध्यांमधेही उठाव चालू झाला असेल, ते लवकरच आपल्याला येऊन मिळतील. आपणही आपलं कार्य पुरं केलं पाहिजे.'

चंद्रगुप्ताचं हे बोलणं ऐकून सर्वांनी त्याचा जयजयकार केला: 'सेनापती चंद्रगुप्ताचा विजय असो!' 'हरहर महादेव!' या घोषणांनी सारं नभोवितान दुमदुमून गेलं.

त्या घोषणांच्या निनादातच चंद्रगुप्ताच्या नेतृत्वाखाली स्वातंत्र्यसेना पुढं निघाली होती.

त्यांचं लक्ष्य होतं 'बुकेफाला' हे ग्रीकांचं नगर!

क्रांतीचं होमकुंड आता धगधगू लागलं होतं.

क्षत्रप फिलिप्पस आपल्या सम्राटाच्या दुःखद निधनाच्या वार्तेनं हादरून गेला होता. त्यातच भारतात सगळीकडे रणकंदन माजलं आहे, हेही त्याला समजलं होतं. दिसेल त्या ग्रीकाची स्वातंत्र्यसेना हत्या करते आहे, ग्रीकांचा समूळ नाश केल्यानंतर ते आपली सत्ता तिथं प्रस्थापित करत आहेत, हेही त्याला समजलं होतं.

परंतु ही परिस्थिती आटोक्यात आणायला तो आता असमर्थ होता. कारण ज्या भारतीय सेनेच्या बळावर तो हे सारं करणार होता, तेच भारतीय सैनिक ग्रीकांच्याविरुद्ध उठले होते.

अशा तऱ्हेच्या विचित्र परिस्थितीत फिलिप्पस विमनस्क झाला होता. अश्विनी गणराज्यातल्या आपल्या तंबूत चिंताक्रांत अवस्थेत तो एकटाच बसला होता.

एवढ्यात बाहेर काहीतरी गडबड उडालेली जाणवली. काय झालं, ते बघण्यासाठी तो बाहेर यायला लागला.

अचानक एक भारतीय योद्धा तीरासारखा आत घुसला. फिलिप्पसला काही समजायच्या आत आपल्या हातातली नंगी तलवार त्यानं त्याच्या शरीरात खुपसली. फिलिप्पस खाली कोसळला.

तो भारतीय योद्धा आनंदानं बेहोश झाला होता. 'हर हर महादेव' अशी घोषणा देत तो जसा आला होता, तसाच तीरासारखा बाहेर पडला.

बाहेर इतर भारतीय क्रांतियोद्ध्यांनी कापाकापीला सुरुवात केली होती. अनेक ग्रीक सैनिक खाली कोसळत होते.

या अचानक हल्ल्यामुळं ग्रीक लोक भेदरून गेले होते. ते सैरावैरा धावत होते. आसरा शोधत होते. पण भ्रतक योद्धे त्यांना शोधून ठार करत होते.

सगळीकडे एकच रणकंदन माजलं होतं.

भ्रतक योद्धे त्या रणधुमाळीत गुंग होते.

एवढ्यात या षड्यंत्राचा सूत्रधार ओरडून सांगत होता:

'क्षत्रप फिलिप्पसची हत्या झालेली आहे. त्याला आपण कंठस्नान घातलं आहे. अश्विनीनगर आता स्वतंत्र झालेलं आहे.'

या वार्तेसरशी सर्वांनी हरहर महादेवाच्या गर्जनेत उरल्यासुरल्या ग्रीकांची हत्या केली. तिथून निघताना कुणी ग्रीक जिवंत राहू नये, म्हणून त्या ग्रीकांच्या संपूर्ण शिबिराला भारतीय सैनिकांनी आग लावून दिली.

त्याच बेहोशीत साथीदाराच्या नेतृत्वाखाली भ्रतक योद्धे पुढं जाऊ लागले.

अशी अनेक छोटी छोटी भारतीय गणराज्यं त्यांना ग्रीकांच्या तावडीतून मुक्त करायची होती.

✧

क्रांतीच्या आगीत ग्रीक भराभर भस्मसात होत होते. ग्रीकांचा समूळ नाश करण्याचा विडा जणू भारतीय स्वातंत्र्यसैनिकांनी उचलला होता. स्वातंत्र्यसेनेनं ग्रीक हत्याकांड आरंभलं होतं.

फिलिप्पसला भ्रतक योद्ध्यांनी ठार केलेलंच होतं. आता दुसरा क्षत्रप निकियान याला ठार करायचं उरलं होतं.

निकियान 'बुकेफाला' या नगरीत वास्तव्य करून होता. चंद्रगुप्ताच्या आदेशानुसार स्वातंत्र्यसैनिकांनी त्या नगरीवर चढाई केली. त्या वेळी ग्रीकांचं फिरतं सैन्य गांधारकडे गेलेलं होतं. स्वातंत्र्यसेनेच्या या आकस्मिक चढाईमुळं निकियान गांगरून गेला.

ग्रीकांचं फिरतं सैन्य त्याच्या मदतीला येण्याच्या आतच स्वातंत्र्यसैन्यानं त्या नगरीचा नाश करायला प्रारंभ केला. ती छोटीशी नगरी करुण किंकाळ्यांनी भरून गेली. कुणाचा पायपोस कुणाच्या पायात राहिला नाही. सगळीकडे अंदाधुंदी माजली होती. हाहाकार उडाला होता.

हा चाललेला गोंधळ आवरायला निकियान बाहेर आला. हातात शस्त्र परजून तो लढाईसाठी सिद्ध झाला.

एवढ्यात एक स्वातंत्र्यसैनिक पुढं आला. आपल्या तलवारीचा वार करून एकाच घावात त्यानं क्षत्रप निकियानचं मस्तक धडावेगळं केलं.

क्षत्रप निकियानचा शिरच्छेद होताच त्याही नगरीला स्वातंत्र्यसेनेनं आग लावून दिली.

'बुकेफाला' या नगरीची नावनिशाणी उरली नाही. ते गणराज्य आता भारतीयांचं झालं होतं.

तक्षशिलेच्या मार्गावरून राष्ट्रभक्तिपर घोषणा देत विद्यार्थी चालले होते. त्यांच्या हातांत भगवे ध्वज होते. आवेशाच्या भरात ते ध्वज जणू आकाशाला जाऊन भिडत होते आणि क्रांतीची वार्ता स्वर्गातील देवदेवतांच्या कानांवर घालत होते.

क्रांतीच्या बेहोशीनं गुरुकुलातले ते विद्यार्थी धुंद झालेले दिसत होते. मार्गात त्यांना अन्य असंख्य लोक येऊन मिळत होते. क्रांतिकारकांचा तो लोकसमुदाय प्रतिक्षणी वाढू लागला होता.

त्या प्रचंड समुदायातून क्रांतीचा जयघोष चालला होता. भारतमातेचा जयजयकार चालला होता. सारं आसमंत त्या जयघोषांनी दुमदूमून गेलं होतं.

त्या लोकसमूहाच्या गगनभेदी आवाजानं आपलं सिंहासन जणू हादरलं आहे, असा भास अंबुजराजाला होऊ लागला. समोर चाललेल्या प्रकारामुळं तो बावचळून गेला. हा प्रकार थोपवण्याचं सामर्थ्य त्याच्याजवळ नव्हतं. सिकंदराच्या

भरवशावर तो निश्चिंत होता. तो सिकंदर आता जगात राहिला नव्हता. अंबुजराजाचा आधार आता तुटला होता.

आपण अगदी एकटे पडलो आहोत, असं त्याला वाटायला लागलं. यातून आता मुक्ततेचा एकच मार्ग होता.

आचार्य चाणक्याला शरण जाणं हाच एक अंतिम उपाय त्याच्यासमोर होता. त्याची पत्नी कल्याणी हिनं त्याला तो उपाय यापूर्वीच सुचवला होता. त्याच मार्गाचा अवलंब करण्याचं त्यानं ठरवलं.

आचार्य चाणक्य, अक्षय, शाङ्र्गरव, गंगादास, शिवशंकर अशी सगळी मंडळी गुरुकुलात जमली होती. सेनापती चंद्रगुप्त आणि सिंहरण हेही तिथं आले होते. सगळी स्वातंत्र्यसेना तिथं उपस्थित होती.

चंद्रगुप्ताच्या साथीदारांसह भ्रतक योद्धे त्यांना येऊन मिळणार होते. सगळेजण त्यांचीच प्रतीक्षा करत होते.

स्वातंत्र्यसेना आणि भ्रतक योद्धे यांचं संघटित सैन्य घेऊन सेनापती चंद्रगुप्त तिथून आता निघणार होता. भारत-संघटनेच्या देवदत्त कामगिरीसाठी त्याला निघायचं होतं. म्हणून भ्रतक योद्ध्यांची ते सगळे आतुरतेनं वाटच बघत बसले होते.

एवढ्यात ग्रीकांच्या सेनेतले ते भारतीय सैनिक तिथं येऊन दाखल झाले. साथीदार हा त्या सेनेचं नेतृत्व करत होता. सूर्यपाणि आणि च्रकपाणि हे दोघे योद्धेही त्यांच्याबरोबरच आले होते.

चंद्रगुप्तानं पुढं होऊन त्या भ्रतक योद्ध्यांचं स्वागत केलं. साथीदाराला त्यानं आलिंगन दिलं.

गुरुकुलातला शिष्यगण त्या भ्रतक योद्ध्यांच्या सरबराईत गुंतलेला होता.

या हार्दिक स्वागतानं योद्धे गहिवरून गेले. अशा स्वागताची त्यांनी अपेक्षाच केलेली नव्हती. रक्तात रक्त मिळालं होतं. परिस्थितीमुळं तुटलेले बंध पुन्हा सांधले गेले होते. सारा भारतीय समूह एकसंध बनला होता. जिकडेतिकडे हर्षोत्फुल्ल वातावरण निर्माण झालं होतं.

सगळं स्थिरस्थावर झाल्यानंतर चाणक्य आपल्या आसनावरच बसून बोलू लागला. सगळे शांतपणानं त्याचं बोलणं ऐकू लागले.

चाणक्य सांगू लागला,

'सैनिकहो, सिंधुनदीपर्यंत आपला भारत आता ग्रीकांच्या पाशातून मुक्त झाला आहे. ग्रीकांची नावनिशाणीही आपण पार पुसून टाकलेली आहे. ग्रीकांची वसती, त्यांचे ध्वज आणि त्यांच्या राज्याच्या अन्य खाणाखुणा आपण पार नष्ट

करून टाकल्या आहेत. परंतु ग्रीकांची सत्ता उखडून टाकणं हेच आपलं एकमेव ध्येय नाही. आपलं राष्ट्र एकसंध करणं हे आपलं प्रमुख ध्येय आहे. त्यासाठी आपण सगळे प्रयत्न करणार आहोत. सेनापती चंद्रगुप्त हे आपल्या या संघटित सैन्याचं नेतृत्व करतील.'

चाणक्याच्या भाषणासाठी सगळ्या सैनिकांनी एकमुखानं 'सेनापती चंद्रगुप्ताचा विजय असो!' अशी घोषणा द्यायला प्रारंभ केला.

त्या घोषणेनं गुरुकुल थरारून गेलं. गुरुकुलाच्या अणुरेणूंत ती घोषणा जाऊन भिनली. गुरुकुलाच्या दगडविटा थरारल्याचा भास झाला.

घोषणा देणं बंद झाल्यावर चाणक्य पुढं म्हणाला,

'आपण सगळे आता अरुत या वाहीक गणराज्याकडे जाणार आहोत. त्या गणराज्यानं सर्व गणांच्या संमतीनं आपलं राज्य चंद्रगुप्ताच्या स्वाधीन केलं आहे. अनेक राज्यं आपणहून या महासंघात सामील होत आहेत. जी राज्यं सामील होणार नाहीत, त्यांना साम, दाम, दंड भेद यांपैकी कोणत्याही मार्गाचा अवलंब करून आपण एक केलं पाहिजे.'

'सिंधूच्या पूर्व किनाऱ्यापासून विपाशापर्यंत संपूर्ण वाहीक प्रदेश आपल्या आधिपत्याखाली येतो आहे. सिंध आणि वितस्तामधला सौवीर हा प्रांतही आपला होणार आहे. आता आपल्याला त्याच्या पुढचा प्रांत एकत्र करायचा आहे. आपणां सर्वांचा या राष्ट्रकार्यासाठी हातभार लागेल. हे मी गृहीत धरून चालू का?'

चाणक्यानं विचारलेल्या प्रश्नाला सगळ्यांनी जयघोष करून होकार दिला.

आता कुणालाही विश्रांतीची गरज भासत नव्हती. पुढं पुढं विजयी चाल करून जाणं एवढंच त्यांना अभिप्रेत होतं. विश्रांतीसाठी मुळीच न थांबता ते सगळे क्रांतिकारक अरुत गणराज्याकडे रवाना झाले.

अरुत गणराज्यामध्ये चंद्रगुप्ताच्या राज्यारोहणाची सगळी सिद्धता झालेली होती. त्या गणराज्याच्या पुढाऱ्यांनी या क्रांतिसेनेचं स्वागत केलं.

आचार्य चाणक्याला त्यांनी उच्चासनावर बसवलं. नंतर सगळे स्थानापन्न झाल्यावर अरुत गणप्रमुख म्हणाले,

'आपला भारत एकसंध व्हावा, यासाठी स्वातंत्र्यसेना लढा देत आहे. त्या सेनेच्या नायकांना, चंद्रगुप्तांना मी आपलं गणराज्य अर्पण करतो. आपलं भारत एकराष्ट्र होण्यासाठी अरुत गणराज्य विलीन होत आहे. आता मी सेनापती चंद्रगुप्तांना सूत्र हाती घेण्याची विनंती करतो. आपल्या गणांना उद्देशून ते दोन शब्द बोलतील.'

एवढं बोलून तो पुढारी खाली बसला.

अरुत गणांसमोर येऊन चंद्रगुप्त उभा राहिला. त्याच्या उभं राहण्यातूनही

त्याचा आत्मविश्वास प्रगट होत होता.

आपल्या या नव्या गणनायकाच्या दर्शनानं सारे अरुतगण प्रभावी झालेले दिसत होते. चंद्रगुप्त दमदार आवाजात बोलू लागला,

'राष्ट्रसंघटनेसाठी आपण आपलं गणराज्यं या एकराष्ट्रात विलीन केलंत, त्याबद्दल मी प्रथम आपल्याला धन्यवाद देतो. आपणांस हे धन्यवाद दिलेच पाहिजेत, कारण सिकंदरासारखा परकीय शत्रू दाराशी असतानाही आपली अनेक गणराज्यं स्वत:चं स्वतंत्र अस्तित्व टिकवण्याच्या मागे होती. दुसऱ्याच्या विनाशात सुख मानत होती. दुसऱ्याच्या उत्कर्षानं दु:खी होत होती. पण तुम्ही मात्र आपल्या राष्ट्राचं हित बघितलंत म्हणून तुमचं अभिनंदन करायलाच हवं!'

चंद्रगुप्ताच्या बोलण्याचा रोख समोर जमलेल्यांना गोंधळात टाकत होता. त्याच्या बोलण्यातला मथितार्थ समजून घेण्याचा ते प्रयत्न करत होते.

चंद्रगुप्त बोलतच होता,

'आपण एक कुटुंब म्हणून एकत्र राहायला हवं. एकाच देशात अनेक शासनकर्ते असले, म्हणजे सगळीकडे अंदाधुंदी माजते. आणि अशा फुटीर राष्ट्रावर आक्रमण करायला शत्रूला फावतं. आपलं राष्ट्र जर सिकंदरासारख्या शत्रूपासून वाचवायचं असेल, तर आपल्याला एक झालं पाहिजे. अरुत राज्याचा आदर्श आपण डोळ्यांसमोर ठेवला पाहिजे.'

चंद्रगुप्त एक क्षणभर थांबला. समोरच्या अफाट जनसमुदायाकडे बघून तो पुढं बोलू लागला,

'आजपर्यंत आपण आपलं राष्ट्रीयत्व विसरून गेलो होतो. राष्ट्ररूपी विराट वृक्षाच्या या गणराज्यरूपी शाखा आपापसांत झगडत होत्या. राष्ट्रीयता हे या महावृक्षाचं बीज आहे, हेच आपण विसरून गेलो होतो. सिकंदराच्या स्वारीनं आपले डोळे उघडले आहेत, राष्ट्राच्या या महावृक्षावर सिकंदरानं कुऱ्हाडीचा घाव घातला होता. पण त्या घावानं हा विराट वृक्ष उन्मळून पडला नाही. तो उभाच आहे. किंबहुना या परकीय घावानं तो सावध झाला आहे. आपली पाळंमुळं त्यानं भूमीत घट्ट रोवली आहेत. वृक्षाच्या फांद्या तोडल्या म्हणजे वृक्ष वठण्याऐवजी तो अधिक फोफावतो, अशी आपल्या या राष्ट्रवृक्षाची गत झालेली आहे. भावी काळात पुन्हा अशा एखाद्या सिकंदराला आपण आपल्या या वृक्षावर घाव घालू देणार नाही. त्यासाठी आपण एकतंत्र निर्माण केलं पाहिजे. आपल्या ऋषिमुनींनी जे तंत्र निर्माण केलं, ते प्रत्येक गणराज्यात वेगवेगळं असूच शकत नाही. आजवर आपल्या स्वार्थासाठी आपण त्या तंत्रात भिन्नता दाखवत होतो. पण शेवटी आपण आपलं एक स्वतंत्र असं तंत्र निर्माण केलं पाहिजे. प्रत्येक गणराज्याची राजनैतिक व्यवस्था थोडी फार भिन्न असू शकते. परंतु व्यक्तिगत

स्वार्थासाठी आपण त्यांची शकलं केली आहेत. व्यक्तिगत स्वार्थापायीच आपलं राष्ट्र दुभंगलेलं होतं. ते आता एका छत्राखाली आलं नाही, तर दुसरा एखादा सिकंदर त्याच्यावर घाव घालील. मग मात्र आपण या राष्ट्रवृक्षाला वाचवू शकणार नाही. तो महावृक्ष कोलमडून पडेल. म्हणून वेळीच सावध व्हा, आणि एकछत्राखाली या. आपण अनेक आहोत, विविध आहोत. परंतु विविध असलो, तरी भिन्न मात्र मुळीच नाही. आपल्या विविधतेत एकताच सामावलेली आहे. प्रत्येकाला स्वातंत्र्य हवं असतं, हे खरं आहे. पण त्या स्वातंत्र्याला कोंदण मात्र एक हवं, बंधन एक हवं. ते नसेल, तर ते स्वातंत्र्य विघटनाला कारणीभूत होईल. आपण आज शत्रुंजय बनलो आहोत. आता या प्राप्त स्वातंत्र्याला एकराष्ट्रीयत्वाचं कोंदण करू या!'

चंद्रगुप्ताच्या या भाषणानं सारा जनसमूह हेलावून गेला होता. त्या भारावलेल्या स्थितीतच सगळ्यांनी एकमुखानं भारतमातेचा जयजयकार केला.

चंद्रगुप्ताचं राजकीय कार्य आता सुरू झालं होतं. अरुत राज्यानं त्याला राज्य दिलं होतं. तो राजा झाला होता. आता त्याची पावलं सम्राटपदाच्या दिशेनं पडणार होती. त्याचं लक्ष आता मगध साम्राज्याकडे लागलं होतं.

चाणक्यालाही आपल्या शेंडीची गाठ मारायची होती. ती वेळ आता समीप आली होती.

शेंडीला गाठ

आपल्या गुरूच्या संगतीनं चंद्रगुप्त दिग्विजयाला निघाला. त्याच्या मार्गातले सारे काटे आता उपटून निघाले होते. जनतेनं त्याच्या राजपदाला निर्विवाद मान्यता दिली होती. त्या राजपदाचं आता सम्राटपदात रूपांतर होणार होतं. म्हणूनच मगधाच्या दिशेनं त्याची पावलं पडायला लागली होती. त्याच्या हत्तीचं पाऊल एकदा त्या बलाढ्य मगधराज्यावर पडलं, म्हणजे त्या पावलाखाली ते राज्य चिरडून जाणार होतं आणि त्याच हत्तीच्या पाठीवर चंद्रगुप्ताच्या सम्राटपदाची अंबारी चढणार होती.

सिंधु आणि विपाशामधील संपूर्ण वाहीक प्रदेश, सिंधु-वितस्ता नद्यांच्यामधला सौवीर प्रांत आणि वितस्ता-चंद्रभागा यांच्यामधला केकय प्रांत चंद्रगुप्तानं जिंकून घेतला होता. उशीनर, शाकल, मद्र, प्राच्य अशी अनेक गणराज्यं त्यानं हस्तगत केली होती. मग व्यास नदी ओलांडून त्यांनी यौधेय गणराज्यात प्रवेश केला होता.

काही अपवाद वगळता बहुतेक सर्व राज्यांनी स्वागतच केलं होतं. आपली गणराज्यं स्वेच्छेनं त्याच्या स्वाधीन केली होती. कारण एकसंध भारताचं युगप्रवर्तक कार्य पार पाडण्यासाठी तो नि:स्वार्थी वृत्तीनं या दिग्विजयासाठी निघालेला आहे, याबद्दल त्यांची खात्री होऊन चुकली होती.

प्रत्येक गणराज्यातून पुढं जाताना चंद्रगुप्त लोकांना सांगत होता,

'आयुधजीवी यौधेय गणराज्याच्या नुसत्या पराक्रमाच्या वार्तेनं ग्रीक सैन्य घाबरलं होतं. त्यामुळं सिकंदराला आपला परतीचा मार्ग बदलावा लागला. ग्रीकांच्या जुलमी राजवटीच्या जोखडातून आपण आपली मुक्तता करून घेतली आहे. परंतु आपलं कार्य अद्याप पुरतं झालेलं नाही. भारत जिंकण्याचं सिकंदराचं अर्धवट राहिलेलं स्वप्न पुरं करण्यासाठी बाबिलोनचा राज्याधिकारी भारतावर

पुन्हा आक्रमण करणार नाही, असं समजू नका! त्यासाठी आपल्याला कटिबद्ध असलं पाहिजे! म्हणून आपण आपापसांतील फूट सांधली पाहिजे आणि शत्रूसमोर एकसंध, बलिष्ठ भारत उभा केला पाहिजे...त्याचसाठी आपला हा दिग्विजय चाललेला आहे.'

गणराज्यांतून जाताना चंद्रगुप्त अशाच तऱ्हेची भाषणं देत होता आणि मार्गातली सत्ताकेंद्र आपल्या एकराष्ट्रात समाविष्ट करत होता. अखंड भारताच्या ध्येयानं प्रेरित झालेले असंख्य लोक त्यांना येऊन मिळत होते.

आपल्या प्रचंड स्वातंत्र्यसेनेसह चाणक्य आणि चंद्रगुप्त मगधाजवळ येऊन ठेपले. दिग्विजयाचा शेवटचा टप्पा त्यांनी गाठला होता. मगधाजवळच्या एका छोट्याशा गावात त्यांनी आपला तळ ठोकला.

त्या ठिकाणी आल्याबरोबर चाणक्यानं आपल्या एका हेराला बोलावून घेतलं आणि सांगितलं,

'सेनापती भागुरायणाला लगेच इथं बोलावलं आहे, असं सांग!'

आचार्य चाणक्याच्या संदेशासरशी सेनापती भागुरायण दौडत आला.

त्या वेळी चाणक्य आपल्याच तंबूत बसला होता. पुढल्या हालचालीसंबंधी तो चंद्रगुप्ताशी चर्चा करत होता.

आत येऊन भागुरायणानं चाणक्याला वंदन केलं.

त्याचं स्वागत करून चाणक्य म्हणाला,

'या, सेनापती...तुमचीच वाट बघतो आहे मी! आपले मगधवासी काय म्हणातात?' भागुरायणानं सांगितलं,

'आपलीच प्रतीक्षा करताहेत ते! धनानंदाच्या जुलमी आणि लहरी राजवटीला ते कंटाळले आहेत.'

चाणक्य म्हणाला,

'त्यांना सांगा, की त्या जुलमी राजवटीचा शेवट जवळ आला आहे. चंद्रगुप्त त्यांचीच मुक्तता करण्यासाठी इथं आला आहे.'

'ते त्यांना माहीत आहे. म्हणूनच ते आपली वाट बघत आहेत.'

'बरं, मगधसैन्याची काय परिस्थिती आहे?'

चाणक्याच्या या प्रश्नावर मगधाचा सेनापती भागुरायण म्हणाला,

'त्याची आपण मुळीच चिंता करू नका. माझ्या सैन्याचा तुम्हांला कुठंच प्रतिकार होणार नाही. मात्र...'

'मात्र काय?'

'धनानंद महाराजांचं जे खास सैन्य आहे, ते मात्र स्वातंत्र्यसेनेला प्रतिकार केल्याशिवाय राहणार नाही.'

भागुरायणाच्या या बोलण्यावर चंद्रगुप्त म्हणाला

'एवढंच ना? त्या खास सैन्याचा आम्ही खासच बंदोबस्त करू! त्याची काळजी नको!'

चंद्रगुप्ताच्या शब्दाशब्दांतून आत्मविश्वास प्रगट होत होता.

तो पुढं म्हणाला,

'बरं, पण स्वत: धनानंद महाराजांची काय हालचाल आहे?'

'धनानंदानं बंदोबस्त केला आहे. पण तो अगदीच जुजबी! त्यांचा आपल्या बलाढ्य सैन्यावर विश्वास आहे. पण त्या सैन्याला लढायची सवयच राहिलेली नाही! आपले धनानंद महाराज अत्यंत भेकड आहेत. त्यामुळं ते स्वत: कुणाशीच लढणार नाहीत; आणि त्यांच्या सैन्याचा इतरत्र दबदबा असल्यामुळं दुसरं कुणी त्यांच्याशी लढणार नाही.'

चाणक्यानं म्हटलं,

'तो भित्रा असल्यामुळंच तो कपटी होत गेला आहे. राजकारण्यांचा त्याला नेहमीच द्वेष वाटतो. म्हणूनच त्यांचा तो उपमर्द करतो!'

चंद्रगुप्त मधेच म्हणाला,

'आचार्य, मला तर आता मुळीच धीर धरवत नाही. धनानंद महाराजांचे एकेक दुर्गुण ऐकले, म्हणजे संताप होतो....आपण पाटलिपुत्राकडे लगेच कूच करू या!'

समजावणीच्या स्वरात चाणक्य म्हणाला,

'चंद्रगुप्त, जरा धीर धर! पाटलिपुत्राकडे आपल्याला सरळ जाता येणार नाही. वाटेत मगध साम्राज्याच्या अन्य अनेक सत्ताकेंद्राशी सामना द्यावा लागेल. प्रत्यक्ष पाटलिपुत्रात आपल्याला विरोध होणार नाही. परंतु इतरत्र विरोध होण्याची शक्यता आहे. म्हणून जरा दमानंच घेतलं पाहिजे.'

चाणक्याचं हे बोलणं ऐकून चंद्रगुप्त जरा शांत झाला. पण त्याच्या अंत:करणात संताप उफाळलेला होता. चाणक्याला त्या गोष्टीची पुरेपूर कल्पना होती.

सिंहरणाकडे वळून चाणक्यानं सांगितलं,

'सिंहरण, सैन्याला सूचना द्या! लवकरच आपल्याला पाटलिपुत्राकडे निघायचं आहे. अक्षय, शाङ्र्गरव, सूर्यपाणि या प्रमुखांना तसं सांगा!'

सिंहरण आज्ञापालनासाठी त्वरित तिथून निघून गेला.

चाणक्याचा हा संदेश ऐकून चंद्रगुप्त उल्हासित झाला. लगेच तो तिथून उठला आणि चाणक्याला म्हणाला,

'आचार्य, मीही सैन्याची पाहणी करायला जातो!'

चाणक्यानं मानेनंच संमती दर्शवली. चंद्रगुप्त तिथून बाहेर पडला.

चंद्रगुप्त गेल्यानंतर चाणक्यानं भागुरायणाला विचारलं,

'भागूरायण, चंद्रगुप्ताची माता कुशल आहे ना?'

'होय. चंद्रगुप्ताच्या वाटेकडे डोळे लावून बसली आहे. पण चंद्रगुप्ताचा मामा मात्र मध्यंतरी स्वर्गवासी झाला.'

'अरेरे! त्याच्याचमुळं मी चंद्रगुप्तावर अधिकार गाजवू शकलो. त्या दिवसापासून चंद्रगुप्तानं घरची कधी आठवण काढली नाही. माझ्यासमोर त्यानं स्वत:च्या मातेचीही चौकशी कधी केली नाही. म्हणून मीच त्याच्या घरच्या लोकांची चौकशी करतो आहे.'

क्षणभर थांबून चाणक्यानं पुढं सांगितलं,

'सेनापती, आम्ही आता राजधानीत येतोच आहोत. तेव्हा मुरेची आणि चंद्रगुप्ताची भेट घडवून आणा. गर्दीत कदाचित त्याच्या आईला कुणी पुढं येऊ देणार नाही. चंद्रगुप्ताचं आपल्या आईवर अतिशय प्रेम आहे. पण तो कधी तसं दर्शवत नाही. तेव्हा तुम्ही हे लक्षात ठेवा.'

'ठीक आहे, आचार्य! आपल्या आज्ञेप्रमाणंच होईल!'

विषय बदलून चाणक्यानं विचारलं,

'बरं, आपले अजय, वरुण, इंदुशर्मा हे कसे आहेत? आणि शकदाल नि सिद्धार्थक?'

'त्यांचे डोळे आपल्याच वाटेकडे लागले आहेत.'

'मीही त्यांना भेटायला तितकाच उत्सुक आहे! त्यांना तसं कळवा!'

आठवल्यासारखं करून चाणक्यानं म्हटलं,

'हो! एका व्यक्तीची चौकशी करायची राहिलीच की!'

'ती कुणाची?'

'अमात्य राक्षसाची!'

भागुरायणानं हसून सांगितलं,

'अमात्य राक्षसाचं अंतर्गत राजकारण चालूच आहे. त्यामुळं स्वातंत्र्यसेनेकडे लक्ष द्यायला त्यांना सवडच कुठं आहे?'

चाणक्यानं विषादानं म्हटलं,

'त्यापायीच त्याची विलक्षण बुद्धिमत्ता वाया गेली आहे! त्यानं आपल्याला साथ द्यायला हवी. नव्या राज्याचा अमात्य आपण त्यालाच नेमून टाकू!'

'ते सध्या तरी शक्य दिसत नाही.'

'ठीक आहे! त्यासाठी काही काळ जावाच लागणार आहे....तुम्ही आता पुढल्या कार्याला लागा. ही चर्चा केव्हाही करता येईल.'

चाणक्याला वंदन करून भागुरायण पाटलिपुत्राकडे जायला निघाला.

चाणक्य आणि चंद्रगुप्त लवकरच तिकडे जाणार होते.

चाणक्य आणि चंद्रगुप्त हे आपल्याबरोबर जिंकलेल्या प्रदेशातील सैन्य घेऊन मगधाच्या राजधानीकडे चालले होते. त्यांचा हा मार्ग रानावनांतून जात होता. चाणक्य सर्वांच्या पुढं सावधगिरीनं चालला होता. सर्वांना त्यानं सावधगिरीनं चालण्याची सूचना दिली होती.

चंद्रगुप्त म्हणाला,

'आचार्य, एवढ्या सावधगिरीनं चालायचं काय कारण? आपल्याला कोण प्रतिकार करणार आहे?'

यावर चाणक्यानं उत्तर दिलं,

'आपण इथल्या सर्व लोकांना आपलंसं केलं आहे, ही गोष्ट खरी! पण त्यातून एखादा धनानंदप्रेमी माथेफिरू निघाला, तर? मग जनता प्रतिकार केल्याशिवाय थोडीच राहील?'

'पण, आचार्य आपल्याजवळ एवढं सैन्य नाही का? आपण प्रतिकार सहज मोडून काढू!'

'पण, चंद्रगुप्त, या साऱ्या सैन्याचं दायित्व आपल्यावर आहे. सैन्याला उगाच संकटात कशासाठी लोटायचं?'

चंद्रगुप्ताला चाणक्याचं म्हणणं पटलं. सैन्याच्या बाबतीत कधीही निष्काळजी राहायचं नसतं, हा धडा चंद्रगुप्ताला जाता जाता मिळाला.

त्या सैन्यसंभारानं ते दाट वन आता जवळ जवळ ओलांडलं होतं. एवढ्यात एका सैन्यतुकडीनं त्यांच्यावर हल्ला केला. ते सैन्य बहुधा धनानंदाच्या बाजूचं असावं. त्या अचानक हल्ल्यानं चंद्रगुप्ताची स्वातंत्र्यसेना बावचळून गेली. पण लगेचच सावरून त्यांनी आपापली शस्त्रं परजली. अचानक उभ्या ठाकलेल्या हल्ल्याला प्रत्युत्तर देण्यासाठी ते सज्ज झाले. चंद्रगुप्तही आपल्या सैन्याला उत्तेजन देत होता. दोन्ही सैन्यांतून 'हर हर महादेव' च्या गर्जना उठत होत्या. त्या गर्जनांनी वनातले महाकाय वृक्षही थरकापत होते. वल्लरी जणू घाबरून त्या वृक्षांना बिलगत होत्या सगळीकडे गदरोळ उठला होता.

चाणक्यानं सैन्याला आधीच सावधगिरीचा इशारा दिला होता. पण सैन्य काहीसं गाफील राहिलं होतं. त्यातच विरोधकांचा तो मारा निकराचा होता. मारू किंवा मरू या बाण्यानंच ते लढत होते. स्वातंत्र्यसेनाही प्रयत्नांची शिकस्त करत होती. पण तरीही लढाईची बाजू पालटत नव्हती. विरोधकांचा जोरही ओसरत नव्हता.

लढाईचा रंग बदलत नाही, हे पाहून चाणक्यानं माघार घेण्याचा निर्णय

केला. रानावनांत दडून बसण्याची सूचना त्यानं चंद्रगुप्ताला केली. एव्हाना विरोधकांच्या झंझावाती माऱ्यामुळं स्वातंत्र्यसेना उधळून गेली होती. चाणक्य आणि चंद्रगुप्त हे दोघेही रानावनांत दडून बसले.

विरोधक हल्ला करून निघून गेले होते. स्वातंत्र्यसेना घाबरलेली आहे, ती पुन्हा आपल्याशी लढणार नाही, या कल्पनेनंच विरोधक निघून गेले असावेत. चाणक्य-चंद्रगुप्तांनी आपलं विखुरलेलं सैन्य पुन्हा एकत्रित केलं. सगळे सैनिक अजूनही गोंधळात दिसत होते.

आपल्या सैनिकांना उद्देशून चाणक्य म्हणाला,

'आपण आज जिवावरच्या संकटातून सुटलो आहोत. शत्रूनं अचानक आपल्यावर हल्ला केला होता. पण काही झालं, तरी आपण आपला उत्साह उणा पडू द्यायचा नाही. अशाच संकटांना तोंड देत आपल्याला पुढं जायचं आहे. तेव्हा तुम्ही मुळीच धीर सोडू नका!'

एक क्षणभर थांबून चाणक्यानं सैनिकांकडे बघितलं. सैनिक अजूनही त्या प्रसंगातून सावरले दिसत नव्हते. चाणक्यानं चंद्रगुप्ताकडे बघितलं, मग तो सैनिकांकडे बघून बोलू लागला.

चंद्रगुप्त म्हणाला,

'आतापर्यंत आपल्याला फारसा विरोध झालेला नव्हता. त्यामुळं आपण बेसावध होतो. या प्रसंगानं आपण आता सावध व्हायला हवं! वाईटातून नेहमी चांगलं शोधलं पाहिजे, हे लक्षात ठेवा!'

चंद्रगुप्त थांबला आणि चाणक्य बोलू लागला,

'सेनापतीचं म्हणणं योग्य आहे. आपण घाबरलो आहोत, असंच शत्रूला वाटतं आहे. शत्रूची अशी समजूत झालेली आहे, हे बरंच झालं. त्यामुळं शत्रू बेसावध राहील. आपण या संधीचा लाभ उठवला पाहिजे. आपण शत्रूवर त्वरित चढाई केली पाहिजे. शत्रूच्या हल्ल्यामुळं आपण खचून गेलो नाही, हे आपण शत्रूला दाखवून दिलं पाहिजे.'

त्या दोघांच्या उत्साहवर्धक बोलण्यामुळं सैनिक आता सावरले होते. ते लढायला सिद्ध झाले.

सगळीकडे आता स्थिरस्थावर झालं होतं. त्या दोघांनी स्वातंत्र्यसैनिकांना प्रकाशाचा मार्ग दाखवला होता. सृष्टीवर मात्र सगळीकडे अंधार पडला होता.

रात्री त्या रानातच मुक्काम करण्याचं सर्वानुमते ठरलं. साऱ्या सैनिकांत आता चैतन्य निर्माण झालं होतं. शत्रूची भीती दूर पळून गेली होती. भूमीचं

अंथरूण आणि आकाशाचं पांघरूण करून सर्वजण निद्राधीन झाले.

चंद्रगुप्ताला मात्र झोप येत नव्हती. रात्रभर त्याच्या दृष्टीसमोर मगधाधिपती धनानंद दिसत होता.

चहूंबाजूंनी बंदोबस्त करून स्वातंत्र्यसैन्य मगधाच्या राजधानीत घुसलं. शेवटच्या संग्रामाला प्रारंभ झाला होता. चंद्रगुप्त आपल्या दमदार घोड्यावर स्वार झाला होता. चाणक्य, सिंहरण, अक्षय, ही मंडळी त्याच्या आजूबाजूनं चालली होती.

पाटलिपुत्राची वेस समोर दिसताच चंद्रगुप्तानं 'हर हर महादेव' ची गर्जना केली. साऱ्या स्वातंत्र्यसैन्यातून त्या गर्जनेचा प्रतिध्वनी उमटला. सैन्याला त्या गर्जनेनं चढाईचा इशारा मिळाला होता. पाटलिपुत्रावर ते सैन्य तुटून पडलं.

या चढाईमुळं पाटलिपुत्रात एकच हलकल्लोळ माजला. चंद्रगुप्ताच्या सेनेचा पराभव झाला आहे आणि त्याच्या स्वातंत्र्यसैन्यानं माघार घेतली आहे, अशी अफवा पूर्वी सगळीकडे पसरली होती. त्यामुळं अचानक समोर चंद्रगुप्ताच्या सैन्याला पाहून जिकडेतिकडे पळापळीला प्रारंभ झाला.

चंद्रगुप्ताचं सैन्य सरळ राजप्रासादाच्या दिशेनं निघालं होतं. मार्गात त्यांना मुळीच प्रतिकार होत नव्हता. कारण स्वातंत्र्यसैनिक हे आपले रक्षणकर्ते आहेत, हे मगधवासीयांना ठाऊक झालेलं होतं.

ते स्वातंत्र्यसैन्य वेगानं दौडत राजप्रासादापाशी येऊन थडकलं. राजवाड्यात सगळीकडे धावपळ उडाली. आरडा-ओरडा सुरू झाला. काय घडतं आहे, हे कुणालाच कळत नव्हतं. काय होणार आहे, हे समजत नव्हतं, सगळेजण आपापला जीव वाचविण्यासाठी पळत सुटले. स्त्रिया-मुलं रडत होती. किंचाळत होती.

परंतु चंद्रगुप्ताचं या कल्लोळाकडे मुळीच लक्ष नव्हतं. तो सरळ राजप्रासादाकडे धावला. त्याच्या हातात नंगी समशेर होती. चाणक्यही त्याच्या पाठोपाठ चालला होता. ते दोघेही ओरडत होते,

'धनानंद, तू शूर असलास, तर समोरासमोर ये. दोन हात कर आमच्याशी!'

पण धनानंद शूरही नाही आणि तो समोरही येणार नाही, हे त्यांना चांगलं माहीत होतं. ते दोघे अंत:पुरात धनानंदाचा शोध घेत धावत चालले होते.

शत्रुसैन्य वेशीपाशी आल्याचं धनानंदाला समजलं होतं. शत्रूनं राजधानीची नाकेबंदी केली आहे, हेही समजलं होतं. या सगळ्या उठावाचा सूत्रधार चाणक्य आहे आणि तो चंद्रगुप्ताला बरोबर घेऊन राजवाड्याच्या दिशेलाच येत आहे, हे समजताच धनानंदानं राजधानीबाहेर पळून जायचं ठरवलं. सरळ मार्गानं जाणं शक्यच नव्हतं. म्हणून गुप्त मार्गानं जायला तो निघाला. अमात्य राक्षस त्याच्या

आधीच निसटून गेला होता. आपली बायकामुलं तिथंच टाकून राजा आणि अमात्य हे दोघेही पळून गेले होते. भ्याड लोक जसे वागतात, तसेच ते वागले होते. शत्रूच्या पुढं समोरासमोर उभं राहण्याची त्याची छाती नव्हती. मद्यात आकंठ बुडून छेलछबेल्यांशी रंगढंग करणारा राजा राजवाडा सोडून केव्हाच निघून गेला होता.

त्यामुळं चंद्रगुप्तानं जेव्हा राजप्रासादात पाऊल टाकलं, तेव्हा राजप्रासाद रिता होता. आत कुणीच नव्हतं. चंद्रगुप्तानं सगळ्या राजवाजड्यात शोध घेतला; पण धनानंद कुठंच दिसला नाही. एक क्षणभरच तो विचार करण्यासाठी थबकला.

चाणक्य त्याला म्हणाला,

'धनानंदाला मोकळं सोडता कामा नये. त्याला आपण शोधून काढलंच पाहिजे. तो जिवंत राहिला, तर राष्ट्रसंघटनेच्या कार्यात तो अडथळे निर्माण करील; आणि माझी प्रतिज्ञापूर्तीही होणार नाही.'

चंद्रगुप्तानं म्हटलं,

'आचार्य, आपण चिंता करू नका. आपली प्रतिज्ञा मला माहीत आहे. राजा धनानंद कुठं गेला असेल, तेही मला माहीत आहे. तुम्ही माझ्यामागून चला.'

असं म्हणून तो झटकन् राजवाड्याच्या बाहेर पडला. घोड्यावर उडी टाकून तो राजधानीच्या बाहेर आला आणि एका गुहेपाशी येऊन थांबला. चाणक्य त्याच्या पाठीमागे होताच. त्यांच्या मागोमाग सिंहरण, अक्षय ही मंडळी आली होती. ती त्याच्या या कृतीमुळं गोंधळात पडली होती. चंद्रगुप्त इथं कशासाठी आला आहे, हेच त्यांना कळत नव्हतं. परंतु चंद्रगुप्ताला राजवाड्यातल्या साऱ्या खाणाखुणा माहीत होत्या. म्हणूनच त्या गुहेच्या तोंडाशी येऊन तो उभा राहिला होता.

एवढ्यात त्या गुहेतून धनानंद बाहेर पडला. त्या गुप्त वाटेनं पळून जाण्याचा त्याचा बेत होता. पण चाणाक्ष चंद्रगुप्तानं तो हाणून पाडला होता.

धनानंदाच्या समोर चंद्रगुप्ताच्या रूपानं साक्षात मृत्यूच उभा ठाकला होता. धनानंदाची भीतीनं गाळण उडाली होती. तो पळून जाऊ नये, म्हणून सिंहरण आणि अक्षय या दोघांनी त्याला धरून ठेवलं होतं.

चाणक्य आता पुढं आला होता. तो एकटक धनानंदाकडे बघत होता. पण धनानंदाची मात्र त्याच्या दृष्टीला दृष्टी देण्याची हिंमत होत नव्हती. आपण चाणक्याचे आणि सगळ्याच जनतेचे अपराधी आहोत, याची जाणीव प्रथमच धनानंदाला झालेली दिसत होती. त्याच्या मुद्रेवर केविलवाणा भाव उमटला होता. डोळ्यांत भीती दाटली होती.

चाणक्याच्या दृष्टीसमोर राजसभेतला तो प्रसंग साकार होत होता. धनानंदानं त्याचा केलेला प्रत्येक अपमान त्याला आठवत होता. त्याचबरोबर धनानंदामुळं आपल्या मातापित्याचे मृत्यू त्याला समोर दिसत होते. दुष्काळात धनाचे हंडे भरणारा

धनानंद दिसत होता. धनानंदाची असंख्य पापं त्याच्यासमोर उभी राहिली होती. चाणक्याचे नेत्र अंगारानं फुलले होते.

चाणक्यानं त्याला ओरडून विचारलं,

'तुला तुझी पापं आठवतात का? तू आजवर केलेले गुन्हे तुला मान्य आहेत का? विद्वानांचा तू उपमर्द केलास, प्रजेला छळलंस, निरपराध लोकांची हत्या केलीस, विचारवंतांचा सल्ला धुडकावून लावलास, सल्लागारांना ठोकरून लावलंस. हे सारं आठवतं तुला? तुझ्या भर राजसभेत तू माझा उर्मटपणानं अपमान केलास, त्या वेळी माझ्या शेंडीचे केस मोकळे झाले होते. ते केस हातात धरून मी एक प्रतिज्ञा केली होती, तुझ्या कुळाचा विनाश केल्याशिवाय मी शेंडीला गाठ मारणार नाही, असं म्हटलं होतं. उन्मत्त राजा, आठवतं तुला हे सारं? आता या क्षणी माझ्या शेंडीला गाठ मारण्याचा प्रसंग आलेला आहे!'

धनानंद गयावया करत होता. करुणा भाकत होता. पण त्याच्या तोंडातून शब्दही फुटत नव्हता. पापी माणसाची वाचा ऐन वेळी अशीच बंद होत असते.

चाणक्यानं चंद्रगुप्ताकडे बघितलं. चंद्रगुप्ताची मुद्राही संतप्त झालेली दिसत होती. धनानंदाला काही कळायच्या आतच त्याचं मस्तक धडावेगळं झालं होतं. चंद्रगुप्ताची तलवार आपल्या पापी पित्याच्या रक्तानं रंगली होती. धडाजवळ पडलेल्या धनानंदाच्या शिराला उद्देशून चाणक्य मोठ्यांदा म्हणाला,

'धनानंदा, मी माझी प्रतिज्ञा पूर्ण केली आहे. आता मी माझ्या शेंडीला गाठ मारायला मोकळा आहे!'

असं म्हणून चाणक्यानं आपल्या शेंडीचे मोकळे केस हातात धरले आणि त्याची घट्ट गाठ मारली. आता ती गाठ पुन्हा कधी सुटणार नव्हती.

'चाणक्य-चंद्रगुप्ताचा विजय असो!' 'भारतमातेचा जय असो!' अशा विजयघोषणांनी सारं पाटलिपुत्र दुमदुमत होतं. चंद्रगुप्त आणि चाणक्य राजधानीकडे निघाले होते. अक्षय, सिंहरण यांच्याबरोबर ते वेशीपाशी आले. वेशीपाशी या शूर गुरुशिष्यांच्या स्वागतासाठी सारी नगरी लोटली होती. शकदाल, सिद्धार्थक, अजय, वरुण, इंदुशर्मा, अन्य आचार्य आणि सेनापती भागुरायण अशी सगळी मंडळी तिथं उपस्थित होती. सर्वांच्या पुढं चंद्रगुप्ताची माता मुरा ही उभी होती. तिचे नेत्र अश्रूंनी डबडबले होते.

आपल्या दिग्विजयी पुत्राच्या स्वागतासाठी माता सज्ज होती. तिच्या पतीचा वध केला गेला होता, याचं तिला दुःख वाटत होतं. पण त्या पतीनं तिला पत्नीचा मान कधीच दिला नव्हता. तिला नेहमीच दुःखच दिलं होतं. तिला

आणि तिच्या मुलाला राजवाड्यातून हाकलून लावलं होतं. त्यामुळं अशा जुलमी आणि दुर्गुणी पतीच्या निधनाचा ती फार शोक करत बसली नाही, त्याचा वध करणाऱ्या पुत्राच्या स्वागताला ती सज्ज होती.

चंद्रगुप्तानं वेशीपाशी आल्यावर आपल्या मातेला खाली वाकून वंदन केलं. मातेनं पुत्राला उराशी धरलं आणि नेत्रांतल्या अश्रूंनी त्याला स्नान घालून पावन केलं.

वेशीपाशी आल्यावर चाणक्याच्या डोळ्यांसमोर मात्र वेगळीच चित्रं तरळत होती. याच वेशीजवळ भासुरक हेराचं प्रेत आणून टाकलेलं होतं. याच भागात त्याच्या पित्याला आसूडप्रहार करण्यात आला होता. त्यालाही आसूडप्रहाराचा मारा बसला होता, कंचुकीचं प्रेत इथंच पडलं होतं... आणि या साऱ्या कर्मकटकटींना कंटाळून चाणक्यानं इथूनच तक्षशिलेचा मार्ग धरला होता. हा सारा दुःखभार निपटून काढण्यासाठी त्यानं हे सारं तपाचरण केलं होतं आणि त्या तपाचरणालाा आज हे फळ आलेलं दिसत होतं. विस्कटलेली मातृभूमी आज सांधली गेली होती. फाटलेला प्रदेश आज पुरता शिवला गेला होता. आज त्याच्यासमोर आपल्या राष्ट्राचं एकसंध महावस्त्र विणलं गेलेलं दिसत होतं. या साऱ्या विचारात तो पूर्णपणानं गढून गेला होता. शत्रू संपला होता. उरला होता, तो फक्त मित्र!

एवढ्यात पुन्हा गगनभेदी जयघोष सुरू झाला. त्या जयघोषातच चाणक्य-चंद्रगुप्त राजप्रासादाच्या मार्गानं निघाले. आता जयघोषाशिवाय त्यांच्या कानांवर काहीच पडत नव्हतं.

राजप्रासादासमोर विराट समुदाय आपल्या नूतन सम्राटाच्या दर्शनासाठी जमला होता.

राजसभेत प्रवेश केल्यावर चंद्रगुप्ताला मानानं सिंहासनावर बसवण्यात आलं. चंद्रगुप्त सिंहासनावर आरुढ झाल्यानंतर सर्वांनी एकमुखानं घोषणा दिली :

'मगधसम्राट वीरशाली चंद्रगुप्ताचा विजय असो!'

मग चंद्रगुप्त सिंहासनावरून उठला. आपल्या आचार्यांना त्यानं वंदन केलं. चाणक्यानं त्या वंदनाचा स्वीकार केला.

जमलेल्या पौरजनांना उद्देशून चंद्रगुप्त बोलायला लागला:

'आज तुम्ही मला एकमुखानं आपला सम्राट म्हणून घोषित केलं आहे. तुमची ही निवड चुकीची ठरणार नाही, यासाठी मी सातत्यानं प्रयत्नशील राहीन. आजपर्यंत तुम्ही अनेक अत्याचार सहन केले आहेत. यापुढील काळात तुम्हांला कुठल्याही प्रकारचा अन्याय सहन करावा लागणार नाही, अशी मी ग्वाही देतो. उभ्या भारतवर्षात एकछत्री सुराज्य प्रस्थापित करण्याचा माझा प्रयत्न राहील. त्यासाठी मला आपल्या सहकार्याची आवश्यकता आहे. आपल्या सदिच्छा आणि आशीर्वाद मला हवे आहेत.'

अशा प्रकारचं भावपूर्ण, विनम्र भाषण ऐकायची मगधवासीयांना सवयच नव्हती. त्यामुळं चंद्रगुप्ताच्या या बोलांनी सारे पौरजन गहिवरून गेले. त्यांचे नेत्र पाणावले. कर्णेंद्रियं तृप्त झाली. अंत:करण भरून आलं. सभा चित्रासारखी स्तब्ध बसली होती.

त्या सभेला उद्देशून चंद्रगुप्त पुढं म्हणाला,

'आचार्य चाणक्यामुळं आज मला हे सम्राटपद प्राप्त होत आहे. त्यांच्या मार्गदर्शनामुळंच मी येथपर्यंतचा प्रवास करू शकलो. त्यांचं असंच मार्गदर्शन मला भावी काळातही लाभावं, अशी माझी इच्छा आहे... आणि त्यांना या राज्याचं अमात्यपद ग्रहण करण्याची विनंती करतो.'

या बोलण्यासरशी सभागृहात टाळ्यांचा कडकडाट झाला. 'अमात्य चाणक्यांचा विजय असो!' या घोषणा सभागृहात दुमदुमल्या.

राजाच्या आणि प्रजेच्या या इच्छेला डावलणं चाणक्याला शक्यच नव्हतं. त्यानं अमात्यपदाचा स्वीकार केला. ज्याला अमात्यपद मिळावं, असा लायक माणूस त्या वेळी या ठिकाणी उपस्थित नव्हता. म्हणूनच चाणक्यानं ते पद स्वीकारलं. त्याची दृष्टी मात्र राक्षसाचा वेध घेत होती.

चंद्रगुप्त पुढं बोलतच होता,

'या ठिकाणी मला आणखी एका व्यक्तीचा प्रामुख्यानं उल्लेख करावा लागेल. ती व्यक्ती, म्हणजे माझी माता. कष्ट करून माझ्या मातेनं मला वाढवलं. अनेक अपमान सहन केले. माझ्या उत्कर्षासाठी तिनं आपलं पुत्रप्रेम आवरलं आणि मला लहान वयातच आपल्यापासून दूर केलं. त्या मातेच्या ऋणातून अंशत: मुक्त होण्यासाठी मी आजपासून मौर्य हे अभिधान धारण करणार आहे. माझा राजवंश इतिहासात मुरा मातेच्या नावानं ओळखला जाईल.'

ते ऐकून मुरेचे नेत्र पुत्रप्रेमानं पुन: पुन्हा भरून येत होते. तिनं सहेतुक आचार्य चाणक्यांकडे बघितलं. चाणक्यानं तिला चंद्रगुप्ताच्या मोठेपणाची त्याच्या लहानपणीच कल्पना करून दिली होती. दोघांनाही तो दिवस आठवत होता. चाणक्याच्या दृष्टीसमोर त्या पटांगणात लुटूपुटीचा राजा झालेला दिसत होता. आज तो चंद्रगुप्त खरोखरच केवळ राजाच नव्हे, तर सम्राट झाला होता.

टाळ्यांच्या गजरानं चाणक्य भानावर आला. आपलं भाषण संपवून चंद्रगुप्त सिंहासनावर विराजमान झाला होता.

या सिंहासनावरूनच तो संपूर्ण भारतवर्षाची सूत्रं हलवणार होता.

राक्षस मात्र चंद्रगुप्ताला या सिंहासनावरून खाली ओढण्यासाठी कट-कारस्थानं करण्यात गुंतला होता. पण चाणक्यासारखा कूटनीतिज्ञ चंद्रगुप्ताचा मुख्य अमात्य झाला होता. त्यामुळं राक्षसाची कारस्थानं धुळीला मिळण्याची

शक्यताच अधिक होती.

✧

सिकंदराच्या मृत्यूनंतर दोन संवत्सरांचा काळ लोटला होता. त्याच्या आतच चाणक्य-चंद्रगुप्तांनी मिळून भारत स्वतंत्र केला होता. अर्धा भारत एकसंधही केला होता. तिकडे सिकंदराच्या ग्रीक साम्राज्यात मात्र अजून अंदाधुंदीच चालू होती. ग्रीक सेनानी आपापसांतील संघर्षातच गुंतले होते. त्यामुळं त्यांच्यापैकीच कुणी भारतावर एवढ्यातच आक्रमण करणार नव्हतं. हे चाणक्य जाणून होता; आणि म्हणूनच त्यानं या संधीचा लाभ उठवायचं ठरवलं. एक क्षणही विसावा न घेता तो साम्राज्याच्या अंतर्गत व्यवस्थेसाठी कार्यरत झाला. चंद्रगुप्ताची त्याला सक्रिय साथ होती. सेनापती भागुरायण, सिंहरण, अक्षय, शाङ्र्गरव, इंदुशर्मा हे सगळे त्यांच्या साहाय्याला होतेच.

राजसभेत ते सर्वजण अंतर्गत सुव्यवस्था आणि शांतता यांवर चर्चा करत बसले होते.

चाणक्य म्हणाला,

'एकछत्री साम्राज्याची सुव्यवस्था त्या साम्राज्याच्या शस्त्रबळावरच अवलंबून असते. शस्त्रशक्ती ही केवळ राजकारणाचाच प्राण नसते, तर संपूर्ण समाजजीवनाचा प्राण असते.'

चंद्रगुप्त म्हणाला,

'त्याच दिशेनं आपण प्रयत्न करायला सुरुवात केली आहे. आज आपल्याजवळ जे सैन्यबळ आहे, त्याच्या जोरावर आपण परकीय शत्रूशी सामना देऊ शकणार नाही. आपलं सैन्यबळ वाढलं, तर स्वकीयांना आपला विश्वास वाटू लागेल; आणि परकीयांना दहशत बसेल.'

अक्षय आणि शाङ्र्गरव यांना चंद्रगुप्ताचं हे म्हणणं पटलं.

सर्वे धर्माः प्रक्षयेयुर्विवृद्धाः क्षात्रे त्यक्ते राजधर्मे पुराणे।। हे वचन त्यांना चांगलं माहीत होतं. पायावाचून भव्य भवन, त्याप्रमाणे सैन्यसामर्थ्यावाचून साम्राज्य नुसत्या वाऱ्याच्या वादळानं कोसळतं, हे चाणक्यानं सांगितलेलं राजनीतीचं मुख्य सूत्र होतं. अक्षय आणि शाङ्र्गरव यांना हे सूत्र तोंडपाठ होऊन गेलं होतं.

एवढ्यात भागुरायणानं प्रश्न केला,

'आचार्य, सैन्यबळ वाढवायचं, हे खरं, पण आपल्या राज्यातच आपल्याविरुद्ध षड्यंत्र रचलं जात असेल, तर त्याचं काय करायचं?'

'कसलं षड्यंत्र?'

'राक्षस चंद्रगुप्ताला पदच्युत करण्यासाठी प्रयत्नशील आहे; आणि मलयकेतु

त्याला त्या कामी साथ देत आहे.'

चाणक्यानं सांगितलं,

'मला याची कल्पना होतीच. त्यासाठी मी योजना आखली आहे. सेनापती भागुरायण, तुम्हांला मलयकेतूचा सल्लागार म्हणून जायचं आहे. माझे इतर हेरही मी वेगवेगळ्या कामांवर नियुक्त केले आहेत.'

त्यानंतर राक्षस आणि मलयकेतु यांना एकमेकांपासून कसं फोडायचं, ते चाणक्यानं समजावून सांगितलं. राक्षसाचा डाव त्याच्यावरच उलटून लावण्याचा चाणक्याचा बेत होता.

हे सगळं ऐकल्यावर इंदुशर्म्यानं मधेच विचारलं,

'पण हा मलयकेतु आहे तरी कोण? आणि तो चंद्रगुप्ताच्या विरुद्ध का उठला आहे?'

या प्रश्नावर चाणक्य-चंद्रगुप्तांनी एकमेकांकडे सहेतुक बघितलं.

चंद्रगुप्त म्हणाला,

'मलयकेतु हा पर्वतकाचा पुत्र आहे.'

'हा पर्वतक कोण?'

यावर चंद्रगुप्तानं त्यांना सगळं सांगितलं.

पवर्तक हा केकयराजा पौरवाचा धाकटा भाऊ होता. तो धूर्त कारस्थानी होता. सिकंदराच्या आक्रमणाच्या वेळी त्यानं पौरवराजाला साहाय्य केलं नव्हतं. तो सिकंदराला शरण गेला होता; आणि म्हणून संधी मिळताच पौरवानं त्याचं राज्य घेतलं होतं. अर्थात पौरवाची यात काहीच चूक नव्हती. आपलं हडपलेलं राज्य पर्वतकाला परत हवं होतं. त्यासाठी त्यानं चंद्रगुप्ताचं साहाय्य मागितलं होतं. चंद्रगुप्तानं ते मान्य केलं. त्या बदल्यात आपलं संपूर्ण राज्य पर्वतक चंद्रगुप्ताच्या स्वाधीन करणार होता. पण प्रत्यक्षात राज्य द्यायची वेळ आली, तेव्हा तो मागे हटला. अर्धं राज्य मागू लागला. चंद्रगुप्तानं नकार दिला. मग दोघांमधे युद्ध झालं. त्यात पर्वतक ठार झाला.

ते ऐकून इंदुशर्मा म्हणाला,

'म्हणजे आपल्या पित्याच्या वधाचा सूड घेण्यासाठी मलयकेतु राक्षसाला सामील झाला आहे, तर!'

'होय. पण तुम्ही कुणीही याची काळजी करू नका. चंद्रगुप्ताच्या केसालाही कुणी धक्का लावू शकणार नाही. सध्या हा विषय बाजूला ठेवू! आपल्यापुढं याहीपेक्षा अधिक महत्त्वाचे विषय आहेत.'

चाणक्य चंद्रगुप्ताला उद्देशून पुढं म्हणाला,

'चंद्रगुप्त, सिंधुनदीपर्यंत आपलं राष्ट्र एकसंध झालं आहे; पण तरीही

आपलं कार्य अजून संपलेलं नाही. आपली सीमा सिंधुनदीच्या पलीकडे गांधार, हिंदुकुशपर्यंत पसरलेली आहे.'

चंद्रगुप्त म्हणाला,

'आचार्य, त्याची मला कल्पना आहे. कुभा, क्रमू, सुवास्तु, गोमती या सगळ्या नद्याही आपल्याच आहेत. पण सध्या त्या परकीयांच्या ताब्यात आहेत. तो श्वेतभारत आपल्याला स्वतंत्र करायचा आहे, हे मी जाणून आहे.'

अक्षयानं विचारलं,

'श्वेतभारत?'

चंद्रगुप्त हसून म्हणाला,

'हो, श्वेतभारत! आपल्या या हिमशीतल भागातले लोक आपल्यापेक्षा गौरवर्णाचे आहेत. त्यामुळं त्या प्रांताला श्वेतभारत म्हणतात.'

चाणक्य म्हणाला,

'बाबिलोनकडचा ग्रीक साम्राज्याचा भाग ज्याच्या वाट्याला येईल, तो भारतावर नक्कीच चढाई करील. त्याला चढाई तर करून द्यायचीच नाही; पण त्यांच्या ताब्यातला श्वेतभारत आपल्याला जिंकून घेतला पाहिजे.'

चंद्रगुप्त म्हणाला,

'त्याच दृष्टीनं आपण आपली हालचाल केली पाहिजे. कार्यक्रमाची आखणी केली पाहिजे. आपल्याजवळ आहे तेवढ्या सैन्याच्या बळावर आपण श्वेतभारत जिंकू शकणार नाही. तेव्हा आपण आपलं सैन्य वाढवलं पाहिजे.'

या बाबतीत सर्वांचंच एकमत झालं. प्रश्न फक्त सैन्य कसं जमवायचं, हा होता. सर्वजण त्याच विषयावर चर्चा करायला लागले. बराच वेळ राजदरबारातून बोलण्याचे आवाज येत होते.

चाणक्य जरी चंद्रगुप्ताचा अमात्य झाला होता, तरी तो आपल्या आश्रमातच राहत होता. त्यानं आपलं शिक्षणाचं कार्य पुढं चालूच ठेवलं होतं. चाणक्याच्या या आश्रमात अनेक शिष्य अध्ययनासाठी येत होते.

अध्यापनाबरोबर चाणक्य अमात्यपदाचंही दायित्व पार पाडत होता. त्याच्या त्या आश्रमात राजनीती आणि अध्यापन या दोन्ही गोष्टी एकत्र नांदत होत्या.

चाणक्य आश्रमातल्या आपल्या कक्षात बसला होता. तो ग्रंथपठणात मग्न होता. एवढ्यात बाहेर बोलण्याचा आवाज आला.

चाणक्यानं जागेवरूनच ओरडून विचारलं,

'कोण आहे बाहेर?'

एक शिष्य आत आला आणि चाणक्याला वंदन करून म्हणाला,

'बाहेर एक गारुडी आला आहे. आपली भेट मागतो आहे.'

'पाठवून दे त्याला आत.'

तो गारुडी आत आला. तो हेर आहे, हे चाणक्यानं लगेच ओळखलं. त्यानं विचारलं,

'काय बातमी आणली आहेस?'

त्या हेरानं हकीगत सांगायला प्रारंभ केला,

'आचार्य, पाटलिपुत्रात चंद्रगुप्त महाराजांचा द्वेष करणारी एकंदर तीन माणसं आहेत.'

'कोणती तीन माणसं?'

'क्षपणक जीवसिद्धि, शकटदास आणि तिसरा चंदनदास! या चंदनदासाच्याच घरी अमात्य राक्षसाची स्त्री आणि मुलं आहेत!'

'ते तुला कसं कळलं?'

'मी खेळ करत चंदनदासाच्या घरापाशी गेलो. अनेक मुलं तिथं जमली होती. आतून एक मुलगा बाहेर यायला धडपडत होता. तो बाहेर येणार, इतक्यात एका स्त्रीनं त्याला अडवलं आणि आत ओढून नेलं. त्या गडबडीत तिच्या बोटातली अंगठी गळून माझ्या पायापाशी येऊन पडली. ती मी नकळत उचलली. त्या अंगठीवर मला अमात्य राक्षसाची मुद्रा दिसली.'

असं सांगून त्या हेरानं ती अंगठी चाणक्याला दिली.

ती खरोखरच राक्षसाची मुद्रा होती. ती पाहून चाणक्याच्या डोक्यात एक योजना साकार होऊ लागली.

तो हेर गेल्यानंतर त्यानं एक पत्र लिहिलं आणि सिद्धार्थाला बोलावलं.

सिद्धार्थ आत आल्यावर चाणक्य म्हणाला,

'हे पत्र शकटदासाकडे घेऊन जा. माझं अक्षर चांगलं नाही, असं सांगून त्याच्याकडून हे लिहून घे.'

सिद्धार्थ हा चाणक्याचा हेर होता. शकटदासाशी त्याचे मित्रत्वाचे संबंध होते. त्यामुळं हे काम त्याला करता येण्यासारखं होतं.

सिद्धार्थानं ते पत्र घेतलं.

चाणक्य पुढं म्हणाला,

'जीवसिद्धीला राजद्रोहाच्या आरोपावरून नगराबाहेर घालवून द्यायला सांग आणि शकटदासाला सुळावर चढवायला सांग.'

सिद्धार्थानं विचारलं,

'सुळावर?'

चाणक्यानं सांगितलं,

'त्याला खरोखरचं मारायचं नाही. वधस्तंभाकडे जाताना चांडाळांच्या तावडीतून तू त्याला सोडवायचं आहेस. चांडाळांशी तू आधीच तशा खाणाखुणा ठरवून ठेव.'

सिद्धार्थनं विचारलं,

'आणि मग काय करायचं?'

'शकटदासाला घेऊन तू राक्षसाकडे जा. शकटदास त्याचा परममित्र आहे. त्याच्या सुटकेबद्दल राक्षस तुझा सन्मान करील. मग त्याचा विश्वास संपादन करून तू तिथंच राहा.'

चाणक्याची आज्ञा घेऊन सिद्धार्थ निघून गेला.

चंदनदास हा राक्षसाचा मित्र चाणक्याला भेटायला आला होता. तो घाबरलेला दिसत होता. चाणक्यानं त्याला आसन ग्रहण करायला सांगितल्यावर तो अधिकच बावरला. आपलं असं स्वागत होईल, ही अपेक्षा त्यानं केली नसावी.

तो खाली बसल्यावर चाणक्यानं त्याच्या व्यवहार-धंद्याची चौकशी केली.

चंदनदास उत्तरला,

'आपल्या कृपेनं सारं ठीक चाललं आहे.'

चाणक्यानं विचारलं,

'चंद्रगुप्ताचा कारभार आपल्याला कसा काय वाटतो? धनानंदाची उणीव तर भासत नाही ना?'

'छे, छे! भलतंच काय! उलट, चंद्रगुप्त महाराजांवर प्रजा अतिशय प्रसन्न आहे.'

'मग तुम्हीही राजाला प्रसन्न केलं पाहिजे!'

'आपण आज्ञा करावी. चंद्रगुप्त महाराजांना प्रसन्न करण्यासाठी मी हवं ते देईन.'

चाणक्य संतापून म्हणाला,

'लाच घ्यायला चंद्रगुप्त म्हणजे धनानंद नाही! चंद्रगुप्ताला प्रजेच्या हितातच सारं काही मिळतं! धनानंदाला फक्त धनाचीच भाषा कळत होती. चंद्रगुप्ताचं तसं नाही, हे तुम्ही लक्षात ठेवा!'

चंदनदास खाली मान घालून बसला होता. मुकाट्यानं सारं ऐकत होता.

चाणक्यानं एकदम पुढं म्हटलं,

'चंदनदास, तुम्ही राक्षसाच्या मंडळींना आपल्या घरी आश्रय दिला आहे. खरं आहे का ते?'

'नाही! ते माझ्या घरी नाहीत!'

'मग कुठं आहेत?'

'मला माहीत नाही!'

चाणक्यानं दरडावून म्हटलं,

'चंदनदास, अशी लबाडी चंद्रगुप्ताला मुळीच सहन होणार नाही. खरं काय, ते सांगा! राक्षसाची मंडळी आमच्या स्वाधीन करा. नाहीतर परिणामांना सिद्ध व्हा!'

तरीही चंदनदासानं नकार दिला. चाणक्यानं चिडून पुन: पुन्हा तोच प्रश्न विचारला; पण चंदनदासानं कसलाच थांगपत्ता लागू दिला नाही.

इतक्यात बाहेर गलका ऐकू आला. चाणक्यानं शिष्याला, काय आहे, ते बघायला सांलितलं.

शिष्यानं आत येऊन सांगितलं,

'क्षपणक जीवसिद्धि यांना राजद्रोहाच्या आरोपावरून हद्दपार करण्यात आलं आहे. आणि शकटदासाला सुळावर चढवलं जाणार आहे. म्हणून ही गडबड चालाली आहे.'

'ठीक आहे. तू जा आता.'

शिष्य निघून गेल्यावर चाणक्यानं चंदनदासाकडे वळून म्हटलं,

'बघितलंत! राजद्रोह्याची काय अवस्था होते, ती! तेव्हा लवकर राक्षसाची मंडळी आमच्या स्वाधीन करा आणि बक्षिसाला पात्र व्हा!'

पण तरी देखील चंदनदासानं आपला हेका सोडला नाही.

तेव्हा चाणक्य संतापून म्हणाला,

'ठीक आहे, तुम्हांला कोठडीत टाकण्याशिवाय माझ्याजवळ दुसरा पर्याय उरलेला नाही.'

चाणक्यानं शिष्याला बोलावलं आणि चंदनदासाला कोठडीत टाकण्याची व्यवस्था केली.

चाणक्यानं जरी त्याला कोठडीत पाठवलं होतं, तरी चंदनदासाच्या स्वामिनिष्ठेची त्यानं मनातल्या मनात प्रशंसाच केली होती.

चाणक्याच्या कूट कारस्थानाप्रमाणे सारं काही सुरळीत पार पडत होतं. राक्षसही आपली कट-कारस्थानं करण्यात दंग होता. त्याचेही हेर सगळीकडे संचार करत होते.

चाणक्यानं आधीच त्याच्या एका हेराचा काटा काढला होता. एका वैद्याच्या

तर्फे चंद्रगुप्ताला विषप्रयोग करण्याचा बेत राक्षसानं रचला होता, परंतु ते विषारी औषध वैद्यालाच पाजण्यात आलं होतं. चंद्रगुप्ताऐवजी वैद्याचाच निकाल लागला होता आणि राक्षसाचा बेत फसला होता.

अशा तऱ्हेनं चाणक्यानं राक्षसाचे कुटिल डाव उलथून पाडले होते. एवढं करूनही चाणक्याच्या हेरांचा राक्षसाला सुगावा लागला नव्हता. चाणक्याची हेरगिरी आणखीही वेगळ्या तऱ्हेनं चालली होती. त्याच्या आज्ञेनं भागुरायण, पुरुषदत्त, भद्रभट, डिंगरात, बलगुप्त, राजसेन, रोहिताक्ष, विजयवर्मा ही मंडळी गुप्त झाली होती आणि मलयकेतूला जाऊन मिळाली होती. त्यामुळं राक्षसाकडील बित्तंबातमी चाणक्याला कळत होती.

आताही एक हेर तिकडचीच बातमी घेऊन आला होता. चंद्रगुप्त तिथंच बसलेला होता.

त्या हेरानं सांगितलं,

'राक्षसाची अवस्था मोठी विचित्र झाली आहे.'

'का बरं?'

'त्याची सगळी कारस्थानं उघडकीस आली ना! त्यामुळं तो हतबल झाला आहे. त्यातच आपले हेर आपली कामगिरी चांगल्या तऱ्हेनं बजावत आहेत.'

चाणक्यानं विचारलं,

'बरं, सिद्धार्थाचा राक्षसाच्या गोटात प्रवेश झाला आहे ना?'

'हो. त्यानं आपल्या योजनेप्रमाणे शकटदासाला सोडवून त्याच्याकडे नेलं होतं ना! त्यामुळं त्याला तिथं सहज प्रवेश मिळाला. त्यानं राक्षसाची मुद्राही परत केली.'

ही सारी हकीगत सांगून हेर निघून गेला.

मग चंद्रगुप्ताकडे वळून चाणक्य म्हणाला,

'राक्षसाच्या या अवस्थेचा आपण लाभ उठवला पाहिजे.'

'काय करायचं त्यासाठी?'

'सांगतो...'

चाणक्य काही काळ थांबला. मग त्यानं सांगितलं,

'आपल्या दोघांत वितुष्ट आलंय्, असं आपण भासवायचं!'

'त्यानं काय साध्य होईल?'

'राक्षसांचे हेर त्याला तसं जाऊन सांगतील. त्यामुळं राक्षस खूश होईल आणि आपल्यावर स्वारी करण्याचे बेत करील. पण त्याआधीच ठरल्याप्रमाणे आपले हेर मलयकेतूला राक्षसापासून फोडतील.'

चंद्रगुप्त या कल्पनेवर खूश झाला. लगेचच त्यानं या योजनेला समंती दर्शवली.

अल्पावधीतच चाणक्य आणि चंद्रगुप्त यांचं बिनसल्याची वार्ता सर्वत्र पसरली.

चंद्रगुप्तानं शारदीय महोत्सव करण्याची आज्ञा दिली होती, पण चाणक्यानं तो उत्सव बंद करून टाकला. त्यावरून चंद्रगुप्तानं त्याचा अपमान केला. म्हणून चाणक्य निवृत्त झाला, अशी वार्ता सर्वत्र प्रसृत झाली. ही बातमी राक्षसाच्याही कानांपर्यंत गेली. त्याचा व्हायचा तो परिणाम झाला.

भागुरायण, भद्रभट, डिंगरात, रोहिताक्ष या सेनाधिकाऱ्यांनी आणि सिद्धार्थ, समिद्धार्थक, निपुणक, या चाणक्याच्या हेरांनी कपटनाटकातलं आपापलं काम बरोबर वठवलं होतं. या कपटनाटकाला राक्षस आणि मलयकेतु बळी पडले होते. सिद्धार्थ शकटदासाच्या हस्ताक्षरातलं पत्र घेऊन जात असताना मलयकेतूनं त्याला पकडलं होतं. त्यावर राक्षसाची मुद्रा होती; आणि त्यात राक्षसाच्या बाजूच्या राजांची नावंही होती. ते पत्रं घेऊन सिद्धार्थ चंद्रगुप्ताकडे निघाला होता. मलयकेतूनं या संशयावरून राक्षसाला दूर केलं होतं. राक्षसाच्या बाजूचे सेनाधिकारीही त्यानं ठार केले होते. राक्षसाचे सारे डाव त्याच्यावरच उलटले होते. तो अगदी एकाकी पडला होता. त्या अवस्थेत तो भटकत होता. भटकत असताना आपला मित्र चंदनदास याची त्याला आठवण झाली. त्या वेळी चंदनदास अटकेत होता. त्याला सोडविण्यासाठी तो पाटलिपुत्रात आला होता.

चंदनदासाची मुक्तता व्हावी, यासाठी तो चाणक्याला भेटला.

चाणक्याची भेट झाल्यानंतर तो त्याला हताशपणे म्हणाला,

'मी आपल्या स्वाधीन होण्यास तयार आहे. पण तुम्ही चंदनदासाला सोडून द्या.'

यावर चाणक्य उत्तरला,

'मी त्याला तसा सहजासहजी सोडून देणार नाही.'

'मग?'

चाणक्यानं सांगितलं,

'तू मला एक वचन दे.'

'कोणतं?'

चाणक्य एकदम म्हणाला,

'तू चंद्रगुप्ताचं अमात्यपद स्वीकारलं पाहिजेस! ते तू मान्य केलंस, तर मी चंदनदासाची मुक्तता करीन. नाहीतर मी त्याला सुळावर चढवीन.'

ते ऐकून राक्षसासमोर मोठंच प्रश्नचिन्ह निर्माण झालं. एकीकडे आपल्या प्रिय मित्राचा प्राण आणि दुसरीकडे आपल्या शत्रूचं अमात्यपद अशा शृंगापत्तीत तो सापडला. अमात्यपद स्वीकारलं, तर आपल्या मित्राचा प्राण वाचेल, या

हेतूनं शेवटी त्यानं चंद्रगुप्ताचं अमात्यपद स्वीकारलं.

जवळच चंद्रगुप्त उभा होता. त्यानं राक्षसाला वंदन केलं. चाणक्यानंही त्याला वंदन केलं. ते पाहून राक्षस गहिवरला. त्याच्या मनातली सर्व किल्मिषं गळून पडली. त्याचा सारा विरोध मावळला. चाणक्याची मनीषा पूर्ण झाली होती. राक्षसाला त्यानं जिंकलं होतं.

आजवर चाणक्य अमात्य राक्षसाला वश करण्यात गुंतला होता; परंतु त्याचं राज्यकारभारातलं लक्ष मुळीच कमी झालेलं नव्हतं. त्याचं चौफेर लक्ष होतं. त्यानं चंद्रगुप्ताला राजकारणात तरबेज बनवलं होतं. देशातील आणि विदेशांतील हालचालींवरही त्याचं बारकाईनं लक्ष होतं. त्यामुळं बाबिलोनकडील ग्रीक साम्राज्याचा विभाग सेल्युकस निकेटरच्या ताब्यात आल्याचं त्याला समजलं होतं. सेल्युकस निकेटर हा अतिशय शूर आणि कसलेला सेनापती होता. तो कुशल सत्ताधिकारीही होता. बाबिलोन आणि हिंदुकुशचा सिकंदरानं जिंकलेला भागही त्याच्याच अधिपत्याखाली आला होता. तो आता ग्रीकांचा नवा राजा बनला होता. चाणक्याला या सर्व परिस्थितीचं ज्ञान झालं होतं.

त्याच सेल्युकस निकेटरचा दूत चंद्रगुप्ताकडे आता आला होता, त्यानं आपल्या राजाचा संदेश चंद्रगुप्ताला सांगितला. तो म्हणाला,

'सेल्युकस निकेटर हे नवे ग्रीक सम्राट झाले आहेत.'

'ते आम्हांला माहीत आहे. त्यांचा काय संदेश आहे, ते सांग!'

संदेश सांगताना तो दूत म्हणाला,

'सम्राट सिकंदरानं पूर्वी जिंकलेले भारतीय प्रदेश आता सेल्युकस निकेटर यांचे होतील.'

'असं? बरं मग?'

'ते प्रदेश...म्हणजे पंचनद ते सिंधदेशापर्यंतचा सगळा भाग आपण स्वतंत्र केला आहे. तो आमचा आहे, आणि तो आम्हांला परत करा, अशी मागणी सम्राट सेल्युकसनी केली आहे.'

चाणक्य आणि अमात्य राक्षस आपापल्या आसनावर बसून चाललेलं हे संभाषण ऐकत होते.

चंद्रगुप्तानं त्या दोघांकडे बघितलं. त्यांच्या मुद्रेवर प्रश्नचिन्ह दिसत होतं.

चंद्रगुप्तानं त्या दूताला दटावून सांगितलं,

'तुझ्या राजाला जाऊन सांग, की तू आज्ञा करताच मी मानायला आम्ही अंबुजराज नाही! तुम्ही मागणी केलेला भाग आमचाच आहे. तो परत करायचा प्रश्नच कुठं येतो? उलट, तुम्हीच आमचा गांधारपासून ते हिंदुकुशपर्यंतचा भाग

हडप केला आहे. तो आम्हांला परत करा!'

हा निरोप ऐकून तो ग्रीक दूत गोंधळला.

तेव्हा चंद्रगुप्तानं पुन्हा ठणकावून सांगितलं,

'आम्ही सांगितला आहे, तसाच निरोप तुम्ही तुमच्या सम्राटाला जाऊन सांगा! आणि त्याला हेही सांगा,की राज्य मागून मिळत नसतं! ते मिळवावं लागतं! जा, वेळ दवडू नका...'

तो दूत निघून गेला.

अमात्य राक्षस चंद्रगुप्ताला म्हणाला,

'हे उत्तर ऐकून सेल्युकस खवळेल आणि नक्कीच आपल्यावर चाल करून येईल.'

चाणक्य यावर म्हणाला,

'आपल्याला तेच हवं आहे. युद्ध झालं, तर आपल्याला आपला प्रदेश जिंकता येईल. आणि आपणहून कुणावर चढाई करायची नाही, हे आपलं ब्रीदही पाळलं जाईल.'

चंद्रगुप्त म्हणाला,

'आपल्याला आता असल्या शत्रूची पर्वा करण्याचं काहीच कारण नाही. आपली सेना आता पूर्ण सज्ज आहे.'

चंद्रगुप्ताचं हे म्हणणं खरं होतं. कारण काही कालावधीतच त्याची सैन्यसंख्या खूपच वाढली होती. त्याच्याजवळ आता शस्त्रसज्ज असं सहा लक्ष पायदळ, तीन सहस्त्र घोडेस्वार, दोन सहस्त्र लढाऊ हत्ती आणि चार सहस्त्र रथ इतकं प्रचंड सैन्य जमलं होतं.

सर्वात महत्त्वाचं, म्हणजे भारत आता जवळजवळ एकसंध झाला होता. त्या एकसंध भारतापुढं सेल्युकस निकेटरची तमा बाळगण्याचं काय कारण होतं? युद्ध झालं, तरी पराभव सेल्युकसचाच ठरलेला होता!

पण सेल्युकसला मात्र भारताच्या या नव्या सामर्थ्याची गंधवार्ताही नव्हती.

सेल्युकसानं शेवटी भारतावर स्वारी केलीच. आपल्या लढवय्या ग्रीक सेनेसह त्यानं सिंधुनदी ओलांडली होती. ही ग्रीकांची भारतावर दुसरी स्वारी होत होती. अमात्य राक्षसाची भीती खरी ठरली होती.

सेल्युकस सिंधु ओलांडून पुढं आला. त्या वेळी भारताच्या पूर्वीच्या परिस्थितीत त्याला किती तफावत आढळली होती! पूर्वी सिकंदराबरोबर तो भारतात आला होता. त्या वेळी त्यानं भारतात विस्कळीत अशी फुटकळ गणराज्यं बघितली होती. पण आता ते फुटकळ सैन्य कुठंच दिसत नव्हतं.

सेल्युकस आपल्या सेनेसह सिंधुप्रांतात आला. समोरचं दृश्य पाहून तो गोंधळला. त्याच्यासमोर एकछत्री, एककेंद्री आणि एकसंचलित अशी सैन्याची पोलादी भिंतच्या भिंत उभी होती. प्रतिकाराला तोंड द्यायला ती सर्वसज्ज होती, या चतुरंग सेनेचा सेनापती होता स्वत: सम्राट चंद्रगुप्त!

सिंधु परिसरातील एका समरांगणावर ती दोन्ही सैन्यं भिडली होती. निकराच्या रणकंदनास प्रारंभ झाला. उभयपक्षी शर्थ चालली होती. ग्रीकांच्या सैन्याला भारताच्या या एकत्रित प्रतिकाराची कल्पनाही नव्हती. त्यामुळं भारतात पाऊल टाकताना ते बेसावधपणानं वावरत होते. आपला जय होणार, असं गृहीत धरूनच ते भारतात आले होते. पूर्वी प्राप्त झालेल्या भारतविजयाची धुंदी अजून त्यांच्या अंगातून निघून गेलेली नव्हती. त्याच धुंदीत ते पुन्हा चालून आलेले होते. आपल्या सामर्थ्याचा त्यांना गर्व झाला होता. परंतु त्यांच्या गर्वाचं घर लगेचच खाली झालं. समोर शत्रूच्या सैन्याची पोलादी भिंत बघून ते आधीच धास्तावले होते, परंतु लढण्यात त्यांच्या हातून कसलीही कसूर होत नव्हती. ग्रीकांच्या पहिल्या स्वारीच्या वेळी भारतीयांनी पराक्रमाची शर्थ केली होती. आता ग्रीकांना तशी शर्थ करावी लागत होती. या वेळी लढाईचं पारडं प्रथमदर्शनीच भारताच्या बाजूला झुकलं होतं. ग्रीक सैन्याची दाणादाण उडत होती. ग्रीक सैन्य फार मोठ्या प्रमाणावर घायाळ होत होतं. भारतीयांची हानी त्या मानानं अल्पशी होत होती.

लवकरच लढाईचा निर्णय लागला. ग्रीकांचा निर्णायक पराजय झाला होता. ग्रीक सम्राट सेल्युकस हा भारताचा सम्राट चंद्रगुप्त याला शरण आला.

विजयी भारतीय सम्राट चंद्रगुप्तासमोर पराजित यवनसम्राट सेल्युकस बसला होता. दोन्ही सम्राटांमधे वाटाघाटी होणार होत्या. त्यासाठी दोन्ही बाजूंचे इतर मान्यवरही चंद्रगुप्ताच्या शिबिरात जमलेले होते.

या प्रसंगी सर्वांना पौरवराजाच्या शरणागतीचा पूर्वीचा प्रसंग आठवत होता. सिकंदरानं केलेले भारतीयांचे अपमान आठवत होते. त्यांच्यावर केलेले अनन्वित अत्याचार त्यांच्या डोळ्यांसमोर येत होते. सिकंदरानं केलेली स्त्रिया-मुलांची आणि ब्राह्मणांची केलेली निर्घृण हत्या आठवत होती. त्यानं गावंच्या गावं बेचिराख केलेली दिसत होती.

त्या सर्व अपमानांचा आणि अत्याचारांचा सूड घेण्याची संधी चंद्रगुप्ताला आज प्राप्त झाली होती. स्वपराक्रमाच्या बळावर त्यानं ती प्राप्त करून घेतली होती.

सेल्युकस चंद्रगुप्तासमोर मान खाली घालून बसला होता. चंद्रगुप्त त्याला म्हणाला,

‘सेल्युकस निकेटर, भारतीय योद्ध्यांनी तुमचा सपशेल पराजय केलेला आहे. तेव्हा आम्ही तुम्हांला ज्या अटी घालू, त्या तुम्हांला मान्य कराव्याच लागतील. जित राष्ट्राला जेत्या राष्ट्राचं म्हणणं मान्य करावंच लागतं. आपल्याला हे मान्य आहे का?’

सेल्युकस हा पराजित होता. त्याला होकार देण्याशिवाय अन्य गत्यंतरच नव्हतं.

चंद्रगुप्त म्हणाला,

‘आपण पंचनद ते सिंधुपर्यंतच्या भारतीय गणराज्यांवर जो अधिकार सांगत आहात, तो सोडून द्यावा. एवढंच नव्हे, तर त्या प्रदेशावर पुन्हा आपला हक्क सांगू नये.’

सेल्युकसनं यावरही संमतिदर्शक मान डोलावली.

चंद्रगुप्तानं पुढील अट सांगितली,

‘सिंधूच्या पलीकडला गांधार ते हिंदुकुशपर्यंतचा जो भारतीय भूभाग तुम्ही घेतला आहे, तो आमचा आम्हांला परत करावा.’

चंद्रगुप्ताच्या या अटीवर मात्र सेल्युकसनं कोणतीच प्रतिक्रिया व्यक्त केली नाही.

तेव्हा चाणक्यानं करड्या स्वरात सांगितलं,

‘आमचा हा श्वेतभारत तुम्ही जर आम्हांला परत केला नाही, तर आम्ही हे युद्ध थांबवणार नाही. ते पुढं चालूच ठेवू!’

चाणक्यानं अमात्यपद सोडलं होतं, ही गोष्ट खरी! परंतु तरी त्याच्या शब्दाला मान होता. त्याचा सल्ला घेतला जात होता. म्हणून त्याच्या या बोलण्यानं सेल्युकस घाबरला.

तो म्हणाला,

‘मी तुमचा सारा प्रदेश तुम्हांला परत करतो!’

सेल्युकसच्या या एका होकारानं भारतीय साम्राज्याची सीमा ग्रीक राज्यापर्यंत जाऊन भिडली. दोन्ही राज्यांमधली अभेद्य सीमारेषा होती हिंदुकुश पर्वताच्या पंक्ती!

चंद्रगुप्ताच्या या अटी सेल्युकसला मान्य करणं भागच होतं, कारण चंद्रगुप्तानं त्याचा तडाखेबंद पराभव केला होता.

या वाटाघाटी चालल्या असताना सेल्युकसच्या मनात कितीतरी विचार चालले होते. चंद्रगुप्ताविषयीच तो विचार करत होता. त्याच्या आकर्षक व्यक्तिमत्त्वानं तो भारावून गेला होता. त्याच्या त्या व्यक्तिमत्त्वानं त्याला भुरळ घातली होती. भारतीय सम्राटाच्या बलाढ्यपणाचीही त्याला कल्पना येऊन चुकली होती. अशा रुबाबदार सम्राटाशी आणि त्याच्या साम्राज्याशी आपले कायमचे स्नेहसंबंध

जोडले पाहिजेत, अशी उत्कट इच्छा त्याच्या मनात निर्माण झाली. त्यातच आपल्या ग्रीक साम्राज्याचं कल्याण सामावलेलं आहे, या गोष्टीची त्याला खात्री पटली. आपल्या दोघांच्या मैत्रीमुळं आपले शत्रूही आपल्याला घाबरून वागतील, अशी कल्पनाही त्यानं मनाशी बांधली होती.

त्यामुळं सेल्युकसनं चंद्रगुप्तासमोर मैत्रीचा वेगळाच प्रस्ताव मांडला होता.

चंद्रगुप्ताला तो म्हणाला,

'सम्राट चंद्रगुप्त, मी पराजित झालो आहे. परंतु मला आपल्याला एक वेगळीच विनंती करायची आहे.'

चंद्रगुप्त उत्तरला,

'बोला....काय म्हणणं आहे आपलं?'

'आपल्यामध्ये चिरंतन मैत्रीचे संबंध प्रस्थापित व्हावेत, अशी माझी इच्छा आहे. या मैत्रीनं आपला मान वाढेल, का नाही, हे मला सांगता येणार नाही. पण माझा मान मात्र निश्चितच वाढेल. तो माझा मोठा सन्मान होईल!'

आपली ही स्तुती ऐकून चंद्रगुप्त, काहीच बोलला नाही. त्यानं फक्त चाणक्याकडे बघितलं.

चाणक्यानंच सेल्युकसला उत्तर दिलं,

'आपल्याशी मैत्री करायला तर मला काहीच प्रत्यवाय दिसत नाही!'

चंद्रगुप्त म्हणाला,

'आपल्याशी मैत्री ठेवण्याची आमचीही तयारी आहे. यापुढं आपण एकमेकांवर स्वारी करायची नाही!'

सेल्युकसनं म्हटलं,

'ते तर आम्हांला मान्य आहेच. पण या राजकीय संबंधाला वैयक्तिक रूप मिळावं, असं मला वाटतं. त्यामुळं आपले हे राजनैतिक संबंध अधिक दृढ होतील.'

यावर चंद्रगुप्तानं प्रश्नार्थक मुद्रेनं सेल्युकसकडे बघितलं.

सेल्युकसनंही चंद्रगुप्ताकडे क्षणभर बघितल्यासारखं केलं. मग तो धीर करून म्हणाला.

'आपण माझ्या कन्येचा पत्नी म्हणून स्वीकार करावा, अशी माझी आपणांस विनम्र विनंती आहे.'

त्याचं बोलणं ऐकून चंद्रगुप्त अवाक् झाला. काहीसा भांबावला. काय उत्तर द्यावं, हे त्याला कळेना. त्यानं गोंधळून चाणक्याकडे बघितलं. त्यानं चंद्रगुप्ताच्या डोळ्यांतले भाव जाणले.

पुढल्या संभाषणाची सूत्रं आपल्या हातांत घेऊन चाणक्य म्हणाला,

'ग्रीक सम्राट आपली कन्या चंद्रगुप्ताला देऊन आमचा मान वृद्धिंगत करत आहेत. आम्हांला ग्रीक सम्राटांचा हा प्रस्ताव मान्य आहे.'

चंद्रगुप्त अजूनही संभ्रमात पडलेला होता. पण आचार्य चाणक्यानं शब्द दिला होता. त्या शब्दाबाहेर जाणं चंद्रगुप्ताला शक्य नव्हतं.

चाणक्याच्या संमतीमुळं सम्राट सेल्युकसला परमावधीचा आनंद वाटला. आता थांबायचं काहीच कारण नव्हतं.

भारतीय सम्राटाचा हा विवाहसोहळा, सम्राटपदाला साजेल, असाच पार पडला. बृहस्पतीलाही या नेत्रदीपक विवाहसमारंभाचं वर्णन करता आलं नसतं. या विवाहसमारंभाचं एकच प्रमुख वैशिष्ट्य म्हणजे, हा विवाह वैदिक पद्धतीनं पार पडला.

सेल्युकसनं चंद्रगुप्ताला सालंकृत कन्यादान केलं.

या विवाहानं सम्राट चंद्रगुप्ताच्या यशोमंदिरावर रत्नजडित सुवर्णकळसच चढवला होता.

भारतीय सम्राट आणि ग्रीक राजकन्या यांच्या या राजकीय विवाहामुळं भारत व ग्रीस ही दोन राष्ट्रं एकजीव होऊन गेली होती. या विवाहामुळं उभय राष्ट्रांचं बळ वाढलं होतं. द्विगुणित झालं होतं. त्यामुळं परकीय शत्रूंपासून त्यांना मुळीच भय उरलं नव्हतं. उलट, परकीयांनाच त्यांची धास्ती निर्माण झाली होती.

सेल्युकसच्या पराभवामुळं भारताच्या मूळ सीमारेषा पक्क्या झाल्या होत्या. हिंदुकुश पर्वतराजीवर निरंतरच्या कोरल्या गेल्या होत्या. भारताला आपल्या पूर्वापार सीमा मिळाल्या होत्या आणि सम्राट चंद्रगुप्ताला सुस्वरूप वधू मिळाली होती.

एकसंध बलवंत भारत निर्माण करण्याची चाणक्याची प्रतिज्ञाही पुरी झाली होती. त्याच्या शेंडीला कायमची गाठ पडली होती.

एकसंध भारत अधिकाधिक बलवान करण्यासाठीच चाणक्य आता उरला होता. केवळ तेवढ्यासाठी आणि तेवढ्यापुरताच!

अमृतमय गंगासागरात

चाणक्यानं सम्राट चंद्रगुप्ताचं अमात्यपद सोडलं होतं, तरी आचार्यपद सोडलं नव्हतं. चाणक्य जरी राजप्रसादात फारसा फिरकला नाही, तरी चंद्रगुप्त मात्र चाणक्याच्या चंद्रमौळी कुटीत आवर्जून जात असे आणि आपल्या आचार्यांकडून आचरणाचे पाठ घेत असे.

चाणक्याला आता काहीच प्राप्तव्य उरलेलं नव्हतं. गंगेवर स्नानसंध्या करावी आणि ध्यानधारणेत काळ कंठावा, ही तर त्याची दिनचर्या होतीच. परंतु सम्राटासह आपल्या शिष्यांना अनुरूप पाठ द्यावेत, हे त्याचं प्रमुख कार्य होतं. त्याची स्वत:ची कार्यप्रवणता संपली होती, तरी आपल्या साऱ्या शिष्यांना तो कार्यप्रवणतेचे धडे देतच होता.

चंद्रगुप्त हा अजूनही त्याचा प्रमुख शिष्य होता. त्याला पुढं करून चाणक्यानं त्याला सम्राट बनवलं होतं, ही गोष्ट खरी! पण सम्राट झाल्यानंतरची त्याची कर्तव्यं त्याला सांगितलेली नव्हती. सुदैवाची गोष्ट अशी होती, की चंद्रगुप्तानं त्याचं शिष्यत्व अद्याप सोडलेलं नव्हतं. त्याची मती सत्तेमुळं भ्रष्ट झालेली नव्हती. आचार्यांच्या या शिडीवरून तो सम्राटपदावर चढून गेला होता, तरी कृतीनं चढून गेला नव्हता, ती शिडी त्यानं फेकून दिली नव्हती. शिडीच्या प्रत्येक पदाला तो वंदन करत होता.

तसं वंदन करण्यासाठी चंद्रगुप्त नित्याप्रमाणे दोन प्रहरी चाणक्याच्या कुटीत आला होता.

काहीतरी लिहिण्यात चाणक्य गुंतला होता. त्यामुळं काही वेळ चंद्रगुप्त बाजूला नम्रतेनं उभा राहिला. आचार्यांनी सांगितल्याशिवाय त्याला आसन ग्रहण करणं शक्य नव्हतं.

लिहिताना चाणक्याचं एकदम त्याच्याकडे लक्ष गेलं. हसून त्यानं चंद्रगुप्ताला विचारलं,

'केव्हा आलास तू? फार वेळ ताटकळत तुला उभं राहावं लागलं नाही ना? बैस या दर्भासनावर!'

त्याच्या ठरलेल्या दर्भासनावर बसून चंद्रगुप्त म्हणाला,

'फार वेळ झाला नाही, आत्ताच आलो!'

बसण्यापूर्वी त्यानं चाणक्याला खाली वाकून वंदन केलं होतं.

त्यावर चाणक्य म्हणाला,

'तू आता सम्राट झाला आहेस. तू मला वंदन करायचं आता कारण नाही!'

चंद्रगुप्तानं नम्रतेनं म्हटलं,

'आचार्य, मी सम्राट झालो असेन; पण आपण तर सम्राटांचे सम्राट आहात! आणि राजानं आचार्यांचा आणि विद्वानांचा मान ठेवलाच पाहिजे, ही शिकवण आपणच दिलेली आहे ना? ती विसरायची का?'

चाणक्य हसून म्हणाल,

'आणि राजा हा प्रजेचा सेवक असतो, ही माझी शिकवण विसरलास वाटतं?'

'कशी विसरेन? आपली कोणतीच शिकवण कधी विसरणार नाही. तिची उजळणी करण्यासाठी तर इथं येतो! राजाला काही विसरता येणार नाही. जो राजा आपलं कर्तव्य विसरतो, त्याची अवस्था धनानंदासारखी होते, हे मला कधी विसरता येणार नाही. राजकर्तव्याला नंदवंश विसरला आणि निर्वंश झाला. त्याचप्रमाणे माझा मौर्य वंश मला निर्वंश करायचा नाही!'

चाणक्य हसला. त्यानं संतोषानं मान डोलावली.

त्या वेळी चंद्रगुप्त सांगत होता.

'आचार्य, सध्या मी गोंधळून गेलो आहे.'

'का, रे?'

'कोणतंही ध्येय तडीला जाईपर्यंत माणूस रात्रंदिवस कार्यरत असतो. पण एकदा का त्यानं ध्येयमंदिर गाठलं, म्हणजे त्याला रिकामपण आल्यासारखं वाटतं. नेमकं काय करावं, ते समजत नाही.'

चाणक्य म्हणाला,

'चंद्रगुप्त, आता तर तुझं खरं कार्य सुरू झालं आहे. रिकामपण येऊन कसं चालेल? अरे, राजाची कर्तव्यं पार पाडताना रात्रीचा दिवस करावा लागेल. तुझी दिनचर्या आखावी लागेल आणि वेळच्या वेळी कामं पार पाडावी लागतील!'

चंद्रगुप्त म्हणाला,

'कामं खूप आहेत आणि दिवसाचा वेळ त्या मानानं थोडा आहे, या गोष्टीची मला कल्पना आलेली आहे. परंतु कामांची आखणी मला जमत नाही. म्हणून मी गोंधळून गेलो आहे.'

चाणक्यानं सांगितलं,

'राजानं मुळीच गोंधळून जाता कामा नये, हे प्रथम लक्षात ठेव. कामांची नीट आखणी कर आणि सरळ कामाला लाग. सारी कामं तुला सोपी वाटायला लागतील!'

'आचार्य, आपल्याला तर साऱ्या गोष्टी सोप्या वाटतात; पण आम्हांला...'

'तुम्हांलाही त्या गोष्टी सोप्या वाटतील. फक्त कामं करायला प्रारंभ करा. लक्ष देऊन कामं करा! तुम्हांलाही ती कामं सोपी वाटतील.'

चंद्रगुप्तानं विचारलं,

'राजाच्या सर्वसाधारण दिनचर्येची आपण आखणी करून द्याल का?'

'काळवेळेनुसार राजानं आपल्या दिनचर्येची आखणी करावी. परंतु राजानं दिवसातून दोन-तीन गोष्टी प्रामुख्यानं केल्याच पाहिजेत!'

'आचार्य, त्या कोणत्या?'

चाणक्यानं सांगितलं,

'प्रात:काळी उठल्याबरोबर राजानं शास्त्रमार्गानुसार आपल्या राजकर्तव्यांचं चिंतन करायला हवं! राजानं आपल्या प्रजेचा पुत्रवत सांभाळ करायला हवा! म्हणून राजानं प्रतिदिनी प्रजेची गाऱ्हाणी ही ऐकलीच पाहिजेत आणि त्याचं निवारण हे केलंच पाहिजे! तिसरी महत्त्वाची गोष्ट म्हणजे, ऋत्विज, आचार्य आणि पुरोहित यांच्याकडून नित्यनियमानं अभीष्टचिंतन करवून घेतलं पाहिजे! त्यांच्या शुभाशीर्वादांनीच राज्य निर्वेध चालत असतं ही गोष्ट लक्षात ठेव! राजाची अन्य कर्तव्यं आहेत. ती तुला माहीत आहेतच. राज्यरक्षणासाठी राजानं सदैव तत्पर असलंच पाहिजे!'

चंद्रगुप्त या ना त्या उद्योगात सदैव मग्न असे. चाणक्यानं त्याला उद्योगाचं आणि पुरुषप्रयत्नांचं महत्त्व वेळोवेळी पटवून दिलेलंच होतं.

आतादेखील चाणक्य त्याला म्हणाला,

'चंद्रगुप्त, राजा जर उद्योगात निमग्न नसेल, तर सेवकही कामाकडे दुर्लक्ष करतात. त्यामुळं राजाच्या कार्याचा नाश होतो; आणि शत्रूंचं आपोआपच फावतं.'

चंद्रगुप्तानं विचारलं,

'त्यासाठी काय करावं?'

चाणक्यानं सांगितलं,

'सतत उद्योगरत असलं पाहिजे! यज्ञयाग, न्यायदान, द्रव्यदान यांत राजानं

मग्न असावं. कोणतंही कार्य करताना निष्पक्षपाती आचारण ठेवावं! राजाच्या कोणत्याही इच्छापूर्तीत स्वार्थ असता कामा नये. राजानं नेहमी प्रजाहितदक्ष असलं पाहिजे!'

क्षणभर थांबून चाणक्य पुढं म्हणाला,

'आणि उद्योगाचा सर्वात मोठा लाभ, म्हणजे धनप्राप्ती! सततोद्योग हे द्रव्यसाधनेचं मूळ आहे. उद्योगानं फलप्राप्ती होते. संपत्तिसंचयानं इतर कल्याणकारी कार्यं करता येतात.'

'संपत्तिसंचय झाला, म्हणजे तशी कार्य करण्याच्या मागे मी लागेन.'

चाणक्य म्हणाला,

'आपल्याला परकीय शत्रूचं भय राहिलेलं नाही. सेल्युकसचा वकील मेगॅस्थिनीस याला राजदूत म्हणून आपल्या दरबारात ठेवलेलाच आहे. तेव्हा तू आता संपत्तिसंचय करण्याच्या मागे लागावं, हे बरं!'

चंद्रगुप्त म्हणाला,

'त्याचबरोबर भारत एकसंध करायचं कार्यही करावं लागेल.'

'खरं आहे. आतापर्यंत उत्तर भारतच आपल्या छत्राखाली आलेला आहे.'

'हो. अजून पूर्व, पश्चिम आणि दक्षिण भारत आपल्या छत्राखाली आणायचा आहे.'

चाणक्य म्हणाला,

'बरोबर आहे तुझं. पण ते कार्य करायला आपण एकटे थोडेच आहोत? आपल्याबरोबर प्रचंड सैन्यबळ आहे. विद्यार्थी आणि आचार्यही आपल्यामागे आहेत.'

एवढ्यात चंद्रगुप्ताचा मुलगा बिंदुसार कुटीत आला.

त्याला पाहून चाणक्य म्हणाला,

'चंद्रगुप्त, हा तुझा बिंदुसारही आपल्याबरोबर आहेच की!'

-आणि त्याच्याकडे पाहून चाणक्य पुढं म्हणाला,

'होय ना, रे?'

चाणक्याचं तसं विचारणं बरोबरच होतं. कारण बिंदुसारही आता बराच मोठा झाला होता. चाणक्याच्या या प्रश्नावर बिंदुसारानं म्हटलं,

'आचार्य, मी तुमच्या आज्ञेबाहेर थोडाच आहे?'

चाणक्यानं त्याच्याकडे निरखून बघितलं. तो अगदी चंद्रगुप्तासारखा दिसत होता. तेच टपोरे नेत्र! तसेच कुरळे कुंतल! पण त्याचा वर्ण मात्र आपल्या ग्रीक मातेवर पडला होता.

चंद्रगुप्तानं आपल्या या लाडक्या मुलाला जवळ बसवून घेतलं आणि म्हटलं,

'पूर्व, पश्चिम आणि दक्षिण भारताच्या एकसंधतेविषयी आमचं बोलणं चाललं होतं. तूही या कार्यात सहभागी होशील ना?'

बिंदुसार म्हणाला,

'जे आपलं ध्येय, तेच माझं ध्येय असेल!'

दोघांनीही त्याच्याकडे कौतुकानं बघितलं.

चंद्रगुप्तानं विचारलं,

'तुझं अध्ययन कसं चाललंय्? युद्धशास्त्राचं तंत्र तू आत्मसात करतो आहेस ना?'

यावर चाणक्यानं उत्तर दिलं,

'त्याची प्रगती उत्तम होते आहे. अक्षय जातीनं त्याच्यावर लक्ष देत असतो. त्याची चिंता तू करू नकोस. बिंदुसार तुझ्यासारखाच कुशाग्र बुद्धीचा आहे.'

आपल्या पुत्राची स्तुती ऐकून चंद्रगुप्त क्षणभर सुखावला. पण लगेचच विषय बदलून तो म्हणाला,

'आचार्य, आजवर आपण अनेकांना शिकवून शहाणं केलं आहे. आपल्या जवळ प्रचंड ज्ञानभांडार आहे. हे ज्ञान तुम्ही एकत्रित केलं, तर?'

'म्हणजे कसं?'

'ग्रंथरूपानं आपण हे ज्ञान संगृहीत करावं, अशी माझी इच्छा आहे.'

बिंदुसार उत्साहानं म्हणाला,

'खरंच, त्या ग्रंथाचा भावी पिढ्यांना फार उपयोग होईल.'

चाणक्याच्या मनातही तसे विचार चाललेच होते. त्याच्या मागे आता काही अन्य कार्य नव्हतं. चंद्रगुप्ताचा राज्यकारभार सुरळीत सुरू होता. अमात्य राक्षस त्याला चांगली साथ देत होता. त्यामुळं त्याला त्या बाबतीत चिंता नव्हती. आपलं अध्यापनकार्य एका बाजूला ठेवावं आणि एकीकडे ग्रंथनिर्मिती करावी, असं त्याच्याही मनात होतं. म्हणून चंद्रगुप्ताचा हा प्रस्ताव ऐकून त्यानं तो बेत पक्का केला.

तो म्हणाला,

'बरोबर आहे तुमचं म्हणणं. मी लगेचच त्या दृष्टीनं विचार सुरू करतो.'

चंद्रगुप्त आणि बिंदुसार जाण्यासाठी उठले. चाणक्याला वंदन करून ते कुटीबाहेर पडले.

चाणक्याचा आपल्या ग्रंथनिर्मितीबद्दल विचार चालला होता.

ब्रह्मपुत्रा आणि गंगा यांच्या संगमाजवळ चाणक्यानं आपला आश्रम वसवला

होता. त्या आश्रमामधे अनेक छोट्या छोट्या पर्णकुट्या उभारलेल्या होत्या. गवताची छपरं त्यांच्यावर टाकलेली होती. नेहमीप्रमाणे चाणक्याच्या त्या आश्रमातले काही शिष्य झोपड्यांवर समिधा वाळत टाकत होते. त्या समिधा होम-हवनासाठी वापरल्या जायच्या. होमधूमानं सभोवतालच्या वृक्षांची पानं काळवंडल्यासारखी दिसत होती. आजूबाजूच्या पर्णकुट्यांमधून मंत्रपठणाचे स्वर कानांवर येत होते.

चाणक्य आपल्या पर्णकुटीत बसलेला होता. त्याचं सारं लक्ष ग्रंथलेखनावर केंद्रित झालं होतं.

देवांचा गुरू बृहस्पति आणि असुरांचा गुरू शुक्राचार्य! त्या उभय गुरूंना वंदन करून चाणक्यानं आपल्या ग्रंथलेखनाला प्रारंभ केला होता:

वंदे विशाल वंश्यानामृषीणभिव भूयसां।

अप्रतिग्राहकाणां यो बभृव भुवि विश्रुत:।।

या उभय गुरूंना वंदन करून चाणक्यानं ग्रंथारंभी आपल्या नावाचा उच्चार करताना म्हटलं होतं,

'ज्यानं नंदवंशाचा नि:पात करवला आणि चंद्रगुप्ताला सम्राट केलं, त्या विष्णुगुप्तानं हा ग्रंथ रचला आहे.'

चाणक्याचा हात भराभर चालत होता. लेखणी कुरकुर वाजत होती. लेखणी थांबत होती, ती फक्त दौतीतून शाई घेण्यासाठी. चाणक्य लिहीतच होता. त्याला आपल्या आयुष्यात घडलेल्या घटना आठवत होत्या. त्या सूत्ररूपानं कागदावर उमटत होत्या. कपिलदेवांबरोबर गंगेवर जाता-येतानाची धर्माबद्दलची चर्चा त्याला आता आठवत होती.

कागदावर सूत्रं उमटली:

सुखस्य मूलं धर्म:। धर्मस्य मूलमर्थ:।
अर्थस्य मूलं राज्यम्।

चाणक्यानं आपल्या पित्यापासून विद्या ग्रहण करायला प्रारंभ केला होता. तेव्हापासून तो विद्येचं महत्त्व जाणून होता. त्यामुळं ग्रंथाच्या पहिल्याच प्रकरणाची सुरुवात त्यानं विद्येच्या उपदेशापासून केली होती. त्यातच त्यानं विद्येच्या चार प्रकारांची माहिती दिली होती. मनूच्या मते विद्येचे तीन प्रकार होते. वेदविद्या, वार्ता आणि साम-दाम दंड ही राजनीती हे मनूच्या मतानं विद्येचे तीन प्रकार होते; पण चाणक्यानं तर्कशास्त्रालाही विद्येचा एक स्वतंत्र प्रकार मानला. कारण सर्व विद्या तर्कावरच अवलंबून असतात, असं त्याचं म्हणणं होतं. ते आपलं मत त्यानं आपल्या ग्रंथाच्या पहिल्या प्रकरणात मांडलं. विद्या शिकण्याची पद्धत, विद्येचा उपयोग आणि इंद्रियजय यासंबंधी चाणक्यानं

आपले विचार प्रदर्शित केले.

बाहेर प्रात:कालचं प्रसन्न वातावरण पसरलं होतं. चाणक्य अजूनही भूतकाळात गढलेला होता. त्याच्या दृष्टीसमोर धनानंदाला घाबरणारं मगध दिसत होतं. धनानंदाच्या जुलमी कारभाराला कंटाळलेले लोक आठवत होते. धनानंदाचं उद्दाम वर्तन आठवत होतं. त्यावरून राजाचं आचरण कसं नसावं, हे त्याला चांगलंच समजलं होतं; आणि म्हणूनच आपल्या पुढल्या अध्यायात राजाचं आचरण कसं असावं, हे त्यानं विशद करून सांगितलं.

एव्हाना माध्यान्ह झाली होती. चाणक्याचं लिखाण चालूच होतं.

एवढ्यात एक शिष्य पर्णकुटीच्या दाराशी आला आणि म्हणाला,

'आचार्य, भोजनाची वेळ झाली आहे. आपण चलता ना? खूप वेळ झालाय्.'

'आता हे नित्याचंच झालंय्! लेखन सुरू केलं, म्हणजे भान हरपून जातं....हे एवढे ग्रंथ नीट ठेवून दे!'

शिष्यानं आजूबाजूला पसरलेले संदर्भ-ग्रंथ नीट बासनात गुंडाळले आणि जागेवर ठेवून दिले.

चाणक्यानं आपलं हस्तलिखित वस्त्रात गुंडाळून जागच्या जागी ठेवलं आणि तो भोजनाला उठला.

राजसभेमधे सम्राट चंद्रगुप्त, युवराज बिंदुसार, अमात्य राक्षस आणि चाणक्य बसले होते. दक्षिण-दिग्विजयासंबंधी त्यांच्यांत चर्चा चालू होती.

चंद्रगुप्त म्हणाला,

'सध्या सर्वच दृष्टींनी आपल्याला काल अनुकूल आहे. त्याचा लाभ आपण उठवला पाहिजे.'

चाणक्यानं सांगितलं,

'खरंय् तुझं म्हणणं! तुम्ही लगेच योजना आखायला प्रारंभ करा.'

बिंदुसारानं हा प्रश्न चंद्रगुप्ताला विचारला होता; पण त्या प्रश्नाचं उत्तर मात्र चाणक्यानं दिलं.

चाणक्य म्हणाला,

'आपण सारा उत्तर भारत एक केला आहे ना? सध्या आपलं विजयी सैन्य त्याच आनंदात आहे. त्या आपल्या बलाढ्य सैन्याचा दबदबा सगळीकडे पसरलेला आहे....'

चंद्रगुप्त मधेच म्हणाला,

‘आता आपल्याला दक्षिण भारत जिंकून घेतला पाहिजे. त्या भागात पुढं कडक उन्हाळा सुरू होईल. म्हणून या हेमंत ऋतूतच दक्षिणेवर स्वारी करणं योग्य ठरेल.’

अमात्य राक्षस म्हणाला,

‘मग आपल्याला लगेचच युद्धाची सिद्धता करावी लागेल. दक्षिण भारतात तसे संदेश पाठवावे लागतील!’

चाणक्यानं लगेच म्हटलं,

‘बरोबर आहे. एकसंध राष्ट्राचं आपलं उद्दिष्ट त्यांच्या कानांवर घातलं पाहिजे. ज्यांना पटेल, ते त्यांची राज्यं आपल्या स्वाधीन करतील. म्हणजे आपलं आपोआपच काम होईल.’

‘आणि जे तसं करणार नाहीत, त्यांच्यावर आपण स्वारी करणार ना?’

बिंदुसाराच्या या प्रश्नावर चंद्रगुप्तानं सांगितलं,

‘होय, तसंच बरं! पण, बिंदुसार, या वेळेस आम्ही तुलाही बरोबर घेणार आहोत. तुला लढाईचा तेवढाच अनुभव मिळेल. त्यामुळं तुला खूप शिकता येईल.’

बिंदुसारानं अधीरतेनं विचारलं,

‘तात, आपण कधी निघायचं?’

‘लवकरच! पण त्या आधी आपल्याला सैन्याची पाहणी करावी लागेल. सैन्याला तशी सूचना द्यावी लागेल. कारण आपली ही मोहीम बराच काळ चालेल.’

चंद्रगुप्ताच्या बोलण्यावर अमात्य राक्षसानं म्हटलं,

‘हो, कारण पल्ला फार लांबचा आहे त्यामुळं वेळ लागणारच!’

‘म्हणूनच आपल्याला इथलीही व्यवस्था नीट करून जावं लागेल. नाहीतर आपण दक्षिणेत शत्रूला जिंकण्यासाठी जाणार आणि इकडे दुसराच कुणी शत्रू आपल्याला जिंकणार! असं व्हायला नको, म्हणून पाटलिपुत्राची व्यवस्था विश्वासू व्यक्तीच्या हाती सोपवली पाहिजे.’

चाणक्य म्हणाला,

‘चंद्रगुप्त, तू त्याची चिंता करू नकोस. मी इथं आहे ना!’

चंद्रगुप्तानं आश्चर्यानं विचारलं,

‘म्हणजे? आपण नाही येणार आमच्याबरोबर?’

‘नाही, रे! मी आता थकत चाललो आहे....आणि माझं ग्रंथलेखनही चालू आहे ना!’

'पण...'

'आता कसला पण? अमात्य राक्षस आहेतच तुमच्याबरोबर. त्याचं योग्य मार्गदर्शन तुम्हांला लाभेलच!'

यावर अमात्य म्हणाला,

'पण, आर्य, तुम्ही बरोबर हवेतच! त्यामुळं आम्हांला धैर्य प्राप्त होईल.'

'हो, आचार्य! अमात्य म्हणतात, ते खरं आहे. आपण यायलाच हवं आमच्याबरोबर!'

'हे बघा, ते तितकंसं महत्त्वाचं नाही. आधी इतर महत्त्वाच्या योजना आखा. मग मी यायचं, की नाही, ते ठरवू.'

आचार्य चाणक्याच्या या सांगण्याला मान्यता देण्याशिवाय त्यांना गत्यंतरच नव्हतं.

सारे युद्धाच्या सिद्धतेला लागले.

आपल्या आश्रमात चाणक्य शिष्यांना राजनीतीचा पाठ देत होता. परंतु त्याचं सारं लक्ष चंद्रगुप्ताच्या वाटेकडे लागलं होतं. चंद्रगुप्ताची नित्याची वेळ टळून गेली होती, तरीही तो आला नव्हता. आज चंद्रगुप्त युद्धाच्या सिद्धतेसंबंधी माहिती द्यायला येणार होता. पण तो अजूनही आला नव्हता.

चाणक्य अशा तऱ्हेच्या विचारात गुंतलेला असतानाच बिंदुसारानं आत प्रवेश केला. त्याच्या मुद्रेवरची चिंता स्पष्ट दिसत होती.

चाणक्यानं पाठ आवरता घेतला. शिष्य निघून गेले. तेव्हा चाणक्यानं त्याला विचारलं,

'चंद्रगुप्त का नाही आला? युद्धाची सिद्धता झाली का? तुम्हांला उद्याच निघायचं आहे ना?'

चाणक्याच्या या प्रश्नांवर बिंदुसार काही न बोलता गप्पच बसून राहिला.

चाणक्यानं त्याला पुन्हा विचारलं,

'बिंदुसार, तू बोलत का नाहीस? काय झालं, ते सांग ना?'

बिंदुसार रडवेल्या स्वरात म्हणाला,

'आचार्य, तातांची प्रकृती अचानक बिघडली आहे!'

चाणक्यानं काळजीनं विचारलं,

'काय झालं त्याला? कशानं बिघडली प्रकृती?'

'काहीच कळायला मार्ग नाही. तुम्हांला बोलवण्यासाठी मी आलो आहे. सेवकाला न पाठवता मुद्दाम मी स्वत:च आलो. तुम्ही ताबडतोब माझ्याबरोबर चला.'

‘चल, येतो!’

असं म्हणून चाणक्य बिंदुसाराबरोबर राजप्रासादाकडे जायला निघाला.

राजप्रासादातल्या चंद्रगुप्ताच्या भव्य दालनात ते गेले, तेव्हा चंद्रगुप्त आपल्या शय्येवर निपचीत पडला होता.

चाणक्य त्याच्याजवळ जाऊन बसला. हलकेच त्याने चंद्रगुप्ताचा हात आपल्या हातात घेतला. त्याबरोबर चंद्रगुप्तानं मोठ्या कष्टानं डोळे उघडले. त्याच्या डोळ्यांतलं तेजच नाहीसं झालं होतं. आपल्या प्रिय शिष्याची झालेली ती अवस्था पाहून चाणक्याचे डोळे भरून आले. त्याला एकाएकी असं काय झालं असावं, हेच त्याला समजेना.

चाणक्य हलक्या आवाजात म्हणाला,

‘चंद्रगुप्त, काय झालं, रे तुला? काय ही अवस्था झालीय् तुझी!’

चंद्रगुप्त बोलायचा प्रयत्न करू लागला; पण त्याच्या तोंडून शब्द फुटत नव्हता. त्याच्या ओठांची हालचाल फक्त जाणवत होती. बऱ्याच प्रयासानंतर त्याच्या तोंडून क्षीण शब्द बाहेर पडले. पण कुणालाच ते कळले नाहीत. चाणक्यानं आपला कान त्याच्या तोंडाजवळ नेला. चंद्रगुप्ताच्या तोंडून अस्पष्ट असे काही उद्गार बाहेर पडले,

‘माझ्यानंतर....बिंदुसाराला...सम्राट...’

चाणक्य म्हणाला,

‘तू आता त्याची काळजी करू नकोस. फक्त लवकर बरा हो! आपल्याला दक्षिण-दिग्विजयाला जायचं आहे ना? मी पण येणार आहे तुमच्याबरोबर.’

यावर चंद्रगुप्तानं क्षीण हास्य केलं आणि तो तसाच पडून राहिला.

जवळच राजवैद्य उभे होते. चाणक्य त्याच्याजवळ गेला आणि त्यांना चंद्रगुप्ताच्या आजाराबद्दल विचारलं,

‘काय झालंय् त्याला? काही निदानं होतंय् का? उपचार नीट चालू आहेत ना?’

वैद्य म्हणाले,

‘सम्राटांच्या छातीत कळ आली होती. आम्ही आमच्या परीनं सगळे उपचार केले आहेत. अनेक लेप लावून झाले. भस्मं दिली. पण त्यांच्या दुखण्याला किंचितही उतार पडत नाही. आमच्या हातांत आता काहीच राहिलं नाही.’

ते ऐकून चाणक्याला अतिशय दुःख झालं, पण त्याचबरोबर त्याला चिंताही वाटू लागली. चंद्रगुप्ताच्या मागे मगधाचा सारा भार बिंदुसार सांभाळू शकेल का? प्रजा त्याचं आधिपत्य मान्य करील का? असे कितीतरी विचार त्याच्या मनात घोळत होते. परंतु त्याच्या प्रश्नांना उत्तरं मिळत नव्हती.

शेवटी त्यानं हे प्रश्न काळावरच सोपवले.

✧

बिंदुसार मगधाचा सम्राट झाला होता. मगधवासीयांनी आपल्या सम्राटाला मान्यता दिली होती. चंद्रगुप्ताच्या अकाली निधनानं त्याला हे दायित्व स्वीकारावं लागलं होतं. त्याच्यासमोर आता दक्षिण भारताचा दिग्विजय उभा होता. चंद्रगुप्तानं मृत्यूपूर्वी त्याच स्वारीची योजना आखली होती. संपूर्ण भारत एकसंध करायची त्याची इच्छा अपुरी राहिली होती. ती पुरी करायाचं दायित्व आता बिंदुसारावर येऊन पडलं होतं.

त्याच संदर्भात आचार्यांचा सल्ला घ्यायला तो आला होता. चाणक्याच्या कुटीत तो बसला होता. त्याच्या मुद्रेवर अजूनही दुःखाची दाट छाया दिसत होती. चाणक्यही अजून चंद्रगुप्ताच्या मृत्यूचं दुःख विसरला नव्हता. ते दुःख विसरणं त्याला शक्य नव्हतं. पण त्यानं आपल्या कर्तव्यात कोणतीही उणीव भासू दिली नव्हती. त्याच्या लेखी भावनेपेक्षा कर्तव्याला अधिक महत्त्वं होतं.

म्हणून बिंदुसाराला तो म्हणाला,

'बिंदुसार, तुला आता आपलं दुःख आवरावं लागेल. सम्राटाला व्यक्तिगत दुःख नेहमीच आवरावं लागतं, तुझ्या शिरावर आता मोठंच दायित्व येऊन पडलं आहे. सारी भारतीय प्रजा तुझ्याकडे आशेनं बघत आहे; आणि त्यातच आपला दक्षिण भारतही आपल्याला एकछत्राखाली आणायचा आहे.'

बिंदुसार गंभीरपणानं म्हणाला,

'होय, आचार्य, त्याचसाठी मी आपल्याकडे आलो आहे. दक्षिण-दिग्विजयाला निघावं, अशी माझी इच्छा आहे.'

'ते योग्यच होईल! कारण स्वारीची सारी सिद्धता आपण केलेलीच आहे. त्यामुळं कोणत्याही क्षणी तुला निघायला प्रत्यवाय नाही.'

'लगेचच निघायला मी तयार आहे. पण, आचार्य, मला एक विनंती करायचीश होती.'

'बोल ना!'

'आपणही स्वारीत माझ्याबरोबर असावंत!'

'अरे, पण...माझं ग्रंथलेखन...'

'आचार्य, आता नाही म्हणू नका. आता माझ्या पाठीशी तातही नाहीत. मला स्वारीचा कसलाच अनुभव नाही. अशा अवस्थेत मी एकटा कसा जाऊ? तुम्ही आलात, तर मला धीर येईल. आधार वाटेल.'

क्षणभर थांबून तो पुढं म्हणाला,

'... आणि तुमचं ग्रंथलेखन तुम्ही स्वारीतही करू शकाल. आपल्या दक्षिण भारताविषयीही तुम्हांला जाणून घेता येईल. त्याचाही ग्रंथासाठी उपयोग होईल. तुम्ही आलं पाहिजे माझ्याबरोबर! येणार ना?'

बिंदुसाराच्या या लाघवी बोलण्यापुढं चाणक्याचं काहीच चाललं नाही. त्याला होकार द्यावाच लागला.

भारत एकसंध व्हायला हवा, त्यासाठी आपण उत्तर भारतीय साम्राज्यात सामील व्हायला हवं; ते आपलं कर्तव्य ठरतं, अशा प्रकारची जाणीव बऱ्याच दक्षिण गणराज्यांना झालेली होती. त्यामुळं बिंदुसार जेव्हा दक्षिण-दिग्विजयासाठी आला, तेव्हा बरीच गणराज्यं त्याला स्वत:हून मिळाली. ज्या ठिकाणी गणराज्यांनी विरोध केला, त्यांना साम-दाम-दंड-भेद करून बिंदुसारानं जिंकलं. बिंदुसार आपल्या पित्यासारखाच पराक्रमी होता. रणांगणात तो आपल्या पित्याप्रमाणेच तळपत असे. त्यानं दक्षिणेमधली एकंदर सतरा राज्यं जिंकली होती. अन्य बरीच छोटी छोटी गणराज्यंही जिंकली होती.

हा दिग्विजय करताना मार्गातला प्रत्येक शत्रूचा काटा त्यानं काढला होता. त्यामुळं त्याला 'अमित्रघात' अशी पदवीच प्राप्त झाली होती. त्याच्या नावाचा दरारा सर्वत्र निर्माण झाला होता. या शत्रूच्या कर्दनकाळाला कुणी शत्रूच उरला नव्हता. त्यामुळं काही महिन्यांच्या कालावधीतच तो मायभूमीला परतला.

उत्तरेपासून दक्षिणेपर्यंत आणि पूर्वेपासून पश्चिमेपर्यंत भारत आता एकसंध झाला होता. चाणक्य-चंद्रगुप्ताचं जीवितकार्य बिंदुसारानं पूर्ण केलं होतं. त्यांचं स्वप्न साकार केलं होतं. बिंदुसाराला पदवीही प्राप्त झाली होती. तर चाणक्याचं ज्ञानभांडार वृद्धिंगत झालं होतं.

माणसाला आपल्या ऐहिक आयुष्यात काहीच प्राप्तव्य उरलं नाही, म्हणजे तो माणूस शान्तदान्त बनून जातो. तशी आता चाणक्याची अवस्था झाली होती. आजवरच्या ब्याऐंशी संवत्सरांच्या आपल्या प्रदीर्घ आयुष्यात त्यानं अगणित मित्र जोडले होते. शत्रू संपवले होते. एकसंध बलदंड भारताचं स्वप्न साकार केलं होतं. विश्वविख्यात ग्रंथलेखन पुरं झालं होतं... त्याच्या धन्य आयुष्याची पारायणपूर्ती झालेली होती. आता उरला होता, तो जीवनसमाप्तीचा अतिधन्य सोहळा!

चाणक्याच्या आश्रमाजवळच एक जुनापुराणा अश्वत्थ महावृक्ष होता. त्या महावृक्षाभोवती गोलाकार पार होता. आपलं सारं नित्याचं आन्हिककर्म उरकल्यानंतर चाणक्य त्या पारावर येऊन बसायचा. प्रात:काळी पूर्वाभिमुख आणि सायंकाळी

पश्चिमाभिमुख बसून आकाशाकडे दृष्टी लावून बघायचा! आकाशातून त्याला आपल्या अखेरीचा कालसंदेश येत होता, की काय, कुणास ठाऊक! काही वेळ अक्षयही त्याच्या बरोबर पारावर बसलेला असायचा.

एके दिवशी तो चाणक्याला म्हणाला,

'अलीकडे तुम्ही उदासवाणे झालेले दिसता... आकाशाकडे दृष्टी लावून बसता. काय बघता एवढं आकाशात?'

'माझा मृत्यू!'

'कशाला हवा आहे तुम्हांला मृत्यू?'

'अरे, या जगातलं कार्य संपलं, म्हणजे माणसानं मरावं, हे बरं!'

'ते आपल्या हातांत का आहे?'

'अक्षय, आजवर सांगून-सवरूनच ऐहिकातलं कार्य केलं. आता परलोकातील कार्यही सांगून सवरूनच करणार आहे. मृत्यूला हक्कानं निमंत्रण देणार आहे. हक्कानंच जगलो, तसाच हक्कानं मरणार आहे.'

अलीकडे चाणक्याचं असंच चाललं होतं. त्याचे नेत्र पैलतीरी लागले होते. तो असाच त्या पारावर बसलेला असायचा. आकाशाकडे दृष्टी लावून बघत असायचा.

त्या दिवशी संध्याकाळी तो असाच अश्वत्थ महावृक्षाच्या पारावर बसला होता. सूर्यबिंब मावळतीला टेकलं होतं. पश्चिम क्षितिजावर रक्तवर्णाची खैरात झालेली दिसत होती. चाणक्य त्या मंगलसोहळ्याकडे एकताननेतनं बघत होता. बघता बघता त्याचं भान हरपून जात होतं. त्या दृश्याकडे बघताना त्याची जणू समाधी लागली होती.

त्याला समोर सुवर्णगंगा वाहताना दिसत होती. त्या गंगाप्रवाहाकडे बघताना त्याला त्या ठिकाणी अमृतानं भरलेला अथांग गंगासागर दिसायला लागला आणि आपण एकदम त्या अमृतमय गंगाजलात एकरूप होऊन जात आहोत, असा स्पष्ट भास त्याला झाला.

अक्षय बाहेरून परत आला, तेव्हा त्याला चाणक्य त्या महावृक्षाला टेकूनच बसलेला दिसला. फक्त त्याच्या मानेचा कळस ढळला होता. समोरच्या दृश्यावर लागलेले नेत्र उघडेच होते.

उघड्या नेत्रांनी चाणक्य अमृतमय गंगेशी एकरूप होऊन गेला होता.